आपल्या स्नेहीजनांना पुस्तके भेट द्या

धर्मवेध

ल. सि. जाधव

मेहता पब्लिशिंग हाऊस

5

Please contact us at **Mehta Publishing House,** Pune 411030.
✆ +91 020-24476924 / 24460313 / Mob. No. 954500513
Email : production@mehtapublishinghouse.com
Website : www.mehtapublishinghouse.com

- *या पुस्तकातील लेखकाची मते, घटना, वर्णने ही त्या लेखकाची असून त्याच्याशी प्रकाशक सहमत असतीलच असे नाही.*

DHARMAVEDHA by L. S. JADHAV

धर्मवेध : ल.सि. जाधव / कादंबरी

Email : author@mehtapublishinghouse.com

प्रकाशक : सुनील अनिल मेहता, मेहता पब्लिशिंग हाऊस,
१९४१, सदाशिव पेठ, माडीवाले कॉलनी, पुणे ३०.

मुद्रक : ट्रिनिटी ॲकॅडमी फॉर कॉर्पोरेट ट्रेनिंग लिमिटेड

मुखपृष्ठ : चंद्रमोहन कुलकर्णी

प्रथमावृत्ती : २ ऑक्टोबर, २०१३ /
मेहता पब्लिशिंग हाऊस यांची द्वितीय आवृत्ती : जानेवारी, २०२२

किंमत : ₹ ४५०

P Book ISBN 9789392482496
E Book ISBN 9789392482564
E Books available on : amazonkindle Apple Books Google Play Books

---

सकल कल्याणाची
धर्मसंकल्पना
ज्या मनात
उद्भवली
त्या सृजनास

उत्पत्स्यते हि मम कोऽपि समानधर्मा ।
कालो ह्ययं निरवधिर्विपुला च पृथ्वी ।।

- भवभूती

‘माझ्या समान विचाराचे, शीलाचे कुणी
कुठेतरी असेल, निपजेल; पृथ्वी अफाट
आहे व कालही अनंत आहे.’

मनोगत

'होरपळ' या आत्मकथनानंतर मी 'पराभूत धर्म' ही कादंबरी लिहिली. या कादंबरीची ही सुधारित आवृत्ती म्हणून 'धर्मवेध' हे नवे नाव धारण केले आहे. धर्म या विषयावरील ही कादंबरी आहे. सर्वधर्मसमभाव हे या कादंबरीचे सूत्र. ही ऐतिहासिक अथवा पौराणिक विषयाची वा तदनुषंगिक स्थलवर्णनाची कादंबरी नाही. यामध्ये तसे संदर्भ आलेले असले तरी कादंबरीचा आंतरिक कंद मुख्यतः कल्पनागर्भ आहे. कादंबरी, कल्पना व जीवनाचं वास्तव रूप हे दोन प्रवाह बरोबर घेऊन वाहत असते; त्यामुळे अनेकदा सत्याभास स्वाभाविक असतात.

'पराभूत धर्म' या नावाने पदार्पण केलेली ही कादंबरी पहिल्या आवृत्तीची कात टाकून आणि पुन्हा नवं सळसळतं चैतन्य लेवून 'धर्मवेध' या नावाने, दुसऱ्या आवृत्तीच्या निमित्ताने समोर येत आहे. सुधारित स्वरूपात! आपल्याच जिज्ञासेचा, परिपाकाचा, निष्कर्षाचा पुनर्वेध घेत. अशा सुधारित स्वरूपात प्रस्तुत कादंबरी आपल्या पुढे सादर करताना मला अतिशय आनंद होतो आहे.

धर्म या विषयावरचे लेखन हा अखंड चिंतनाचे व नव-परिशीलनाचे सातत्य सांभाळणारा विषय आहे. धर्माच्या संदर्भात, 'धर्मो रक्षति रक्षितः'पासून ते 'धर्मो जयति, न अधर्मः'पर्यंत विचार मांडला गेला किंबहुना 'स्वधर्मे निधनं श्रेयः, परधर्मो भयावहः' अशीही धर्माविषयीची धाक असलेली संकल्पना धर्मानुयायांत रूढ केली गेली. मी जेव्हा धर्माचा विशेषतः सर्वधर्मविषयक समान तत्त्वांचा जाणीवपूर्वक अभ्यास केला, तेव्हा धर्माबाबत एक अनोखा श्लोक माझ्या वाचनात आला. 'जयोऽयम् अजयाकरो' हा तो श्लोक. मी अनेकांकडून याचा अन्वय लावून अर्थ तपासून पाहिला. सगळ्यांचं एकमत झालं. 'जय होऊनही तो पराजयासारखा भासतो आहे तो.' मी यावर शांतपणे चिंतन केले. धर्म ही माणसाच्या प्रेममय जगण्याची जीवनशैली असताना धर्मात जय-पराजय या संकल्पना कशा निर्माण झाल्या? द्युतामध्ये शकुनी मामा जर फासे टाकत असेल तर युधिष्ठिरासारखा सत्शील 'धर्म'राजाही पराभूत होतो. हे का? या विचाराने मला कुंठित केलं आणि

कुतूहलही वाटलं की, या संदर्भातून व अशा भूमिकेतून 'पराभूत धर्म' अशा एका कादंबरीचाही उगम होऊ शकतो तसा तो झाला.

'एकात्म' भावनेतून मी जेव्हा सूक्ष्मपणे या संकल्पनेकडे आणि सखोलपणे जीवनशैलीकडे पाहू लागलो, विचार करू लागलो; तेव्हा पूर्वसुरींचा एकसमान धागा सर्व धर्मांत अनुस्यूत असल्याचे लक्षात आले. प्रेम, बंधुत्व, सत्य, शिव आणि सौंदर्य या पंच-सूत्रीवर सर्व धर्मांची मूलधारणा पायाभूतपणे अखंड पेलून समतोल उभी आहे. धर्म हा तत्त्वचिंतनात्मक विषय कादंबरीच्या रूपात लिहिणं हे काम अवघड होतं. सृजन-लालसा स्वस्थ बसू देत नाही. अखेर धाडस करून 'पराभूत धर्म' आशयाची कादंबरी लिहिली. स्वागत झाले. आवृत्ती संपली. आनंद झाला. या क्षेत्रातील अनेक मान्यवरांनी या कादंबरीचे कौतुक केले. ठिकठिकाणी परीक्षणं, समीक्षा आली. 'ललित'सारख्या मासिकाने लक्षवेधी म्हणून प्रस्तुत कादंबरीवर शिक्कामोर्तब केले. या कादंबरीविषयी बऱ्याच मौलिक सूचनाही आल्या. काही बदल सुचविले गेले.

आता दुसरी आवृत्ती निघत आहे, तेव्हा धर्म या विषयावरील ही कादंबरी अधिक सकस व्हावी, अधिक व्यापक, वेधक, ओघवती आणि अर्थवाही व्हावी म्हणून मी पुनर्वाचन केले. त्यानुसार योग्य ते बदल केले. मूळ कादंबरीचा आशय व परिघास धक्का न पोहोचेल अशा रीतीने. बदल एवढाच केला, 'पराभूत धर्म' याऐवजी तिचे 'धर्मवेध' असे नामकरण केले. या काळजीपूर्वक पुनर्लेखनातून साकारलेली 'धर्मवेध' ही प्रस्तुतची सुधारित कादंबरी आहे. आभूषणयुक्त नववस्त्रांकित. काया-वाचे-मने कादंबरी तीच आहे. या सुधारित कादंबरीच्या स्वरूपाचा नवा आविष्कार रसिक, चोखंदळ, जाणकार वाचकांस नक्कीच आवडेल यात मला संदेह वाटत नाही.

या कादंबरी लेखनासाठी मी धर्माविषयीचे लेखसंग्रह तसेच धर्मासंबंधीची प्रमुख पुस्तके व संदर्भपुस्तके वाचली होती. मला या शोधप्रक्रियेत हाती जणू काही विचारांची संपदाच लागली, स्वतःची अशी एक धर्मविषयक भूमिकाही निर्माण झाली जी मला या लेखनासाठी उपयुक्त होती.

धर्माच्या प्रभावामुळेच आजवर माणसामध्ये सद्‌वर्तन व सद्‌भावना टिकून आहे. धर्माचा धाक आहेच आहे; परंतु असे असूनही वेगवेगळ्या धर्मनिर्मितीही झाल्या. धर्माच्या विविधतेमुळे वेगवेगळ्या धर्मकल्पना, धर्मतत्त्वे आणि आचरण-रीतीही निर्माण झाल्या. वेगळेपणात परिणामतः मतभेदांच्या भिंतीही उभ्या राहिल्या.

हे खरेच आहे की, प्रत्येक धर्म आपापल्या ठिकाणी श्रेष्ठ, पवित्र व मानवी कल्याणाच्या भूमिकेतूनच निर्माण झाला आहे. सर्व धर्मांत सकल कल्याण, प्रेम व बंधुता आहेच आहे. माझ्या लेखनात धर्माविषयीची मी सर्वसमावेशक भूमिका

मांडण्याचा प्रयत्न केला आहे. चिंतनात्मक, तत्त्वज्ञानात्मक धर्माचा विषय कादंबरीत गोवणे अत्यंत अवघड वाटत असूनही या रुक्ष व गूढ-अद्भुत गुहेत मी जाणीवपूर्वक शिरलो. प्रयत्नाची लालसा स्वस्थ बसू देत नव्हती. यानिमित्ताने मला धर्माचं आकलन झालं आणि माझं यथार्थ प्रबोधनही झालं.

समाजव्यवस्था अर्थातच चिवट असते. प्रत्येकाला पूर्वजांचा वडिलोपार्जित धर्म जन्मतः मिळतो. प्रत्येकाला जो तो धर्म बेतून घ्यावा लागतो. धर्म ही जगण्याची शैली आहे. ती आनंदमय, सुखमय व सगळ्यांचे कल्याण चिंतणारीच असायला हवी; पण तसं होत नाही. माणसं धर्मकलह मांडून बसतात. धर्मयुद्धापर्यंत त्यांची मजल जाते आणि यातून मग विध्वंस ओढवून घेतात. माणसाने पृथ्वीचे तुकडे केले. भूमी वाटून घेतली. जमिनीबरोबर असीम आकाशाच्याही सीमा आखून घेतल्या. स्वतःलाच मर्यादित करून घेतलं.

धर्मासंबंधी जे मी वाचलं ते सगळं विचारधन मला अपूर्व होतं. एक अलौकिक आनंदच होता. मन प्रसन्न व तृप्त झालं. अंतर्मनात जणू पावित्र्य, शुचिता भरून राहिली आहे, असा प्रत्यय येऊ लागला. धर्माविषयी जे वाचले त्याचा नामोल्लेख प्रदीर्घ होईल म्हणून टाळतो; पण एक उल्लेख महत्त्वाचा आहे तो आवर्जून करतो. प्रस्तुत कादंबरी कथावस्तूच्या अधिकृत माहितीसाठी मी सर्व कोशही बारकाईने वाचले, पडताळून पाहिले. भारतीय संस्कृतिकोश, मराठी विश्वकोश, (Visual Dictionary and Encyclopaedia) आवर्जून पाहिले. या सर्व कोशांत विस्तृत माहितीचे प्रचंड ज्ञानभांडारच उपलब्ध होते. या माहितीचा खूप उपयोग झाला. या कोशकारांचे, मंडळांचे मी मनःपूर्वक आभार मानतो. तसेच संगणकावरील संबंधित वेबसाइट, इंटरनेट, गुगलवर कितीतरी मौलिक माहिती सहज उपलब्ध झाली.

'सुविद्या'चे श्री. बाबुराव मैंदर्गीकर यांनी ही कादंबरी प्रकाशित करण्याची जबाबदारी आस्थेने व प्रेमाने स्वीकारली. दुसरी आवृत्ती काढण्याची जबाबदारी मेहता पब्लिशिंग हाऊसचे श्री. सुनील मेहता यांनीही तितक्याच आस्थेवाईकपणे व प्रेमाने स्वीकारली हा मी माझा सन्मान समजतो. दोन्ही आवृत्त्या उत्तम काढल्या. या क्षेत्राकडे ते केवळ व्यवसाय म्हणून पाहत नाहीत तर कलानिर्मितीच्या सौंदर्यदृष्टीनेही पाहतात. त्यांचा मी आभारी आहे.

श्री. पुरुषोत्तम नगरकर यांनी मुद्रणप्रत सूक्ष्मपणे वाचून ती सर्वार्थाने योग्य केली. हे एक शुद्धीकरणच होते. अभिजात कलेची कल्पक दृष्टी असलेले ख्यातनाम चित्रकार श्री. शिरीष घाटे यांनी त्यांच्या खास सौंदर्यदृष्टीतून मुखपृष्ठ तयार केले. अंतर्गत प्रकरणांसाठी समर्पक चित्रेही रेखाटली.

या कादंबरीच्या लेखनकाळात मी आजारी होतो. या अशा रुग्णाईत व अस्वस्थ काळात माझी पत्नी सौ. मंगला, मुले श्रीनंद, किरण, राहुल, मुलगी सौ. अनुराधा

व जावई प्रमोद त्याचप्रमाणे माझ्या सर्व सुना सौ. कविता, सौ. स्नेहा, सौ. मनीषा यांनी माझी खूप प्रेमाने सेवा केली. माझी सर्व नातवंडे चि.प्रणव, ओंकार, सोनाली, सुवर्णकांता, प्रियदर्शन, श्रावणी व चिमुकला प्रियरंजन या सर्वांनी मला माया लावून जगण्याची नवी उमेद दिली. या निर्मळ जिव्हाळ्यामुळे आजारपणही सुसह्य झाले. मी प्रेमाने भरून पावलो.

रसिक वाचक मोठ्या मनाने याही कलाकृतीचे स्वागत करतील असा विश्वास वाटतो. सगळ्यांचे आभार व धन्यवाद !

– ल. सि. जाधव

१

शके १८७८ मधील भाद्रपद शुक्ल पक्ष.

१९५६ चा सप्टेंबर महिना निम्मा अधिक सरून गेला.

हस्त नक्षत्रातल्या पावसाने मात्र चांगलाच जोर धरला होता. हा पाऊस पडू लागला की, कधीकधी थांबायचं नावच घेत नसायचा. सगळीकडे ओल झालेली, पाणी साचलेलं आणि चिखल झालेला; त्यामुळे बाहेर पाऊल टाकावंसं वाटतच नव्हतं. वातावरणात गारवा वाढलेला होता. आकाश तर काळंकुट्ट, एकजीव झालेलं आणि सतत पाऊसधारा सांडणारं; त्यामुळे सगळे व्यवहार ठप्प झालेले.

दोन दिवसांनंतर पाऊस ओसरला.

'प्रो. चैतन्य आनंद.' दारात थांबून कुणीतरी हाक मारली. मी दार उघडून पाहिले; पोस्टमन होता. 'इंडियन कल्चर' नावाचं मॅगझिन त्याने माझ्या हातात दिलं. तो गेला. मी औत्सुक्याने अंक चाळला. अपेक्षेप्रमाणे 'द रिलिजस सिस्टिम्स ऑफ द वर्ल्ड' हा माझा लेख मॅगझिनमध्ये छापून आला होता. छापून आलेला लेख पाहताना आनंद वाटला.

पावसाने पुन्हा हैराण केले. हवेतला गारठा अधिकच वाढला. पत्नी कमलला अस्थम्याचा जुना त्रास होता. या गारव्यात तो त्रास वाढतच असे. स्टोव्ह पेटवून तेवढ्याच उबीने कमल शेकून घ्यायची. किंचित बरे वाटे; पण या वेळी तिचा दम्याचा त्रास खूपच वाढला. छातीतील कफाने तिला धाप लागू लागली. नीट खोकताही येईना. नेहमीची औषधं दिली. चाटण दिलं; पण फरक नव्हता.

तीन दिवसांनंतर अचानक रात्री पाऊस थांबला. मी जागा झालो होतो. भिंतीवरच्या अष्टकोनी घड्याळाची टिकटिक चालू होती. इकडून तिकडे येरझारा घालाव्यात तसा

लंबक डुलत होता. मी उठून घड्याळाकडे पाहिले. रात्रीचे दोन वाजून गेले होते. बाहेर रातकिड्यांच्या ओरडण्याचा नुसता गोंगाट सुरू होता. मधूनच बेडकांचे ओरडण्याचे आवाज ऐकू येत. भेसूर वाटे. पावसाळी अशुभ सुरावट सर्व अंधारात भरून राहिली होती.

मी कमलकडे पाहिले. ती जागीच होती. तिला श्वसनाचा त्रास होत होता. तिला बोलता येत नव्हते. ती हातवारे करून, खूप धाप लागलीय आणि श्वास अडकलाय असे सांगत होती. मी तिची अवस्था बघून घाबरलो. मला काय करावे सुचेना. कमलचा त्रास अधिकच वाढला. तिला दम्याचा झटका आला होता. कमल केविलवाणे व अतिशय दीनपणे 'काहीतरी करा, मला वाचवा' अशी याचना करत होती. पुन्हा घड्याळाकडे पाहिले, तीन वाजत आले होते.

आता कमलच्या घशाचा विचित्र व भेसूर आवाज येऊ लागला. कमलने माझा हात घट्ट धरून ठेवला. मला विचित्र वाटले. तिला काहीच श्वास घेता येईना. जीव गुदमरू लागला. कणभर प्राणवायूसाठी छाती भात्यासारखी जोरजोराने वरखाली होऊ लागली. तिचे घोटाळणे मी फक्त मख्खपणे पाहत होतो. नरडे अखेरचे वाजू लागले. आवतीभोवतीची सगळी हवा गोठून गेली होती. ती अक्षरशः तडफडत होती. जीव सहजासहजी देह सोडत नव्हता. तिचे डोळे आणि तोंड सताड उघडे होते. जीव जाताना इतक्या यातना, वेदना होतात हे मी प्रथमच पाहत होतो. अखेर एक शेवटचा निःश्वास कसाबसा तडफडत बाहेर पडला. मग सारं शांतशांत होऊ लागलं. तिचा प्राण डोळ्यांतून गेला की काय समजत नव्हते. डोळे सताड उघडे होते, माझ्याकडे रोखलेले. मला ते अधिकच भयाण वाटू लागले. हाताची पकड घट्ट होती.

हुंदका, आवंढा, आक्रोश किंवा अश्रू यांपैकी काहीच माझ्याजवळ नव्हतं. मी केवळ हतबल होतो. सारंच काही गोठून गेलेलं. भयाकुल होऊन मी फक्त पत्नीचं मृत्युदर्शन घेत होतो. काळजावर जळता निखारा ठेवावा असं काही जाणवत होतं.

सकाळ होईपर्यंत मी कमलजवळ तसाच सुन्न बसून राहिलो. डोळे पाणावले गेले. हळुवार अश्रुधारा वाहू लागल्या; त्या थांबल्याच नाहीत. कमलचं घरातलं पहिलं पाऊल ते याच घरातला तिचा अखेरचा निःश्वास; या मधल्या काळातल्या साऱ्या आठवणी अश्रूंबरोबर झरत होत्या. एवढं मोठं जग; पण गेली तीस वर्षे आम्ही दोघेच एकत्र जगत होतो. कसले पाशही निर्माण झाले नाहीत. अत्यंत संथ वाहणाऱ्या कृष्णेसारखं कमलचं जगणं. साधं, सरळ! मग तिचा मृत्यूच असा भयानक का?

कमलच्या जाण्याने मी खिन्न झालो. अतिशय दुःखी झालो. अंत्यविधी अपरिहार्य होता. तो यथासांग उरकला. आता घरात एकटे राहणे अवघड झाले.

कधी घर तर कधी माचणूरचा आर्वीकर महाराजांचा मठ असे वास्तव्याचे पाच-सहा महिने उलटून गेले. दिवसामागून दिवस सरत होते. कमलच्या आठवणींत सारे एकटेपण व्यतीत होत होते. नंतर एकटेपणही असह्य होऊ लागले. काही नवे विचार मनात घोळत होते. कधीकधी मन अशी उचल घेई की, सोडावे हे गाव आणि निघून जावे दूर वनांतरी, तीर्थाटने करावीत, गावे धुंडाळावीत, डोंगर ओलांडावेत असं वाटू लागले. तसं संसारात मन रमलं नव्हतंच कधी. प्राचीन भारतीय इतिहास व संस्कृती हा अध्यापनाचा विषय त्यामुळे गत घटना, गत इतिहास यात मन एकटेपणात सतत विचारमग्न असायचं. आता तर कुणाचीच सोबत नाही; त्यामुळे सगळंच नीरस वाटू लागलं.

आता इथं थांबण्यात रस वाटेना. 'निघून जावे दूर वनांतरी' असं मनात येऊ लागलं आणि अखेर विचार पक्का झाला. आपल्या निर्धारानुसार तो क्रमप्राप्त आहे, असंही वाटू लागलं. आता गत आयुष्याची इथे उजळणी नको. इथल्या गत आठवणीच्या वास्तूला आता कुलूपबंद करायचं आणि निघायचं, तसं निर्धारपूर्वक ते केलंही. आता इथून निघायचं, तेव्हा मागे वळून पाहायचं नाही. इथली ही रात्र अखेरची. कदाचित झोप येणार नाही. चक्क उघड्या डोळ्यांनी रात्र संपवायची. आता कसलंही काहूर नको. शेवटचं म्हणून मनावर कसलाही हळवेपणा उमटू द्यायचा नाही. इथून निव्वळच निघायचं.

सवयीप्रमाणे गाव शांत झोपलेलं होतं. आकाशातल्या चांदण्या आपल्या प्रहराप्रमाणे स्थलांतर करत होत्या. आता पहाट जवळ आली असावी. पश्चिमेकडचं थंडगार वारं झुळझुळु यायला सुरू झालं. हे वारं येताना झोपेची गोड साखर घेऊन येतं असं मला नेहमी वाटायचं, आजही तसंच वाटत होतं. हा मोहमयी वारा थांबण्याचे संकेत देत होता; पण मोहत्यागाची सुरुवात तर इथूनच करायची आहे, तेव्हा अंग झटकून उठलो. तयारी रात्रीच झालेली. बरोबर फारसे सामानाचे ओझे घ्यायचेच नव्हते. जरूर तेवढे घेतले आणि तडक निघालो. औपचारिकता म्हणून घराला कुलूप लावले.

आपल्या जाण्याची, निघण्याची चाहूल कुणाला नाही. आकाशातून एक उल्का निखळून पडावी तसा मी आता या घरापासून अलग होऊन बाहेर पडतो आहे. पुन्हा इथे कधीच न येण्यासाठी. सर्वसंगपरित्याग करून–तसे आता उरलेच होते काय; पण संन्यस्त होण्याची प्रबळ इच्छा कित्येक दिवस मनात ठाण मांडून होती. तिचा हा उद्‌गम असावा. आत्मज्ञानाच्या शोधार्थ व इच्छेनेच घेतलेला हा संन्यास असावा.

चतुर्थमायुषो भागं त्यक्त्वा सङ्गान् परिव्रजेत् ।

आजवरचे आपले जगणेच जाणीवपूर्वक तसे होते. गुंतणे तर नव्हतेच; त्यामुळे

आपल्याविषयी अपरोक्ष शोक नाही वा कुणाचा आक्रोश नाही.

घर सोडले. कुठे जायचे नक्की नव्हते. मी चालत निघालो. पायवाट होती. शिशिरातील सकाळ आपलं एक वेगळंच रूप घेऊन वावरत असते. पूर्व क्षितिजावर उमटलेली थोडी तांबडी चाहूल आताशा जाणवत होती. ही वाट पूर्व दिशेने जाणारी. वारे मात्र पश्चिमेकडून वाहत होते. समोरून कसला अडथळा नव्हता. संपत आलेल्या फाल्गुनाचे दिवस. वसंताची चाहूल सहज जाणवणारी. रस्त्याला अजून तरी कुठे वळण नव्हते. चालणे आनंददायी वाटत होते. उत्साहवर्धक! सकाळचा हा मंद वारा आपल्याबरोबर चैत्रपालवीचा कोवळा गंध घेऊन सैरभैर मिरवत होता. आजचा कुठला दिवस? वसंतपूजनाचा असावा. विद्यारंभाचा दिवस आजपासून सुरू होणारा. छानच आहे.

मैल-दीड मैल चाललो असेन. आवतीभोवती चांगलेच उजळले. मनोहर सूर्योदय झाला. बहुतेक पिकांची काढणी झालेली. शेतात खळी दिसू लागली. मागास पिकांच्या लोंब्या आनंदाने डुलत होत्या. पडीक रानातील देवबाभळी नुसत्याच हेलकावे खात होत्या. वाटेवर क्वचित कडुनिंबाची झाडे होती. आपल्या कोवळ्या हिरव्या पानांत त्यांनी पांढराशुभ्र फुलोरा अलगद पेलून धरला होता; कौतुकाने की प्रेमळपणे ते कळत नव्हते. आता चांगलेच उजाडले. सर्व परिसर लख्ख दिसू लागला. एक पांढराशुभ्र ससा धांदरटपणे बांधावरून कुरणात पळत असताना मला दिसला. छान वाटले. आता सूर्याची पिवळीधमक किरणे हळद सांडावी तशी सर्वत्र पसरली होती. शेतात आणि पाऊलवाटेवर माणसे दिसू लागली. वर निळ्या स्वच्छ आकाशात पांढऱ्या बगळ्यांची एक रांग लघुकोनाचा आकार घेऊन दक्षिण दिशेने उडत निघाली, बरोबर माझ्या डोक्यावरून. साधारणतः गावच्या दिशेला मैल-दोन मैलांवर लांब कुणाचं तरी मोटेवरचं गाणं अत्यंत क्षीण आवाजात ऐकू येत होतं. चरायला आलेले होले उहूं ऽ उहूं ऽ उहूं ऽ आवाज काढत शेतातले दाणे टिपत होते. हे सारं काही मनोहर, प्रसन्न वाटावं असं होतं.

मी चालतच होतो. इथून मुख्य मार्गाला दोन वाटा फुटलेल्या होत्या. एक वाट तशीच पूर्वेकडे तर दुसरी दक्षिणेकडे बगळ्यांच्या दिशेला जाणारी. मी थोडा थांबलो. कुठे जायचं हे ठरवलेलंच नव्हतं. डोक्यावरचं अथांग आकाश आणि पायाला दिशास्पर्श करणारी जमीन ही दोनच नाती प्रवासाची. मग आपण मनःशांतीच्या शोधात निघालोय काय? असं भरकटत मनःशांतीचा शोध लागेल काय? नसेलही तसं; पण आपल्याला नेमकं शोधायचंय काय? असं ठरवून ते शोधता येईल काय? जगणं तरी असं आखून, नियोजन निश्चित करून जगता येतं का? मग कशाला अमुकतमुक ठरवावं? भवसागरात आपलीही एक नाव सोडून देऊन मोकळं व्हायचं, झालं. मग ना शरीराचं ओझं वाटणार, ना जगताना कशाचं दडपण येणार, ना

आपण कशाने भयग्रस्त होणार. सुखाच्या भ्रामक कल्पना बाळगून आपणच आपले चोचले पुरविण्यात तरी कशाला मग्न राहणार!

आता आपण दक्षिण दिशा पसंत करू. पूर्वेस पुन्हा एक गाव लागते. दक्षिण दिशेने गेलेले बगळे आता दिसेनासे झाले आहेत; पण ते नक्कीच भक्ष्याच्या शोधात इच्छित स्थळी जात असणार. मी दक्षिणेकडे निघालो. जाताना सूर्याला शांतचित्ताने नमस्कार केला. उत्तरायणातला नमस्कार मन शांत करतो. आता आवतीभोवती सगळं माळरान होतं. क्वचित कुठे काटेरी झुडपं आपल्यातच आक्रसून बसलेली. कुसळाने माखलेलं रान हलक्या वाऱ्यानेही भुरुभुरु उडत होतं.

अर्धाएक मैल चालत गेलो. आता रस्ता काहीसा रुंद होता. समोरून माणसं येताना दिसू लागली. एक उंचवटा सरला. उतार लागला. समोर नजरेच्या टप्प्यात रेल्वे स्टेशन दिसू लागलं. बाजूने एक टांगाही टपटप करत निघून गेला. सामानासह त्यात सवारी होती. स्टेशन जवळ येऊ लागलं. माणसांची, प्रवाशांची तुरळक का असेना वर्दळ जाणवू लागली. रेल्वे स्टेशन जुनं होतं. स्टेशन मास्तरची आणि बुकिंग क्लार्कची एक/एक खोली होती. प्लॅटफॉर्म विस्तीर्ण असला तरी तेवढं विस्तीर्ण शेड स्टेशनवर नव्हतं. सगळा प्लॅटफॉर्म उघडा बोडकाच! प्लॅटफॉर्मच्या कडेला लोखंडी कंपाउंड वॉल होती. अंतराअंतरावर जुने विशाल निंबवृक्ष होते. झाडाजवळ सिमेंटचे आरामदायी बाक होते. तिथं प्रवासी बसलेले. हे रेल्वे स्टेशन मला अतिशय शांत, रम्य वाटू लागले.

या स्टेशनवर गाड्यांची फारशी वाहतूक नसावी. येणाऱ्या-जाणाऱ्या गावांचा उल्लेख केलेल्या चार गाड्यांचा स्टेशनवर नामोल्लेख होता. माणसाच्या जीवनात प्रवास सुलभ व सुखद करणारी ही रेल्वे मानवी जीवनाशी किती हृद्य नातं जोडून आहे, याचं मला कौतुक वाटलं. कुडलसंगम नावाचं हे स्टेशन होतं. गाडीस वेळ असावा. स्टेशनवर फारसं कुणी नव्हतं. मी सावलीत एका रिकाम्या बाकावर जाऊन बसलो. मी आठवू लागलो.

धारवाडहून आली, तेव्हा कमल इथेच उतरून नवतीच्या पावलांनी घरी आली होती. किती सोज्ज्वळ व सुंदर दिसत होती. कानडीमिश्रित मराठी ऐकताना कानाला छान वाटायचे. मी शुद्ध मराठी बोलणारा प्राचीन इतिहासाचा प्रोफेसर; त्यामुळे माझ्याशी बोलताना ती संकोचत असे. माझे आई-वडील पंढरपूरच्या आषाढी यात्रेत कॉलऱ्याच्या साथीत मरण पावले; त्यामुळे कमलला त्यांची सेवा करण्याचे भाग्य लाभले नाही. उरलो आम्ही दोघेच. आमचा संसार संथ, सरळ होता. अखेरपर्यंत मूलबाळ झालंच नाही. दोघांत एकलकोंडेपणा आला. गरजेपुरते बोलणे होई. मी तर सतत वाचन-लेखनात व्यग्र. उतारवयात तिचा आजार बळावला आणि त्यातून तिची सुटका झाली, ती मृत्युरूपानेच! मी सेवानिवृत्त होऊन वर्षही झालं नव्हतं.

आर्थिक बळ फार नव्हतं. त्यात पेन्शनही नसल्याने विस्कळीतच होत गेलं सारं. मी काल जो बाहेर पडण्याचा निर्णय घेतला, तो इथे आता आपले काही उरले नाही म्हणूनच. जवळ कमलच्या दोन सोन्याच्या बांगड्या व मंगळसूत्र एवढीच प्रॉपर्टी. दूर कुठेतरी रेल्वे रूळ क्षितिजात नाहीसे झाले होते. मी एकटक तिकडे बघत विचार करत होतो. स्टेशन मास्तरने घंटा वाजवली तसा मी विचारचक्रातून बाहेर पडलो. आता प्लॅटफॉर्मवर माणसांची बऱ्यापैकी गर्दी झाली होती. मी उठलो. बुकिंग क्लार्ककडे जाऊन गाडीची चौकशी केली अन् हंपी गावचं एक तिकीट मागितलं, तेव्हा त्यांनी मला त्यासाठी हॉस्पेटचं तिकीट दिलं.

दूरवर काळा धूर दिसू लागला. गाडी अधूनमधून शिटी देत होती. कोळशाचा काळा धूर ओकत आपल्या सवंगड्यांना घेऊन इंजिन स्टेशनवर येऊन आपल्या जागी थांबलं. इंजिन दमल्याचे सुस्कारे टाकत होतं. लागणारे पाणी इंजिनाने इथेच भरून घेतलं. डब्यातून लोक उतरले. जाणारे चढले. मी एका डब्यात चढून एका कोपऱ्यातील खिडकीजवळ रिकाम्या जागी बसलो. थोड्या वेळानंतर गाडीने पुन्हा एकदा कर्कश आवाजात शिटी देऊन निघाल्याचे सांगितले व हळूहळू वेग धरला. गाडीबरोबर मनानेही विचाराचा वेग घेतला. कुणाला निरोप नाही, हातवारे नाहीत; गाडी सुटताना डोळ्यांत पाणी नाही की गाडीत सामानांची सावरासावर नाही. मी निघालो एका अर्थाने अज्ञात प्रवासाला. गतकाळ ठाऊक होता. अत्यंत निग्रहानं तो कायमचा बंदिस्त करून टाकला. पिरॅमिडमधील थडग्यात ममी झाकावी तसा. हजारो वर्षे ही ममी कुणी उघडणार नाही. मी इथं स्वतःला दफन केलं, कायमचं!

आगगाडी टॉयट्रेनसारखी धावत होती. सवारी गाडी असावी. बाहेरची झाडे प्रत्येक डब्याकडे जणू कुतूहलाने बघत होती. एखाद्या वस्तीवरची माणसंही हातातली कामं सोडून गाडीला जणू डोळे भरून पाहत होती. कुणी भोळसर भाविक गाडीला दोन हात जोडून नमस्कारही करत होते. एखादं गाव आलं की, गाडी पुन्हा थांबत असे. प्रवाशांची उतरचढ होई. पुन्हा कर्कश ओरडणे आणि धावणे चालू होई. मध्येच एक मोठं गाव आलं. खिडकीजवळ आलेल्या विक्रेत्याकडून मी काही फळं घेतली. एकाकडून बटाटेवडा घेतला. ते खाऊन घेतलं. प्लॅटफॉर्मच्या नळावरचं हातानेच पाणी प्यालो. आता तरतरी वाटू लागली. चौकशी केली असता कळलं, संध्याकाळी सहा वाजेपर्यंत गाडी हंपीला पोहोचेल.

गाडीने डुलतडुलत वेग घेतला. हळूहळू डब्यात प्रवाशांच्या डोळ्यांवर पेंग तरळू लागली. मानेला हेलकावे बसत होते तसे एकमेकांच्या खांद्यावर डोक्याचा आरामशीर आधार घेणे चालू झाले. सगळा डबा निद्रेच्या अधीन झाला. माझ्याही पापण्या जड झाल्या होत्या; पण मी आवरत होतो. त्यातूनही एखाद्या डुलकीतून दचकून जागे व्हावे लागायचे. आगगाडी आपल्याच नादात धावत होती. एकामागून

एक गाव येई-जाई.

संध्याकाळ होत आली. संध्याकाळचा सूर्य खिडकीशी समांतर झाला. डब्याच्या या खिडकीतून त्या खिडकीत आरपार उन्हं फेकू लागला. गाडी आता बेल्लारी जिल्ह्याच्या हद्दीत शिरली. जवळूनच तुंगभद्रा नदी वाहते. सूर्यनेही आपला दिवसभराचा प्रवास थांबवून तुंगभद्रेच्या पश्चिम किनाऱ्यावर विसावा घेण्याचं योजलं असावं. जणू आपला सारा दाह तो थंडगार तुंगभद्रेत शमवणार होता. अखेर सूर्य तुंगभद्रेत बुडाला. एव्हाना गाडी हॉस्पेट स्टेशनवर येऊन थांबली. इथूनच हंपीला जायचे. हॉस्पेट ते हंपी सात-आठ मैलांचे अंतर. हंपीसाठी इथेच उतरावे लागते. मी स्टेशनच्या बाहेर आलो. नुकतीच दिवेलागण झालेली. एका सद्गृहस्थास माहिती विचारली. तो कन्नड भाषेतून बोलू लागला. माझ्या बोलण्यातल्या हंपी शब्दाने त्याने अंदाज केला असावा. 'तुम्ही टांगा किंवा सायकल बग्गीतून हंपीला असे जाऊ शकता.' म्हणून दाखवलेले हातवारे मला कळले. फारशी दुकाने नसलेले गाव आणि वर्दळही बेताचीच! स्टेशनबाहेर वाट बघत असलेले टांगेवाले व बग्गीवाले नुसतं 'हंपी' 'हंपी' म्हणत होते. मी एका सायकल बग्गीत बसलो. बग्गीवाला आणखी एका प्रवाशाची वाट पाहू लागला. जोडीला माणूस मिळाल्याबरोबर त्याने सायकल सुरू केली. तो बिचारा तरुण धापा टाकत ते अंतर तोडत होता. मी नवखा असल्याचे त्याने ओळखले. उतरायचे कुठे हे माहीत नसल्याचेही त्याच्या ध्यानात आले. मग त्यानेच मला विरूपाक्ष मंदिराजवळ आणून सोडले. भाषेशिवायही बरंच काही अंदाजाने कळतं.

२

हंपीच्या तीर्थक्षेत्रात माझं पहिलं पाऊल पडलं. जुनी मंदिरं. बाजूला प्रसादाची, हार-फुलांची दुकाने तर होतीच; पण लोकांची फारशी गर्दी नव्हती. मंदिरात मी मनोभावे प्रवेश केला. मंदिराला दोन प्रांगणे होती. गोपुरातून आत गेल्यावर दुसरे प्रांगण पहिल्यापेक्षा खूपच विस्तृत होते. याच दुसऱ्या भव्य प्रांगणात विरूपाक्षाचे छान मंदिर आहे. विरूपाक्ष हे तसे एक शिवलिंगच आहे. शांतचित्ताने मी दर्शन घेतले. मंदिर व प्रांगणाचा परिसर मी फिरून पाहिला. पाषाणात नक्षीचं कोरीव काम केलेलं होतं. मंदिराला छानशी तटबंदी; त्यामुळे मनात आपोआप सुरक्षित भावना उमटली. मनाला तृप्त करणारा शांत परिसर. आता मला असं भारतभर बघत फिरायचं आहे. आपण मनात योजतो ते ठीकच आहे. या प्रसन्न परिसराने मला क्षणार्धात आपलंसं केलं.

मंदिर व प्रांगणाच्या परिसरात लागूनच आत स्वामींचा एक मठ आहे. स्वामींच्या परंपरेतीलच कोणीतरी एक ज्येष्ठ मठपती होते. मी त्यांना भेटलो. माझी ओळख करून दिली. चनवीरप्पा हे मठपती होते. त्यांनी आत्मीयतेने माझी मठात सोय केली. मंदिर परिसर अतिशय शांत आणि कोलाहल नसलेला होता. आठ वाजायला आले होते. विरूपाक्ष मंदिरात हळूहळू काही भाविक जमू लागले. मठपती, पुजारी आणि सेवक आले. आरती सजली गेली. वाद्यांची कर्नाटकी लय उमटू लागली. मीसुद्धा आरतीउत्सवात सामील झालो. अर्ध्या तासात आरती, ओव्या, वचने, मंत्रोच्चार साजरे झाले. प्रसन्न वाटू लागले. प्रांगणातील दीपमाला संपूर्ण वरपर्यंत प्रज्वलित केल्याने सगळा मंदिर परिसर लखख उजळून गेला होता. आरती संपली. प्रसादाचे वाटप झाले.

मला, कुणीतरी मठातील सेवकाने भोजनकक्षाकडे येण्याविषयी सांगितले. तसा दिवसभर मी उपवास व्रतातच होतो.

छानपैकी भोजन झाले. मग मी मठातील खोलीकडे विश्रांती घ्यायला गेलो. अंथरूण टाकले; पण झोप येईना. मंदिर परिसरातील शांतताच इतकी भयाण होती की, मठाच्या खोलीतील अंधार मला कुठे प्राचीन काळात ओढत नेतो की काय असेच वाटू लागले. माझ्या कानात एक अनामिक किर्ऽऽ आवाज घुमू लागला. शेकडो वर्षांचे मंदिर. किती जीवात्मे इथं वास्तव्य करून गेले असतील. मला इथं अशुभ वा अमंगल काहीही वाटत नव्हतं; पण भयाण मात्र वाटत होतं. आपली ही अशी अवस्था का व्हावी? कमलचा अस्वस्थ मृत्यू धडधडीत आपल्या डोळ्यांदेखत झाल्याने असेल का? प्रत्येक माणसाचा मृत्यू अटळ आहे हे सत्य माहीत असलं तरी तो प्रत्यक्ष पाहणं किती भयप्रद असतं हे मी अनुभवलं होतं. काहीही मनात येऊ लागलं. कमलच माझ्या बरोबर सूक्ष्म जीवात्म्याच्या रूपाने वावरते आहे की काय असेही वाटू लागले. आपल्या प्रियतम व्यक्तीचीही अशी भीती आपल्याला वाटू शकते की काय असेच काहीसे विचित्र वाटू लागले. मी त्या खोलीतून बाहेर आलो. प्रांगणामध्ये एक छान चबुतरा होता. तिथे जाऊन बसलो. चबुतऱ्यावर काही माणसे झोपलेली होती. मंदिर परिसरात हलकीशी सुखद हवा इकडून तिकडे बागडत होती. मला थोडे बरे वाटले. मग मी चबुतऱ्यावरच झोपलो. गडद झोपेचं छान पांघरूण अंगावर स्थिरावलं.

मध्यरात्र उलटून गेली असावी. मला कुणीतरी हलवून उठवले. कुणी अक्राळविक्राळ दाढी वाढलेला संन्यासी होता. तो मला ओढून नेत होता. शेकडो वर्षे मागे, गतकाळात. त्या भयाण शांततेत विचारांचं अनिर्बंध थैमान सुरूच होतं. प्राचीन काळातील वानप्रस्थाश्रमाचं चित्रण तो मला दाखवत होता. आपण आता एका अर्थाने विचाराच्या गहन वनातच निघालोय. आता कुठेतरी मला अभौतिक अनुभवायचे आहे. ऐहिकतेच्या खडकाळ अनुभूतीच्या पलीकडे काही शोधायचे आहे, पाहायचे आहे. जे सुसंगत असेल. पराकोटीचे निर्दोष असेल. जिथे कसल्याही प्रमादांना थारा नाही. निर्मात्याच्या हातून कदाचित झालेल्या चुकांचा शोध घ्यायचा आहे. हा वेडेपणाही असेल. आता लौकिक घर तर सोडले. म्हणून या निबिड अरण्यात चिंतनाची तीर्थयात्रा करायची आहे. आरण्यके शोधायची आहेत. त्यासाठी हा सारा प्रवास; एकट्याचाच. आता आपण तीर्थाटने धुंडाळू, असंख्य मंदिराच्या गाभाऱ्यात तल्लीन होऊ. एकरूप होऊ. पवित्र स्थळांचे मांगल्य आणि शुचिता अंगांगांत भिनवू. कुठल्याच एका दिशेचा प्रवास आपल्याला अभिप्रेत नाही. अनिर्बंध आणि विमुक्त कंद आपल्याला शोधायचा आहे. असेल तसं काही या सृष्टीत. मन, मेंदू, शरीर, आत्मा, यातना, वेदना, आक्रंदन, आक्रोश, रुदन, भय या साऱ्यांचा ठाव

घ्यायचा आहे. साधा श्वास असेल. अरे! श्वास साधा कसा असेल, तो तर कमलसारखा जीवघेणा असतो ना! ठीक आहे, तो कसाही असू दे; पण आपण श्वासानेच थेट त्या विधात्याशी प्रतिक्षण जोडले गेलो आहोत ना. तेच तर शोधायचे आहे. या आरण्यकाचा साधक बनून. माझ्या या उपनिषदाचे गुरू कोण असतील? मी प्रश्न उपस्थित केला. अन्य मंदिरांतून साक्षात आशीर्वाद मुद्रेने देव विरूपाक्षच समोर येऊन उभे ठाकले. मी दोन्ही हात जोडून नमस्कार केला. देव 'तथास्तु' म्हणाले. 'तूच तुझा शोध घे' हा गुरुमंत्र दिला अन् विरूपाक्ष देव अंतर्धान पावले. मी खडबडून जागा झालो. परिसर शांतच होता. चबुतऱ्यावरची माणसे गाढ झोपलेली, काही तालबद्धपणे घोरत असलेली. स्वप्न दीर्घ होतं. मनी वसे ते स्वप्नी दिसे म्हणतात. ते म्हणून तर खरे आहे. वर आकाशातल्या चांदण्या पाहू लागलो. बऱ्याच ग्रहताऱ्यांनी जागा बदलल्या होत्या. अजून रात्र असावी. पुन्हा डोळा लागला. प्रघाताप्रमाणे पहाटेच पुजाऱ्याने विरूपाक्ष मंदिरात, मंत्रोच्चारात पूजा आरंभली. उगवतीच्या मंद उजेडात त्या मंत्रोच्चाराने परिसर शुचिर्भूत वाटत होता. वाद्यांचा सुमधुर ताल. गजढोल, झांज, संबळ, सनई व चौघडा अधिकच रंगत आणत होता. सनईवरची कर्नाटकी लय सुरेलच होती. या पवित्र सूरतालाने गाव जागं होत असावं रोज. मी जागा झालो व पथारी खोलीत ठेवली.

स्नानासाठी तुंगभद्रा नदीकडे निघालो. एक-दोन फर्लांग अंतरावर नदी होती. नदीवर छोटासा; पण सुंदर दगडी घाट होता. माझ्या आधीच स्नानासाठी लोक नदीवर आलेले. अजून किंचित धुक्यासारखं तांबडं होतं. कपडे बाजूला ठेवून मी पाण्यात उतरलो. मला पोहता येत होते. चैत्राच्या मानाने तुंगभद्रेत मुबलक पाणी होते. मी यथेच्छ स्नान केले. तोपर्यंत छान फटफटीत उजाडले. समोर एक पर्वत दिसत होता. त्याचे नाव ऋष्यमूक. याला लागूनच अर्धवर्तुळाकार होऊन तुंगभद्रा नदी वाहत होती. प्रवाहात एक चक्रतीर्थ आहे. त्याला लागून नदीचं पाणी झुळुझुळु वाहत होते. उगवत्या सूर्याला मी भावपूर्ण नमस्कार केला. तुंगभद्रेच्या पाण्याने जणू सोनेरी रंगाचा अलंकार परिधान केला होता. पाण्यावर सोनं सांडावं तसं नदीचं पाणी सुवर्णरंगाने चमकत होतं. अंघोळीबरोबर मी थोडं पोहलो आणि बाहेर आलो. तीर्थाच्या पायरीवर भारद्वाज पक्ष्याची जोडी दिसली. भारद्वाज जोडीनेच फिरतो. जुना पक्षी. हजारो वर्षांचा हा वंशज आपण आजही पाहतोय याचे कुतूहल वाटले. मन प्रसन्न पावले.

एके ठिकाणी एक पसरट पाषाण होता. कातळच तो. मी तिथे जाऊन बसलो. अंघोळीची वस्त्रे बदलली. सूर्य डोळ्यांच्या समांतर स्थितीत होता. सूर्याकडे तोंड करून बसलो. ऋग्वेदातील सूर्याची महती, गुणवर्णनाची स्तोत्रे आठवली. 'सूर्य आत्मा जगतस्तस्थुषश्च'–सूर्य सर्व जगाचा आत्मा आहे मी त्याला मनोभावे वंदन

करतो आणि 'नूनं जनः सूर्येण प्रसुता अयन्नर्थानि कृष्णवन्नपांसि'–अशा सूर्याला मी त्रिवार अभिवादन करतो. याच ऋग्वेदात सूर्य हा विश्वकर्मा मानला असून तो माणसांच्या शारीरिक व्याधी दूर करतो व त्यांना दीर्घायुष्य देतो, असे म्हटले आहे. मला कमलची तीव्रतेने आठवण झाली. तिच्या वेळी हा विश्वकर्मा ढगाआड आठ दिवस का लपला होता?

त्या कातळावर बसून मी काही वेळ ध्यानधारणा केली. चिंतन केले. तुंगभद्रेच्या त्या परिसरात सकाळच्या हवेने प्रसन्न वाटत होते. पद्मासन घालून आणि दोन्ही हात मांडीवर ठेवून ध्यानमुद्रेत डोळे मिटून मी शांत बसलो. विपश्यना अवस्थेत मी अंतर्मनात खोलखोल उतरू लागलो. अंतर्बाह्य सर्वांगावर माझी नजर हळुवार फिरू लागली. शांत शांत नीरव स्थिती. सूर्याचे तेज माझ्या मिटलेल्या पापण्यांतून आत आत पाझरत असल्याचे मला जाणवत होते. इथे रात्रीच्या स्वप्नासारखा मीच माझा गुरू होतो. जवळजवळ दहा मिनिटे मी ध्यानावस्थेत होतो. बाहेर आलो. दोन्ही हात एकमेकांवर हळुवार घासले आणि हलकेच डोळ्यांवर ठेवून हळूहळू डोळे उघडून पाहू लागलो. मनाला प्रसन्न वाटू लागले.

मी मठाकडे निघालो. वेगळ्या वाटेने. विरूपाक्ष मंदिराला कवेत घेऊन हंपी गाव विस्तारलेलं होतं. काही अंतरावर काळ्या पाषाणात कोरलेलं कोदंडधारी रामाचं एक मंदिर होतं. नदीच्या परिसरामुळे आवतीभोवती घनदाट झाडे होती. शिशिरामुळे निष्पर्ण झालेली व वसंतागमनपूर्व पालवी धरलेली. नदीकाठी असल्याने गावाची सीमा लगेच लागली. जुने गाव, तरीही व्यवस्थित रस्ते असलेले. कडेला कौलारू, माळवदाची घरे. अंगणात सडा शिंपून गृहिणींनी शुभ्र रांगोळी रेखलेली. बाजूला स्वस्तिक काढून त्यावर हळद-कुंकू वाहिलेलं. दाराला तोरणं बांधलेली. हंपी गाव आंब्यांच्या झाडांनी सदैव बहरलेलं असतं. आंब्याला मोहोर आलेला; त्यामुळे सारा आसमंत आंब्यांच्या मधुर गंधाने भारलेला होता. नदीकाठचं गाव; त्यामुळे शेतीमळ्याने समृद्ध होतं. सर्वत्र सुखशांती जाणवत होती. दूरवरचे आम्रवनातले कोकिळांचे आवाज हळुवार आणि मंजुळ वाटत होते.

चालत चालत मी मंदिराजवळ आलो. मठातील खोलीत कपडे ठेवले. सकाळच्या आरतीची तयारी चालू होती. भाविक, भक्त जमू लागले होते. मी आरतीसाठी मंदिराकडे गेलो. आरती व दर्शनासाठी चांगलीच गर्दी जमलेली होती.

आरतीनंतर मी मठपती चनवीरप्पा यांच्याबरोबर त्यांच्या बैठकीच्या खोलीकडे गेलो. विचारपूस झाली. बोलणे झाले. माझ्या प्राध्यापकीय पूर्वव्यवसायामुळे माझ्याबद्दल त्यांना नितांत आदर वाटत होता. बोलता बोलता मी त्यांना माझ्या संन्यस्त व्रताची कल्पना दिली आणि इथूनच ते सुरू करत आहे हे म्हटल्यामुळे माझ्याबद्दल त्यांना अधिकच अप्रूप वाटू लागले.

दुपारी देवस्थान कमिटीचे एक विश्वस्त श्री चंद्रशेखर उटगी आले होते. मठपती चनवीरप्पा यांनी त्यांच्याशी माझी ओळख करून दिली.

"चंद्रशेखरजी, हे चैतन्य आनंदजी; Ancient Indian History and Culture या विषयाचे सेवानिवृत्त प्राध्यापक. त्यांना देशभर तीर्थाटन करायचे आहे. त्यांना संन्यस्त व्रत घ्यायचे आहे."

"आणि सर, हे आमचे ट्रस्टी श्री चंद्रशेखरजी."

आम्ही उभयतांनी एकमेकांना नमस्कार केला.

माझं ऐकून घेण्यापेक्षा चंद्रशेखरजी स्वतःच अधिक बोलत होते. माहिती सांगण्यासाठी मी त्यांना आयताच सापडलो होतो. ते मला सांगू लागले,

"हे बघा सर, हंपीमध्ये सगळ्यात मोठी मूर्ती नरसिंहाची आहे. इथे विठ्ठलस्वामींचे मोठे मंदिर आहे. या मंदिराचा मंडप मोठा आहे. छप्पन एकसारखे बारा फुटी पाषाण उभे करून मंडप बांधलेला आहे. मैलभर अंतरावर पंपा सरोवर आहे. तिथेच अंजनी पर्वत आहे. डोंगर, झाडी आणि वानर आहेत. जानकी मातेच्या शोधात प्रभू रामचंद्र निघाले, तेव्हा इथेच पंपा सरोवरात हनुमंताची आणि सुग्रीवाची भेट झाली होती."

माहिती ऐकून मला छान वाटू लागले. पुढे ते सांगत होते,

"या तुंगभद्रा नदीसमोर जो डोंगर दिसतो ना तो ऋष्यमूक पर्वत. हेच दंडकारण्य होते. इथल्याच डोंगरावर शबरी गुंफादेखील आहे. तिथं बोराची हजारो झाडे आहेत. बोरवनच ते."

इतकी वर्षे होऊन गेली तरी या खाणाखुणा अजून कशा उपलब्ध आहेत? मला आश्चर्यच वाटले.

वसंत ऋतूतले दिवस. ऊन काहीसं तावू लागलं. दुपारी महाआरती होती; त्यामुळे भाविकांची गर्दी वाढतच होती. आणखी भक्तमंडळींमुळे मंदिराच्या प्रांगणात तसेच आवतीभोवती अधिकच प्रसन्न व पवित्र वाटू लागलं. श्रद्धेचं भारलेपण सगळीकडे शिगोशिग दाटलं होतं. सर्वत्र फुलांचे हार, नारळ, उदबत्ती, धूप, कापूर व झाकलेल्या ताटात दही-दुधाचा नैवेद्य यामुळे परिसर प्रासादिक गंधाने दरवळत होता. बरोबर बारा वाजता महाआरती झाली. नारळ-नैवेद्य वाहिले गेले. प्रसादाचे वाटप व आदानप्रदान झाले. विरूपाक्ष स्वामींचा व शिवलिंग महादेवाचा जयजयकार झाला, चौघडा वाजू लागला. मन प्रसन्न व तृप्त झाले.

मठपती चनवीरप्पा यांनी भोजन पंक्तीत मला आवर्जून जवळ बसवून घेतले. भंडारा वाटप कार्यक्रम पूजा करून भक्तिभावाने साजरा झाला. विश्वस्त चंद्रशेखर उटगी माझ्या जवळच बसले होते. तुपातील पक्वान्नाचं सुंदर भोजन झालं. पत्रावळीवर हुग्गी वाढली. हुग्गी हा विरूपाक्ष देवाचा खास प्रसाद. तो भोजनातील अखेरचा पदार्थ. मी शांतपणे जेवून तृप्त झालो.

आम्ही कार्यालयात येऊन बसलो. सारंच काही ऐटदार होतं. चंद्रशेखर काही आठवून सांगत होते.

"सर, आणखी पंधरा एक दिवसांनी चैत्रातच इथे दहा दिवस महोत्सव असतो. विरूपाक्ष स्वामींची जत्रा असते बघा. पौर्णिमेच्या दिवशी रथ निघतो. खूप लांबून लांबून लोक येतात. तुम्ही जत्रेपर्यंत थांबा. तुमचा पुढचा काय प्रवास आहे?"

चंद्रशेखरांचा व मठपतींचा आग्रह मी समजू शकत होतो; पण मला एकाच ठिकाणी इतके दिवस राहणे योग्य वाटत नव्हते. ही तर सुरुवात आहे. खूप फिरायचं आहे अजून. माझ्या प्रवासाचा आवाका मोठा आहे. कितीतरी पाहायचं आहे. अनेक तीर्थस्थळं, मठ, ऋषिमुनींचे आश्रम, चर्च, मंदिरं, विहार, दर्गे, नद्या, समुद्रकिनारे, सरोवरे, डोंगरझाडी, वस्त्या, लोक, त्यांचं जीवन असं कितीतरी. ही एक शोधयात्राच आहे. माझं काही हरवलं आहे म्हणून मी या शोधयात्रेला निघालेलो नाही. हा अज्ञाताचा शोध असेल. कदाचित 'ज्ञातुं इति जिज्ञासा' असेल. अंधकाराच्या अवकाशात उडी तर घेतली आहे. आपण कुठल्या ग्रहावर जाऊन आदळणार ते माहीत नाही. अवकाशाला कुठली आली आहे दिशा? मग कदाचित मन, मेंदू, आत्मा, इच्छा, शरीर, दुःख, वेदना यांचा शोध असेल किंवा 'अथातो ब्रह्मजिज्ञासा' असेल अथवा 'धर्मो रक्षतिः'चा पडताळा असेल. खरोखरच 'बह्म सत्य, जगन्मिथ्या' आहे काय, हेही समजून घ्यायचे असेल. काही असलं तरी हा प्रवास प्रदीर्घ आहे. फक्त काळाने साथ दिली पाहिजे. त्यासाठी म्हणून प्रथम 'कालाय तस्मै नमः' मी चंद्रशेखरांचा हात हातात घेऊन म्हणालो,

"माझा प्रवास खूप मोठा आहे. बघू काय हाती गवसतं ते. तत्त्व आणि ज्ञान हे दोन डोळेच प्रथम शोधायचे आहेत. ती दृष्टी लाभली की, मग सर्व सोपे होईल. अर्थात यासाठी वैराग्य हवे, वानप्रस्थाश्रम स्वीकारायला हवा असे मला वाटले. जाणीवपूर्वक बांधून घेतल्याशिवाय यशप्राप्ती होत नसते. आपल्या हंपीसारख्या पौराणिक गावापासून माझ्या या संन्यस्त व्रताची सुरुवात झाली हा मला एक चांगला योग वाटतो. कदाचित माझं हे भ्रमण कठोपनिषदातील नचिकेतासारखं असेल. वरदानासाठी किंवा सम्यक बोधीसारखंही असेल. पाहू या काय होतं ते! मला उद्या निघायचं आहे इथून. मी कमलापूरम मठाकडे जायचं ठरवलं आहे. आपण मला या दोन दिवसांत खूप प्रेम दिलंत, धन्यवाद!"

मी जणू एक छोटेखानी भाषणच देत होतो. मठपती व चंद्रशेखरांनी माझं आदरयुक्त कौतुक केलं. स्वामींचा पदस्पर्श करावा तसे त्यांनी माझ्या पायांना दोन्ही हात लावले. शुभेच्छा दिल्या. कमलापूरमकडे कसं जायचं ते सांगितलं. साधुमुनीस लागतील ती पांढरीशुभ्र वस्त्रं दिली. दोन विरूपाक्षी फेटे दिले. चंद्रशेखरांनी कुणाला तरी बाजारामध्ये पाठवून एक छानपैकी कमंडलू आणला. तसेच खडावादेखील

आणल्या. त्यामुळे मी यथासांग संन्यासी म्हणून सजलो. नव्या परिवेशात मी पुन्हा मंदिरात जाऊन विरूपाक्षाचे दर्शन घेतले. माझ्याबरोबर मठपतीही होते. येताना आणलेले कमलचे सर्व सोने मी देवास दान म्हणून दिले आणि सर्वसंगपरित्यागाला सुरुवात केली.

शेवटची रात्र हंपीतच काढली. पहिल्या रात्रीतील इथली माझी भयग्रस्त अवस्था पार नाहीशी झाली. कसला हा बदल! मी शांत झोपलो. तिसऱ्या दिवशी मात्र सकाळी सर्व आटोपून मी बेल्लारी गावचा रस्ता धरला. उठत, बसत, चौकशी करत मी गुंटकल या एका मोठ्या रेल्वे स्टेशनवर पोहोचलो. इथे गर्दीच गर्दी होती. मला कमलापूरम मठाकडे जायचे होते. गुंटकल ते काडूर अशी एक छोटी रेल्वे होती. काडूरला उतरून कमलापूरमला दोन मैल पायी जायचे अशी माहिती मिळाली. कमलापूरमला जाताना अनेक छोटी-मोठी गावे ओलांडायची होती. गुंटकल मोठे जंक्शन होते. मद्रास, तिरुपती, बंगलोर, मुंबई अशा अनेक मार्गांचे ते केंद्र होते.

३

काडूरला मी संध्याकाळी पोहोचलो. आता इथून दोन मैल चालत जाणे योग्य नव्हते. रात्रही जाणवू लागली. स्टेशनसमोर पाव-मिसळीची दुकाने दिसली. तेच खाऊन घेतले आणि काडूर गाव फिरून पाहिले. गाव तिथं देऊळ असतंच असतं. या गावात जिकडे तिकडे वटवृक्ष दिसत होते. एका डौलदार पसरट वटवृक्षाखाली छोटंसं मारुतीचं मंदिर होतं. वृक्षाभोवती विस्तृत पार बांधलेला. माझी जणू रात्रभर थांबण्याची चांगली सोय झाली. मंदिरात छोटी पणती तेवत होती. बाजूला एक गृहस्थ - बहुधा पुजारीच असावा. पाय आखडून आणि एकावर एक पाय ठेवून मंदिराला टेकून बसला होता. मी त्याला नमस्कार केला. त्यानेही मला 'नमस्कार री गौडा' म्हटले आणि विचारले 'नीऽवु यारु?' मी गप्पच होतो.

सकाळी सूर्य उगवतीची वेळ पाहून मी कमलापूरम मठाकडे निघालो. सकाळ होताच वटवाघळांची झुंड मारुती मंदिराच्या वटवृक्षावर येऊन लटकली. रात्रभर कुठे भटकत होती कुणास ठाऊक. वटवृक्षाला काळीभोर फळं लगडली असावीत असंच वाटत होतं. वटवाघूळ आणि वटवृक्ष यांचा काही अन्योन्य संबंध असावा!

कमलापूरमचा रस्ता दुतर्फा झाडी असलेला होता. झाडीतून मैलभर गेलो असेन तर थेट नदीच लागली. अरे! आपला रस्ता चुकला! किनाऱ्यावर येऊन उभा राहिलो. सुंदर दृश्य होते. नदीचे विशाल पात्र; पण पाणी कमी होऊन ओहोळ झालेलं. काही लोक पाण्यात जाळे पसरून मासे धरत होते. त्यातल्या एकाला नदीचे नाव विचारले, त्याने 'अवळु तुंगा नदी' असे सांगितले.

आता आलोच आहोत इथंपर्यंत तर स्नानाची अनिवार्य ओढ वाटू लागली. कपडे काढून बाजूला ठेवले अन् हलकेच पाण्यात उतरलो. वाहते पाणी. ओढ

नसणारे; त्यामुळे हुरूप वाटू लागला. छान अंघोळ केली. सूर्य सकाळच्या दोन प्रहराइतक्या अंतरावर आलेला होता. मी ओंजळभर पाणी घेऊन त्याच्या दिशेने अर्घ्य दिलं. डोळे मिटून व हात जोडून सूर्याला नमस्कार केला. अंघोळीमुळे शरीर हलकं वाटू लागलं. नदीच्या भोवतीचं वातावरण रमणीय होतं. वाट चुकली तरी काही चांगलं गवसलं होतं.

विचारपूस करत अखेर मी कमलापूरमला पोहोचलो. डोंगराच्या पायथ्याशी व तुंगा नदीच्या विशाल पात्राच्या काठी आचार्य स्वामी भगवती महाराजांनी सुमारे बाराशे वर्षांपूर्वी हा कमलापूरम मठ वसवलेला. आता आवतीभोवती अनेक लहान-मोठी देवळे आहेत. समोर विविध वनश्रीने नटलेला हिरवाकंच डोंगर, पायथ्याशी संथ वाहणारी तुंगा नदी, त्यावर ठिकठिकाणी बांधलेले सुंदर घाट. परिसर अतिशय रम्य होता. भाविकांसाठी मठात ठिकठिकाणी राहण्याची सोय केलेली. भोजनाचीही मोफत सोय होती; त्यामुळे भक्तगणांचे मुक्काम वाढलेले असत. मी परिसर पाहू लागलो. भक्तसेवक, पुजारी यांची ऐसपैस वस्ती, ठिकठिकाणी दीपमाळा आणि डोंगराळ चढ-उताराचे रस्ते याने व्याप्त कमलापूरम हे तीर्थस्थान मनास नक्कीच भुरळ घालणारं होतं. मोजकी दुकाने, बाजारपेठ, मंदिराला लागून प्रसाद व हार-फुलांची असंख्य दुकाने. हा सगळा परिसरच एखाद्या पर्यटन क्षेत्रासारखा होता. दुपार टळून एक प्रहर उलटला होता. मी पोहोचलो ते ठिकाण मठाच्या जवळच होते. ती एक प्रशस्त धर्मशाळा होती. तिथे मी उतरलो. धर्मशाळेला लागूनच थोड्या अंतरावर उताराला नदी होती. अर्धगोलाकार रस्ता व प्रशस्त घाटपायऱ्या होत्या. जिकडे तिकडे भक्तगणांची धामधूम दिसत होती. नदीच्या पात्रात, घाटावर अजूनही अंघोळी चाललेल्या होत्या. सर्वत्र फळा-फुलांचा अन् नारळ नैवेद्यांचा थाट. नटूनथटून मिरवणाऱ्या भगिनी, सुवासिनी मनोभावे पूजा-अर्चा आटोपत होत्या. सोवळं नेसलेले उघड्या अंगाचे कित्येक आचार्य, पुजारी दुपारच्या पूजा-आरतीत मग्न होते.

अजून भोजनाच्या पंक्ती चालूच होत्या. मीही एका पंक्तीत बसून जेवण केले. आवतीभोवती सर्वत्र कन्नडचा जणू वर्षाव चाललेला.

"नीवु हे ऽ गिद्दीरा? अेल्ला सौख्या ना?"

"आरामागिद्देने."

"इवरु यारु गोत्ता?"

"इल्लाप्पा ननगे गोत्तिल्ला"

"परिचय इल्ला" वगैरे वगैरे.

जेवताना आवतीभोवती भक्तांचं बोलणं चालू होतं. मला कन्नड बोलता येत नव्हतं; पण कळत होतं. कमल धारवाडची होती; त्यामुळे कधीकधी कन्नडचा योग यायचा. कानडी व्यक्तीबरोबर ती कन्नडच बोलायची.

भोजनानंतर मी भोजनकक्षाच्या आवतीभोवती शतपावली करू लागलो. कक्षाच्या बाजूला करंज्याची व कदंबाची अनेक झाडे होती. भोजनावळीच्या अवधीत अनेक पक्षी सुंदर किलबिलाट करत होते. पक्ष्यांसाठी एका विशिष्ट ठिकाणी स्वतंत्र पत्रावळी ठेवलेल्या होत्या. मला त्याचे कुतूहल वाटले. तेवढ्याच भागाला जटायूवन असं नाव होते. कधीतरी जटायू येईल म्हणून रोज त्याला भोजन ठेवले जात होते. बराच वेळ मी तिथे पक्षी निरखून पाहत उभा होतो. कसा असेल जटायू कोणास ठाऊक!

मी धर्मशाळेच्या बाजूने निघालो. मला राहायला जी जागा दिली होती, तिथे लागूनच एक ओटा होता. मी तिथे येऊन बसलो. समोर विस्तीर्ण नदी आपल्याच नादात संथपणे वाहत होती. मी शांतपणे व एकाग्रपणे तुंगा नदी निरखत होतो. पलीकडे डोंगर होता. नदी डोंगराला लागूनच पूर्व-पश्चिम वाहत होती. पाणी स्वच्छ पांढरेशुभ्र! जणू चांदीच चमकत वाहत राहावी तसे. घाटाजवळ पात्राच्या एका कोपऱ्यात थोडे पाणी विसावले होते. त्यावर हिरवीगार पानं पसरली होती. त्या पानांवर ठिकठिकाणी कमळाची सुंदर फुले उमलली होती. काही ठिकाणी नुसत्याच कमलकळ्या डोलत होत्या. तिथेच काही राजहंस पक्षी विहार करत होते. घाटावर भाविकांची अखंड वर्दळ. नदीभोवती असलेल्या अर्धगोलाकार रस्त्यावरही माणसांची सतत गजबज होती. बरोबर घाटाच्या वर काही पायऱ्या चढून जायच्या आणि कमलेश्वराचे उत्तरमुखी मंदिराचे महाद्वार पाहायचे असे हे मंदिर मठाचे स्वरूप. या कमलापूरम मठाचे सध्याचे आचार्य स्वामी रामानुज महाराज यांचे निवासस्थान आमच्या धर्मशाळेला लागूनच होते.

मी त्या कमळाच्या फुलाकडे एकटक पाहत होतो. मला कमलची तीव्रतेने आठवण आली. तिच्याशिवाय गतस्मृतीत अस्वस्थ होण्यासारखे होतेच काय आपल्या जीवनात? प्राण जाताना तिची झालेली घालमेल पुनःपुन्हा तशीच डोळ्यांसमोर येते. कमल तशी गेल्याने आणि त्यामुळे आपण सर्वस्वी एकटे पडल्याने हे संन्यस्त भाव तीव्रतेने उफाळून आले. मठात येणारी अनेक सपत्नीक मंडळी जोडीने पूजा करतात. नवविवाहित तरुण जोडपी उत्साहाने दर्शनासाठी आलेली दिसतात. कितीतरी वयस्कर, वृद्ध पती-पत्नी थरथरत्या वयातही देवासमीप बसून शांत, कृतार्थ दिसतात. आणि आपण हे असे संन्यस्त, जीवनाचा अर्थ शोधत फिरणारे. कुठे लागायचं हाती ते तत्त्व? कुठे संपणार ही शोधयात्रा?

या अवस्थेची माझी मलाच कीव आली. त्या नदीतील कमळफुलातून कमलच जणू माझ्याकडे टक लावून पाहत आहे असा मला भास होत होता. कमलच्या आठवणीने माझे डोळे भरून आले. क्षणात स्वतःला सावरले. आपण आता इतके वैयक्तिक राहायचे नाही. सर्वव्यापी अश्रूंचा तर आपण उलगडा करायला निघालोय. मग आपणच आपल्या डोळ्यांत या दुर्बल अश्रूंना प्रवेश देऊन कसं चालेल? त्यांना

आता इथे स्थान नाही. धर्मशाळेत मी बसलेल्या ओट्याच्या बरोबर वर आडोशाला काही कावळे पेंगत होते. त्यातला एक कावळा उडून नदीच्या दिशेने गेला.

रात्री शांत झोपलो. सकाळी स्नानादी क्रिया आटोपून मी मठाकडे निघालो. पहाटे पहाटे पाण्यावर अंथरलेली धुक्याची दुलई, सूर्य उगवलेला पाहून नदीने हलकेच काढून घेतली. त्याबरोबर काही पक्षी लगेच पाण्यातले मासे टिपू लागले. दूरवरून बगळ्यांचा एक थवा पलीकडच्या घाटावर येऊन थांबला. कोकिळांनीही चैत्रातली वसंतधून आळवायला सुरुवात केली. नदीचे केव्हा सरोवर झाले हे कळलेच नाही. रोज सकाळी इथे स्वर्ग येऊन विसावा घेत असावा!

सकाळच्या पूजेचे नगारे व चौघडे वाजू लागले. पूजेसाठी भक्तांची धांदल उडालेली दिसू लागली. प्रवेशद्वारातून मी कपिलेश्वराच्या मंदिराकडे जाऊ लागलो. आचार्य स्वामी रामानुज महाराज सकाळची पहिली पूजा करतात. मंदिराची रचना मठासारखी आहे. मी हा विस्तीर्ण मठ न्याहाळत होतो. कपिलेश्वराच्या मंदिराला लागून एक शिवलिंगही होते. कपिलेश्वराचे व शिवलिंगाचे असे एकत्र मंदिर क्वचितच आढळते. कपिल ऋषी वेदान्तवादी होते. वैष्णव कपिलमुनींचे विचार मानतात. मी दोन्ही मंदिरांत दर्शन घेऊन आवतीभोवती रेंगाळू लागलो. शिवलिंग व कपिलेश्वराच्या मूर्तींची पूजा एकाच वेळी होते. मूर्तीसमोर ताटात फळे, फुले, नैवेद्य व नारळ हे पूजा साहित्य मांडून ठेवलेले होते. सर्वत्र उदबत्त्या लावलेल्या होत्या, कर्पूरपात्रात कापूर प्रज्वलित केला. निरांजने उजळली गेली आणि एकाच सुरात, आवाजात आरती गायनाला सुरुवात केली झाली.

वचनदल्लि नामामृत तुंबि । नयनदल्लि निम्म मूरुति तुंबि ।।

अमृतासारिखे नाम वदताना घेईन. गोजिरी मूर्ती तुझी नयनात साठवीन.

सगळेजण आरतीत तल्लीन झाले. बराच वेळ आरतीचा जयघोष चालू होता. आरती संपल्यावर दर्शन व लोटांगणे घालून झाली. रांगेत प्रसाद वाटला गेला. सगळंच मंगल आणि हृद्य होतं. आरती आटोपल्यावर महामंडपातील स्वामींच्या खास आसनावर आचार्य रामानुज महाराज येऊन बसले. आरतीनंतर मंडपातील गर्दी ओसरू लागली.

मी स्वामींच्या जवळ गेलो. ओळख करून दिली. संन्यस्त शुभ्र परिवेश आणि भारदस्त व्यक्तिमत्त्व यामुळे माझा स्वामींवर प्रभाव पडला. त्यांनी मला जवळ बसवून घेतले आणि विचारले,

"काय सर, कसं वाटलं इथलं मंदिर व कमलापूरम देवस्थान?"

"अत्यंत चांगलं! मला धन्य वाटलं."

"इकडची बरीच मंदिरं हेमाडपंथी आहेत. काही अतिप्राचीनही आहेत, हे एकेकाळी दंडकारण्यच होते ना."

"होय, इथला नैसर्गिक परिसरच दिसतो तसा."

"हा मठ प्रथम आचार्य स्वामी भगवती महाराज यांनी स्थापन केला. ते अद्वैतवादी होते. वेदान्ताचे तत्त्वज्ञान त्यांनी पुनरुज्जीवित केले. इथं मठातर्फे खूप मोठं धार्मिक कार्य चालतं. गावात एक संस्कृत भाषेची शाळा चालविली जाते. तिथे वेदान्त शिकवितात. अनेक वेदान्त बटू दिसतील तिथे. मठास बऱ्याच देणग्या मिळतात. शिवाय गावाचा निधी जमा होतो. म्हणून मठमंदिर श्रीमंत आहे. परिसर बघा कसा स्वच्छ असतो सदैव. आमच्या गावात ब्राह्मण, लिंगायत व गोल्ल, बडगी, कुडिया, इरुळ हे आदिवासी राहतात; पण सगळे कष्ट करून एकोप्याने राहतात. त्यांची इथल्या मठमंदिरावर अत्यंत श्रद्धा आहे."

"खरं आहे स्वामीजी, मला इथं अतिशय प्रसन्न व चैतन्यमय वाटलं."

"सर, तुम्ही कुठं उतरलात?"

"बाजूच्या धर्मशाळेत, घाटाजवळ."

स्वामी थोडे विचारात पडले. त्यांनी जवळच्या एका व्यक्तीस हाक मारून बोलावून घेतले. तो लगबगीने धावत आला. स्वामी मला सांगू लागले,

"सर, हा पांचाळ सिद्धप्पा, इथला व्यवस्थापक आहे. तो तुमची आपल्या मठात राहण्याची सोय करेल."

स्वामींनी त्याला बजावले.

"ई नोडु, युवरू, प्रोफेसर चैतन्य आनंद आदारं सोलापूर दवरु इवरदु मठदल्लि नेट्टगे व्यवस्था माड बेकु."

"वळेदु माडतिंद्रि स्वामी."

मग स्वामी मला म्हणाले,

"सर, आरामात राहा इथे, तुमच्या इच्छेप्रमाणे. इथे रोज चार वाजता प्रवचनं, प्रार्थना, वेदान्तावर चर्चा आणि दक्षिणार्पण सोहळा असतो. ही कित्येक वर्षांची परंपरा आहे. मठात सतत उत्साह ओसंडून वाहत असतो. तुम्हाला छान वाटेल. आणखी एक चांगला योग आहे, शुक्रवारी चैत्रपौर्णिमा येते आहे. मठात दर पौर्णिमेला यज्ञ केला जातो. यज्ञाचं सर्व काम सोमशेखर पुरोहित बघतात. त्यांच्याशी तुमची ओळख होईल."

माझं इथलं आदरातिथ्य मला सुखावून गेलं. मुख्य मठात माझी चांगली सोय झाली. माझ्यासारख्या नवख्या संन्याशाला जप, तप, तपस्या करण्याऐवजी अकारण मोकळीक लाभू लागली. हे अनपेक्षित सुख होतं. मला याची सवय होणे योग्य नव्हते. माझ्या दिमतीला दिवाकर नावाचा एक सेवकही दिला. पहिल्या दिवशी तर त्याने मला अंघोळीला गरम पाणीच काढले होते. मी त्याला सांगितले, "अरे बाबा, समोर एवढी विशाल नदी वाहते आहे आणि तू मला अंघोळीला हे घडाभर गरम

पाणी देतोस, नको असला लोभ!" यावर तो बिचारा काय बोलणार?

रोज दुपारची प्रवचनं, कधी भजनं मी ऐकत असे.

गुरुवारचा दिवस होता. दुपारच्या भोजनवेळेनंतर विश्रांती झाली. मंदिरातली वर्दळ कमी झाली. मठाचे व्यवस्थापक पांचाळ सिद्धप्पा माझ्याकडे आले आणि त्यांनी निरोप दिला.

"सर, तुम्हाला आचार्यांनी बोलावले आहे."

"ठीक आहे, मी येतोच इतक्यात." मी म्हणालो.

मुख्य मठाच्या बाजूला, कपिलेश्वराच्या मंदिराच्या उजव्या बाजूला एक भव्य कक्ष आहे; जिथे प्रवचनं, निरूपणं, भजनं चालतात. मी तिथे गेलो. कक्ष मंडपात पूर्व दिशेला संपूर्ण चांदीने मढविलेले भव्य आसन होतं. तिथे आचार्य स्वामी रामानुज महाराज एकाग्र ध्यानमुद्रेत विराजमान झालेले होते. बाजूला राजदंडासारखी चांदीची धर्मपताका ठेवलेली होती. सगळंच ऐश्वर्य आणि श्रीमंतीचा थाट दर्शविणारं होतं. मी बाजूला एका आसनावर बसलो. आचार्यांच्या सभोवती अनेक शिष्यगण बसले होते. आचार्यांच्या कपाळाला उभे चंदनगंध रेखलेले. गळ्यात रुद्राक्षांच्या माळा घातलेल्या, भगवे सोवळे परिधान केलेले, दंडावर विभुतीचे उभे पट्टे ओढलेले असे ध्यानस्थ महाराज!

सर्वत्र शांतता पसरली. काही वेळ तसाच गेला. आचार्यांच्या समोर अनेक फळा-फुलांची ताटे तसेच केळीचे घड, आम्रफलांच्या करंड्या, कच्च्या खजुराचे लालभडक फड, पाच-पाच शहाळ्यांचा समूह, भरजरी वस्त्रे मांडून ठेवलेली होती. आता थोड्याच वेळात दक्षिणार्पण सोहळा चालू होणार होता. आचार्य ध्यानमुद्रेतून बाहेर आले. त्यांनी दोन्ही तळहात एकमेकांवर हलकेच घासून डोळ्यांवर थोडा वेळ झाकून ठेवले. मग हात हलकेच बाजूला करून हळूहळू डोळे उघडले. सभोवार एक शांत नजर फिरविली. लोक, भक्तगणांनी हात जोडून नमस्कार केला. दक्षिणार्पण सोहळा सुरू झाला. आचार्य रामानुज महाराज एक स्तोत्र म्हणू लागले.

तस्मै श्रीगुरुमूर्तये नम इदं श्रीदक्षिणामूर्तये ।

लगेच लगबगीने संबंधित भक्तगण ओळीने आपापले ताट स्वामींना अर्पण करू लागले. स्वामी आचार्यांनी ताटास स्पर्श केला. मंदिर कमिटीच्या सेवकांनी ती ताटे स्वीकारून ताटे परत केली. कुणी आचार्यांना भला मोठा हार अर्पण केला आणि त्याबरोबर उंची वस्त्रे, नक्षीदार कोंदणातील किमती आभूषणे सुवर्णालंकार, चांदीची पात्रे स्वामींना भेट म्हणून अर्पण केली. दर आठवड्याला गुरुवारी हा दक्षिणार्पण सोहळा मठात भक्तिभावाने साजरा होतो. मी जवळून हे ऐश्वर्य पाहत होतो. ही दक्षिणार्पण सोहळ्याची मठ-प्रथा शेकडो वर्षे चालत आलेली आहे.

मठाची श्रीमंती डोळे दिपवून टाकत होती. या संपत्ती रक्षणासाठी मठात स्वतंत्र भांडारगृहे आहेत. अर्पणसोहळा संपत आला. मी उठून बाहेर गेलो. बाजूला एक हार-फुलांचं दुकान होतं. तिथे मी तुळशीचा हार विकत मागितला. फुलविक्रेत्याने हार फुकटच दिला. आचार्यांना अभिवादन करून, मी तो त्यांना अर्पण केला. देवाची सुवर्णतुला करताना पारड्यात तुळशीचे पानही टाकले होते, तेव्हाच ती तुला पूर्ण पावली. तसे आचार्यांनी माझ्याकडे सस्मित नजरेने पाहिले. मग ते माझ्याशी बोलू लागले,

"आनंदजी, हा सोहळा दर गुरुवारी असतो. त्यानंतर निरूपण असते. तुम्हाला मुद्दाम इथे आमंत्रित केले आहे. आज धर्म-वेदान्तावर तुम्ही इथे काही विचार मांडाल?"

"जरूर, मला आनंदच होईल." मी उत्तरलो.

आमच्या आवतीभोवती मोजकेच भक्तगण होते. आचार्य रामानुज महाराजांनी सुरुवात केली.

"भक्तगणहो, आज आपल्यात 'प्राचीन भारतीय इतिहास व भारतीय संकृती' या विषयाचे नामवंत प्रोफेसर चैतन्य आनंदजी आहेत. त्यांनी नुकतेच संन्यस्त व्रत धारण केले आहे. ते भारतभर भ्रमण करून तीर्थक्षेत्र व धर्मपरंपरेचा अभ्यास करणार आहेत. ते आज वैदिक धर्माविषयीच्या चर्चेत भाग घेताहेत. हा एक चांगला योग आहे. प्रो.आनंदजींचे मी आपल्या मठातर्फे स्वागत करतो."

त्यांनी शेवंतीच्या फुलांचा छानसा हार मला सन्मानार्थ दिला. तो स्वीकारून व सगळ्यांना नमस्कार करून मी बसलो. प्रथम आचार्य विषय मांडू लागले.

"कमलापूरम हे अतिशय जुने तीर्थस्थान आहे. इथे कपिल मुनींचे वास्तव्य होते. या प्राचीन तुंगा नदीच्या परिसरात जटायू होते. वाली-सुग्रीवांचे हे जंगल. इथल्या अनेक पर्वतांवर वानरांची सेना वस्ती करून राहायची. या भागात हनुमंतांचाही वावर असायचा. रामायणानंतर अनेक वर्षे लोटली. काळ बदलला. अरण्यात केवळ ऋषी-मुनिवरांची परंपरा आणि वास्तव्य उरले. दानवांची वस्ती वाढू लागली. सिंधू संस्कृतीच्या आगमनाने उत्तरेकडील द्रविड लोक दक्षिणेकडे स्थलांतर करू लागले. नवे राजे, राज्ये निर्माण होऊ लागली. वैदिक धर्म, वर्णव्यवस्था नव्या रूपाने अवतरू लागली. कधीकधी धर्माचा प्रवाह अवरुद्ध होतो. नवे विचार, आचरणपद्धती, नव्या धर्माची कल्पना पारंपरिक पद्धतीला अव्हेरू लागते. कधी पुनरुज्जीवन होते. कधी नवे प्रवाह सुरू होतात. नव्या अन्य धर्मांचे, विचारांचे, शक्तींचे त्यावर अतिक्रमण होते. वैदिक धर्मावर अशी अरिष्टे आली. ती का आली तो वेगळा विवेचनाचा स्वतंत्र विषय आहे; पण असे झाले खरे. वैदिक धर्मातील दैनंदिन कर्मकांड व चातुर्वर्णाचे आग्रही वर्चस्व यामुळे सामान्य लोक धर्मकल्याणाविषयी

संभ्रमात पडले. अशा काळात गौतम बुद्ध व तीर्थंकर महावीर यांनी बौद्ध व जैन धर्माची बांधणी केली. या नव्या विचार-प्रणालीमुळे आणि सर्वसमावेशक धर्मधोरणामुळे वैदिक धर्म अडचणीत तर आलाच; पण त्यास या नव्याने उदयाला आलेल्या धर्मांबरोबर खूपच संघर्ष करावा लागला.

"बौद्धांची तत्त्वप्रणाली अधिक पुरोगामी व बहुजन, पददलितांना सामावून घेणारी होती; त्यामुळे खरे तर वैदिक धर्माच्या अस्तित्वालाच धोका निर्माण होऊन धर्मासमोर नवे संकट येऊन उभे राहिले. मला वाटतं, एवढी विषयमांडणी पुरेशी आहे. आता चैतन्य आनंद यांनी पुढे विषय मांडावा."

मी माझ्या नव्या रूपातच जणू आता भाविकांपुढे व एका प्रसिद्ध मठात प्रथमच बोलायला उभा होतो. मी नमस्कार करून शांतपणे बोलायला सुरुवात केली,

"विषयाला अनुसरून आचार्यांनी अत्यंत तर्कशुद्ध आणि परखड मांडणी केली आहे. मी प्राचीन इतिहासाचा काही संदर्भ इथे मांडतो. धर्माच्या रक्षणासाठी सगळेच प्रयत्न करतात आणि ते बिलकूल अयोग्य नाही. मौर्यांच्या काळामध्ये बौद्ध धर्माला राजमान्यता मिळाली आणि सम्राट अशोक हा कलिंग युद्धातील उपरतीनंतर बौद्ध धर्माचा महान प्रचारक बनला. परिणामतः वैदिक धर्माची पीछेहाट झाली हा इतिहास आहे.

"मौर्यांच्या पतनानंतर पुष्यमित्र शुंग हा सत्तेवर आला. तो वैदिक धर्माचा प्रखर पुरस्कर्ता मानला जात होता. पुष्यमित्र राजाने दोन अश्वमेध यज्ञ केले. वैदिक धर्माला प्रतिष्ठा प्राप्त करून देणारी मनुस्मृती ही याच काळात प्रतिष्ठा पावली; त्यामुळे वर्णाश्रमधर्माची कर्तव्ये पुनरुज्जीवित झाली आणि वैदिक धर्माला परत उजाळा प्राप्त झाला. कट्टर वेदाभिमानी भृगुवंशी ब्रह्मवर्तांनी हे काम जोमाने केले म्हणून या काळात बौद्ध धर्म काहीसा दबला गेला. तथापि, कुशाण काळात बौद्ध धर्माने पुन्हा प्रतिष्ठा मिळवली. कुशाण वंशातला राजा कनिष्क हा शूर व पराक्रमी होता. बौद्ध धर्माच्या प्रभावाने तो धर्माचा प्रचारक झाला; एवढेच नव्हे तर आपल्या राजसत्तेच्या काळात चौथी धम्मसंगिती (धर्मपरिषद) भरवून त्याने मोठे जागृतीचे कार्यच केले. राजा कनिष्काने भारतातच नव्हे तर चीन, जपान आदी देशांत अनेक अनुयायांना बौद्ध धर्माचा प्रचार करण्यास पाठवले. पुन्हा वैदिक धर्म मागे सरला."

ऐतिहासिक संदर्भासह मी सांगत असलेल्या माहितीने लोक लक्षपूर्वक आणि शांतपणे विषय ग्रहण करू लागले. चर्चेला रंगत येत गेली. आचार्यांनाही ही चर्चेची जोड चांगली वाटली; त्यामुळे त्यांनाही हुरूप वाटला. मग विषयाचा तोच धागा धरून मी पुढे सांगू लागलो,

"इथे आता महत्त्वाचे संदर्भ चर्चेत सांगितले. ही त्या काळातील वस्तुस्थिती आहे. हे खरं आहे की, पूर्वी भारतात राजसत्ता स्थिर नव्हती; त्यामुळे धर्मकारणही

अस्थिर व्हायचे. कुशाणानंतर गुप्त काळ आला. गुप्त युगात वैदिक धर्माची पुन्हा नव्याने उभारणी झाली. गुप्त राजे हे वैष्णव होते. ते स्वतःला परमभागवत मानत. गुप्त सम्राटांनी अत्यंत परिश्रम घेऊन वैदिक धर्माचे जणू पुनश्च उद्धरणच केले. वैदिक धर्माचे विजयी अश्वमेध पुन्हा धावू लागले. गुप्त व हर्षवर्धन यांचा सत्ताकाळ हा धर्म संघर्षाचा कालखंडच होता. वैदिक, बौद्ध व जैन या तीनही धर्मांची तत्त्वे, आचरण व कर्तव्ये यांचे जणू बौद्धिक मंथनच या काळात झाले. बौद्धांचे नागार्जुन, जैनांमधील समंत भद्र तर वैदिक धर्माचे अध्वर्यू वात्स्यायन या बुद्धिवंतांची ही धर्मगम्य जणू स्पर्धाच होती. भारत हा धर्म, कर्म व आचरण या त्रयीने जणू नव्याने उजळून व ढवळून निघाला. वैदिक धर्माच्या शुद्धीकरणाला आणि शुचितेला हे पूरकच होते.''

एवढं सांगून मी थांबलो. आचार्यांनी पुढे चर्चा चालू ठेवावी या अपेक्षेने आचार्यांकडे पाहू लागलो. आचार्यांनी मान हालवली आणि ते पुढील कथन करू लागले,

''तर भक्तगणहो, चर्चा फारच उपयुक्त आहे. या साऱ्या मंथनामुळे असेल किंवा नवी जागृती असेल, काही सांगता येत नाही; परंतु याच काळात वैदिक धर्म शैव, शाक्त, वैष्णव, गाणपत्य, कापालिक अशा शाखांमध्ये विखुरला गेला. त्याला एक प्रकारचं सांप्रदायिकत्व येऊ लागलं. त्याची परिणती इतक्या थराला गेली की, कपाळीचे गंधही उभे असो वा आडवे, आपापल्या संप्रदायानुसार ओळखचिन्ह म्हणून सक्तीचे बनले. आम्ही वैष्णव पंथी म्हणून आपण उभे गंध लावतो. शैव आडवे गंधवाले; पण आपण हे विसरतो की, अखेर आपण सारे वैदिक भारतीयच आहोत ना. प्रभू रामचंद्र हे विष्णूचे अवतार; परंतु रावणवधानंतर युद्ध संपले आणि ते जेव्हा रामेश्वरला समुद्रकिनारी आले, तेव्हा प्रथम त्यांनी शिवलिंग स्थापन करून तेथे वाळूत मनोभावे शिवाची पूजा केली हे सर्वश्रुत आहे. म्हणजे एक वैष्णव शिवाची यथासांग पूजा करतो हे सत्य आहे. सर, अहो मी जरी मूळ शिवपंथी असलो तरी माझ्या वडिलांनी माझे नाव रामानुज ठेवले होते. आज मी आचार्य स्वामी रामानुज महाराज म्हणूनच परिचित आहे.''

आचार्य पेल्यातील थोडं पाणी पिऊन थांबले; नंतर त्यांनी मलाच बोलण्याचा आग्रह केला.

मी बोलू लागलो,

''आचार्यजी, तुमचा मुद्दा वास्तव आहे. असे मतभेद सर्वच धर्मांत झाले. इस्लाममध्ये शिया-सुनी, ख्रिस्ती धर्मात प्रोटेस्टंट-कॅथॉलिक, बौद्धामध्ये हिनयान-महायान, जैनात दिगंबर-श्वेतांबर यांच्यात अंतर्गत कलह होते आणि आहेतही. हे दुर्दैव आहे. वैदिक धर्म तर कलह, रूढी परंपरेने फारच पोखरला गेला. यज्ञ-याग,

पूजा-अर्चा, विधी-पद्धती, मंत्रस्तोत्र, आचरण-आहार, प्रसादातही शाकाहारी-मांसाहारी, किती विविध प्रकार आणि मतभेद. देव-देवतांची संख्या अगणित झाली. तसे भक्तगणही विखुरले आणि विलग झाले. प्रत्येकाचे स्तोत्र वेगळे, आरत्या वेगळ्या, भजने वेगळी; एवढंच काय वर्णानुसार धर्माधिकार विभागला गेला आणि मग त्यात मक्तेदारी निर्माण झाली. अमुकांना जन्मजात अधिकार तर तमुक जन्मजात धर्माधिकारास कायमचा वंचित झाला. पुढे तो बहिष्कृतही झाला. इतक्या थराला परिणती गेली. धर्माची निर्मिती, स्वरूप व प्रयोजनच लोप पावले. कर्मकांडाचे प्राबल्य वाढले. तंत्रविद्येची रहस्ये मांडली जाऊ लागली. त्या नावाखाली अंधश्रद्धा वाढली आणि अनाचाराचे थैमान सुरू झाले. काही तांत्रिकांनी वाममार्गाने समाजाची दिशाभूल करून लूट सुरू केली. सामान्य लोक संभ्रमात पडले. हे त्या काळातील एक धार्मिक अराजकच होते.''

चर्चा बराच वेळ चालली. मतमतांतरे मांडली गेली. मग आचार्य स्वामी रामानुजांनी समारोप केला.

''सर, तुम्ही महत्त्वाचे मुद्देही मांडले. या अशा संक्रमणकाळात भगवत् पूज्यपाद श्री आद्य शंकराचार्यांचा अवतार झाला. सातव्या शतकातील उत्तरार्धात शृंगेरी इथे त्यांनी पहिला मठ स्थापन केला. जगन्नाथपुरी, द्वारका अशा भारताच्या चारही दिशांना त्यांनी मठस्थापना करून आपल्या प्रखर बुद्धिवादाने चारीधाम वैदिक धर्माचे पुनरुज्जीवन केले. त्यांच्यानंतर दीड-दोनशे वर्षांनंतर आमचा हा कमलापूरमचा कपिलेश्वर मठ प्रथम आचार्य स्वामी भगवती महाराज यांनी स्थापन केला. तो आजतागायत मोठं, धार्मिक श्रद्धेचं आणि जागृतीचं काम करतो आहे, तेव्हा भक्तगणहो, आजचं हे रसभरित व माहितीपूर्ण निरूपण इथेच संपवत आहोत. प्रोफेसर चैतन्य आनंदजींचे मी मठातर्फे मनःपूर्वक आभार मानतो. भक्तगणहो, उद्या शुक्रवार - चैत्री पौर्णिमा आहे. प्रथेनुसार उद्या यज्ञविधी होईल. सर्वांनी यावे आणि लाभ घ्यावा. प्रोफेसर आनंदजी यज्ञविधीस उपस्थित राहणारच आहेत. सकाळच्या महाआरतीनंतर लगेच यज्ञ सुरू होईल.''

चर्चेचा आनंद मनावर रेंगाळत होता.

यज्ञाचा दिवस उजाडला. सकाळपासूनच लगबग, धामधूम सुरू झाली. यज्ञविधी संकल्पाची मंडळी रात्रीच येऊन मुक्काम करून होती. यज्ञवेदीच्या आवतीभोवती यज्ञविधीची सगळी सामग्री मांडून सिद्धता झालेली होती. महाआरती आटोपून सोमशेखर पुरोहित यज्ञमंडपात येऊन दाखलही झाले. यज्ञवेदीच्या बाजूला पुरोहिताचे आसन होते. पुरोहित पूर्वमुखी बसतील असे होतृचमस, ब्रह्मचमस, द्रोणकलश, इडापात्र धृष्टी, स्रुव ही यज्ञीय पात्रे, उपकरणे सज्ज ठेवली गेली. त्याशिवाय

औदुंबरदंड, आसंदी, वपाश्रपणी, पूतभृत मडके, तयार केलेले लाकडी आश्विन व शुक्रग्रह व धारदार स्वधिती ही सहायक पात्रेही तयार ठेवली. यज्ञासाठी लागणाऱ्या कुंकुम, दर्भ, जवस, तीळ, तूप, धान्य आणि अश्वत्थ, पलाश, उंबर या वृक्षांच्या समिधा, वेगवेगळी वस्त्रे, दक्षिणा इत्यादी बाबी तयार ठेवल्या गेल्या.

इथे प्रामुख्याने श्रौत हा मोठा यज्ञच केला जातो. यज्ञाचे काम करणारा ऋत्विज हा प्रायः ब्राह्मण असतो. तो यज्ञात ऋचांचे पठण करत असतो. दुसरा उद्‌गाता, शक्करी छंदातील ऋचांवर गायत्रसाम गात असतो. ऋत्विज अथर्ववेदातील मंत्र म्हणतात. त्यातला एकजण अध्वर्यू यज्ञवेदीचे मापन करत असतो. इथे पिंडपित्रयज्ञ, चातुर्मास्य यज्ञ, सोमयाग यज्ञ, पर्जन्य, धनधान्य, शांतीसाठी असे यज्ञ चालतात. दर्शपूर्णमास हा या मठात पौर्णिमेला प्रत्येक महिन्यात यज्ञ करतात. या वेदीवर अग्निहोत्र हेही पाळतात असे दिसते. यज्ञात आहुती दिली जाते, ती देवतांना संतुष्ट करण्यासाठी. पुरुषसूक्तात, ऋग्वेदात 'दिव्य ज्ञान देणारा व सर्व संकटांतून मुक्ती देणारा हा यज्ञ लोककल्याणार्थ नेहमी करा' असे म्हटले आहे. उत्तम पाऊस पडावा, धान्यसमृद्धी व्हावी, शत्रूंचा नायनाट व्हावा, सामंजस्य वाढावे या अपेक्षेने पूर्वी यज्ञ केले जात होते.

यज्ञ ही अग्नीवर होणारी क्रिया आहे. पिंपळात अग्नी स्थित असतो; त्यामुळे यज्ञासाठी पिंपळहोत्री लाकडाच्या घर्षणातून अग्नी प्रज्वलित करतात. वासुदेव अग्निहोत्री यांनी ते काम केले व सोमेश्वर पुरोहितांनी यज्ञविधी आरंभला. सगळीकडे मंगल व पवित्र वातावरणाने परिसर भारला गेला. मंत्रघोष ऐकू येऊ लागले. सोवळे, यज्ञोपवीत परिधान करून अनेक ब्राह्मण, बटू यज्ञपूजेस बसले. आचार्य स्वामी रामानुज महाराज एका विवक्षित ठिकाणी येऊन बसले. यज्ञाने मठ दुमदुमून गेला.

मला क्षणभर ऋग्वेदकालीन जीवनशैलीत गेल्यासारखे वाटू लागले. आचार्यांनी मला जवळ बोलावले.

"सर, या पवित्र प्रसंगी आपण विधिवत संन्यास ग्रहण करावा असं मला वाटतं. तुम्ही वैदिक धर्माचे चांगले कार्य कराल. तुम्ही विविदिषा हा संन्यास घ्यावा, ज्यात आत्मज्ञानाच्या इच्छेने घेतलेल्या संन्यासाचा अंतर्भाव आहे."

एकाएकी मिळालेल्या संन्यासाविषयीच्या या सल्ल्यामुळे मी काहीसा गांगरलो. विधिवत संन्यास वगैरे विषय डोक्यात नव्हता. मी आचार्यांना म्हणालो,

"स्वामीजी, मी विधीचा विचार केलेला नव्हता. आपण वैराग्य धारण केले हेच आपलं संन्यासत्व असं समजून होतो."

"तसं नसतं हो, संन्यस्त हे व्रत आहे. तो एक आचरण धर्म आहे. असं अनिर्बंध संन्यस्त कसं चालेल? वेदात याविषयी सविस्तर विधिसंस्कार सांगितले आहेत ते जाणून घेतले पाहिजेत. आपल्या मठातल्या आजच्या या यज्ञाच्या प्रसंगी

संन्यास ग्रहणाचा चांगला योग आहे. शिवाय चैत्रातलं हे उत्तरायण या विधीस अत्यंत अनुकूल आहे. सर्व सिद्धता आयतीच उपलब्ध आहे.''

माझ्या डोक्यात परस्पर, अनुकूल-प्रतिकूल विचारांचा गोंधळ सुरू झाला. आचार्यांच्या आग्रहाला स्पष्ट नकार देणे मला अवघड वाटू लागले. इथे मठात त्यांनी मला प्रेम आणि आदरच दिला होता. मनास पटो न पटो; परंतु हा विधी तरी अनुभवू म्हणून मी संमती दिली. आचार्यांनी पुरोहित सोमशेखरांना तशी कल्पना दिली. माझा संन्यास ग्रहणाचा विधी सुरू झाला. सोमशेखरांनी मंत्रघोष सुरू केला.

अनेन विधिना सर्वांस्त्यक्त्वा सङ्गाच्छनैः शनैः ।

सर्वद्वन्द्वविनिर्मुक्तो ब्रह्मण्येवावतिष्ठते ॥

जलाशयावर मला स्नान करवून आणले. यज्ञवेदीच्या एका बाजूला स्वतंत्र आसन होते. मला पाटावर बसविले. माझ्यावर पानपळीने जल शिंपडले जाऊ लागले. मग गायत्रीजप, रुद्रजप, कूष्मांड होम इत्यादींनी देहशुद्धी केली. मला देशकालाचे स्मरण करून दिले. माझ्या हातून दर्भ, सुवर्ण, वस्त्र, फूल, तांदूळ आदींचे दान करवून घेतले गेले. अष्टश्राद्ध विधी करवला. ब्राह्मणाकडून एक वेळूची काठी दंड म्हणून हाती दिली. नंतर गणपतिपूजन, पुण्याहवाचन, मातृकापूजन आणि नांदीश्राद्ध केले गेले. देवतांचा, कुलदैवतांचा नामजाप करण्यास सांगितले. काही वैदिक सूक्ते म्हटली गेली. तीन मुठी सातूचे पीठ, प्रणवमंत्राचा घोष करताना ते मला तीन वेळा प्राशन करायला लावले. नाभीला स्पर्श करायला लावला. उजव्या हाताच्या अनामिकेत दर्भाची अंगठी घालायला दिली. दूध, दही मिसळून ते तुपातून तीनदा प्राशन करायला लावले. उदक सोडले. डोळ्याला लावले, हात डोक्यावरून मागे सारला. सायं संध्या व होम करून वैश्यदेव स्मरण करायचे आणि रात्री अग्नीजवळ जागरण करण्यास सांगितले गेले. 'प्राणाय स्वाहा' या मंत्राने समिधांचे होमहवन केले. 'पुरुषायेदं न मम' असे मला म्हणायला लावले. त्यानंतर 'न मे कश्चित् नाहं कस्यचित्' म्हणजे 'मी आता कोणाचा नाही' असे तीनदा म्हणायला लावले. पुन्हा जलाशयात तीनदा उदकांजली सोडायला सांगितले. मी तेही निमूटपणे केले. 'मी यापुढे भिक्षेवर जगेन' म्हणून प्रतिज्ञाउदक पाण्यात सोडायला लावले. हातात दंड, कमंडलू व आसन या वस्तू दिल्या. सोमशेखर यांनी माझ्या हृदयावर हात ठेवून उजव्या कानात 'तत्त्वमसि' हे महावाक्य उच्चारून माझे 'आचार्य चैतन्य आनंद' हे नामाभिधान केले. मी आता प्रोफेसरचा रीतसर आचार्य झालो. मी आता अधिकृत संन्यासी झालो.

हे सगळे यथासांग झाले. मी फक्त कृती करत होतो. कृतीच्या प्रयोजनाचा आणि त्यातल्या परिपूर्तीचा ठावठिकाणाही माझ्या गावी नव्हता.

अखेरचा एक विधी होता. दुसऱ्या दिवशी सहा केस ठेवून इतर सर्व केसांचे

वपन करायचे-मुंडण करायचे. यज्ञविधीचा दिवस संपला. एक प्राचीन धर्मसोहळाच होता दिवसभर. माझ्या संन्यासाश्रम विधीने मी पुरता थकून गेलो होतो. सर्वसंगपरित्याग करणे हे प्रमुख सूत्र होते. आता माझ्याजवळ असे होतेच काय परित्यागासाठी? सोमशेखर पुरोहितांनी संन्यस्त व्रतातील आचारधर्मही मला कथन केला. फक्त भिक्षेवर जगायचे. सहा घरे भिक्षा मागायची. वर्षाऋतूत भ्रमण करताना त्या गावात एकच महिना राहायचे. एका ठिकाणी एक दिवसापेक्षा अधिक काळ व्यतीत करायचा नाही. नगरामध्ये पाच रात्री राहता येईल. हंस आणि परमहंस या संन्यास व्रताची बंधने तर अधिक कडक आहेत. परमहंस संन्याशाने झाडाखाली, ओसाड घरी किंवा नग्न राहावे. याला धर्मकर्माचे विधिनिषेध नाहीत. या सगळ्या निरूपणाने मी तर चक्रावून गेलो.

संध्याकाळी मी नदीच्या किनाऱ्यावर फिरायला गेलो. डोक्यात विचारचक्र चालूच होते. आपण कसल्या अनपेक्षित कर्मकांडात अडकलो? संन्यास व्रत ग्रहणाचा विधी झाल्यानंतर मी आचार्य स्वामी रामानुजांचे दर्शन घ्यायला हवे होते. ते ज्येष्ठही होते. मी त्यांचा आशीर्वाद घेणे सगळ्यांना अपेक्षित होते; पण मी तसे काहीच केले नाही.

रात्री मी अस्वस्थ होतो. अग्निहोत्राच्या ठिकाणी मी जागरण करणे अपेक्षित होते; पण मी तिकडे फिरकलोच नाही. काय करावे कळेना. आपण घर सोडले, तेव्हा काहीच नियोजन नव्हते. अमुकतमुक काही करायचे असा निश्चय नव्हता. तीर्थस्थानी जाणे, लोकजीवन अभ्यासणे, सत्य, दुःख असा काहीसा शोधाचा विचार मनात होता; पण मनामध्ये वैराग्य निर्माण झाले होते एवढेच! अन्य काही नव्हते. मग हा योग कसा?

हे वळण कसे प्राप्त झाले? आपल्याला हे झेपेल की आपलीच आपल्याशी प्रतारणा केल्यासारखे होईल? जगाला फसवणे सोपे असते; पण स्वतःला कसे फसवायचे? लादले किंवा लाभले म्हणून मनाविरुद्ध हे असले व्रत स्वीकारणे सर्वस्वी गैरच आहे.

उद्या आपण जे शब्द लोकांपुढे सादर करू, ते जे अर्थ विशद करतील त्याच्याशी आपण बेइमानी कशी करायची? शब्दांशी विश्वासघात कसा करायचा? हे नाही होणार आपल्याकडून. उद्या आपण पहाटेच इथून निघून जायचे. आपल्या तत्त्वात जो बसेल तो संन्यास आपण धारण करू. हा द्रोह असेल. प्रथा, परंपरा, रीत, पद्धती, व्यवस्था, श्रुतिमान्य विधी यांचे भले पालन होवो न होवो; पण अंधानुकरण तर आपल्या हातून होणार नाही ना; मग झाले. मी माझ्याच संकटातून बाहेर येत होतो. विशाल निरूपण कक्षातील आचार्यांचे संपूर्ण चांदीचे नक्षीकाम केलेले आलिशान आसन माझ्या डोळ्यांसमोर तरळू लागले. सर्वसंगपरित्याग

म्हणजे काय? काल झालेला आचार्य गुरूंचा दक्षिणार्पण सोहळा आठवू लागला. चांदी, सोने, अलंकार, विभूषणे, रत्नजडित दागिने, उंची वस्त्रे, सुवर्णमोहरा, फळांची प्रचंड ताटं हे सारं दक्षिणार्पण सोहळ्यात भक्तिभावाने दिलेलं म्हणून मंदिराने स्वीकारायचं अखंड कार्य चालूच होतं.

आपण उद्धट आहोत असं वाटू लागलं. कालच पंचपक्वान्नाच्या दुधा-तुपाच्या भोजनावळीत आपण अनेक संन्याशांच्या बरोबरीने पंक्तीत सन्मानाने भोजन केलेच की, मग आपल्याला उद्यापासून रोज फक्त सहा घरे भिक्षा मागून उर्वरित आयुष्य जगायचं याची भीती का वाटू लागली? स्वतःच्या समर्थनासाठी मन लगेच तुलना करू लागतं. काही असो, नकोच हा अंतर्बाह्य अकारण संघर्ष. कवी केशवसुतांची एका समर्पक कवितेची ओळ आठवली.

तेच पतित जे आक्रसती, प्रदेश साकल्याचा ।

मग हा दोष आपण का माथी घ्यायचा? 'सावधान' असे म्हटले गेल्याबरोबर समर्थ रामदास स्वामींनी मंडपातून पलायन केले ते संन्यास ग्रहण करण्यासाठी. इथं तर मी यज्ञविधी मंडपातून 'न मे कश्चित् नाहं कस्यचित्' असं पुरोहितांनी बजावल्याबरोबर भानावर आलो आणि संन्यास ग्रहण विधीतूनच उपरती झाल्यामुळे पलायनाचा विचार करू लागलो. उद्या श्मश्रू आणि वपन विधी आटोपला की, संन्यासदीक्षेची प्रक्रिया पूर्ण होईल.

रात्र काही नीट सरली नाही. अर्धवट झोप. विचित्र स्वप्नं. अखेर कशीबशी पहाट गाठली. मठातून बाहेर पडलो. थेट कमळ घाटावर आलो. तिथे तुरळक लोक होते. अंघोळ करून घेतली. पूर्व दिशेकडे पाहून नमस्कार केला. झाडांवर पक्ष्यांची किलबिल जाणवू लागली. आता तांबडं फुटलं. अजून धुकं नदीवरून हलायला तयार नव्हतं. थोड्या अंतरावर संन्याशासारख्या जटा धारण केलेला एक भव्य वटवृक्ष होता. त्याच्या फांदीफांदीवर वटवाघळं येऊन लटकू लागली तसे कावळे उडू लागले. मठाचा मूकपणे निरोप घेऊन, नदीच्या वाहत्या पाण्याची दिशा धरून नदीच्या कडेने मी चालू लागलो.

उद्या सकाळी सोमशेखर पुरोहित मला शोधतील. आचार्य विचारपूस करतील, सेवक दिवाकरास मठ, धर्मशाळा, घाट, कक्ष आदी ठिकाणी माझा शोध घ्यायला सांगतील किंवा कदाचित यातलं काहीही होणार नाही. मी असा होतोच कोण की माझ्यासाठी ते एवढी उठाठेव करतील! कमलापूरम मठ नेहमीसारखा आपल्यातच दंग होऊन जाईल.

४

शांतपणे संथ पावले टाकत पाऊलवाटा, रस्ते, गाववाटा ओलांडत मी माझ्यातच मग्न असा चालत होतो. अर्धवट भाजलेला मी कच्चा संन्यासी होतो काय? हा प्रश्न मला मधूनच टोचत होता; पण मी स्वतःला सावरले. घरदार सोडून अज्ञाताच्या, जे आपल्याला माहीत नाही त्याच्या शोधार्थ निघालेले आपण साधक आहोत असं समजू. मुक्त साधू असं म्हणू फार तर. असा काहीसा विचार करत मी चालत होतो. दुपारची उन्हं तावू लागली. मी थोडा वेळ झाडाचा आसरा घेई आणि पुन्हा चालू लागे. पुढे एखादा आडोसा, पाणथळ भाग पाहून तिथं थोडा विसावा घेऊन चालतच होतो. गाव, वस्त्या लागत. मिळेल ते खायचं, चालत राहायचं. प्रसंगी ‘भिक्षान्देहि’ म्हणून उपजीविका करायची आणि पुढचा मार्ग आक्रमायचा.

वाटेत कम्पली, आर्यानी, मानवी, गडवाल, श्रीरामनगर, नारायणपेठ ही गावे लागली. रात्री गाव किंवा गावाजवळील एखाद्या मंदिरात विश्रांती घ्यायची; दिवसा चालत राहायचं. तीन-चार दिवसांतच मी थकलो, दमून गेलो. गावालगत शेतमळे, केळीचे बन लागायचे, गाव दूर जाऊ लागलं की, ओसाड माळरान लागायचं. मध्येच रस्ता लुप्त व्हायचा. मग वाट फुटेल तिकडे निघायचे. चढउतार असायचे. काही ठिकाणी उंचवटे, छोटे छोटे डोंगर विरघळलेले दिसायचे. कुठे कुठे मधूनच एकावर एक असे मोठमोठाले दगड कुणी महाशक्तिमानाने अलगद ठेवलेत असे दिसायचे. लाखो वर्षे ऊन-वारा-पावसाने झीज झालेले अजस्त्र खडकच ते.

चालत चालत, चौकशी करत अखेर मी शृंगेरीला पोहोचलो. शृंगेरीलाच जायचे असे काही नियोजन नव्हते. सुकाणूविना नौकेसारखा हा प्रवास होता, नेईल तिकडे व लागेल त्या किनाऱ्याला पोहोचायचा.

कमलापूरम मठाचाच तोंडवळा असल्यासारखे शृंगेरी पीठ होते. नदीच्या घाटाला लागून आद्यगुरू शंकराचार्यांनी हा पहिला मठ स्थापन केला. डोंगर, झाडी, प्रशस्त गाव, सुबक रस्ते आणि नदीचे विस्तृत पात्र ही वैशिष्ट्ये. शंकराचार्यांच्या चार पीठांपैकी हे पहिले पीठ. इथे त्यांनी पहिली मठस्थापना केली. दक्षिण भारतातल्या या मठास वेदान्त ज्ञानमठ असेही संबोधले जाते. पूर्व भारतातील जगन्नाथपुरी इथे गोवर्धन मठ म्हणून दुसरा मठ आहे. पश्चिम भारतातील तिसरा मठ शारदा (कालिका) मठ हा द्वारका मठ म्हणून ओळखला जातो आणि चौथा उत्तर भारतातील बद्रिकाश्रमात ज्योतिर्पीठ म्हणून आहे. आद्यगुरू शंकराचार्यांनी आपल्या अल्प जीवनकाळात वैदिक धर्माचे पुनरुज्जीवन करून भारताच्या चारही दिशांना भ्रमण करून ही पीठे स्थापन केली. सर्व जातींच्या लोकांना एकत्र करून 'दसनामी' नावाचा संप्रदाय त्यांनी स्थापन केला. गळ्यात रुद्राक्षांच्या माळा, दंडावर विभूतीचे आडवे पट्टे, कपाळावर चंदनाचे आडवे गंध, सोवळे, पंचा, डोक्यावर भरजरी काठाचं उपरणं व हातात वेळूची धर्मपताका असा परिवेष धारण केलेले आणि हातात 'ब्रह्मसूत्र भाष्य' घेऊन आशीर्वाद मुद्रेत असलेले आद्य जगद्गुरू श्रीशंकराचार्य माझ्या डोळ्यांसमोर उभे राहिले. आद्य शंकराचार्य हे प्रखर बुद्धिमान होते. सोळाव्या वर्षीच त्यांनी चार वेद, पुराणे, उपनिषदे यांचं सखोल ज्ञान प्राप्त करून घेतलेलं होतं. मिथ्या मायावाद विशद करताना 'ब्रह्मसत्य जगन्मिथ्या' हे तत्त्वज्ञान मांडले.

शृंगेरी मठात गुरुशिष्य परंपरा चालते. येथील आचार्यांना भारती ही उपाधी लावली जाते. सध्या येथे वारसा हक्काने जगद्गुरू भारती तीर्थ शंकराचार्य हे मुख्य पीठासनावर आरूढ आहेत. येथील प्रशस्त मठात व नदीच्या किनारी अनेक पूर्व जगद्गुरूंच्या समाध्या आहेत. मी सर्व परिसर धुंडाळत होतो, पाहत होतो. आता मठ, समाधीस्थळे जीर्ण होत आहेत; परंतु प्रमुख पीठ ऐश्वर्यसंपन्न आहे. मठात श्रीचक्रयुक्त शारदांबेची मूर्ती आहे. बाजूला चंद्रमौळीश्वर व श्रीगणेशाची मूर्ती आहे. या मूर्तींची नित्य पूजा होते. गणपती स्फटिक व माणिक या रत्नाने मंडित असल्यामुळे त्याला रत्नगर्भ असेही नाव आहे. मठात अनेक ताम्रपट आहेत. त्यावरून विजयनगरचे प्रसिद्ध साम्राज्य प्रस्थापित झाल्याची माहितीही मिळते. शृंगेरी गावात शंकराचार्यांच्या संबंधित अशी १६० तरी मंदिरे आहेत. प्रत्येक देऊळ श्रीमंत आहे. वैदिक धर्माचं इथं प्रथमच पुनरुज्जीवन केल्याने शृंगेरी पीठास असंख्य देणग्या, नजराणे, जहागिरी सतत मिळत असतात. येथील शारदेची मूर्ती पाहून मी थक्कच झालो. मूर्ती संपूर्णतः सुवर्णाची आहे. तिची अनेक जडजवाहिरे आहेत. शारदा ही विद्येची देवता. ज्ञानाने श्रीमंत अशी देवता; पण इथं ही शारदांबा जगन्माता रूपात असल्याने तिचं वैभवसंपन्न असं दर्शन होतं. एवढंच काय, एका टपोऱ्या मोत्यावर एक नंदी कोरलेला आहे. तोही इथल्या ऐश्वर्याची साक्ष देतो.

शृंगेरी पीठात भाविकांची इतकी प्रचंड गर्दी होती की, जगद्‌गुरू भारती तीर्थ शंकराचार्य यांची भेट होणे एकूणच दुरापास्त होते. लक्ष्मीच्या ऐश्वर्यापुढे विद्या बुद्धिदेवता निष्प्रभ होते काय? असं मला का वाटावं? सरस्वतीची श्रीमंती कुबेरालाही मोजता आली नाही असे म्हणतात; पण इथे मी दिपून गेलो हे खरे.

मंदिर, मठ जितके श्रीमंत तितकी भक्तगणांची तारांबळ अधिक. मला तर अवघडल्यासारखे झाले. तरीही मी चौकशी केली, प्रयत्न केला; पण जगद्‌गुरू भारती तीर्थ शंकराचार्यांची भेट होऊ शकली नाही. भेटीचा नाद मी सोडला. ऐश्वर्य तरी पाहू म्हणून आवतीभोवती फिरू लागलो. तिथली काही भग्न, तसेच अजूनही चांगल्या स्थितीतील ऐतिहासिक स्थळे पाहिली. अनेक मंदिरांपैकी वेणुगोपाल व श्रीनिवास मंदिरातील मूर्ती या केवळ माणकांच्या होत्या. आणखी एक अत्यंत प्रेक्षणीय असे मंदिर म्हणजे नवग्रहमंदिर. या मंदिराला बारा कोरीव खांब होते. त्यांच्या माथ्यावर सिंह आणि स्वार कोरलेले होते. बारा राशींची प्रतीके म्हणून हे खांब ओळखले जातात. तेराशे-चौदाशे वर्षांपूर्वी केलेले हे काम आश्चर्यजनकच आहे. ऋतुमानानुसार प्रत्येक खांबावर पडलेले ते ते सूर्यकिरण सिंहमुखातल्या तुकतुकीत गोळ्यांवर परावर्तित होतात आणि एकही गोळा सिंहाच्या जबड्यातून न पडता गोलाकार फिरत राहतो. त्या वेळी येथील शिल्पकार कलावंतांची प्रतिभा किती अलौकिक होती हेच दिसते.

शृंगेरी पीठाच्या आवारात पूजा-अर्चा, मंत्रघोष, स्तोत्रांचे पठण आणि यज्ञविधी चाललेले होते. वैदिक धर्मतत्त्वज्ञानानुसार प्रत्यक्ष कृतिप्रवण अशी ही जणू कर्मकांडभूमीच आहे. हिंदू धर्माचा प्रसार व संवर्धन यासाठी सातत्याने काही ना काही वैचारिक प्रबोधन व कार्यक्रम इथे चाललेले असतात; पण इथे मला प्रत्यक्ष कशातच सहभाग मिळू शकला नाही. इथे मी माझी ओळख दिली; पण माझी दखल घेतली नाही की मला कसला प्रतिसादही नाही. कमलापूरमचा मठ इतका भव्य नव्हता; पण तो मला स्वीकारत होता. मात्र, हा शृंगेरी मठ मला चक्क अव्हेरत होता. माझ्यासारखे कित्येकजण इथे असतील. इथे मी ओशाळलो, मनावरची गर्वाची धूळ झटकली. संन्याशाची भरजरी शाल फेकून दिली आणि मी साधकाची साधी वस्त्रे अंगीकारली. विद्वत्ता माणसाला लगेच अहंगंडाचा लोभस साज चढवते. मी स्वतःला सावरले, सावध केले हे बरेच झाले.

इथे मला अहोरात्र चाललेली वैदिक धर्माची कार्यप्रणाली जवळून पाहायला मिळाली. वेदशास्त्रपारंगत अनेक विद्वान इथे समूहाने उपलब्ध होते. पंडितांच्या सभा-संमेलनात वेदान्त मीमांसा चालत असे. संस्कृत भाषेचे मूलभूत शिक्षण इथे मिळते. 'संजीवनी गीर्वाण भारती' असे संस्कृत भाषेच्या त्या विद्यालयाचे नाव. अनेक बटूंचा चमू आणि विद्यार्जन करणारे आश्रमवासी श्रावक दिसत. समूहाने मौजीबंधन विधी

संपन्न होई. दीक्षाविधी चाले. सनातन धर्माचे काटेकोर पालन करणारे हे एक महत्त्वाचे केंद्र आहे.

माझे तीन दिवस इथली धांदल, वैभव पाहण्यात गेले. चौथ्या दिवशी मी इथून निघणार होतो; पण सकाळच्या महाआरतीनंतर जगद्गुरू भारती तीर्थ शंकराचार्यांवर त्यांच्या भक्तगण प्रेमी-अनुयायांकडून आज सुवर्णाभिषेकाचा दानविधी आयोजला होता. अर्थात असा अत्यंत दुर्मीळ योग पाहायला मिळणार म्हणून मी थांबलो. जगद्गुरू भारती तीर्थांना एका सुवर्णासनावर बसवले होते. त्यांच्यासमोर एका मोठ्या पसरट ताटामध्ये भक्तांनी दान केलेल्या सोन्याच्या मोहरा जमा केल्या जात होत्या. कुणी किती मोहरा टाकल्या हे गुप्त ठेवले जाई. मंत्रघोषात सुवर्ण मोहरांचा मेरू पर्वत रचला गेला. ज्यांनी ज्यांनी सुवर्णदान केले त्यांनी ओळीने येऊन ओंजळीने जगद्गुरूंवर सुवर्ण मोहरांचा अभिषेक करायचा आणि दर्शन घ्यायचे. हा अभिषेक चालू असताना सर्व पुरोहित मिळून पुढील मंत्रोच्चार एकाच स्वरात करत होते. जगद्गुरू हे ब्रह्म आहेत असे समजून त्यांच्यावर त्या सुवर्णांचा वर्षाव केला जात होता. अत्यंत धीरगंभीर सुरात मंत्र गायला जात होता.

हिरण्यगर्भगर्भस्थं हेमबीजं विभावसोः ।
अनन्तपुण्यफलदमतः शान्तिं प्रयच्छ मे ॥

इथे या सुवर्णदानाने भक्तांना ब्रह्मलोकप्राप्ती, पापमुक्ती व आरोग्यलाभ होतो असा फलयोग सांगितला आहे. सातव्या शतकातील आद्यगुरू शंकराचार्यांनी तर प्रखर बुद्धिप्रामाण्यवादाचा पुरस्कार केला होता! ज्ञानयोग, भक्तियोग व कर्मयोग हे तीनही स्वतंत्र आहेत काय?

मनात निर्माण होणाऱ्या विचारांच्या थैमानास मी आवर घातला. त्यांना प्रयत्नपूर्वक रोखले. मी तिथून निघालो. शृंगेरी गावाजवळच वराहगिरी पर्वताच्या एका टेकडीवर एक शिवालय असून तिथे स्वयंभू शिवलिंग असल्याचे मला कळले. मी ती टेकडी चढू लागलो. चढायला पायऱ्याही आहेत; त्यामुळे चढून जाणे सोपे झाले. टेकडी नव्या करंज्याच्या झाडांनी भरली होती. जुनी उंच झाडे तोडली होती. एखाद-दुसरे झाड वृक्षतोडीतून वाचलेले दिसत होते. मी बराच डोंगर चढलो. काही वळणं होती. त्या ठिकाणी कदंबाची गर्द पानांनी भरलेली झाडे होती. ही कदंबाची झाडेही अनेक वेलींनी जखडून गेली होती. हेही दंडकारण्यच! त्यामुळे अनेक वानरं दिसायची. मधूनच अनोळखी पक्षीही उडताना दिसायचे. चढत चढत मी मंदिराजवळ पोहोचलो. एका झाडाच्या सावलीत थोडं थांबून मागे वळून पाहिलं. शृंगेरी गावाचा विस्तार इथून स्पष्ट दिसत होता. अर्धवर्तुळाकार नदी, समोरचा ऋष्यशृंग पर्वत, मठाच्या सभोवती भाविकांची धांदल, विहंगम दृश्य होतं.

मी झाडाखाली थोडा विसावलो. तसं शांत होतं सगळं; पण एका पानगळीत काही हलल्यासारखं वाटलं. मी तिकडं लक्षपूर्वक पाहू लागलो. समोरून एक सरडा अतिशय वेगाने पळत होता आणि काही अंतरावरून त्याचा पाठलाग करत एक पिवळीधमक धामण अत्यंत चपळाईने येत होती. काय तो जीवघेणा वेग आणि धामणीचं ते सोनेरी सौंदर्य. या अनपेक्षित दृश्याने मी चकितच झालो. निसर्गाचं हेही एक विलक्षण दृश्य. जीव वाचवणं आणि भूक शमवणं याचा अद्‌भुत संगम. अपरिहार्य. आयुष्याचं खरं युद्ध हेच आहे काय? त्या धामणीला 'भिक्षान्‌देहि' म्हणून रोज सहा घरं भिक्षा मागत नाही का जगता येणार? मी वेड्यासारखा विचार करू लागलो. सरडा जीव वाचवत होता. धामण क्षुधा शमविण्याची धडपड करत होती. अखेर सरडा धामणीच्या मुखात गेला. मी सुन्न झालो. अस्वस्थ होऊन उठलो.

मी मंदिराजवळ पोहोचलो. जुनं शिवालय अंगावर जणू पाषाण लेवून उभं होतं. मी पुजाऱ्याला नमस्कार केला. शिवलिंगाचं शांतचित्ताने दर्शन घेतलं. डोंगरावरील या मंदिरात आठ-दहाच भाविक होते. मी पुजाऱ्याजवळ थांबलो; त्यांनी मला तीर्थ व प्रसाद दिला. नारळाचा एक तुकडाही दिला. या मंदिरास विभांडकेश्वर असंही म्हटलं जातं असं पुजारी म्हणाले.

मंदिराच्या बाजूला असलेल्या एका भव्य उथळ पाषाणावर काही वेळ मी निवांत बसलो. आता दुपार होऊन गेली होती. खाली शृंगेरी मठाजवळच्या झाडांवर उडणाऱ्या पक्ष्यांची गर्दी दिसत होती. भोजनकक्ष अजून चालू असावा. मला भुकेची तीव्र जाणीव होऊ लागली. मी तिथून उठलो. भरभर डोंगर उतरू लागलो. भक्ष्याच्या पाठीमागे धावणाऱ्या धामणीसारखा!

लगबगीने भोजनकक्षात शिरलो. शेवटची पंगत चालू होती. उशिरा आलो तरीही मला तितक्याच प्रेमाने वाढप्याने केळीच्या पानावर भोजन वाढले, भातावरील घमघमीत साजूक तुपासह; मी तृप्त जेवून बाहेर आलो.

चैत्र पौर्णिमेस इथेही अतिशय महत्त्व असते असे कळले. मी एका गर्द सावलीच्या झाडाखाली खास फरशीच्या केलेल्या आसनावर टेकून बसलो. खरंतर विश्रांती घ्यावी वाटत होती; पण ते योग्य नव्हते. आवतीभोवती भक्तगणांची, भाविकांची गर्दीच गर्दी होती. मला वाटले, सुवर्णदान विधीच्या देखाव्याची असेल. शेजारी माझ्यासारखाच एक सडाफटिंग गोसावी बसला होता. भक्तगण आणि भाविक असे बहुतेक सर्वजण भगव्या सोवळ्यात वावरताना दिसत होते. मीच तेवढा पांढराशुभ्र वेषातील मुनी; त्यामुळे माझ्याकडे लक्ष जायचेच. शेजारी बसलेल्याने मला विचारले,

"मुनिवर, आपण कुठून आलात, कोण आपण?"

मी फक्त मान हलवली. नीट उत्तर दिले नाही. नुसतेच विचारले,

"आज एवढी गर्दी का आहे?"

"तुम्ही पौर्णिमेला इथे नव्हते काय? अहो, इथे हा मोठा दिवस असतो. चैत्र पौर्णिमेच्या दिवशी आद्य जगद्‌गुरू शंकराचार्यांनी या मठाची स्थापना केली होती. म्हणून या दिवसाला इथे अतिशय महत्त्व आहे.

"पौर्णिमेला रात्री भारती जगद्‌गुरूंना रथाच्या पालखीत बसवून भव्य मिरवणूक काढतात. खूप गर्दी असते. त्या दिवशी महाप्रसाद असतो. आज दहावा दिवस. पौर्णिमेच्या महोत्सवाची सांगता आहे. आज गुरुपूर्व दर्शनाचा दिवस. रात्री पूर्वेस गुरू दिसतो. त्याचं दर्शन घ्यावं लागतं, कारण उद्यापासून राहूचा वृश्चिक राशीत प्रवेश होतो. संभाव्य पीडामुक्तीसाठी आज सुवर्णदान करून रात्री गुरुपूर्व दर्शन घेऊन चैत्र पौर्णिमेची सांगता होते. सांगतेदिवशी तुम्ही इथे आहात, भाग्यवान आहात."

त्या गृहस्थाने हे सारं मला अतिशय आपुलकीने सांगितलं. त्याने आपली ओळखही करून दिली. शृंगेरीच्या पूजासामग्री विभागातील तो एक सहायक पुजारी सेवक होता. पूजेची यथासांग सामग्री उपलब्ध करून देण्याचे तो काम करत असे. त्या सद्‌गृहस्थास मग मी माझी ओळख करून दिली. त्याला माझ्याबद्दल आदरच वाटला. 'तुमची इच्छा असेल तर मी तुमची जगद्‌गुरू भारती तीर्थ शंकराचार्यांची थेट भेट घडवून देतो.' असेही त्याने आश्वासित केले; पण माझ्यासारख्या अर्ध्याकच्च्या संन्याशाला आता ती गरज वाटेनाशी झाली. कदाचित संभ्रम असेल किंवा आत्मविश्वासाचा अभाव असेल. संन्यस्त व्रताची मनात उपरतीच निर्माण झाली होती. माझी मलाच घृणा वाटू लागली. आपण निघालो तर त्या वाटेने. संधी पुनःपुन्हा चालून येते आहे; पण हा काय कमकुवतपणा? काही कळत नव्हतं. आपण आपलीच आत्मवंचना तर करत नाही ना?

नदीच्या घाटाजवळ गर्दी दिसत होती. मी त्या सेवकास विचारले,

"ही गर्दी कशाची?"

"मुनिवर, तुम्ही पाहणार का? तिथं चमत्कार असतो. फणाधारी नाग आपल्या सावलीत एका बेडकीस खेळवितो. बेडकीवर तो सावली धरतो."

मला ते ऐकून नवलच वाटले. त्याने आग्रहच केला. आम्ही दोघे ते दृश्य पाहायला तिकडे गेलो. गर्दी होतीच. माणसांनी गोल रिंगण केले होते. मध्ये गोलाकार मोकळे मैदान. एक भिल्ल गारुडी होता. वेताने विणलेल्या एका गोल पेटाऱ्यातून त्याने एक भला मोठा नाग काढून जमिनीवर सोडला होता. डाव्या हातात धरलेली पुंगी तो अखंड वाजवत होता. उजव्या हाताने नागाला डिवचत होता. नाग भला मोठा फणा काढून त्याच्याकडे पाहत डोलत होता. नागाच्या पुढ्यात एक बेडकी सोडलेली होती. त्या बेडकीस तो नागाच्या दिशेने जाण्यास प्रवृत्त करत होता. हा खेळ लोक थक्क होऊन पाहत होते. उन्हे संध्याकाळच्या सावलीकडे झुकत

होती. नागाला डिवचणं आणि बेडकीला नागाकडे हुसकावणं बराच वेळ चालू होतं. अखेर एक क्षण असा आला, ती बेडकी चक्क नागाच्या फण्याच्या सावलीत आली आणि सगळ्यांनी एकच हलकल्लोळ केला. टाळ्यांचा एकच गजर झाला. वास्तविक बेडकी हे नागाचं भक्ष्य, ते तो का ग्रहण करत नाही? उलट तिच्यावर तो सावली धरतो असं हे दृश्य!

दृश्य पाहून आम्ही पुन्हा मठाजवळ येऊन बसलो. पुजारी सेवक बोलका होता. त्याला सांगावंसं, बोलावंसं वाटत होतं. तो मला स्वतःच माहिती देऊ लागला.

"मुनिवर, एक जुनी आख्यायिका आहे. एका गर्भवती बेडकीस उन्हाचा दाह सहन होईना, तिला भयंकर त्रास होऊ लागला. हे पाहून एका फणाधारी सापाने तिला आपल्या फण्याच्या सावलीचा आश्रय दिला आणि लाहीलाही करणाऱ्या दाहापासून संरक्षण दिले. हे दृश्य आद्य जगद्‌गुरू शंकराचार्यांनी पाहिले. मग त्यांना असे वाटले की, एकमेकांचे वैरी असलेल्यांनाही इथली भूमी प्रेम, आपुलकी, जिव्हाळा शिकवते; म्हणून ही भूमी पवित्र व कल्याणकारी आहे. समस्त मानव जातीला या आगळ्या स्थान माहात्म्याचा लाभ व्हावा म्हणून त्यांनी इथे शृंगेरी मठाची स्थापना केली."

ही शृंगेरी मठाची निर्मिती कथा.

सारं काही नवलच होतं. लोक निर्भेळ आनंद घेतात. आपण आनंदाचीही चिकित्सा करत बसतो. सत्याच्या कसोटीवर त्याचा पडताळा घेत बसतो. मग हाती सत्यही सापडत नाही आणि हातातला निर्भेळ आनंदही निसटून जातो.

शृंगेरीचं ऐश्वर्य पाहून माझे डोळे दिपून गेले. आता पुढे कुठे जायचे हे नक्की नव्हते. रात्र तिथेच एका मठात काढली. गुरुपूर्व दर्शनाची धांदल चालूच होती. डोक्यातल्या अस्वस्थ विचारांमुळे नीट झोप लागत नव्हती. काहीबाही आठवू लागलं. कमल गेली, तेव्हा मी काही दिवस माचणूरच्या आर्वीकर महाराजांच्या मठात थांबलो होतो. आर्वीकर महाराज अचानक गेले. ऐन उमेदीतच; त्यामुळे माचणूरचा मठ ओसाडच पडला होता. आर्वीकरांचे शयनगृह, पलंग, गादी, उशी, चादर, पाण्याचा तांब्या तिथे तसेच होते. भजनाच्या वेळी ते वाजवत होते तो हार्मोनियमदेखील एका कोपऱ्यात कपड्याच्या आवरणासह ठेवला होता. बाजूला तबला आणि डग्गा. बारा टाळांचा एकत्र, व्यवस्थित बांधलेला संच आणि मृदंग; जसंच्या तसं ठेवलेलं हे सारं साहित्य महाराजांची आठवण करून देत होतं. बाजूला नदीच्या दिशेला उंचावर आर्वीकरांची ध्यानसाधना खोली. आता तिथेच त्यांची समाधी आहे. निःशब्द व शांत परिसर. निखळ शांतताही आपण सहन करू शकत नाही. समाधीजवळ गेल्यावर, त्या बंद खोलीत आपल्या कानात अखंड घुमणारा एक खोल असा दीर्घ ध्वनी सतत ऐकू येतो. त्या ध्वनीचं स्वरूप नाही सांगता येत.

एकटेपणामुळे आपल्यात वैराग्य निर्माण झाले व आपण एका नव्या शोधास

निघालो. आपणास हाती काय लागेल किंवा आपण अखेर कुठे पोहोचू हे तर काहीच माहीत नाही. विचार स्वैर होते. मनातील वैराग्यामुळे व कमलच्या दुर्दैवी वियोगामुळे ही पवित्र देवळेही आपल्याला विन्मुख वाटताहेत. खूप रात्र उलटून गेली. परिसर, सर्व वास्तू व देवही झोपी गेले. केवळ मी आणि काही वटवाघळे जागे होतो. रातकिड्यांचं किरकिरणंही आता काहीसं थांबलं होतं. वारा झाडांना नीट झोपू देत नव्हता. मी बाहेर येऊन अंगणात उभा राहिलो. नदीचं पाणीही अविश्रांत वाहत होतं. मी आकाशातल्या तारांगणाकडे पाहू लागलो. ग्रहांनी आपल्या जागा बदलल्या होत्या. पश्चिमेला शुक्राची चांदणी उगवली होती. उरलेल्या रात्रीसाठी आता थोडं झोपलं पाहिजे म्हणून मी परत मठामध्ये आलो. मानेखाली दोन्ही हातांची उशी करून पडून राहिलो.

मला उठायला उशीर झाला. सकाळ केव्हाच होऊन गेली होती. मठाच्या कोपऱ्यात मी एकटाच बेवारशासारखा पडलो होतो. सगळे केव्हाच उठून गेलेले. इथं कोण कुणाची काळजी घेणार? धर्मशाळाच ती. मी लगबगीने उठलो आणि नदीकडे गेलो.

गुरुपूर्व दर्शन विधिसमाप्तीनंतरचा दुसरा दिवस. शृंगेरीत घाटाच्या बाजूला एके ठिकाणी छोटासा मंडप टाकला होता. तिथे दानछत्र उघडले होते. काही बैरागी, मुनी, ऋषी, संन्यासी, साधू एका छोट्याशा रांगेत उभे होते. तिथे उपरणे, सोवळे, उत्तरीय, जानवे, विभूती, अष्टगंध, चंदनउटी, भस्म, वस्त्रे तसेच रुद्राक्ष, रुद्राक्षमाळा, कमंडलू, भिक्षापात्र, खडावा-पादुका, पथारी, झोळी आदी साहित्याचे दान मांडले होते. मंत्र, सूक्त, स्तोत्रांची तर काही वेदांतपाठाची पुस्तके ठेवली होती. ज्यांना जे हवे ते मिळे. देवस्थान कमिटीचे एक व्यवस्थापक स्वतः त्याचे वाटप करत होते. कमलापूरम मठात नुकतेच मला हवे ते साहित्य मिळाले होते. मीही अनायासे रांगेत उभा राहिलो. माझ्याकडे नव्हते ते एक भिक्षापात्र मी घेतले. आद्यगुरू शंकराचार्यांच्या हातात दर्शविलेले 'ब्रह्मसूत्र भाष्य' हे एक छोटेखानी पुस्तक घेतले. त्याचबरोबर एका कोपऱ्यात ठेवलेल्या मोरपिसांच्या संचातील दोन मोरपिसे घेतली आणि ती पुस्तकात ठेवली. तिथून भोजनकक्षाकडे गेलो. असं जेवण पुढे कुठे मिळेल माहीत नव्हतं. पोटभर जेवलो.

५

शृंगेरी सोडलं. झपझप चालू लागलो. पुन्हा ध्यानात आले. एवढ्या घाईगडबडीनं आपल्याला जायचं तरी कुठे आहे? मग वेग मंदावला. हळूहळू चालत निघालो. पावलांबरोबर मनही विचाराची पावलं टाकू लागलं. आपण खरे आहोत तरी कोण? संन्यस्त वृत्ती धारण केली; पण पूर्णपणे विधिवत व्रत कुठे घेतले? इथून पुढे प्रसंगी 'भिक्षान्देहि' म्हणून आपले उदरभरण करून घेऊ; पण ही अनधिकृत भिक्षुकीच झाली की, ठीक आहे. निघालोय खरं. कमल तीव्रतेने डोळ्यांसमोर येऊन उभी ठाकते. तिचा असा का अंत झाला? तिच्या जीवघेण्या उच्छ्वासाचे कारण कळेल कुठेतरी? कधीतरी? असह्य वेदनेचा उगम आणि कारण सापडेल या तीर्थाटनात?

गावोगावी दिसेल त्या रस्त्याने मी मार्ग आक्रमत होतो. कधी तहान लागायची तर कधी असह्य भूक व्हायची. कधी भिक्षापात्र रितं तर कधी कमंडलू कोरडा ठणठणीत असायचा. कशासाठी हा आपण मार्ग पत्करला असेही वाटायचे. पुन्हा मन बजावून ठेवायचं मग आपणही असंख्य बुडबुड्यांप्रमाणे एक, म्हणून विरून जायचं की. कशाला ही उठाठेव? पुन्हा वाटायचं, आकाशातून पडणाऱ्या एखाद्या थेंबासारखे आपणही एखाद्या शिंपल्यात का म्हणून बंदिस्त व्हायचं नाही? थेंबाचं मोत्यात रूपांतर होण्यासाठी. त्या भाग्याची का अपेक्षा करू नये?

ठीक आहे, मग पलायन प्रवृत्तीचं काय? साध्या केशवपनाला आपण का घाबरलो? पुन्हा विचाराची चक्रे तिकडेच धावू लागली. 'संन्याशाची संपत्ती', 'संन्याशाचा आश्रम' हा काय प्रकार आहे? सर्वस्वाचा त्याग आणि कशाचीही आसक्ती बाळगायची नाही असं कानात पुरोहितच सांगत होते. हे अंगावरचं वस्त्रही आता तुमचं नाही. त्याच्या निकडीतूनही तुम्ही मुक्त व्हायला हवं. निदान नदीच्या

किनारी अंघोळ करून पाच पावलं तरी तुम्ही नग्न होऊन चालायला हवं असं ते मला आवर्जून सांगत होते. इथंच तर चुकलं सारं. हे विधिनिषेध कुणी बनविले? असतील ते श्रुतिमान्य; पण ते कसे यथातथ्य मानावेत? यथोचित तरी कसे समजावेत? नुसती यथासांग कृती करत राहायचे, हे कसे पटेल?

सोमशेखर पुरोहितांनी मला एकान्तात सांगितले ते तर भयानकच होते. 'नुसती माहिती असू द्या सर, संन्याशाचा अंत्यसंस्कारही महत्त्वाचा असतो. संन्यासी मृत झाल्यास त्याचा दहन विधी करू नये तर दफन विधी करावा. रुद्रसूक्त, विष्णुसूक्त या ऋचा म्हणून यतीला स्नान घालून चंदन लावावे, हार घालावा. त्याला फक्त दीड हात खड्ड्यात दफन करावे. पंचगव्याने खड्डा पवित्र करून घ्यावा. दंड तीन ठिकाणी मोडून तो संन्याशाच्या उजव्या कानावर ठेवून 'भूर्भुवः स्वः' हा मंत्र उच्चारत शंखाने यतीचे मस्तक फोडावे. खड्ड्यात मीठ घालून त्यात दफन करावे, संन्याशाची प्रेतक्रिया करू नये.' पुरोहिताकडून हा पुण्यतम विधी ऐकून मी भेदरलोच. या रूढीचा कार्यकारणभाव, अन्योन्यसंबंध अथवा फलितांचं स्पष्टीकरण असं काहीच नाही. नुसती माथेफोड करायची? हेच तर मान्य नव्हते.

पावलासारखाच विचारांनीही वेग घेतला होता. मी दिशा भरकटलो असेन; पण विचार सुसंगतच होते. सगळंच जुनं चांगलं आणि अनुकरणीय असतं असं नाही. कालानुरूप बदल स्वीकारायलाच हवेत. जुन्याचा अस्वीकारही मान्य करता आला पाहिजे. 'जुने जाऊ द्या मरणालागून, जाळुनी किंवा पुरुनि टाका ।' असं कवी का म्हणतो? मी माझ्या विचारगुंत्यातून बाहेर आल्यासारखे मला वाटू लागले. काही निष्कर्ष माझ्या हाती लागत होते. सुखाच्या, समाधानाच्या आणि ऐश्वर्यप्राप्तीच्या मागे सारेच धावतात, धडपड करतात; पण हे करताना कधीकधी निरर्थक कर्मकांडात जन बुडतात. मुनिवरांनी सर्वसंगपरित्याग करूनही त्यांची आसक्ती सुटत नाही. सुवर्णमोह पाठ सोडत नाही. नियंत्याच्या, विधात्याच्या परमतत्त्वाच्या शोधात निघालेली ही संन्यस्त मंडळी स्वतःच नियंता, महंत, अधिपती बनून, धर्माचे वैभव सुखेनैव भोगतात. सर्व काही यथेच्छ पायाशी लोळण घेत असताना त्यांनी आता कशाची तपश्चर्या करायची?

काही असले तरी पारख ही हवीच, त्याशिवाय हिरा व काचमणी आणि सोने व पितळ यातला फरक कसा कळणार? डोळेबंद कर्मकांड करून उपयोग काय? आंधळा मोक्ष कसा असू शकेल? मला तर वाटतं, आपण अंतर्मनाने डोळस असायला हवं. स्वप्रेमातून घेतलेला आत्मशोध भ्रामक असू शकतो. कधीकधी आपण पाहतो ते अविश्वसनीय असते. आभासच असतो. तो आभासच व्यक्तीला उंचउंच नेऊन मध्येच सोडतो. आपण त्रिशंकूसारखे अधांतरी राहतो किंवा जमीनदोस्त होतो. आपली त्यात इतकी फसगत होते की, आत्मवंचनेची पुसटशी कल्पनाही

मनाला शिवत नाही. प्रतिमांचा विभ्रम झाला की, अपेक्षाभंगाच्या डोहात आपण आकंठ बुडून जातो.

या 'एकला चलो रे' प्रवासात असं काही सुचत जातं, तेव्हा आपण निश्चित दिशेने चालल्याचा प्रत्यय येतो. आपण नक्कीच भरकटलो नाही हेही कळतं. म्हणून तर मी आपण कुठल्या चकव्यात सापडू नये अशा निर्धाराने या निबिड दंडकारण्यात शिरतोय.

चालत चालत मी बरंच अंतर तोडलं. रस्त्याच्या दोन्ही बाजूला, काढणीमोडणी झालेली आणि चार-पाच महिने वागवलेल्या पिकाच्या जोखडातून मुक्त झालेली शेते दिसत होती. सताड मोकळ्या, उघड्या झालेल्या जमिनी, शेताच्या बांधाबांधांवर आंब्याची, निंबाची, बाभळीची झाडेच झाडे, काही ठिकाणी शेतवस्त्या, झाडांच्या सावलीमध्ये बांधलेली व बसून रवंथ करणारी गुरे-ढोरे, वस्तीच्या जवळपास चरणारी शेरडं, काही झोपड्यांच्या अंगणात दाणे टिपणाऱ्या कोंबड्या अशी दृश्ये हमखास दिसत होती.

रस्त्याच्या उजव्या बाजूने आलेला एक जोडरस्ता लागला. त्या रस्त्याने एक बैलगाडी येत असल्याचे दिसले. जवळ आल्यावर त्याने मला विचारले, ''यल्ली व्हंटिरी महाराज, गाड्याग नम संगट बरतिऱ्यानु'' तो काय म्हणाला हे माझ्या ध्यानात आले.

मला बरेच वाटले. दुपारचे ऊन आता चांगलेच तापले होते. मी त्याला हातवारे करून प्रतिसाद दिला. मागे चढून गाडीत बसलो. काहीतरी बोलायचे म्हणून मला त्याने म्हटले,

''बिसिलु कडिमे आगबेऽकु.''

मला काहीच न कळल्याचे गाडीवानाच्या ध्यानात आले. वर सूर्याकडे बघत ऊन खूप वाढल्याचे तो दर्शवत होता. पुन्हा त्याने मला विचारले.

''कन्नड बरँग इल्ला? नीवु याव भाषे माताड्तीरि?''

भाषा शब्दामुळे माझ्या लक्षात आले; आता त्याला काय विचारायचे आहे ते. मग मी त्याला 'मराठी' एवढेच उत्तर दिले. ते ऐकून तो गप्प बसला. तोंडातल्या तोंडात कुठलेसे कानडी गाणे गुणगुणत आणि मध्येच मग बैलाची शेपटी पिरगाळत, बैलाला कदाचित काही शिवी हासडायचा. वर एखादा चाबकाचा फटकाराही मारत होता. मग बैल धावू लागायचे. सगळीकडे असे एकसारखेच कसे असतात बैलगाडीवाले? मला गंमत वाटली.

बऱ्याच अवधीनंतर एक गाव आले. त्या गाडीवानाने मला उतरायला सांगितले. मी उतरलो. उतरताना त्याने मला एका धडुत्यातील उरलेल्या दोन मक्याच्या भाकरी, शेंगदाण्याची चटणी आणि एक कांदा दिला. समोर चावडीकडे हात

दाखवत, "अल्ली कुत्तू उटा माडरी, महाराज" म्हणाला.

रस्त्याला लागूनच गाव होतं; त्यामुळे जवळजवळ एकमेकाला खेटून घरं, झोपड्या होत्या. गावाचं नाव मादिग शिरगुप्पा होतं. मी इथे थांबायचं ठरवलं. समोर एक जुनी चावडी होती. तसेच समोर मोकळं अंगणही होतं. गाडीवानाने दिलेली चटणी-भाकरी होतीच, ती मी पोटभर खाल्ली. चावडीजवळच्या एका घरातून कमंडलूमध्ये पिण्यासाठी पाणी घेतलं. चावडीतल्या अंगणात पथारी टाकली. उशाला पिशवी घेऊन आकाशात दूरदूर पाहू लागलो. आकाशभर चांदण्यांचं मंद झुंबर विखुरलेलं होतं. कणाकणाने सर्वत्र ठिणग्याच चमकत होत्या काजव्यासारख्या!

सकाळ झाली. गावाजवळच्या एका शेतातून मोटेचा व बैलाच्या गळ्यातल्या घंटेचा आवाज स्पष्ट ऐकू येत होता. मी त्या दिशेने गेलो. हिरवंगार शेत. सगळीकडे केळीच केळी. केळीच्या आणि पानाच्या बागा मी प्रथमच पाहत होतो. विहिरीजवळ गेलो. किती प्रशस्त विहीर होती. खांडसरी आणि फाडी पाषाण घडवून रेखीवपणे बांधलेली. कुणी श्रीमंत बागायतदार असावा. मालक शेतात नव्हते; पण दोन-तीन शेतकरी-गडी मात्र सकाळीच कामाला लागलेले. एकाने माझी विचारपूस केली आणि मोटेच्या वाहत्या पाण्याच्या पाटावर मला स्नान करण्यास अनुमती दिली. मी त्या हिरव्याकंच मळ्यात रमूनच गेलो. मी सर्व आटोपून एका ओट्यावर बसलो. थोडी ध्यानसमाधी लावली. सूर्याला नमस्कार केला. स्तोत्र म्हटलं. त्या गड्यांना माझी पूजा-अर्चा अनोखी होती. माझ्याबद्दल त्यांना आदर वाटला. मी तिथून निघण्यासाठी निरोप घेऊ लागलो तर एका गड्याने तिथल्या कोठीतून लगबगीने मला छानसं ग्लासभर निरसं दूध प्यायला आणून दिलं. माझा मुनिवेष पाहून त्यांना मी कोणी गोसावी किंवा संन्यासी असावा असे वाटले होते. मला ते 'स्वामी, स्वामी' म्हणून कुठून आल्याचे विचारत होते. त्यातल्या एका शेतगड्याने मला फिरून सर्व पानमळा दाखवला. पानमळ्याचा मांडव होता आणि वेलीसारखा वरवर चढत पानमळा पानांनी गच्च भरला होता. एकजण सकाळीच पानतोडणी करत होता. करंड्यात व डालग्यात पानं भरली जात होती. दोन-तीन दिवसांनंतर तयार होणारा पाच-सहा केळ्यांचा एक अर्धकच्चा घड गड्यांनी मला प्रेमाने दिला.

भल्या सकाळीच गावचे दैनंदिन व्यवहार सुरू झाले होते. या गावात मादिग जमातीची मोठी वस्ती होती. मादिग यांना जांबव असे दुसरे नावही होते. जांबव आणि जांबमुनी यांचा काही प्राचीन संबंध असेल का? जांबुवंत हेही नाव निगडित वाटते. मी कुठला तरी लांबचा मुनी मादिग शिरगुप्पा गावात अवतरला आहे असे समजून गावात काही कुजबूज चाललेली होती. दोन-तीन तरुणांनी माझ्याजवळ येऊन मला, पायाला स्पर्श करून नमस्कार केला आणि आपण कुठल्या तीर्थाचे मुनिवर्य म्हणून ते चौकशी करू लागले.

मादिग लोक कन्नड बोलतात. इथे एके काळी आमचे वंशज राज्य करत होते, आम्ही त्यांचे वारस आहोत असे मला ते दिमाखाने सांगत होते. शेती, गुरे पाळणे, कातडी कमावून पखाली, वहाणा तयार करून विकणे हा त्यांचा जगण्याचा व्यवसाय. या दुर्गम भागात शिक्षण अजून नीट पोहोचलेलं नव्हतं. अद्याप हे लोक वनवासी म्हणून जगत होते. मादिग हे महाराष्ट्रातील मांगांसारखे - कानडी मांग. लोक मात्र श्रद्धाळू. यांच्या काय प्रथा असतील त्या असतील; कुणीतरी थोर अवतारी माणूस गावात देवरूपाने गोसावी म्हणून आला आहे या श्रद्धेने मला त्यांनी मान द्यायला सुरुवात केली. त्यांचा मुवल्लु हा कोणी प्रमुख होता. त्याने मला अत्यंत आदरपूर्वक आपल्या घरी नेले. गावप्रमुखाला शोभेल असा त्याचा वाडा होता. त्यांनी काही ओळखी करून दिल्या. त्यांच्या मादिग जमातीच्या तनिगे बुव्वडवरु आणि होडिगे बुव्वडवरु किंवा मोरबुव्वडवरु अशा पोटजाती असल्याचे सांगितले.

योगायोग असा होता; या मादिगाच्या मुवल्लु मुखियाच्या मुलीचे लग्न होते. कुणातरी मादिगाच्या स्वप्नात येऊन, मला या शुभकार्यात मादिग देवाने आशीर्वाद देण्याकरता इथे पाठवले आहे असे सांगितले म्हणे; त्यामुळे मी त्यांचा देवकयजमानच होऊन गेलो. माझी ते नको तेवढी काळजी घेऊ लागले. मादिग लोक लग्न नात्यात करणे आणि तेही बहीण-भावाच्या मुला-मुलींत करणे श्रेयस्कर मानतात. मुवल्लु मुखियाच्या मोठ्या बहिणीच्या मुलाशी हे लग्न होते. मुलीचा लग्नविधी मुखियांनी आवर्जून माझ्या साक्षीने व आशीर्वादाने करण्याचा घाट घातला होता. काय करावे हे मला कळेना. त्यांचा कन्नडमधील गोंधळ मला समजेना.

लग्नाची यथासांग सिद्धता झाली. आंब्याच्या पानांनी मंडप सजवला गेला. केळीचे खुंट, पाने ठिकठिकाणी बांधली. चौक तयार केला. लग्नकार्यास गावातील लोक जमले. लग्नविधी सुरू केला गेला. मला एका खाटेवर बसायला सांगण्यात आले. बहिणीने भावाला दोन शेर ताडी, पाच शेर तांदूळ, गूळ, तेल दिले आणि नवरीला दहेज म्हणून तीस रुपये दिले. ते भावाने स्वीकारून दोघांनी ताडी प्राशन केली. मग मुखिया, मुलीचा बाप मुवल्लु रडू लागला आणि रडतरडत घरातून मुलीला साडी व अलंकारात सजवून आणून प्रथम माझ्या हवाली केले. सोबत आणलेल्या तांदूळ, गूळ, खोबरे, नारळ व आंबा या पाच सामग्रीने हळदी-कुंकू लावून माझ्याकरवी मुलीची ओटी भरवून घेतली. मग मुलीला चौरंगावर मध्यभागी बसवून तिच्या भोवती पाच धान्यांचे कलश ठेवण्यात आले व कलशपूजा केली. सगळ्यांना पान-सुपारीचे वाटप झाले. अक्षता दिल्या गेल्या. वधू-वरांना सुपात एकमेकांसमोर उभे करून मध्ये अंतरपाट धरला. एकापाठोपाठ एक असे ओळीने पाचजणांनी कन्नडमध्ये लग्नमंत्रोच्चार मोठ्याने ओरडून एका विशिष्ट सुरात गायले. नंतर वधू-वरांवर जिरे, तीळ व तांदूळ यांचा वर्षाव करून सगळ्यांनी टाळ्या

वाजविल्या. हलगीचा ताल धरला, एकजण सनई वाजवू लागला. दोघांना पुन्हा माझ्यासमोर आणून आशीर्वाद घ्यायला सांगितले. मी आशीर्वाद दिला, वधू-वरांनी एकमेकांना हार घातले. मामाने मुलीला उचलून घेतले व स्वतःभोवती तीनदा फिरला. तिसऱ्या फेरीच्या वेळी नवऱ्याने, मध्ये ठेवलेल्या मडक्याला लाथ मारली आणि मग मुलीला उचलून चार पावले नेले.

झाले लग्न! हा लग्नविधी पाहताना, कमलापूरमला सोमशेखर पुरोहितांनी मांडलेला माझा संन्यासग्रहणाचा विधी डोळ्यांसमोर तरळू लागला. हे सगळेच विधी मुळात काय होते, त्यांचा हेतू किंवा प्रयोजन काय होते, कुणास ठाऊक?

मग जेवणावळी सुरू झाल्या. वर-वधू पक्षाने एकमेकांना ताडीचे आदानप्रदान केले. मग ते झिंगू लागले. झिंगता झिंगता अकारण भांडू लागले. नवरानवरी मात्र शांतपणे एकमेकांना घास भरवू लागले. या भांडण-गोंधळाचा आणि आपला जणू काहीच संबंध नाही अशा आविर्भावात ते हसू, खिदळू लागले. मी दिलेल्या आशीर्वादाबद्दल दक्षिणा म्हणून दोन्ही पक्षांनी मला आहेर सादर केला.

लग्न होऊन गेले तरी तीन दिवस या मादिग जमातीने मला सोडलं नाही. जो तो सकाळ-संध्याकाळ माझ्या पायाला स्पर्श करून दर्शन घ्यायचा. मी जणू मंदिरातला चालता-बोलता एक देवच होऊन गेलो होतो. मी कोण, कुठला याचं त्यांना काही सोयरसुतक नव्हतं. मला असं थांबून चालणार नव्हतं. असे बरेच अनुभव मला या प्रवासात येतील. मादिग शिरगुप्पा इथे एक कळून चुकले की, ही मादिग जमात अत्यंत अडाणी, अशिक्षित, धर्मभोळी तरीही रानवट अशीच होती. अंधश्रद्धांनी भरकटलेली अशी ही आदिवासी जमात.

ते मला का सोडत नव्हते हे मला चौथ्या दिवशी कळले. तीन दिवस पूर्ण झाल्यावर लग्नासाठी केलेला आंब्याच्या पानांचा मंडप मोडला. बोहला तसाच बोडका ठेवला. लग्नानंतर मुलीला तीन दिवस एकटीला बाजूला ठेवले होते. त्यासाठी मामाने एक तात्पुरती पाचटाची झोपडी केली होती. आज चौथ्या दिवशी मामाने ती झोपडी मोडली. मुलीला उचलून मुलाच्या घरी आणले. ते घर तिथे बाजूलाच होते. मुलीला अंघोळ घातली. ही अंघोळ जुन्या जोड्यावर केरसुणी उभी करून घातली गेली. या गोष्टीचा अर्थ काय ते त्यांनाच माहीत? मग सासू वधूची ओटी भरते. हा कार्यक्रम मात्र सूर्यमावळतीला केला जातो. ओटीभरण झाले की, एका मोठ्या ग्लासात ताडी भरून घेऊन तो ग्लास वधूने आपल्या पतिराजाकडे जाऊन द्यायचा. अशा रीतीने वधू वराच्या हवाली करायची म्हणजे लग्न पूर्ण झाले.

आता खरी माझी सुटका झाली. पाचव्या दिवशी सूर्यानेच पुढाकार घेतला व सगळ्यांना जागे केले. मला त्याच्या साक्षीने निरोप देण्यात आला. मुखिया मुवल्लु मादिग शिरगुप्पा गावाच्या शीवेपर्यंत मला सोडायला आला.

६

मी निरोप घेतला आणि तडक गुंटकल गावाच्या दिशेने निघालो. गुंटकल मोठे रेल्वे जंक्शन आहे असे ऐकून होतो. गुंटकलवरून मदुराईमार्गे कन्याकुमारीला जायचे मनात योजले.

स्टेशनच्या दिशेने झपझप पावले पडू लागली. कुणाशी बोलत वा विचार करत चाललं की, अंतर लवकर ओसरतं. परवाच्या लग्नातील ती सुकुमार मादिग वधू किती निष्पाप होती. तिला आशीर्वाद देताना तिचे दिसलेले निर्व्याज डोळे किती बोलके होते. असे डोळे दिसले की, मी अस्वस्थ होतो. कमलचे डोळेही असेच निष्कपट होते, म्हणूनच की काय या देहाचा निरोप घेताना कमलच्या प्राणाने डोळ्यांचाच मार्ग पत्करला! विनासायास प्राण जावा म्हणून कमलचे डोळे अखेर तसेच उघडे होते. जीवाच्या अगदी खोल खोल आत तडफडणारी कमलची दुखरी आठवण अशी सतत उसळून का वर येते?

कमलचं दुःख अजून ओलंच आहे. विसर पडेल या दुःखाचा, सुकून जाईल पूर्णतः ही ओली जखम यथावकाश? काय सांगावं भविष्यातलं आपण. हे तर सत्यच होते की, कमलचा घशातच अडकलेला हुंदका नीट मुक्त होत नव्हता. त्या वेळी ही सारी सृष्टी निर्विकारच होती ना! समुद्रातून विलग होणाऱ्या व आक्रोश करणाऱ्या क्षुद्र थेंबाचे त्या प्रचंड महासागराला काय देणे-घेणे असते?

विचार करता करता खूप दूरवर आलो. पुढे एक कच्चा रस्ता लागला. तो कुठे जात होता माहीत नव्हते. दूरवरून रेल्वेच्या शिटीचे व इंजिनाचे अस्पष्ट आवाज येत होते. बहुधा जवळच कुठलं तरी रेल्वे स्टेशन असावं. मी काही अंतर चालून गेलो. आवतीभोवती माळरान होते. ठिकठिकाणी मोठमोठे काळे पाषाण विखुरलेले

होते. कुठल्या काळातले होते कुणास ठाऊक; पण खूप प्राचीन असावेत असे मला जाणवत होते. उन्हामध्ये चालणं असह्य होत होतं. ऊन तर वाढतच होतं. सूर्य डोक्यावर येऊन खाली सर्व आग ओकणार की काय असं वाटत होतं. तरी इतक्या उन्हातही खुरटी खुरटी झुडपे अंतराअंतरावर आपलं हिरवेपण टिकवून होती. आणखी काही अंतर चालून गेल्यावर रेल्वे रूळ दिसू लागले. अरे वा! आता या बाजूनेच जाऊ या, कुठले तरी स्टेशन नक्कीच लागेल. मी अंदाज घेऊन चालू लागलो. दूरवर अस्पष्ट रेल्वे सिग्नल दिसत होते.

रेल्वे रुळाच्या बाजूने आणि सिग्नलच्या दिशेने मी निघालो. मी मैलभर चाललो असेन. आता मला स्टेशनच्या खुणा दिसू लागल्या. सिग्नलची पताका रेल्वेगाडीची वाट पाहत उन्हात एकटीच तळपत होती. मी तसाच थोडे अंतर चालत गेलो तर मला एक भयानक दृश्य दिसले. ते इतकं ओंगळ, विद्रूप होतं की, पाहताक्षणी ओकारी यावी. कुणातरी अज्ञात व्यक्तीचे छिन्नविच्छिन्न प्रेत दोन रुळांच्या मध्ये चेंदामेंदा होऊन पडले होते. जणू शरीराचे एक विखुरलेले गाठोडेच! असा तो विच्छिन्न देह अजिबात बघवत नव्हता. कोण असेल बिचारा? अपघातात सापडला असावा किंवा कुणीतरी आपले आयुष्य असे रेल्वेगाडीखाली संपवले असावे, काय माहीत? मी स्तिमित होऊन पाहत होतो. मला माझी स्वतःची भीती वाटू लागली. किळस वाटू लागली. काय करावे ते मला कळेना. तेथे थांबणेही बरे वाटेना. निघालो तर समोर रुळावरून एक रेल्वेची पिक-अप व्हॅन येताना दिसली. त्यामध्ये निळ्या व खाकी वेशभूषा असलेल्या काही व्यक्ती होत्या. रेल्वे कर्मचारीच होते ते. तेथून निघत असताना त्यांनी हात करून मला थांबवले. व्हॅन अपघात स्थळाजवळ येऊन थांबली. कर्मचारी खाली उतरले आणि त्यांनी तिथे पंचनामा सुरू केला. मला माहिती विचारली. प्रश्नांचा भडिमार केला. मी त्यांना सगळी माहिती दिली. मी कोण, कुठून आलो, कुठे चाललो वगैरे. त्यांनी ते शव गोळा करून प्रथम एका स्ट्रेचरवर ठेवले नंतर व्हॅनच्या एका कोपऱ्यात सरकवले. मलाही व्हॅनमध्ये बसण्याचा हुकूम केला. आता मला त्यांच्याबरोबर जाणे भागच होते. व्हॅन गुंटलकलकडे निघाली. आपल्या तीर्थाटनात ही कसली अनोखी सोबत? कोण कुठला जीव, त्याच्या शव-विच्छेदनासाठी मला साक्ष द्यावी लागणार. त्याच्या पंचनाम्यावर मला साक्षी म्हणून सही करावी लागणार. हा कसला विचित्र ऋणानुबंध? हा कसला योगायोग?

गुंटकल स्टेशनच्या बोगद्यातून आम्ही एका रेल्वे रुग्णालयात पोहोचलो. रुग्णालयापासून थोड्या अंतरावर स्वतंत्र असे शवागार होते. आम्ही तिथे गेलो. ते शवाचे गाठोडे शवागारात नेण्यात आले. नंतर संबंधित डॉक्टर आले. त्यांनी वैद्यकीय तपासणी करून शव-विच्छेदन केले आणि एक रिपोर्ट तयार केला; त्यावरून एक फाइल तयार केली. आवश्यक तिथे माझ्या सह्या घेऊन आणि माझे

नाव, ठावठिकाणा नोंदवून घेऊन मला मुक्त केले.

मी रेल्वे स्टेशनवर येऊन एका बाकावर बसलो. आता पुढे काय करायचे याचा विचार करू लागलो. गुंटकल स्टेशन विस्तीर्ण होते. मी बसलेल्या बाकाच्या बाजूला लहानसे पिंपळाचे झाड होते. त्याची सावलीही बाकावर रेंगाळत होती. मी त्या बाळपिंपळाकडे टक लावून पाहत होतो. मी नसेन त्या पुढच्या पाच-पन्नास वर्षांत हा पिंपळ किती भव्य होईल. त्याचं ते शोभिवंत रूप, अवाढव्यता, पानांच्या सळसळीचा अखंड ताल, त्याच्या पसरलेल्या विस्तीर्ण फांद्यांवर विसावा घेणारे असंख्य पक्षी. सावलीत पहुडलेले अनेक प्रवासी. काय असेल तो त्या वेळचा थाट? त्या पिंपळाचं मला कौतुक वाटलं आणि तेव्हा आपण नसू त्याचं दुःखही वाटलं. काय ही जगरहाटी? हा अजस्र भावी पिंपळ पुढे कधीतरी एखाद्या जीवघेण्या वादळाने उन्मळूनही पडेल. मी काय, हा पिंपळ काय आमच्या किंवा कुणाच्याही जाण्याने जन पळभर हळहळतील एवढंच! पण जगाचं कार्य चालूच राहील.

दुपारची वेळ. उन्हाने आता चांगलाच जोर धरलेला. स्टेशनच्या कौलारू आडोशाला विश्रांती घेणारे कावळे चोच उघडी ठेवून बाकावरून इकडेतिकडे बघत होते. 'काव काव' करत आणखी एक कावळा सावलीच्या आडोशाला येऊन विसावला. जणू शवविच्छेदन आटोपून कुणी आलं असावं काय? भटकणारा आत्मा कावळ्यांना दिसतो असं म्हणतात. माझ्याही मनात नाही नाही त्या कल्पना येतात. मन स्वच्छंदी असतं हेच खरं!

काही वेळानंतर एक कुठलीशी गाडी प्रवाशांचा जथा घेऊन स्टेशनवर येऊन थांबली. त्यातले काहीजण उतरले, काहीजण त्यांच्या प्रवासाला निघाले. इथं गाडीने योग्य तेवढी विश्रांती घेतली. सोबत पाण्याचा साठा घेतला. तसेच वाटेत लागणारा पोटभर कोळसाही भरून घेतला आणि कर्कश आरोळी देऊन या स्टेशनचा तिने निरोप घेतला.

मी नुसता त्रयस्थासारखा पाहत होतो. जीवनप्रवासाचं साधर्म्य आगगाडी नेहमी जाणवून देते किंवा मनावर तत्त्वज्ञानाचे हळुवार तरंग उमटवते. हवेत धुराचा लोट सोडत गाडी दूरवर जाते; मागे उरतात ते कधीही एकमेकांना न भेटणारे रूळ. आपला देह ते सदैव अंथरून ठेवतात नव्या गाडीसाठी.

माझ्या हातातील कमंडलू व अंगावरचे यज्ञोपवीत, उत्तरीय, उपरणे पाहून कुणी धर्मात्म्याने जवळ येऊन, मला केळीच्या पानावर वाढलेला भात आणि त्यावर घातलेलं दोन पळी वरण, लोणच्याच्या फोडीसह आणून दिले.

मी त्यांना 'Thank you very much' म्हणालो.

ते हसत मला "No, it's OK" म्हणाले आणि पुढे विचारू लागले,

"Are you going to Tirumala?"

“No sir, I am not” मी.

मग मीच आणखी स्पष्ट केलं, “I am going to Kanyakumari, the last cape of our country...”

“O! Yes, yes, That by Trichi Express via Madurai, I think it is at evening.”

“Yes.”

कौतुकाने त्यांनी मला ‘Good Bye’ म्हटले आणि मग ते निघून गेले. कोणी केली ही माझ्या भोजनाची आपसूक व्यवस्था? या एवढ्या मोठ्या जगड्व्याळ सृष्टीचा व्यवहार कोण पाहतो? चिमणीच्या चोचीत नेमाने कोण दाणा भरवतो. अजबच आहे सारं. मी त्या केळीच्या पानातल्या पवित्र अन्नाचा यथेच्छ आस्वाद घेतला. स्टेशनवरील नळाचे थंड पाणी प्यालो, शिवाय कमंडलूत पाणी भरून घेतले. अजून कावळे कौलारू आडोशाला बसले होते. मी पानात मुद्दाम उरवलेला दोन घास भात त्या कावळ्यांच्या दिशेला नेऊन ठेवला. माझी भीती न बाळगता कावळे थेट त्या पानावर उतरले व घास टिपू लागले. एखाद्या पिंडाला लागावे तसे.

रेल्वे स्टेशन आता सुनसान झाले होते. आपलं गाव सोडून आता मला महिन्याचा अवधी होऊन गेला होता. दाढी-मिशांची झालेली वाढ हाताला जाणवत होती. मी दाढीवरून हळुवार हात फिरवत होतो. आता विचारमग्न झालो की, हात आपोआप दाढीवरून फिरतो. दोन काळे डगलेवाले माझ्याकडे बघत गेले. ‘जाने कहाँ कहाँ से चले आते है।’ असा त्यांचा माझ्याकडे पाहण्याचा आविर्भाव होता. आपल्याजवळ आता पैसा-अडका काहीच उरलेला नाही. तरीही आपल्याला हे तीर्थाटन आणि ही शोधयात्रा करायची आहे.

माहिती घेतली, तेव्हा कळले की, सायंकाळी सात वाजता कन्याकुमारीकडे जाणारी गाडी स्टेशनवर येणार आहे. ती बंगलोरवरून सेलम, मदुराई, तिरुनेलवेलीमार्गे कन्याकुमारीला जाते. बरेच अंतर असावे. गाडी वेळेवर आली. त्या गाडीतील जनरल डब्यात बसून मी निघालो. डब्यात गर्दी होती. माझ्यासारखे काही बैरागी व गोसावीही डब्यात होते; त्यामुळे मला निर्धास्त वाटले. आता हेच आपले सोबती. याशिवाय डब्यात बरेच लुळे, पांगळे, भिकारी आणि वेडेही होते.

गाडी एक्स्प्रेस असल्याने छोटी-मोठी गावे वगळून तिने चांगलाच वेग घेतला. डबा अतिशय अस्वच्छ होता. बिडीचा धूर आणि उग्र भपकारा डबाभर पसरला होता. बऱ्यापैकी बसण्याचा आसरा बघून मी बूड टेकले. डब्यातल्या तेवढ्या गर्दीत गळ्यामध्ये पेटी, बाजा व तबला बांधून दोन आंधळे भिक्षुक कानडी भजने गात, पैसे मागत होते. सूरतालाच्या साथीने व तबल्याच्या उत्तम ठेक्यात आंधळा छानच गात होता. ‘संतेयल्लोंदु मनेय माडि शब्दक्के नाचिदोडेंतय्या’ असं काहीसं गाणं होतं.

शेजारच्या एका कानडी माणसाला हातवारे करून गीताबद्दल विचारले तर त्याने लगेच सांगितले, 'इदु हाडा अक्कमहादेवीदु आदं. युवरु वचनगळु यल्लारिगु प्रचिती ऐति' भाषा नीट कळली नसली तरी ही वचनं किंवा गीतं अक्कमहादेवी यांची आहेत एवढं मात्र मला अंदाजानं कळलं आणि तेवढं मला पुरेसं होतं.

अंधार भेदत व कर्कश शिट्या वाजवत आगगाडी सुसाट वेगामध्ये धावत होती. खिडकीच्या बाहेर काळाकुट्ट घनदाट अंधार; त्याशिवाय अन्य काही दिसत नव्हतं. एखाद्या अज्ञात अवकाशात आपण अलगद उडत राहावं तसं हे सुसाट धावणं होतं. मी माझं मन आणि शरीर त्या घट्ट अंधारात लपेटून घेतलं. अंधाराचं आवतीभोवती असणं हेही एक चिरंतन सत्य आणि गरजेचं आहे. मी खिडकीतून बाहेर पाहत होतो. अंधार. नुसता अंधार. सर्वदूर अंधार! माझे डोळे तर मी सताड उघडे ठेवून पाहतो आहे. क्षणभर मी लहान मुलासारखं डोळे ताणून आणि विस्फारून पाहू लागतो; पण मी चक्क आंधळाच असतो. अंधाराशिवाय काहीच दिसत नाही. मग माझं मन अंधाराशीच खेळू लागतं. विश्वाच्या मुळाशी प्रथम असाच घट्ट ओला अंधार होता का? कुणास ठाऊक काय स्वरूप होतं ते? मग प्रकाश केव्हा जन्मास आला? त्याने कुणाच्या डोळ्यांत प्रथम हळुवार प्रवेश केला? सगळं चमत्कारिकच आहे. मी त्या अथांग अंधाराला मनोभावे नमस्कार केला. सृष्टीचा पहिला पूर्वज म्हणून मी त्याच्यापुढे नतमस्तक झालो. अखेर तूच बाबा माझ्या कलेवराला आपल्यात सामावून घेणारा खरा आश्रयदाता, परम मित्र आहेस; सांभाळून घे हे तमोमहासागरा!

गाडी पाळण्यासारखी झुलत होती. ती जणू एक निःशब्द अंगाईच गात होती! हलकेच डोळे पेंगू लागले. काही वेळातच अंगभर झोप पाझरू लागली आणि सगळा डबाही झोपी गेला. आगगाडी मात्र जागरूकपणे धावतच होती. आपल्या मार्गाने, आपल्या दिशेने!

मध्ये बंगलोर हे एक मोठे स्टेशन लागले. रात्रभर झोपेत किती गावे आली, किती गेली कळलंच नाही. भल्या सकाळी बंगलोर जंक्शनमध्ये गाडी शिरली. गाडी बराच वेळ थांबली. बरेच प्रवासी उतरले. पुढे जाणारे चढले. मी गाडीतच बसून होतो. मादिग शिरगुप्पा गावातील मुवल्लुच्या मुलीच्या लग्नामध्ये मला ब्राह्मणाच्या आशीर्वादासाठी हातावर पाच रुपये दक्षिणा म्हणून दिले होते. त्याची मला आठवण झाली; मी खाली उतरून एक इडली व उडीदवडा खाल्ला. तरतरी वाटू लागली. मग पुन्हा गाडीत बसलो. शेजारच्या बैराग्याने त्याच्या जवळच्या दोन केळ्यांपैकी एक - मी 'नको नको' म्हणत असताना मला दिले. मला थोडे शरमल्यासारखे झाले. आपण एवढे 'प्राचीन इतिहास व संस्कृती' हा विषय आयुष्यभर शिकवणारे प्रोफेसर; पण या बैराग्याचे प्रॅक्टिकल कल्चर अजून आपल्याला कळले नाही.

आपण मात्र एकटे खाली उतरून भरपेट खाऊन आलो. अगदी लहानसहान गोष्टींतूनही जीवन आपल्याला काहीतरी शिकवत असते.

पाऊण तासानंतर गाडी पुन्हा सुरू झाली. गावं येत-जात होती. डोंगर, घाट, नद्या, ओढे, छोटे-मोठे पूल ओलांडत गाडी झाडाझुडपांतून वाट काढत पुढे जात होती. हा सगळा उटीचा परिसर सुंदर, हिरव्यागार डोंगर-झाडीचा. गर्द वनश्रीच्या हिरवट अनामिक गंधाने परिसर ओथंबून गेला होता. श्वासांना हा ओला हरितगंध स्पष्ट जाणवत होता. निसर्गाचं रूपच न्यारं असतं. आकाशाच्या निळ्याभोर कॅनव्हासवर ते क्षणोक्षणी अगणित विविध रूपं धारण करतं. आगगाडीच्या खिडकीची चौकट त्याला प्रमाणबद्धही करते. कुण्या महान कलाकाराची एकापाठोपाठ एक अशी चित्रं, निसर्गचित्रं दाखवावीत असं वाटत असतं.

दूरवर गोपुरे, मंदिरांचे कळस दिसू लागले. मोठमोठ्या मंदिरांचे सुवर्णकळस सोनेरी उन्हाने अधिकच उजळून चमकत होते. जणू आकाशाला आपल्या श्रीमंतीचा दिमाख दाखवण्यासाठी!

भर दुपारी गाडी मदुराई स्टेशनवर थांबली. मला खरंतर कन्याकुमारीला जायचे होते; पण शेजारच्या बैराग्याने चांगलीच सलगी केली होती. त्याने मला कन्याकुमारीच्या आधी मदुराईचं मीनाक्षी मंदिर पाहावं म्हणून असं काही मौलिक महत्त्व कथन केलं की, मी मदुराईला उतरलोच.

७

स्टेशनच्या आवतीभोवती दुकानेच दुकाने होती. तीर्थक्षेत्र मदुराई गाव म्हणजे एक मोठी व्यापारपेठच! थोडे अंतर चालून गेल्यावर एका मठाजवळ काही बैरागी, साधू, संन्यासी बाहेर तिष्ठत उभे होते. मी जवळ गेलो. थोड्याच वेळात आतली एक पंगत उठल्यावर इथे जेवायला मिळेल असे वाटले. मीही त्या जमावात सामील झालो. आम्हाला आत सोडले. पानावर भात, लोणचे व सार वाढले होते; ते जेवलो. सगळीकडे हेच जेवण. मी स्वतःवर थोडा वैतागलो. डोक्यात धड एक विचार नाही. मनोनिग्रह तर नाहीच नाही. तीर्थाटनही करायचे आणि पर्यटक म्हणून नाही किंवा सर्वसंगपरित्याग केलेल्या संन्याशाप्रमाणेही नाही. तप नाही, तपस्या नाही; मनावर ताबा नाही. नुसती भरकटत चाललेली शोधयात्रा. कसं व्हायचं? साध्या जेवणासाठी अशा भणंग बैराग्यांच्या रांगेमध्ये उभं राहून पोटाची खळगी भरायची? किती दिवस असं जिणं जगत फिरायचं? माहीत नाही. नाही, असं वैतागून चालणार नाही. या प्रवासामध्ये आपण जे प्रत्यक्ष पाहतोय, अनुभवतोय, शिकतोय ते काय कमी मोलाचे आहे? केवळ भूक शमवणं हेच जीवनाचं एकमेव उद्दिष्ट असतं का? अखेर मीच माझी समजूत घालू लागलो.

तिथून मी मदुराईतील मीनाक्षी मंदिराकडे निघालो. मुख्य मंदिराच्या बाजूला एक धर्मशाळा होती. तिथल्या एका मोठ्या हॉलमध्ये गाठोडी व पथारी टाकून अनेक बैरागी, गोसावी विसावले होते. मीही त्यात मिसळून गेलो.

दोन-तीन दिवस मदुराईचा परिसर पाहण्यात गेला. मठा-पीठात बैराग्याच्या राहण्या-भोजनाची सोय आपसूक होते; त्यामुळे ती अडचण नव्हती. मदुराई हे वैगाई नदीच्या तीरावर वसलेले पुण्यक्षेत्र. मला एक साधारण समाईक गोष्ट दिसून आली.

ही मोठी तीर्थक्षेत्रं बहुधा नदीच्या काठावर, तीरावर सुरक्षित स्थळी वसवलेली आहेत; त्यामुळे पाण्याचा महत्त्वाचा प्रश्न सुटतो. हजारो लोक दर्शनासाठी येत असतात. त्यासाठी पाणी मुबलक प्रमाणात लागते. मी जिथे गेलो, पाहिलं तिथे उन्हाळ्यातही नदी भरून वाहायची. मी शक्य तेवढं फिरून पाहिलं. हे शहर कदंब वृक्ष व नारळीच्या झाडांनी वेढलेले आहे. मदुराई हे जुने एक आणि नवीन विस्तारित एक म्हणून ओळखले जाते. जुने मीनाक्षी मंदिर असलेले शहर किल्ल्याच्या सभोवार वसलेले आहे. गावागावांत उंच तट असल्याचे अवशेष अजूनही दिसतात. तट, खंदक, नदीच्या बाजूचे भव्य नगर, प्रवेश दरवाजे हे भग्न स्वरूपात असले तरी यामुळे मंदिराची सुरक्षितता किती भव्य पद्धतीने सांभाळली होती हे दिसून येते.

मी गावात फिरलो. रामायण काळापासूनचा पंड्या राजांचा वंश इथे आजही आढळतो. नायक नावाचे घराणेही इथे प्राबल्याने दिसून आले. काही नायर आडनावे होती. इथे तर घरोघर हातमागावर विणकामाचा व्यवसाय दिसतो. मदुराई साडी प्रसिद्ध आहे. तमिळ, कोष्टी आणि विणकर लोक अधिक आहेत. इथले सोनेरी व रुपेरी जरीचे कापड पूर्वापार प्रसिद्ध आहे. मदुरा हे तर प्राचीन काळापासून विद्येचेही एक मुख्य केंद्र होते. तमिळ भाषेच्या विकासात मदुराईचा मोठा वाटा आहे.

मीनाक्षी मंदिर तर अतिशय भव्य, विस्तृत व कलामंडित आहे. अनेक गोपुरे, मठ, सभामंडप, छोटीछोटी मंदिरे, तलाव आदींनी विभूषित असा हा परिसर आहे. मंदिराच्या बाजूस मंडपाला लागून एक छानसा तलाव आहे. तिथं स्नान करणं पवित्र मानलं जातं; त्यामुळे दिवसभर या तलावाच्या घाटावर स्नानासाठी भाविकांची गर्दी असते. तलावापासूनही मीनाक्षी मंदिराला एक थेट रस्ता जातो. तलावापासून मंदिर दृष्टिपथात असल्याने मंदिराचा कळस थेट दिसतो. मंदिराचे शिखर पूर्णपणे सोन्याचे आहे. ध्वजासाठी समोर सुवर्णस्तंभही आहे. आजूबाजूला अनेक देवतांची मंदिरे असल्याने सगळीकडे विखुरलेली गर्दीच गर्दी दिसते. सारेच वैभवशाली असे आहे.

इथे मठात उत्तर भारतातील एका संन्याशाची ओळख झाली. उंचापुरा, गोरापान, नाकेला असा तो गृहस्थ गंगेच्या तीरावरील एक आर्य योद्धा वाटावा तसा धिप्पाड होता. अस्खलित इंग्रजी व हिंदी बोलत होता. आश्चर्य म्हणजे तोही माझ्यासारखाच, इतिहासाचा सेवानिवृत्त प्राध्यापक होता. आम्ही एकमेकांचा परिचय करून घेतला. त्यांनी त्यांचं नाव प्रो.मित्तल असं सांगितलं. प्रो.मित्तल आणि माझे चांगलेच जमले. बोलताना मात्र तो अत्यंत आग्रही व काहीसा विचित्र वाटत होता. ज्याला आपण लहरी म्हणू असा! तो जे बोलेल ते प्रमाण असा त्याचा हेका होता. बोलता बोलता त्याने त्याचा मनोदय सांगितला– 'संपूर्ण दक्षिण भारत पाहून झाला की, तो यमुनेच्या तीरावर मथुरा येथे छोटासा आश्रम किंवा झोपडी बांधून स्थित होणार.' त्याने मला मीनाक्षीच्या लग्नाची अद्‌भुत कथा सांगितली. तो सारखा बडबडत राही.

"मीनाक्षी ही पंड्या राजाची कन्या. सर्व शास्त्र - विद्या यात पारंगत होती. तिच्या योग्य वयाच्या समयी आईने लग्नाचा आग्रह धरला; परंतु ती तयार होत नसे. वडिलांचे निधन झाल्यावर ती राज्य करू लागली. आता तर आईने हट्टच धरला. मग मीनाक्षी कशीबशी लग्नाला तयार झाली; पण तिने एक अट घातली. 'माझ्याशी होणाऱ्या युद्धामध्ये पराक्रम दाखवणाऱ्या पुरुषाशी मी लग्न करेन.' यासाठी सैन्य घेऊन ती एक एक देश जिंकत जाऊ लागली; पण तिचा कुणी पराभव करू शकेना. अशी जात जात ती कैलास पर्वतापर्यंत पोहोचली. अखेर शिवाला हे कळले. शिव स्वतः तिच्यासमोर प्रकट झाले, तेव्हा शिवाचे रूप पाहून तिच्या मनात लज्जा उत्पन्न झाली. शिवावर ती भाळली व तिनेच शिवाला मदुरेला येण्याचे आमंत्रण दिले. त्याप्रमाणे शिव मदुरेला आले. 'आपण थोर पराक्रमी आहात, आपणच मला योग्य वर आहात, तेव्हा आपण माझ्याशी विवाह करावा' अशी तिने गळ घातली. शिवही कबूल झाले व अशा रीतीने मीनाक्षीचा शिवाबरोबर विवाह झाला."

प्रोफेसर मित्तल ही दंतकथा समरसून सांगत होते. इथपर्यंतच्या कथानकामध्ये मला काहीच वावगे वाटले नाही; पण कथेतला अंतिम किस्सा ऐकून मी चक्रावूनच गेलो. प्रो.मित्तल ती दंतकथा सांगताना एक विचित्र घटना सांगून गेले. ते म्हणत होते की, "मीनाक्षीच्या दोन स्तनांच्या मध्यभागी आणखी एक तिसरा स्तन होता. तिने जेव्हा शिवाला पाहिले, तेव्हा तिच्या मनात लज्जा उत्पन्न होऊन तो तिसरा स्तन अंतर्धान पावला, अदृश्य झाला" आता पाहा अशी ही कथा.

कथेतल्या या घटनेचा संदर्भ काय असेल. अर्थ काय असेल कोणास ठाऊक. हजारो वर्षे ही कथा श्रवणरूपाने चालत आलेली असणार. अशा अनेक कथा आपल्या आकलनाच्या कक्षेबाहेरच्या असू शकतात. त्यातला गूढ-गर्भितार्थ कसा शोधून काढायचा हा अवघड प्रश्न आहे. यात काही प्रक्षिप्तही असू शकतं. मुंगी आकाशात उडून ती सूर्यास गिळंकृत करते याचा सर्वसामान्यांना कसा अर्थबोध होणार? अशा कथा, घटना, श्लोक, ओवी यांचा गूढार्थ नाही कधीकधी सहज अवगत होत. तसं पाहिलं तर आयुष्य तरी कुठे सरळ सुलभ आहे. ते तर मूलतःच अतर्क्य व अनाकलनीय आहे. आयुष्य आपण नुसते जगायचे असते, कळसूत्री बाहुलीप्रमाणे; त्या सर्वशक्तिमान अज्ञाताच्या तंत्रावर.

हिंदी व इंग्रजीमुळे आम्हा दोघांच्या संभाषणाची चांगलीच सोय झाली होती. माझा व त्यांचा एकच समाईक इतिहास हा विषय असल्याने चर्चेत आम्हाला रस वाटू लागला. जमेल तिथंपर्यंत त्यांना सोबत करायची, हे मलाही ठीक वाटले.

मदुराईत माझे पाच दिवस चांगले गेले. आपल्या या तीर्थाटनात काही ना काही भर पडत जाते याचे मला समाधान वाटले. इथे आता प्रो.मित्तल भेटले हाही एक नवा लाभच म्हणायचा. एकसे भले दो! मीनाक्षी मंदिराच्या मठाच्या धर्मशाळेतील

पटांगणामध्ये एक छानसा बाक होता. आम्ही दोघे तिथे सकाळ-संध्याकाळ बसत असू. मंदिरातील आरती, प्रार्थना, महाप्रसाद सगळ्या कार्यक्रमांस आम्ही आवर्जून जात असू. गाव फिरून पाहत असू. नदीच्या किनाऱ्यावर दूरदूर बोलत जात असू. अशा रीतीने आमचे छानच जमले होते. बोलताना प्रो.मित्तल खूप काही घटना, किस्से सांगत. सॉक्रेटिसाचा विषाचा पेला, विष कसे निर्माण केले जाते. ममीजची प्रक्रिया, तिथल्या पिरॅमिडचे दगड त्या विराण वाळवंटात कुठून, कसे आणले, क्लिओपात्राची कहाणी व तिचे थडगे कुठे आहे. रुस्तुम सोहराब या पिता-पुत्राचं हृदयद्रावक युद्ध, मोनालिसा व peregrine falcon या पक्ष्यासाठी ती सम्राटाकडे आल्याची कथा. पिसाळमाथा चंगेजखान, तलवारीच्या एका वारात त्याने युद्धात किती धडं वेगळी केली. चीनमधल्या कन्फ्युशियसची धर्मतत्त्वे, ज्युडाइझम, यहुदी ज्युचं प्राबल्य, हिटलरच्या छळ छावण्या, गॅस चेंबर्स, हिटलरच्या हत्याकांडातून एका जर्मनाने वाचवलेल्या ज्युंची 'शिंडलर्स लिस्ट', एक ना दोन, किती असंख्य विषय तो सांगत असे. किती प्रचंड वाचन आहे या माणसाचं आणि हा असा भणंग संन्यासी होऊन का भटकतो आहे? मला समजत नव्हते. मीही प्राध्यापक; पण प्रो.मित्तलपुढे नतमस्तक झालो. प्रो.मित्तल यांचं एक होतं, त्यांना मध्येच शंका वगैरे विचारलेली आवडत नसे. ते लगेच चिडायचे. त्यांच्या तोंडातला नेहमीचा शब्द फेकायचे 'silly fellow.'

भोजनकक्षात जेवण करून दुपारी आम्ही मीनाक्षी मंदिराचा परिसर पाहत होतो. तिथे आम्ही एक अद्‌भुत स्वरस्तंभ पाहिला. त्यातल्या गोल उभ्या केलेल्या एकेका स्तंभावर आघात केला की, अनुक्रमे 'सा रे ग म प ध नी' हे सात स्वर उमटतात. काही क्षण ते स्वरतरंग कानात घुमतात. ही कलाकृती पाहून मी थक्कच झालो. तीर्थाटनाचं सार्थक वाटू लागलं. विज्ञानाचा जन्मही नव्हता त्या काळात ही अशी यंत्ररचना तत्कालीन कलावंतांना कशी सुचली असेल? कमालच आहे सारी!

आम्ही दोघे पुन्हा बाकावर येऊन बसलो. ते विचार करत होते. कुठंतरी दूरवर टक लावून एकाग्र पाहत होते. काही आठवल्याचे वाटून ते मला सांगू लागले,

"प्रो.आनंदजी, ग्रीस, अथेन्समध्ये त्या वेळी कला, क्रीडा क्षेत्रात खूप प्रगती झाली होती. ऐश्वर्यकाळच तो. अलेक्झांडर जग जिंकायला जाण्यापूर्वी सॅमसन हा एक शक्तिशाली योद्धा होता. त्याची प्रियतमा डिलायला ही एक उत्तम नर्तकी होती. तिचे नर्तन हे धुंद संगीतिकाच होते. ग्रीक शिल्पातील प्राचीनतम मानवाचे जणू ती तरल, सजीव रूपच होते. ती बेभान नाचू लागली की, गात्रागात्रांत नवनिर्मितीची ती जणू लय मुरवून घेत आहे असे वाटे!"

प्रो.मित्तल छान सांगत होते.

"हे प्रेम जगाला बघवले नाही. वंशभेद आडवा येतो. सॅमसनला साखळदंडाने

बांधले जाते. राजवाड्याचे अजस्त्र गोल खांब असतात. दोन खांबांच्या मध्ये त्याला अजस्त्र हत्तीसारखे जखडून ठेवले जाते. सॅमसनचा क्रोध अनावर होतो. ते मोठमोठाले खांब तो आपल्या प्रचंड ताकदीने उखडून टाकतो. राजवाडा उद्‌ध्वस्त होतो. त्यात सॅमसन व डिलायला गाडले जातात.''

प्रो.मित्तल स्वतःत हरवून गेले. मीनाक्षी मंदिरातील स्वरस्तंभावरून त्यांना हे काय आठवले हे कळत नव्हते. नंतर ते काहीसे तुटकपणे बडबडत होते. सुचेल तसे रचून काहीही सांगत होते. त्यात नीट संगती नव्हती.

आता इथून मुक्काम हलवण्याबद्दल माझा विचार सुरू होता. मला तर कन्याकुमारीला जायचे होते. प्रो.मित्तलना मी माझा बेत सांगितला. त्यांचं तर काहीच नक्की नव्हतं; पण ते माझ्याबरोबर यायला तयार झाले. रात्र तिथेच काढली. दुसऱ्या दिवशी दुपारी आम्ही गुंटकलहून आलेल्या गाडीत बसलो. आता कन्याकुमारी फारसे लांब नव्हते. सूर्य मावळतीच्या आतच आम्ही कन्याकुमारीला पोहोचलो.

८

अजून सूर्य मावळायला अवधी होता. हे एक बरे झाले. रंगीबेरंगी वाळू तुडवत आम्ही समुद्रकिनाऱ्यावर पोहोचलो. तिथे बरीच गर्दी होती. अनेक यात्रिक सूर्यास्त पाहण्यासाठी आतुर होते. भारताचे हे अंतिम दक्षिण टोक. तिथे वावरताना मन भरून आलं. बंगालचा उपसागर, हिंदी महासागर व अरबी समुद्र अशा तीन समुद्रांचा येथे संगम झालेला; त्यामुळे तीनही वेगवेगळ्या रंगाचे समुद्र आपले स्वतंत्र सौंदर्य अभिमानाने मिरवत होते. अरबी समुद्रात सूर्यास्त होतो, तर पूर्वेकडे बंगालच्या उपसागरात सूर्योदय. एकाच ठिकाणी उभे राहून सकाळी सूर्याचे उगवणे व सायंकाळी मावळणे आपण पाहू शकतो.

प्रो.मित्तल मला म्हणाले, ''मी अनेक वेळा इथे येऊन गेलो आहे; मी पाहिलेत हे सूर्यास्त.'' परंतु मला तर या दृश्याचे अप्रूप व नावीन्य होतेच ना! त्यामुळे मी अधिक अधीर आणि उत्सुक होतो. आम्ही एका खडकावर जाऊन बसलो. सूर्याची अस्तवेळ जवळ आली. विशाल निळ्याभोर अरबी समुद्रावर सूर्याचा लालभडक गोळा येऊन टेकला. त्या क्षणी त्याचे प्रतिबिंब दूरवर समुद्रात बेगुमानपणे घुसले. एक लांबलचक सूर्य समुद्रात पाझरतो आहे असे वाटू लागले. बुडताना उरलीसुरली अखेरची सर्व सुवर्णकिरणे सूर्याने समुद्रावर इतस्ततः फेकून दिली. समुद्राचं पाणी क्षणार्धात सोनेरी झालं. खूप दूर एका होडीतील माणूस मासे पकडण्यासाठी समुद्रात जाळे फेकत होता. तो, होडी आणि सूर्य योगायोगाने एकाच रेषेत आले होते. आपोआपच एक अत्यंत विलोभनीय आणि अद्‌भुत चित्र निर्माण झालं. तो मासे पकडणारा कोळी जणू सूर्यच जाळ्यात पकडण्यासाठी माशाचे जाळे फेकतो आहे असे दृश्य दिसू लागले. काही लोकांनी आनंदाने टाळ्याच वाजवल्या. मी तर

गहिवरूनच गेलो. प्रो.मित्तल मात्र निर्विकार होते. ज्यांच्याकडे कॅमेरे होते त्यांनी ते दृश्य टिपलेदेखील. हे काही मुद्दाम योजलेले दृश्य नव्हते. आपोआपच आणि योगायोगाने ते निर्माण झालेले. मुळात निसर्गच एक महान आणि अद्वितीय चित्रकार असल्याने त्याचा तो छंदच आहे, अप्रतिम निसर्गचित्र निर्माण करण्याचा.

सूर्यास्तानंतरही उजेड होताच. आम्ही दोघे बराच वेळ तिथे बोलत बसलो. प्रो.मित्तल सांगत होते,

''प्रो.आनंदजी इथे समुद्रात पौर्णिमेला फार छान दृश्य दिसते. पश्चिमेकडे सूर्यास्त होतो आणि त्याच वेळी पूर्वेकडे चंद्रोदय होतो. एकाच वेळी एकाचा अस्त व दुसऱ्याचा उदय. हे दृश्य पाहण्यासाठी तर खूप गर्दी होते इथे. लोक वेळ गाठून आवर्जून येतात पाहायला. ही लीला फक्त इथेच दिसते. हा अनुभव घेणे हा एक वेगळाच आनंद आहे.'' त्यांनी मला आणखी माहिती पुरवली,

''प्रो.आनंद,''

''जी.''

''किनाऱ्यावर तो समोर, समुद्रात खडक दिसतो आहे ना, तिथं खडकावर स्वामी विवेकानंद नेहमी तासन्तास बसत असत. त्या खडकाला स्वामी विवेकानंद खडक असेही म्हणतात.''

यावर काहीतरी बोलावे म्हणून मी उगाचच बोललो,

''सर, तुम्ही पूर्वी इकडे येऊन गेलात वाटतं? चांगली सखोल माहिती आहे तुम्हाला.''

लगेच ते चिडले.

''प्रोफेसर महोदय, अशा प्रश्नासाठी माझ्या तोंडून मग silly fellow शब्द जातो बघा. मला विचित्र म्हणतात. अहो, आपण वाळूवर इथं चालत येत असताना नाही का मी म्हणालो, मी इथं अनेक वेळा आलो होतो म्हणून. विसरलात वाटतं किंवा तुमचं लक्ष नसावं.''

वर्गात विद्यार्थ्यांना बोलतात तसं ते बोलून गेले. आता या गृहस्थाची मला सवयच करून घ्यायला हवी. तरीही मी विषय बदलावा म्हणून म्हणालो,

''सर, पण आजचा सूर्यास्त काही वेगळाच होता ना. तो बुडणारा सूर्य आणि होडीतून तो कोळी त्यावर जाळं फेकतोय.''

''तुम्हाला ते पाहताना काही साम्य आठवलं का?''

''नाही,'' मी.

''मला आठवलं.''

'''काय?'' मी.

''तो विशाल समुद्र, बुडणारा सूर्य आणि तो मासेमारी करणारा कोळी पाहून

मला अर्नेस्ट हेमिंग्वे आठवला.''

''अमेरिकन ऑथर!'' मी म्हणालो.

'Yes, the great Author of American Literature.'

''प्रो.आनंदजी, मला मघाशी जे दृश्य दिसलं त्याचं साधर्म्य म्हणून हेमिंग्वे यांनी दोन-तीन वर्षांपूर्वी लिहिलेली एक अतिशय सुंदर कादंबरी आठवली. नाव माहीत आहे तुम्हाला?''

''हो, माहीत आहे. 'The old man and the sea'''

''Correct! वाचलीत का तुम्ही?''

''नाही, मिळाली नाही.''

''मिळाली तर नक्की वाचा. अहो, मला वाटतं, काही वर्षांपूर्वीच हेमिंग्वेला उत्कृष्ट साहित्याचं नोबेल प्राइजही मिळालं बघा. हा गृहस्थ समुद्रावरच्या धाडसी मोहिमांवर जायचा. समुद्राच्या वादळांशी झुंज द्यायचा. आफ्रिकेच्या सफारी करायचा. एका विमान अपघातात तो जबर जखमी झाला. मणक्याच्या डिस्कला इजा झाली. खांद्याचे सांधे डिसलोकेट झाले, कवटीस दुखापत झाली; पण तरीही हा गडी त्या वेदनेला झुंज देतो आहे. काय विलक्षण माणसं असतात एक-एक.''

मध्ये काहीच न बोलता काही वेळ तसाच गेला. आम्ही दोघेही विचारात मग्न होतो. मी नवी कोरी दाढी हाताने कुरवाळत होतो. थोड्या वेळाने प्रो.मित्तल बोलू लागले,

''आनंदजी, आणखी एक, या भूप्रदेशास कन्याकुमारी का म्हणतात, ते ठाऊक आहे का?''

''नाही!'' मी म्हणालो.

''सर, अशी एक पौराणिक कथा आहे की, कुमारी कन्या ही पराशक्ती कालीचाच अवतार होती. बाणासुराने तिला मागणी घातली होती; परंतु ही कन्या शंकराची आराधना करत होती. ती शंकराचीच मनोभावे प्रतीक्षा करत होती. बाणासुराने तिच्याबरोबर युद्ध केले आणि त्यात बाणासूर मारला गेला. हातात वरमाला घेऊन शंकरासाठी ती तिष्ठत उभी राहिली. इथल्या मंदिरातली कन्याकुमारीची मूर्ती हातात वरमाला घेऊन अजूनही वाट पाहत असलेल्या स्थितीत तशीच उभी आहे. एका अतिशय सुंदर अशा अभिसारिकेची जणू ही मूर्ती आहे!''

प्रो.मित्तल यांच्या बोलण्याचा मला कंटाळा वाटेना. नवनवे ऐकायला मिळून ज्ञानात भरच पडत होती. प्रो.मित्तल यांना खूप माहिती होती. पुढचे तीनही दिवस मी प्रोफेसर साहेबांबरोबर फिरून सर्व काही पाहून घेतलं. इथली अनेक प्रेक्षणीय स्थळं, वाट्टकोट्टै किल्ला, पद्मनाभ महाल, पेचीपराई धरण, हनुमंताची टेकडी, नागरकॉईलजवळ असलेले कमलपुष्पांचे तळे, उदयगिरी किल्ला ही सगळी स्थळं

पाहिली. या भागात रबराची विपुल झाडे आहेत. किनारपट्टीवर नारळाची तर बनेच बने आहेत. काही ठिकाणी केरळीयनांची दाट वस्ती असल्याने मोकळेपणा मिळाला नाही. लोक भिक्षुक समजून काही ठिकाणी आम्हाला हातवारे करून, 'चलो, आगे बढो' म्हणत असत. त्या वेळी कसंतरीच वाटे.

त्या दिवशी आम्ही नागरकॉईलला होतो. तळ्याच्या काठी काही बोलत बसलो होतो. तळे सुंदर होते. इथले मासे पाण्याबाहेर छानशी उडी मारण्याच्या खेळात दंग होते. ठिकठिकाणी हिरवी कमळाची पाने पाण्यावर जणू अंथरलेली. पानाच्या मधोमध देठाजवळ फुलाची कळी डोकं वर काढून उगवलेली दिसे. अनेक ठिकाणी कमळांची फुले पूर्ण उमलून मंद हवेबरोबर डुलत होती. तिथे बोलता बोलता प्रारब्धाचा विषय निघाला. जीव जन्माला येतो, जगतो व संपतो; या साऱ्या अवस्थांवर प्रारब्धाचा चांगलाच पगडा असतो. प्रारब्ध आपल्याला खेळवते, रडवते, वणवण फिरवते; ते सगळे प्रारब्धाचे खेळ असतात असे प्रो.मित्तल यांचे ठाम मत होते. मी याबाबत संदिग्ध होतो. अर्थात मला ते तितकंसं पटत नव्हतं. मी ठाम नसलो तरी कर्तृत्वावर माझा काहीसा विश्वास होता. सगळंच काही नशिबावर सोडू नये, आत्मविश्वास, आत्मनिर्भरता या काही अंशी माणसाच्या हाती असणाऱ्या गोष्टी आहेत. निर्णय अखेर प्रारब्धाचा हे असेलही खरं; पण 'किं दूरं व्यवसायिनाम्'- प्रयत्नशील माणसाला काय असाध्य असतं? हेही खरं मानायला काय हरकत आहे? त्या आधारे मी प्रो.मित्तलांना म्हणालो,

"सर, कधीकधी 'प्रारब्धानं म्हणून' सर्वच काही साधार स्पष्ट होत नाही किंवा नसतं असं मला वाटतं. आपणच उलट प्रारब्धावर सोडतो किंवा अपयशाच्या वेळी सोईस्करपणे तसं मानतो एवढंच!"

प्रो.मित्तलांना मी प्रथमच इतकं धिटाईने स्पष्ट बोललो. ते ऐकून प्रो.मित्तल "छे! छे! मि.आनंद, ते तसं नाही," म्हणत मला मोठ्याने सांगू लागले,

"हे खरंच विधिलिखित आहे. मी बोलतो आहे, तुम्ही ऐकता आहात; तुमचं भाग्य, दुर्भाग्य हे सारं काही हे सगळं तुमच्या कपाळावर स्पष्ट लिहिलेलं असतं. Don't get it joking and jesting. And don't ask me to show the script of fate. It is here only."

असं म्हणत ते आपल्या कपाळावर बोट ठेवत मला 'प्रारब्ध इथं लिहिलेलं असतं' म्हणून दाखवत होते. आता त्यांचा अवतार बिघडत चालल्याचं मला जाणवू लागलं. ते मला आणखी समजावून सांगू लागले,

"प्रो.आनंदजी, जसं कपाळावर लिहिलेलं असतं तसंच ते घडणार, घडत राहणार. ही माया निर्माण करणारे जरी ब्रह्म असले तरी प्रत्येक जीव-जंतूचे भाग्यलेखन आधीच, आधीच म्हणजे जन्मल्यावर पाच दिवसांच्या आत; खुद्द

सटवाई करत असते. म्हणून बाळाच्या पाचवीला सटवाईचं पूजन करतात.''

पुन्हा मित्तल थोडे शांत झाले. बहुतेक त्यांनी स्वतःला सावरलं असावं. ते खालच्या आवाजात हळुवारपणे मला सांगू लागले,

''एकदा सटवाईच्या मुलीलाच आपले भाग्य जाणून घेण्याची इच्छा झाली आणि तिने आपल्या आईला तशी गळ घातली. 'आई, तू सगळ्यांचं भाग्य लिहितेस, माझं भाग्य तू काय लिहिलंस ते मला सांग.' सटवाई म्हणाली, 'मी ते तसं तुला सांगू शकत नाही बाळ, मलाही काही निर्बंध आहेत.' 'नाही, नाही. तू मला ते सांगितलंच पाहिजेस,' असा हट्ट मुलीने धरला. ती काही आपला हट्ट सोडेना. शेवटी नाइलाजाने सटवाईला आपल्या मुलीचे विधिलिखित सांगावे लागले. ती म्हणाली, 'हे बघ बाळ, तू धीरानं ऐक, तुझ्या ललाटी असं आहे, तुझ्या पुत्राकडूनच तुला मूल होईल.' हे ऐकून सटवाईची मुलगी अतिशय घाबरली. भयानकच आहे हे प्रारब्ध! आता काय करायचं? मग तिने असा निश्चय केला की, आपण लग्नच करायचे नाही. मग कसे होईल मूल? दिवसामागून दिवस गेले. सटवाईची मुलगी मोठी झाली, वयात आली. मात्र, तिचा निश्चय होता आपण लग्न करायचे नाही. आणखी काही दिवस तसेच गेले. एकदा सरोवराकाठी ती सहज विहार करायला गेली होती. तिथे पाण्यात माशांची प्रणयक्रीडा चालली होती. ती पाहण्यात तल्लीन झाली. तिचे भान हरपले आणि तिला गर्भ राहिला. लग्न नाही, पुरुषसंग नाही तरीही ती गर्भवती राहिली; त्यामुळे तिला त्याचे काही वैषम्य वाटले नाही. पुढे यथावकाश तिला मूल झाले. ते अनौरस म्हणून तिने पानावर ठेवून नदीत सोडून दिले. ते गोजिरवाणे बाळ एका निपुत्रिक राजाला सापडले. त्याला आनंद झाला. त्याने त्याचे यथोचित संगोपन केले. पुढे तो राजपुत्र झाला. एकदा तो शिकारीला आला, तेव्हा सटवाईच्या मुलीने त्याला पाहिले. पाहताक्षणी ती त्याच्या प्रेमात पडली. तिला त्या आंधळ्या प्रेमात विधिलिखिताचा विसर पडला. मग त्या राजपुत्राशी तिचा विवाह झाला. पुढे तिला गर्भ राहिला. मूल झाले, तेव्हा तिला कळले की, हे मूल आपल्याच पुत्राकरवी झाले, कारण तो राजपुत्र सटवाईच्या मुलीचाच पुत्र होता.''

प्रो.मित्तल हे सांगताना इतके तल्लीन झाले होते की, मी हे ऐकतोय याचेही त्यांना भान राहिले नाही. त्या कथानकातून ते बाहेर आले. मित्तल यांच्या भाबडेपणाबद्दल मला कीव आली. मलाही काही भान राहिले नाही. मी मित्तलांना म्हणालो,

''सर, या कथेत काही गूढ आहे. I think, this is a legend or a myth. This is only a traditional story. या कथेचा काही वेगळा अर्थ असेल. वेगळा प्रतीकात्मक काही संदर्भ असेल, असं नाही वाटत तुम्हाला? तुम्ही एक बुद्धिप्रामाण्यवादी प्राध्यापक आहात.''

माझं हे त्यावरचं मत ऐकून प्रो.मित्तल भडकलेच. भयानक बिथरले. एकाएकी

ते अतिशय थरथरू लागले. त्यांना काय बोलावे हे सुचेना. एखादा मनोरुग्ण बडबडावा तसे ते ताळतंत्र नसल्यासारखे बडबडू लागले आणि ते तावातावाने मला सांगू लागले,

"तुम्ही कुणाबद्दल बोलता आहात माहीत आहे? प्रत्यक्ष तुमचं भाग्य लिहिणाऱ्या सटवाईबद्दल! तिचा रोष तुम्हाला माहीत नाही वाटतं. ती तुम्हाला केव्हाही भस्म करू शकते. सटवाई प्रत्यक्ष आपल्या मुलीचे प्राक्तन बदलू शकली नाही, तिथे तुमची काय कथा?"

त्यांचा हा अवतार पाहून मी अनेक वेळा त्यांना 'sorry, sorry, sorry, sorry' म्हणू लागलो; पण काही उपयोग होत नव्हता आणि एकाएकी एक अनवस्था प्रसंग ओढवला. प्रो.मित्तल धाडकन खाली कोसळले. हातपाय झाडू लागले. त्यांच्या तोंडातून फेस येऊ लागला. अंतराअंतराने त्यांना झटके येत होते. जवळपासचे लोक जमले. ही मिर्गी आहे असे कुणी सांगू लागले. लगेच कुणीतरी पायातली चप्पल काढली आणि ती त्यांच्या नाकाशी धरली. माझी तर गाळणच उडाली. हे काय होऊन बसलं म्हणून!

जमलेल्या माणसांनी धडपड करून बग्गी आणली आणि मित्तलांना कुठल्यातरी दवाखान्यात नेले. मी तसाच मागे राहिलो. मी बरोबर जायला हवे होते. मित्तलांना मी काहीच साहाय्य केले नाही. प्रो.मित्तलांच्या जोखडातून माझी सुटका झाली असे तर मला वाटले नसावे? मीच माझ्या शिष्टाचाराच्या गुंत्यात गुरफटत होतो व आपलेच समर्थन करत होतो.

मला माझा प्रवास करायचा होता. प्रो.मित्तलांची माझी कायमची सोबत नव्हतीच मुळी; पण काही असलं तरी त्यांच्याबद्दल मला वाईटच वाटलं. केवढा गोरापान, धिप्पाड माणूस. गंगेच्या काठचा आर्य पुरुष. कपाळावर रेखलेला उभा टिळा किती शोभत होता त्यांना. आपण तर त्यांच्यापुढे दक्षिणेकडचे द्रविडच की. बोलताना ते किती सुसंगत व विस्तृत, सखोल माहितीपूर्ण बोलत, मग मध्येच त्यांना काय होई? मेंदूतल्या कुठल्या न्यूरॉन-पेशी त्यांना असं एकाएकी बरळायला लावत, असंबद्ध बोलायला भाग पाडत. एवढ्या विद्वान पंडिताच्या विकृतीची ही काय शोकान्तिका? मला वाईट वाटले.

१

दुसऱ्या दिवशी मी नागरकॉईलवरून तिरुनेलवेलीमार्गे धुतूकडीला गेलो. तिथून मी रामनाथपूरमला आलो. मनामध्ये रामेश्वरम भेटीचे आयोजन केले होते. तिकडे जायचे तर समुद्रातल्या निमुळत्या भूशीरमार्गे जाणेच भाग होते. हा भाग समुद्रातील एका बेटासारखा आहे. रामेश्वरमला जाताना मध्ये एक खाडी लागते. एका छोट्या नावेत बसून, मी ती खाडी ओलांडली आणि मग बेटावर गेलो. पोहोचलो, तेव्हा दुपार होत आली होती. समुद्रावरची हवा अंगाला झोंबत होती; त्यामुळे ऊन फारसे जाणवत नव्हते.

कित्येक वर्षांपूर्वी इथल्या भूमीस प्रभू रामचंद्र, सीतामाई व बंधू लक्ष्मण यांचे पदस्पर्श झाले होते. हनुमंत व त्यांची वानरसेना इथेच विसावली होती. या समोरच्या लहानसहान डोंगरमाथ्यांवर वानरसेनेने मुक्काम केला होता. इथे प्रथम लक्ष्मणतीर्थात स्नान करावे लागते. लक्ष्मणतीर्थास सगळीकडून पायऱ्या बांधलेल्या आहेत; त्यामुळे स्नानासाठी भक्तांची गर्दीच गर्दी असते. मी स्नान करून घेतले. रामेश्वराचे मंदिर बेटाच्या पूर्व किनाऱ्यावर आहे. मंदिराची भव्यता पाहून मी चकितच झालो. मंदिराचे आवारही उंचउंच भिंती बांधून बंदिस्त केलेले आहे. चारही बाजूला सुंदर गोपुरे आहेत. त्यावर असंख्य मूर्ती कोरलेल्या आहेत. मोठमोठ्या दालनांतून मी फिरून पाहत होतो. दालनास प्रचंड लांबीच्या शिला वापरलेल्या आहेत. आवतीभोवती अनेक जुने अवशेषही दिसून येतात. तीर्थे असलेल्या या दालनातील तिसऱ्या दालनात रामेश्वर लिंग आहे. समोरच एक विशाल नंदीही डौलाने विराजमान झाला होता. रावण हा शिवभक्त होता. राम-रावण युद्धात रावणाचा रामाकडून वध झाला. एका शिवभक्ताची आपल्या हातून हत्या झाल्यामुळे रामाने या समुद्रकिनारी यज्ञविधी

केला व यथासांग शिवपूजा करून शिवलिंग स्थापन केले, अशी कथा आहे.

रामायणातल्या अनेक खुणा इथे आढळतात. रावणवधानंतर राम गंधमादन पर्वतावर येऊन विसावले होते. तो पर्वत पाहताना इथेच कुठेतरी प्रभू रामचंद्र बसले असतील असे वाटून मन ती जागा शोधू लागते. इथे बाजूला पंचमुखी हनुमान मंदिर आहे. हनुमान पंचमुखी का याचा उलगडा मला प्रो.मित्तलांनी करून दिला असता. मला त्यांची आठवण आली. बिचारे ते कसे असतील आता? मी त्यांना असे सोडून येणे माणुसकीला धरून होते का? किंवा ते आग्रहाने सांगत होते हेही प्रारब्धच का? विचार करत करत मी आणखी एका तीर्थाजवळ आलो. त्याचं नाव जटायूतीर्थम असं होतं. ही अनेक तीर्थम पाहून मन मात्र भारावून जात असे.

रामेश्वर मंदिराचा सगळा परिसर सतत पूजा-अर्चा, शंखनाद, जयघंटा, गायनवादन, वाद्यांच्या घोषात पालखी मिरवणूक, भक्त-दासी यांचे नृत्य इत्यादी कार्यक्रमांनी सकाळ, दुपार, संध्याकाळ व रात्रीदेखील गजबजून गेलेला असतो. देवासाठीचा नैवेद्यभात हत्तीवरून वाहून आणला जातो आणि प्रसादवाटप केले जाते. ही सगळी भव्यता पाहून आपण थक्कच होऊन जातो.

मुख्य मंदिराच्या बाजूला व्यवस्थापन कार्यालय आहे. मी तिथं गेलो. माझा परिचय इंग्रजीतून दिला. ते मोडकंतोडकं बोलत होते. त्यातल्या एकाने इंग्रजी बोलणे सोडून मला थेट विचारले.

'निंगा इंगिरांडू वंड्री केंगा?'

मला काहीच कळले नाही. ते तमिळमधून असावे. पुन्हा त्यानेच मला विचारले आणि मी राहण्याच्या सोईविषयी चौकशी करत आहे असे समजून, 'मुन्नदी संन्यासी आश्रमम् इरुक्कू' म्हणत, समोरच्या एका धर्मशाळेकडे बोट दाखवत त्याने मला तिकडे जाण्यास सांगितले. एकंदरीत प्रश्न सुटला; पण धर्मशाळा अस्वच्छ होती. मीच माझा परिसर स्वच्छ करून घेतला. मला विश्रांतीची गरज होती.

एखादा योग असला की, गाठीभेटी होतातच. इथे पूजा करणारे उपाध्ये हे एक मराठी बोलणारे ब्राह्मण आहेत. माझी त्यांची भेट झाली, तेव्हा मला आपल्याच नात्यागोत्याचे कुणी भेटले आहे असे वाटू लागले. अधिक विचारपूस केली, तेव्हा ते बेळगावकडील असल्याचे समजले. उपाध्ये मराठी छानच बोलतात. इथे त्यांच्या पूजेच्या पाळ्या ठरलेल्या असतात. यात्रिकांची सतत गर्दी असते. काहीजण काशीवरून आणलेल्या गंगाजलाने रामेश्वरास अभिषेक करतात. काशी-रामेश्वर किंवा काशीराम हा उल्लेख या दोन तीर्थांच्या संबंधाने येत असावा.

संध्याकाळचा धर्मविधी आटोपला की, उपाध्ये बंधू मला जवळ बोलावून माझ्याशी बोलत राहायचे. त्यांचं मराठीवर प्रेमच होतं; पण इथे तमिळशिवाय अन्य बोली नाही. मला रामाचा सेतू पाहायचा होता. मी सहज त्यांच्याकडे विषय काढला

तर त्यांनी अत्यंत मनःपूर्वक रामसेतूबंध पाहण्याची माझी व्यवस्था केली. एवढंच नव्हे तर त्या दोघांनी मला कुंभकोणम पाहण्याबद्दलही आग्रह धरला. तिथे मोहिनी, रामस्वामी मंदिरे आहेत. ते बोलता बोलता या मंदिरांचं कथामाहात्म्य सांगू लागले,

"भागवत पुराणाच्या आठव्या स्कंधात मोहिनीची कथा आहे. मोहिनीच्या रूपातही विष्णूंना अवतार घ्यावा लागला. त्याचं कारण असं, देव आणि असुरांनी मिळून मेरू पर्वताच्या साहाय्याने समुद्रमंथन केले होते हे तुम्हाला माहीतच आहे. या समुद्रमंथनात ज्या वस्तू निघाल्या, त्यामध्ये अमृतही होते आणि गंमत म्हणजे आपल्या स्वबळाने ते अमृत दैत्यांनी आपल्याकडे ठेवले. आता पंचाईतच झाली. हे अमृत दैत्यांनी आपल्याकडे ठेवले तर असुर अमर होणार. मग दैत्यांना कुठले मरण? दैत्यांचे प्राबल्य अबाधित झाले तर त्यामुळे सर्व जगाचा व्यवहार, कारभार आणि सुखशांती पार विस्कळीत होऊन जाईल या चिंतेत देव पडले. आता काय करायचे असा त्यांना प्रश्न पडला. अत्यंत दुःखीकष्टी व चिंताक्रांत होऊन ते सर्व भगवान विष्णूकडे गेले आणि झाला प्रकार कथन केला. 'हे विष्णूदेवा, आता तूच यातून काय तो मार्ग काढ बाबा' म्हणून ते गळ घालू लागले. विष्णू विचारात पडले. आपण यातून काही मार्ग काढला नाही तर अनर्थ होईल; त्यामुळे त्यांनी आलेल्यांचे सांत्वन केले आणि मी यातून नक्की काही मार्ग काढतो असे अभिवचन दिले. मग सगळे देव निश्चिंत झाले.

"शेवटी दैत्य ते दैत्यच! अमृत प्रथम कोणी प्यायचे यावरून दैत्यांमध्येच भांडणे होऊ लागली. या संधीचा फायदा घेऊन विष्णूने अत्यंत सुंदर व लावण्यवती अशा मोहिनीचे रूप धारण केले आणि ते असुरस्थळी गेले. मोहिनीच्या रूपाला असुर भाळले. त्यांना अमृताचा विसर पडला आणि ते मोहिनीसाठी भांडू लागले. तिने मोठ्या कौशल्याने असुरांच्या ताब्यातला अमृतकलश त्यांना फसवून आपल्याकडे घेतला आणि तो देवांच्या हवाली केला. देवांनी अमृत प्राशन केले व देव अमर झाले. अमृताच्या कुंभामुळे कुंभकोणम हे नाव पडले. अशी ही मोहिनीची कथा."

उपाध्ये यांनी चांगली माहिती व कथा सांगितली. अगदी प्रो.मित्तलांसारखी. मला एक मात्र ध्यानात आले. आपण या कथा काही प्रतीकात्मक दृष्टिकोनातून घ्यायला हव्यात. खरेखोटेपणापेक्षा त्यातले मर्म समजून घ्यायला हवे. या कथेतील असुरांची फसवणूक काहींना योग्य वाटणार नाही; पण मग असुरांचं कोणतं उदात्त तत्त्व आदर्श म्हणून डोळ्यांसमोर ठेवायचं. हाही प्रश्न पडतोच ना. उपाध्ये व मी या विषयावर रात्री बऱ्याच वेळपर्यंत उलटसुलट चर्चा करत होतो. काही असलं तरी आपण डोळस असलं पाहिजे असं मी आवर्जून सांगत होतो; पण उपाध्ये म्हणायचे, 'श्रद्धा ही श्रद्धाच असते. तिला डोळसपणाशी काहीही देणं-घेणं नसतं, आपण सारं त्या नियंत्यावर सोडून द्यायचं. योग्य-अयोग्य तो ठरवील, न्याय तो करेल. आपण

फक्त कर्तव्यकर्म करत राहायचं. निर्णय अथवा फलनिष्पत्ती ठरवणारे आपण कोण?' उपाध्ये ठामपणे मत मांडत होते. मीच काहीसा डगमगत होतो. मला माझंही बरोबर वाटायचं आणि त्यांचंही पटायचं.

रामेश्वरम येथे माझे चार-पाच दिवस खूप छान गेले. उपाध्ये मंडळींमुळे मला काहीसं घरच्यासारखं वाटलं. कित्येक दिवसांनंतर आपुलकी, आत्मीयता अनुभवायला मिळाली. आपल्या भाषेमुळे मनात सहज प्रेमाचा ओलावा निर्माण होतो की काय कोण जाणे! पण इथे मला मनःपूर्वक प्रेम मिळाले. अर्थात मला गुंतून राहणे ठीक नव्हते. निघायचं तर होतंच. उपाध्ये यांचा मी कृतज्ञतापूर्वक निरोप घेतला आणि पुढच्या प्रवासाला लागलो.

१०

रामनाथपूरमहून संध्याकाळी गाडी सुटली. तंजावूर, तिरुवनमलाई, वेल्लोर, मदनपल्लेमार्गे मी तिरुपतीसाठी रेणीगुंटा येथे पोहोचलो. रेणीगुंटा स्टेशनवरून मी पायी चालत तिरुपतीच्या रस्त्याला लागलो. रस्ता सरळ आणि नवा, डांबरी होता. मी झपझप चालत निघालो. तास-दीड तासानंतर घरे, वाडे लागू लागली. अजून दुपार व्हायला अवधी होता. मी काही घरं ओलांडून एका मोठ्या बकुळीच्या झाडाखाली थांबलो. एका प्रशस्त वाड्यासमोर एक फुलांनी डवरलेलं बकुळीचं झाड होतं. माणसांची वर्दळ होतीच. तिरुपती स्टेशनकडे जाणारी छोटी रेल्वेही समोरून सावकाश धावताना दिसत होती.

सोवळं नेसलेला आणि गळ्यात जानवं धारण केलेला एक गृहस्थ वाड्याच्या समोरील फुलझाडांना छोट्या झारीने पाणी घालत होता. गृहस्थ श्रीमंत असावा हे त्याच्या ऐटबाज आविर्भावावरून सहज जाणवत होते. मोगरा, शेवंती, गोकर्ण व लालभडक फुलाने डवरलेली जास्वंदी अशी ती फुलझाडं होती. मी तिथल्या बकुळीच्या झाडाखाली बसलो व कमंडलूतील थोडं पाणी प्यालो. त्या गृहस्थाला जाणारे-येणारे नमस्कार करत होते. 'दण्डम', 'दण्डमैया' चाललं होतं.

काहीशा कुतूहलाने त्यांनी माझ्याकडे दृष्टिक्षेप टाकला. त्यांच्या नजरेतलं तेज मला जाणवल्याशिवाय राहिलं नाही. मी नकळत त्यांना नमस्कार केला. त्यांनी मान खाली हलवून मला प्रतिसाद दिला. पाणी देऊन झाल्यावर ते आत वाड्यात गेले. थोड्या वेळाने एक पोरगेलासा मुलगा माझ्याकडे आला आणि म्हणाला, "स्वामी, निमुन्नी लोपटा पिलचिनारु."

मला काहीच कळले नाही. ते त्याच्याही ध्यानात आले. मग तो खाणाखुणा

करून, मला आत - वाड्यात बोलावले असल्याचे दर्शवू लागला. मी आत गेलो. मध्यभागी प्रशस्त अंगण असलेला एक मोठा वाडा होता. समोर आणि बाजूला अशा रीतीने तिन्ही बाजूस विस्तीर्ण खोल्या होत्या, खोल्यांसमोर ऐसपैस ओसरी. ओसरीभोवती लाकडी नक्षीकाम केलेला सज्जा. समोर श्रीमंतीचा झोपाळा, त्यावर मघाशी फुलझाडांना पाणी घालणारे गृहस्थ साखळ्या धरून हळुवार झोके घेत बसलेले. वाड्याचं आतलं अंगण गुळगुळीत काळ्या दगडांनी बांधलेलं होतं. दोन दगडांच्या मध्ये शिसे ओतून ते जोडलेले दिसत होते. वाड्याच्या मुख्य द्वाराच्या डाव्या बाजूस एक दगडी बांधकामाचा आडही होता. पाणी शेंदण्यासाठी सागवानी लाकडाचा रहाट आणि त्यावर आडात पोहरा सोडलेला सोल बांधलेला. असा वाडा मी यापूर्वी कधीच पाहिला नव्हता.

त्या पोऱ्याने मला बसायला खुर्ची दिली. मी अदबीने बसलो. ते गृहस्थ अस्खलित इंग्रजी बोलत होते. त्यांनी प्रथम त्यांची ओळख करून दिली.

''मी येथील पद्मावती देवीच्या मंदिराचा एक पुजारी आहे. स्वामी गोविंद प्रसाद. देवीच्या पाच पुजाऱ्यांपैकी एक.''

''स्वामीजी, मी प्रो.चैतन्य आनंद, रिटायर्ड प्रोफेसर. 'एन्शन्ट इंडियन हिस्ट्री ॲण्ड कल्चर' हा माझा सब्जेक्ट होता. मी सोलापूरकडचा. पंढरपूरचे सोलापूर.''

मी माझी ओळख करून दिली.

''पंढरपूर... श्री पांडुरंग पांडुरंग...!''

स्वामी प्रसादांनी त्या पोराला बोलावले. तमिळ की तेलगू मला माहीत नव्हते; पण ते त्याच्याशी काहीतरी बोलले. दोघांशिवाय वाड्यात कुणी नव्हते. बायकामाणसेदेखील. स्वामी प्रसाद म्हणाले,

''सर, तुम्ही इथे थांबावे असे मला वाटते. इथे कोणी नसतं. वाडा रिकामाच आहे. तुमची तिरुपती, तिरुमलाई व्यंकटेश्वराच्या दर्शनाची मी सोय करतो. मलाही तुमची सोबत होईल. अनुभव कळतील.''

मला एका गोष्टीचं आश्चर्य वाटत होतं. आतापर्यंतच्या या तीर्थाटनात बहुतेक ठिकाणी माझी आपोआप सोयच झाली. फारशी बिकट अवस्था अनुभवास आली नाही. प्रो.मित्तल सांगत होते, तो प्रारब्धाचा कोणी संयोजक अशा सोई करून देतो काय? मी स्वामी प्रसादांना म्हणालो,

''थँक्यू स्वामीजी, आपली भेट हे मी माझे भाग्य समजतो, देवच हे सारं घडवतो आहे.''

त्या सेवक मुलाने मला अंघोळीबद्दल विचारले. मी होकार दिला. मग त्याने आडातील पाणी काढून दिले. मी बाजूला ओट्यावर माझे कपडे, पिशवी ठेवून शांतपणे स्वच्छ अंघोळ केली. पंचा, धोतर धुऊन घेतले. तिथेच बाजूला वाळत

टाकले. कपडे बदलून मी स्वामी प्रसाद यांच्याकडे आलो. मला अगदी ताजंतवानं वाटू लागलं. उल्हास वाटू लागला. सूर्य मध्यावर आल्याने वाड्याच्या अंगणात चौकोनी ऊन पडले होते. वैशाखातलं ऊन; त्यामुळे काळा दगड लगेच तापला. पायात वहाणा अगदी जरूरच. ही भोजनाची वेळ. स्वामींनी सेवकास भोजनप्रबंधाचे सांगितले. मलाही ते म्हणाले, "सर, आपण मिळूनच जेवण करू."

इथे सगळीकडे 'अन्नम्' म्हणजे भाताची रेलचेल असते. केळीच्या पानावर पांढराशुभ्र भात वाढलेला, त्यावर सारम् ओतलेले. बाजूला कोशिंबीर, एका छोट्या द्रोणात घट्ट दही ठेवलेले. आम्ही पाटावर बसलो. बाजूला आधीच पांढऱ्याशुभ्र रंगाने कायमची रांगोळी रेखलेली होती. मागच्या भिंतीवर स्वस्तिक, ॐ, शंखचित्र असं काहीसं होतं. स्वामी मला म्हणाले, 'अतिथी देवो भव' आणि नमस्कार केला. डोळे मिटून 'अन्नं ब्रह्म... प्राणो वै अन्नम्' असा काहीसा मंत्र म्हणून जेवायला सुरुवात केली. पोऱ्याने भातावर तूप वाढले. स्वामी प्रसाद पानातील भातात पाचही बोटे मिसळून भाताचा लगदा करू लागले. संपूर्ण तळहाताचा उपयोग करून भाताचा एक-एक उंड्याचा घास करून ते जेवू लागले. मी मात्र नाजूक चमच्याने अथवा चिमणीच्या चोचीने जेवावे तसे हलकेच जेवत होतो. जेवणाच्या दोन स्वतंत्र वेगळ्या पद्धती. स्वामी प्रसाद हातावरील ओघळदेखील चवीने चाटूनपुसून घेत होते. भोजन झालं. पोऱ्याने छान ताकाचा ग्लास भरून ठेवला. उदर तृप्त झाले. अन्नाला ब्रह्म का म्हणतात ते अनुभवल्यासारखं वाटू लागलं.

भोजनानंतर पानाचा विडा तयार होता; पण मला तो नको होता. मी वाड्याच्या ओट्यावर तिन्ही बाजूने थोडी शतपावली केली. स्वामी प्रसाद लोडाला टेकून शांत बसले होते. वाडा जुना होता. प्रशस्त आढ्यावर सागाच्या लाकडाची बरीच वळचण होती. वाडा कौलारू; त्यामुळे पागोळ्याच्या खाली चिमण्यांची घरटी होती. अनेक चिमण्यांचे इथले निर्धास्त वास्तव्य पाहून मला खूप बरे वाटले. त्या मुलाला बोलावून मी थोडे तांदूळ मागितले. मूठभर तांदूळ घेऊन मी त्यांच्या दिशेने ते थोडेथोडे उधळू लागलो. वाड्याच्या अंगणात, कोपऱ्यात पडलेले तांदूळ पाहून पाच-सहा चिमण्या हलकेच खाली उतरल्या व दाणे टिपू लागल्या. मी आणखी तांदूळ टाकले तर चिमण्यांची झुंडच तयार झाली. माझ्या अगदी जवळ, केवळ दोन फूट अंतरावर येऊन चिमण्या दाणे टिपत होत्या. ते पाहून स्वामी गोविंद प्रसाद माझ्याकडे कुतूहलाने पाहतच राहिले.

"Sir, What a surprise! I have never seen such sparrows in this premise since many years. चिमण्यांना असे जवळ करायचे मला माहीतच नव्हते."

मी म्हणालो, "स्वामीजी, प्रेमाने सगळेच जवळ येतात. मी नाही का आलो इथे

वाड्यात, मीही एक चिमणाच नाही का?''

स्वामीजी हसून 'बरोबर आहे' म्हणत ऐकत होते.

''स्वामी, चिमण्यांचं आपलं नातं तसं पिढ्यान्‌पिढ्यांचं आहे. जुनं आहे. जन्मलेल्या बाळाची, आईनंतर पहिली ओळख चिमण्यांबरोबरच होते. पाळण्यात, बाळासाठी वर रंगीबेरंगी चिमण्याच लावतात. आमच्याकडे बाळाला भरवताना 'पहिला घास चिऊचा' म्हणूनच इवल्या इवल्या मुखात देतात. बाळाला तर आपण चिमणं बाळ असं म्हणतो. पहाटे पहाटे चिमण्यांचा गोड चिवचिवाट सुरू झाला की, अवघे घर जागे होते. तुमच्या वळचणीला इतक्या चिमण्या आहेत हे खूप छानच आहे स्वामीजी.''

स्वामी प्रसादांना माझे बोलणे मनोमन आवडले. म्हणाले, ''मी या वाड्यात कित्येक दिवस एकटाच होतो; पण तुम्ही मला खरोखरच खूप मित्र-मैत्रिणी क्षणात ध्यानात आणून दिल्यात. आता मी एकटा नाही.'' आम्ही बराच वेळ बोलत बसलो. जणू आमची जुनी ओळख असल्यासारखे. स्वामी पुढे सांगू लागले,

''सर, आता आपण विश्रांती घ्या थोडी. संध्याकाळी गोविंदराजाचं दर्शन घेऊ. सकाळी पद्‌मावतीची पूजा असते. पूजेसाठी मी तुम्हाला घेऊन जातो. उद्या लवकर तयार व्हा.''

तिरुपती तिरुमला हे देवस्थान भारतातील एक अत्यंत श्रीमंत देवस्थान म्हणून गणले जाते. इथे नेहमी गर्दी असते. हजारो, लाखो लोक श्री व्यंकटेश्वराच्या दर्शनासाठी येतात.

मी भल्या पहाटे तयार झालो. स्वामींच्या घरापासून फर्लांगभर अंतरावर जवळच तिरुचानूर परिसर आहे. तिथे पद्‌मावतीचे मंदिर आहे. या मंदिराच्या आवतीभोवती अनेक लहान-मोठी मंदिरे आहेत. स्वामी प्रसादांना परंपरेने पूजेचा मोठा मान आहे. पुजारीच ते. कमरेला फक्त सोवळे, गळ्यात जानवे, कपाळावर व्यंकटपती गोविंदाचा उभा कपाळभर पांढरा रेखीव गंध. केसाचा अंबाडा करून बांधलेला. आणखीही तीन-चार पुजारी स्वामींच्या परिवेशात होते. मला आत थेट देवीच्या गाभाऱ्यात प्रवेश मिळाला आणि प्रत्यक्ष पूजा पाहण्याचा भाग्ययोग!

पूजेच्या साहित्याची आधीच सिद्धता करून ठेवलेली होती. अत्यंत शिस्तबद्ध, काटेकोर व क्रमानुसार पूजासाहित्य मांडून ठेवले होते. 'हे द्या, ते द्या' असं काहीच सांगावे लागत नव्हते. पूजेच्या वेळी दर्शनरांग बंद असते. गाभाऱ्याचे प्रवेशद्वारही बंद केले होते. प्रथम पडद्याची व्यवस्था केली गेली. देवीजवळ फक्त पुजारी स्वामी प्रसाद होते. अन्य सहकारी पुजारी त्यांना हवं ते साहित्य पुरवत होते.

त्यांनी यथासांग पूजा आरंभली. गाभाऱ्याच्या चारही कोपऱ्यांतील देवळीत तुपाचे दिवे लावले गेले. अन्य कसलाही विद्युतप्रकाश नाही. गाभाऱ्यात मंद,

निर्मळ, गंधमय उजेड पसरला होता. सात्त्विक गंधाने गाभारा पवित्र वाटत होता. मन शांत, तृप्त! जणू अनामिक चिदानंदात तरंगत आहे असे वाटावे. पूजेचे मंत्रोच्चार सुरू झाले. बाहेर वाद्यांचा तेलुगु स्वर घुमू लागला. पडघम वाजत होते. प्रचंड गजढोल वाजत होता. क्षणात वातावरण बदलले. गाभाऱ्यात एका कोपऱ्यात पूजेचे काही कलश भरून ठेवलेले. पान-सुपाऱ्या, बदाम, खारीक, खोबरे, गंध-चंदनलेप, अत्तर, उदबत्त्या, आम्रपाने, दर्भ-दूर्वांकुर, तुळस-मंजिरी, तांदूळ, साखर, नैवेद्याची ताटे, श्रीफळ, वस्त्रे, उदक कलश, फुले, हार, भरजरी शालू सर्व काही. उणीव, त्रुटी असे काही नाही. निरांजन, दीप लावले आणि पूजेस आरंभ झाला.

देवीस उदकस्नान घातले गेले, नंतर अभिषेक सुरू झाला. प्रत्येक कलश रिता केला जात होता. दही, दूध, मध, तूप, अत्तर एकेका कलशाच्या क्रमाने अभिषेक होत होता. गोमूत्र शिंपडणे, पुन्हा उदक कलशाने अभ्यंग स्नान, चंदनलेप, धूपदान. पुन्हा वर्षाभिषेक! देवीच्या डोक्यावर गाळणपात्र धरून त्यावर चंचूपात्रातून उदकाभिषेक केला गेला. जणू पावसाची संततधारच! नंतर मूर्तीवर पाच शहाळ्यांचे पाणी ओतले गेले. पुन्हा मूर्तीस स्वच्छ पाणी घालून, पुसून घेतले. ऊद व कापूर आरती प्रज्वलित करून पद्मावती देवीची आरती गायली गेली. उंची वस्त्रे परिधान करवली. आभूषणे घातली, साज चढवला. पाने, फुले, फळे वाहिली, नैवेद्य दाखवला, हार घातले आणि मंदिराचा गाभारा व प्रवेशद्वार खुले केले गेले. दर्शनासाठी लोक आतुर होते. मग सामूहिक आरती झाली आणि दर्शनरांग सुरू झाली. त्याचबरोबर प्रसादाचे वाटप सुरू झाले. असा हा सर्व पवित्र थाट मला जवळून पाहायला मिळाला.

अतिशय श्रीमंत पूजा, दररोज! स्वामी प्रसादांच्या कृपेने मी यथासांग पूजा पाहू शकलो. मी भारावून गेलो होतो. एवढ्या मोठ्या मानाचे व अधिकाराचे गृहस्थ स्वामी प्रसाद यांनी आपल्याला कसे जवळ केले! त्यांच्या मनात आपल्याबद्दल काय अंतःप्रेरणा झाली असेल? मला माझंच कौतुक वाटू लागलं. पुन्हा प्रो.मित्तल डोळ्यांसमोर आले. 'सर, प्रारब्ध असतं, प्रारब्ध! काय घडतं? कसं घडतं? आणि का घडतं? याची उत्तरं कशी शोधायची? का शोधायची? सोडून द्या ते प्रारब्धावर. अगदी सोपं आहे.'

पूजा संपली. आम्ही निघालो. सूर्य छानपैकी वर आलेला स्पष्ट दिसू लागला. अजून उग्र तेज धारण केलेलं नव्हतं; त्यामुळे सूर्यबिंब सहज निरखून पाहता येत होतं. हेही एक निरागस दर्शन! वाड्यावर आलो. इडलीचा नाष्टा झाला. 'आजची पूजा पाहायला मिळणं आणि पद्मावती मातेचं इतकं निवांतपणे दर्शन होणं हे केवळ आपल्यामुळे होऊ शकलं, मी खरोखरच खूप भाग्यवान आहे.' असं मी स्वामी प्रसादजींना मनःपूर्वक बोलून दाखवलं व त्यांचे खूप खूप आभार मानले. स्वामींनी मला आठवडाभर राहण्याचा आग्रह केला. दुपारचं भोजन करून झालं.

स्वामी प्रसादजींनी एका गृहस्थास बोलावून घेतलं होतं. ते मला म्हणाले,

"प्रोफेसर आनंदजी, हे तुम्हाला सोबत करतील. वर तिरुमलाई पर्वतावर श्रीव्यंकटेश्वरांचं दर्शन करून देण्याची हे व्यवस्था करतील. सर, तिथे तुमची राहण्याचीही हे सोय करतील. पापनाशम् पाहा, कश्यपवन पाहा आणि अंजनी गुहादेखील पाहून घ्या, न चुकता! अंजनी गुहा खाली खूप खोल दरीत आहे. खूप पायऱ्या उतराव्या लागतात. खोल गुहेत खाली झरा आहे. तिथे हनुमंताचा जन्म झाला होता. मारुतीरायाचं जन्मस्थळ आवर्जून पाहा. तिथे सर्व पाहून झालं, दर्शन झालं की, या परत माझ्याकडे."

स्वामींनी तेलुगुत त्या गृहस्थास सर्व सूचना दिल्या. काळजी घेण्यास सांगितले.

चालत चालत मी तिरुमलाई डोंगराच्या पायथ्याशी पोहोचलो. वाहनासाठी इथून डोंगरवळणाचा उंच उंच रस्ता होता. शिवाय इथेच पायथ्याशी समोरचा तिरुमलाई डोंगर पायी चढण्यासाठीही स्वतंत्र मार्गही होता. या डोंगरमार्गावर पायऱ्या होत्या, मी त्या पायऱ्या चढत निघालो. डोंगर अनेकविध झाडांनी व्यापलेला, दंडकारण्यच हे! इथे चंदनाची असंख्य झाडे दिसत होती. काही झाडांची तर ओळखच नव्हती. मी त्या झाडांजवळ जाऊन त्यांना स्पर्श करत असे. झाडांना पानांसारखी पाने असत तशाच फांद्यासुद्धा तरीही झाड वेगळे! निसर्गाच्या कल्पकतेचे आश्चर्य वाटले. एकसारखे तरीही वेगळेपणा. डोंगर चढतच होतो. स्वामी प्रसादांनी सोबत दिली होती. ते एक बरे झाले. काही ठिकाणी बसण्यासाठी बाक होते. पाषाणांची रचना करून केलेले बाक. सावली पाहून काही ठिकाणी मी विसावत होतो. वरून खाली पाहिले तर तिरुपती हे गाव प्रदर्शनामध्ये खेळणी मांडल्यासारखे वाटत होते.

सूर्य मावळू लागला. डोंगरामुळे सूर्यास्त दिसत नव्हता; पण संध्याकाळ जाणवत होती. उजेड असतानाच मी तिरुमलाई येथे पोहोचलो. महाप्रवेशद्वारावर एक प्रचंड गरुडपक्षी मनुष्य देहरूपात हात जोडून स्वागतास उभा होता. तिथून मी देवालयाच्या रस्त्यास लागलो. सोबत करणाऱ्या गृहस्थास मी नाव विचारले,

'मुरली बाबू' त्याने नाव सांगितले.

आम्ही मंदिराकडे चालत निघालो, गर्दी वाढतच होती. आवतीभोवती राहण्यासाठी छोट्या-छोट्या बंगल्यांच्या सोई केलेल्या होत्या. स्थळ अत्यंत रम्य वाटू लागले. थंडगार हवा, स्वच्छ आणि मोकळी; त्यामुळे एवढे चढून आल्याचा शिणवटा क्षणात नाहीसा झाला. आता दुकाने लागली. छोटी-मोठी अनेक मंदिरेही! ज्या रस्त्यावरून आम्ही चालत होतो, त्या रस्त्यावर थेट समोर गोपुरांची मंदिरे सुवर्णकलशांसह झळकत होती. मंदिराजवळ पोहोचू लागलो तर नकळत उतार लागला. मध्येच विस्तीर्ण रस्ता. एका बाजूला भव्य भोजनकक्ष. भोजनकक्षाच्या अलीकडे असंख्य

बांबू बांधून रांगेसाठी व्यवस्था केलेली. दुसऱ्या बाजूला केशअर्पण कक्ष होता. व्यंकटेश्वराला केशार्पण करून भाविक बाहेर येत होते. तरुण स्त्रियांनीही केशार्पण केले. मी मंदिराच्या अगदी जवळ होतो. मध्यभागी संपूर्ण सोन्याने मढवलेला मंदिरकलश दिसत होता आणि त्यावर प्रकाशझोत टाकलेला.

मुरलीबाबूने दर्शनरांगेतील प्रवेशद्वाराजवळ उभ्या असलेल्या रक्षकास तेलुगुतून काहीतरी सांगितले. रक्षकाची व त्याची चांगलीच ओळख असावी हे त्याच्या वागण्यावरून स्पष्ट जाणवत होते. मग मुरलीबाबूने मला श्रीव्यंकटेश्वराच्या दर्शनाला रांगेशिवाय सरळ आत नेले. तसे जाताना मला रांगेत तिष्ठत पुढे सरकणाऱ्या भक्तगणांकडे पाहून कसेतरी वाटत होते. आधी एक उंच सुवर्णखांब लागला. त्याला स्पर्श करून मी नमस्कार केला. आत गाभाऱ्यात शिरलो. मग मी रांगेतील भक्तगणांत मिसळून गेलो. ते 'गोविंदा, गोविंदा, गोऽविंदा.' असा गजर करत होते. समोर श्रीव्यंकटेश्वराची अत्यंत दिव्य अशी उभी मूर्ती पाहताना माझे डोळे दिपूनच गेले; पण डोळे भरून पाहण्याइतका वेळ होताच कोठे? रांग भरभर पुढे सरकत होती. एक पुजारी तर मूर्तीसमोर थांबूच देत नव्हता. सारखं म्हणायचा, 'मुंगटा नरवंडी,' दुसरा पुजारी भक्ताच्या डोक्यावर सुवर्णकलश ठेवायचा. मी मनोभावे हे आशीर्वाद व दर्शन घेऊन बाहेर आलो. मंदिराचा परिसर, अंगण फिरून पाहिले. एके ठिकाणी प्रसाद व लाडू दिला गेला. मग मंदिराबाहेर आलो.

आता जेवणाची वेळ झाली होती. मुरलीबाबूने मला सरळ भोजनकक्षामध्येच नेले. भोजनाची रांग वगळून येणे इथेही मला अप्रशस्त वाटले. त्यानंतर जवळच एके ठिकाणी त्याने माझी राहण्याची सोय केली. 'आता तू जायला हरकत नाही.' असे सांगून मी त्याचा मी निरोप घेतला. मुरलीबाबू काहीसे आढेवेढे घेत होता; पण मी आग्रह केल्याने तो निघून गेला.

इतकी भव्य श्रीमंती असलेलं मंदिर आणि लॉर्ड व्यंकटेश्वराचं दर्शन मला इतक्या सहज झाले, ते योग्य वाटत नव्हते. दिवसच्या दिवस दर्शनासाठी रांगेत थांबणारी हजारो माणसे सोडून मी अग्रक्रमाने जाऊन देवाचे दर्शन घेणे, हे सर्वस्वी अयोग्यच होते. जे सहज उपलब्ध होते ते मोलाचे वाटत नसते.

दुसरा दिवस. मी मंदिराच्या बाहेर तीर्थ पाहायला गेलो. उजव्या बाजूला स्नानकुंड होते. तिथेच बाजूला विजया दशमीच्या वेळी निघणाऱ्या भव्य मिरवणुकीचा लाकडी रथ लावलेला होता. साग, शिसव, चंदनाचे अत्यंत सूक्ष्म कोरीव काम केलेला असा तो रथ डोळ्यांचे पारणे फेडत होता. या देवाचं सारंच ऐश्वर्य कसं भव्य-दिव्य आहे. काही ठिकाणी मी देवाविषयी लिहिलेली माहिती वाचत होतो. व्यंकटेश्वर मूर्तीच्या अंगावर दररोज सुमारे आठ मण वजनाचे जवाहिर आणि सोन्याचे दागिने घातले जातात. अन्य उत्सवाच्या वेळी किंवा ब्रह्मोत्सव असेल तर

आणखी वेगळे दागिने घातले जातात. काय ही श्रीमंती! देवाच्या पूजेच्या ठिकाणी मी वाचले - पहाटपूजा : पाच हजार रुपये, अन्य पूजा : एक हजार ते चार हजार, परस्पर अभिषेक : दोन हजार वगैरे वगैरे...

मी आता येथे राहून काय करावे असा विचार करू लागलो. आलोच आहे तर मारुतीरायाचे जन्मस्थान - अंजनीगुहा व पापनाशम् धरण परिसर आज पाहावा असे ठरवले. मग कश्यप वनाकडे निघालो. हे सगळं पाहिलं. तिसऱ्या दिवशी तिथून निघालो ते थेट रेणीगुंटा इथे पोहोचलो. जवळ काही पैसे होते ते खर्च केले. मनात श्रीमंतीचा थाट व गरिबीचे शल्य घोळत होते. निघताना मी स्वामी प्रसादांची भेट घेतली नाही. खरंतर हा माझा अशिष्टाचार, उद्धटपणाच! काहीही परिचय नसताना त्या गृहस्थाने मला इतके जवळ केले. प्रेम दिले; पण मी असा का वागलो?

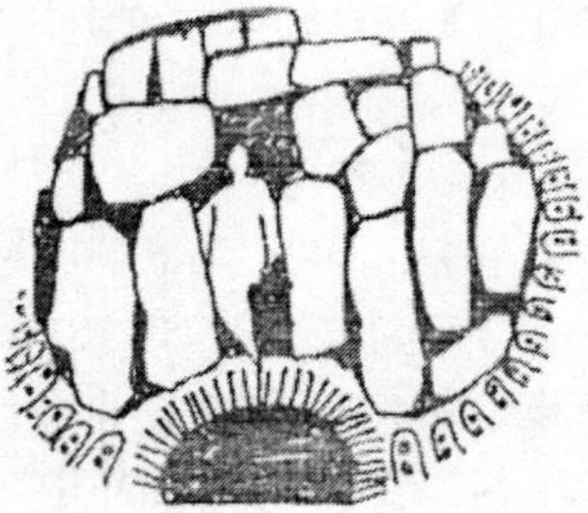

११

मला रेणीगुंटावरून पुढे कालहस्तीला जायचे होते. तिथे जाण्यासाठी एक बस होती. तीस मैलांवर कालहस्ती गाव होते. भोवताली मोकळं रान आणि कच्चा, मुरूमाचा रस्ता. बस खडखडत जात होती. अर्ध्या तासात मी तिथे पोहोचलो. तिरुपती देवालयाचं अगदी विरुद्ध टोक असं हे निर्धन मंदिर. इथे कसलंही ऐश्वर्य नाही, श्रीमंतीचं प्रदर्शन नाही की माणसांच्या गर्दीचं दर्शन नाही. तिरुपतीसारख्या सोन्याचा इथे कणमात्रही सोस नाही. पाषाण. फक्त पाषाण. सर्वत्र काळाभोर पाषाण. मी मंदिरामध्ये प्रवेश केला तर बारा ते चौदा फूट लांबीचे असंख्य पाषाण दिसले. पाषाणस्तंभावर उभं असलेलं मंदिर पाहत होतो. एक हजाराच्यावर पाषाणस्तंभ उभे करून त्यावर प्रचंड आकाराच्या दगडांनी सजवलेलं असं हे मंदिर होतं. कसलंही तथाकथित लौकिक बांधकाम नाही. सारे अपौरुषेय. एवढ्या प्रचंड वजनाचे पाषाण त्या काळी कुठल्या महामानवांनी आपल्या शक्तीच्या आधारे कसे एकावर एक उभे केले कुणास ठाऊक? आश्चर्य! केवळ आश्चर्य!! पाषाणावर अभेद्य पाषाण रचून उभे केलेले कालहस्तीश्वराचे हे मंदिर. एक प्रचंड भणंग देऊळ. चारही बाजूला एक मोकळा प्रदक्षिणा मार्ग. मध्यभागी कालहस्तीश्वर शिवाची मूर्ती. दर्शनासाठी एका अत्यंत अरुंद बोळातून एकट्याने आत जायचे. अत्यंत घनदाट अंधार आणि आपला रोमरोम जागवणारी शांतता. कानात रातकिड्यांचे अत्यंत प्राचीन किर्ऽऽ ध्वनीचे थैमान, मनास भिववणारे. सृष्टीत खऱ्या अर्थाने मी आणि केवळ मीच उरलोय असं जाणवून देणारे, स्वतःची स्वतःलाच भीती वाटावी असे वातावरण. आता कुठलेही ध्वनी उरले नाहीत, सारे निःशब्द! मंदिराच्या बरोबर मध्यभागी, सर्वांगाला राख फासून घेणारी अशी शिवाची मूर्ती. ध्यानस्थ मुद्रेत तपसाधना करणारी. शिव हा जणू

कालहस्तीश्वराचाच अवतार! मी मूर्तीपुढे नतमस्तक झालो. श्रीमंतीचं हे विरुद्ध टोक. हेही एक ऐश्वर्यच नाही का? हीसुद्धा अनोखी अशी गर्भश्रीमंतीच का? मनात नवे कोडे जुळत जाते. न उलगडणारे!

आत कोणीतरी एकटा पुजारी छोट्याशा गाभाऱ्यात तीर्थोदक देण्यास बसलेला. हातावर तीर्थ देतो. तीर्थ प्राशन करून मी डोक्यावर हात फिरवतो. तिथे थांबायला, बसायला जागा नाही. एका वेळी एकाच माणसाने दर्शन घ्यायचे. एकट्याने यायचे, एकट्यानेच परत जायचे. सारे काही अजबच! पण मला शिवाचे कालहस्ती देऊळ अधिक जवळचे वाटू लागले. आपल्याच भणंग मनाचे दर्शन आपण घेतोय असे वाटू लागले. शिवाच्या वैराग्याचे मूर्तिमंत रूप आपल्याला अधिक जवळचे का वाटावे? इथल्या स्मशानशांततेत आपण अधिक मग्न का व्हावे? मनाची काय संगती असेल?

व्यंकटेश्वर हे विष्णूचे अवताररूप. तिरुपतीवर सगळा वैष्णवांचा गोतावळा तर कालहस्तीवर शंकर-भक्तांचा, शैव पंथीयांचा वावर. जीवनाची जणू दोन भिन्न रूपे येथे पाहायला मिळतात. कांचन आणि निष्कांचन!

कालहस्ती गाव बरंच मोठं आहे. गावाजवळून सुवर्णमुखी नदी वाहते तिकडे गेलो. सायंकाळ होत आली. मी त्या नदीच्या किनारी जाऊन शांतचित्त बसलो. नदीवर छोटे-मोठे घाट बांधलेले व घाटांवर मंदिरेही होती. एका आसऱ्याला जाऊन मी संथ वाहणाऱ्या नदीकडे पाहत बसलो. घाटाला थोड्याच पायऱ्या होत्या. मी थोडा उंचावर बसलो. नदीच्या किनाऱ्यावर बरीच अनोळखी झाडे होती. त्यात कडुनिंबाची दोन-तीन झाडे दिसली. आपल्या गावापासून ही झाडे इतक्या लांब कशी आली याचे कुतूहल वाटले. आपल्याच ओळखीची कोणी माणसे भेटावीत असे त्या कडुनिंबाच्या झाडांना पाहून वाटले. मी बसलो, तिथे बराच पाचोळा पडलेला होता. वाऱ्याच्या लहरीप्रमाणे तो इकडून तिकडे जात होता. मध्येच तो स्वतःभोवती गिरक्याही घेत होता. गंमत वाटत होती. या पाचोळ्याला त्यांचं हिरवेपण आठवतं का? असे माझ्या मनात उगाचच येऊन गेले. आपल्या जन्मदात्या झाडापासून सर्वस्वी वेगळी झालेली ही वाळलेली पाने आता वाऱ्याबरोबर खेळत होती.

या भागात बरेच बैरागी दिसतात. बैरागी आणि हा पाचोळा मला एकजिनसी वाटू लागले. मी धड बैरागी नाही, धड गोसावी नाही; ना संन्यासी, ना तपस्वी. सगळं अर्धवट. कच्च्या फळासारखा तुटून पडलेलो. अकाली. आपले विचार आणि तत्त्वज्ञान तेही तसेच. नेमकेपणाने ठासून आपणास काय बोलायचे, सांगायचे तेच अजून पक्के होत नाही. नुसता संभ्रम आणि मनाचा गोंधळ घेऊन फिरतोय आपण गावोगावी. नाना तऱ्हेची माणसे पाहिली-पाहतो आहे. त्यांची गर्दी, त्यांचे एकटेपण पाहतो आहे. भाविकता, भक्ती, मठ, पीठ, वाडे, देवळे, धर्मशाळा, नदी-नाले,

डोंगर-दऱ्या, वृक्ष, प्राणी, निर्जन रस्ते, नुसतं फिरतोय आपण. दर्शनाभिलाषासारखा. विचार भरकटत होते. इथल्या वाऱ्यासारखे.

पृथ्वीचं वय नेमकं किती कुणास ठाऊक? ती अजून वयाने लहान आहे की तारुण्याने उमललेली? हे कोण जाणणार? किंवा ती वार्धक्याकडे झुकली आहे हे तरी कोण ठरवणार? तिच्या अंगावर लोळणारा एक क्षुद्र जीव आपण. आपली तिला कल्पना वा जाणीव तरी असेल का? तिच्या जमेत तरी आपण असू का? की आपणच स्वतःला व्यर्थ फुशारकीने आणि आपल्या तथाकथित अस्तित्वाला आत्मप्रौढीने उगाच गोंजारतो आहोत?

माणसाच्या हाती काही लागो अथवा न लागो; पण आपण पाहिलेल्या या सर्व वास्तू त्याने निर्माण केल्या याचे नक्कीच कौतुक वाटते. शरीर, मन, आत्मा, परमात्मा यांच्या शोधात-विवेचनात माणूस अजून भरकटतो आहे हे खरं आहे; पण तरीही त्याला दिशा सापडते आहे हे नक्कीच खरे आहे; त्यामुळे आपले काम सोपे झाले. या शोधयात्रेत आपल्या हाती काहीतरी गवसेल असा भरवसा वाटतो.

कोणा एका पुजाऱ्याने त्या छोट्याशा देवळात दिवा लावला आणि तो लगेच निघूनही गेला. मंदिराच्या छोट्या दारातून अंगणात, दिव्याचा उजेड लांबवर पसरला. मी कमंडलूतील थोडं पाणी प्यालो. गाव काहीसं लांब होतं. तिथंपर्यंत चालत जाऊन चार घरं फिरून मागावीत असे वाटेना. तसाच बसलो. आता इथेच रात्र काढावी असं मनानं ठरवलं. नदीवरची हवा गार होती. मंदिराच्या दिशेने वाहणारी हवा अंगावरून जाऊ लागली तसे डोळे मिटू लागले; पण मी निग्रहाने डोळे उघडे ठेवून परिसर न्याहाळत होतो. या अंगणातील उजेडाशिवाय सर्वत्र काळोख पसरलेला होता. आकाशातल्या चांदण्या चांगल्याच ठळक दिसू लागल्या होत्या.

देवळाला टेकून मी पथारी टाकली. दोन्ही हात डोक्याखाली घेऊन मी वर आकाशाकडे पाहू लागलो. उत्तरेला ध्रुव तारा, पश्चिमेकडे शुक्राची चांदणी आणि मधोमध डोक्यावर सप्तर्षींच्या चांदण्या, व्याध व त्याचा बाण स्पष्ट दिसत होता. आकाशाकडे डोळे लावून मी स्वस्थ पडून राहिलो. आपल्या जीवनाचे एक अविभाज्य अंग म्हणून त्या दूरच्या विश्वाकडे टक लावून पाहत होतो. ब्रह्मांडाच्या स्थिती-गतीवर तर आपले जीवन निर्भर आहे. मन पुनःपुन्हा खोल तत्त्वचिंतनात घोटाळू लागले. आता सारखेच असे होते, हे कळत होते. मन एकाग्र झाले की, सतत असा विचार करू लागते. ही एक सवयच झाली. चंद्र-सूर्य-तारे, जगड्व्याळ व्योम, सृष्टी, ऊन, वारा, पाऊस हे तर अनंताचे अवयवच आहेत असे काहीही मनात येते. हे भरकटणं तर नाही ना? परम आनंदात विलीन होणं हे जीवनाचं इति कर्तव्य. आपले अस्तित्व किंवा नास्तित्व हे नेमकं काय आहे? माझ्याशिवाय सृष्टीचा काय बोध असेल? माझ्याशिवाय? बाप रे! आपल्याशिवाय हे सारे या कल्पनेने मी तर

थरारलोच; पण उद्या हेही एक सत्य असेल. आपण असे भरकटत किती दिवस विचार करत राहणार हे कळत नाही.

आता अंधार अधिकच दाटून येऊ लागला असे वाटू लागले. त्या छोट्या मंदिरातील पणती शांत झाली होती. आकाश अधिकच उजळ दिसू लागले. दिवस अमावास्येच्या आसपासचे असावेत; त्यामुळे चंद्राचा लवलेशही दिसत नव्हता. विचार करता करता मी कधी झोपी गेलो हे मला कळलेच नाही.

पहाटेस नदीचा गारवा झोंबू लागला तसा मी जागा झालो. कूस बदलावी तशा आकाशातल्या ताऱ्यांनी आपल्या जागा बदलल्या होत्या. उत्तरेला सप्तर्षी ध्रुवाजवळ येऊन थांबले होते. शुक्राची चांदणी केव्हाच गायब झाली होती. व्याधही निघून गेला होता. काही वेळ मी आकाशाकडे तसाच पाहत होतो. समोरच्या झाडावरचा एक पक्षी उडून नदीकडे गेला. दूर कुठेतरी अग्नी चेतवावा तशी क्षितिजाच्या एका बाजूला चाहूल लागली. मग पूर्व दिशा कळली. तिथे आता काही वेळात सूर्य उगवेल. तोपर्यंत झाडांवरच्या पक्ष्यांनी सकाळची प्रार्थना म्हणायला सुरुवात केली होती. बहुधा कावळ्यांची झोप पूर्ण झाल्याने ते स्पष्टपणे 'काव-काव' करत होते. मी पथारी आवरली. नदीच्या पायऱ्या उतरून काही अंतर वाळूत चालून गेलो. नदीचे पाणी संथ वाहत होते. थंडगार पाण्यात उतरून अंघोळ केली. सूर्याच्या दिशेने ओंजळभर पाण्याचे अर्घ्य दिले. कपडे बदलून वर घाटावर आलो. अंघोळीचे ओले कपडे पिळून पसरून टाकले. आता उजेड स्पष्टपणे जाणवू लागला. सकाळी माझ्या ध्यानात आले की, आपण रात्रभर जिथे झोपलो तो घाट अंत्यविधी उरकण्याचे ठिकाण होते. काही अंतरावर एक-दोन ठिकाणी पूर्णपणे जळलेली प्रेते आणि त्याची संपूर्ण राख एकवटलेली होती. जळालेली हाडे व कवटी अजून तशीच पडलेली. अजून तिसरा दिवस नसावा म्हणून अस्थिविसर्जनासाठी इथे कोणीही आले नसावे.

मला लगेच अशुभ व अमंगल वाटू लागले; पण मी लगेच स्वतःला सावरले. जिथे आपण रात्र काढली ते तर स्मशान होते. तरीही मनात कसलेच सावट नव्हते आणि आपण अत्यंत तृप्त व पवित्र मनाने झोपलो होतो. मात्र, आता तर सगळंच अभद्र वाटू लागलं. अर्थात हे सारे आपले मनाचेच खेळ आहेत. सब भूमी गोपाल की। आपण तर संन्यासी, गोसावी म्हणून फिरतो. आपल्यासारख्या जोगड्याला सगळं सारखंच; भद्र आणि अभद्रही!

कावळ्यांचे 'काव काव' ओरडणे वाढले. माझ्याकडून काहीतरी खायला मिळेल या आशेने झाडांवरचे कावळे मला बघून ओरडत होते की काय कुणास ठाऊक? पण इथे तर मीही त्यांच्यासारखाच एक भुकेला कावळा होतो.

१२

मी आवरले. आता इथून निघायला हवे. झपझप चालत निघालो. पुन्हा रेणीगुंटा स्टेशनवर आलो. आता काहीशी मला भुकेची जाणीव झाली. एका हॉटेलमालकाशी बोलून, नमस्कार करून मी चक्क हात पसरला. मालकाने एका पोऱ्याला बोलावून एक कपभर चहा व पाव दिला. माझ्या डोळ्यांतली कृतज्ञता मालकाला स्पष्टपणे जाणवली असावी; त्यामुळे त्याने मला, ''स्वामीजी, कुछ और चाहिए?'' असे विचारले. मी ''No thanks'' म्हणालो. कपबशी टेबलावर ठेवून पुन्हा मालकाला ''I am very much obliged'' म्हणालो. मालक माझ्याकडे पाहतच राहिला.

स्टेशनवर कुठलीतरी एक गाडी उभी होती. मी लगबगीने स्टेशनमध्ये शिरलो व गाडीत बसलो. गाडीची माहिती घेतली, तेव्हा कळले की, ही गाडी कोणार्ककडे जाणारी आहे. नेल्लोर, गुंटुर, विजयवाडा, विशाखापट्टणममार्गे भुवनेश्वर-कोणार्कला पोहोचणारी अशी ही गाडी. तिथून जवळच जगन्नाथपुरी आहे. मला खूप बरे वाटले. आपला प्रवास खूप अचूक व योग्य दिशेने होतो आहे; त्यामुळे मी काहीसा निश्चिंत झालो. गाडी धिम्या गतीने जात होती. तिचा मार्ग जवळजवळ समुद्राच्या किनारपट्टीला लागून होता. एका बाजूला पूर्ण समुद्र - क्षितिजापर्यंत विस्तारलेले पाणीच पाणी तर दुसऱ्या बाजूला किनाऱ्यालगतची नारळी, पोफळीची झाडेच झाडे मैलोन्‌मैल अगदी सरत नव्हती. मध्येच पांढरीशुभ्र मिठागरे दिसत होती तर कुठे भाताची शेती. काहीसा डोंगराळ भाग, भातशेती लागली तर एकाला एक जोडून न संपणारी अशी. शेतात काम करणारे शेतकरी, तसेच नारळ काढण्यासाठी नारळाच्या झाडांवर सरसर चढणारे कामगार दिसायचे तर इकडे समुद्रकिनाऱ्याला मासेमारीसाठी विखुरलेल्या नावा. असे विहंगम दृश्य पाहत पाहत पूर्ण दिवस निघून गेला.

गाडी दिवसभर धावून धावून दमली होती. तिची दमछाक जाणवत होती. कुठे कुठे ती तासन्तास साइडला थांबायची. कोळसा-पाणी भरून घ्यायची. दुसऱ्या गाड्या हिची पर्वा न करता वेगाने हिला ओलांडून निघून जायच्या. सर्व सोपस्कार झाले की, ही शिटी देत आणि आकाशात काळाकुट्ट धूर सोडत निघायची. अशा रीतीने संध्याकाळी ती भुवनेश्वरला पोहोचली.

मी उतरलो. स्टेशनबाहेर येऊन कुठे खायला मिळते का ते पाहिले. शक्यता कमी वाटत होती. अखेर चार घरे फिरून 'भिक्षान्देहि' म्हणालो. भिक्षापात्रात मिळालेले अन्न स्टेशनवर येऊन खाऊन घेतले. पाणी प्यालो आणि तिथेच रात्र काढली. सकाळी पुन्हा तयार झालो. दरम्यान, कुठलीशी एक गाडी येऊन स्टेशनात गर्दी सोडून गेली. मी त्या गर्दीतून चालू लागलो. पाठीमागून कोणीतरी माझ्या अंगावर लपेटलेली शाल धरली. मी मागे वळून पाहिले. तो काळा डगलेवाला तिकीट तपासनीस होता.

"Ticket please" असे तो म्हणाला. मी अर्थात नकारार्थी मान हलवली. त्याच्याबरोबर आणखी एकजण होता. तो गृहस्थ मला म्हणाला, "Show the ticket.."

"Sir, I don't have."

"You are without ticket."

"कोई बैरागी है। छोड दो। Give him warning."

यावर तिकिट तपासनीस भडकला.

"Warning? Warning against what? छे! छे! चलो, अंदर."

म्हणत त्याने मला एका खोलीत नेऊन बसवले. तिथे माझ्यासारखे आणखीही काही विनातिकीट प्रवासी होते. त्या सर्वांना एका दोरीने बांधून ठेवले होते. मग त्या तपासनिसाने मलाही त्यात गुंतवून बांधले. माझ्या हाताभोवती दोर आवळला गेला. फुकट प्रवास हा आपला गुन्हाच आहे. त्याची शिक्षा होणं यात गैर काहीच नव्हतं, मी निर्विकार होतो. बरोबर अकरा वाजता आम्हा सगळ्यांना जनावरे जशी जथ्याने बांधून कत्तलखान्यात नेतात तसे माननीय कोर्टाकडे नेले. तिथे कसली सुनावणी किंवा चौकशी नव्हती. जज्जसाहेबांनी प्रत्येकास नाव विचारले आणि कुठून आलात? असा प्रश्न केला. त्याप्रमाणे कुणाला दोन दिवस, कुणाला तीन; तर कुणाला चार दिवसांच्या तुरुंगवासाची शिक्षा सुनावली. मीही चार दिवसांचा सरकारी पाहुणा झालो. तिथून थेट आम्हा सर्वांना त्या जनावरांच्या जथ्यासारखं भुवनेश्वर शहरातील तुरुंगात आणून सोडलं.

तुरुंगात छोट्या खोल्या होत्या. आतच अत्यंत घाणेरडे उघडे शौचालय. अपुरे पाणी; त्यामुळे डास व चिलटांचा अगदी सुळसुळाट होता. त्यांची जणू स्वेच्छा

जन्मठेपच होती. बाहेर रांगेत भोजन मिळे. अतिशय बेचव व अर्धकच्चं असं; त्यामुळे तोंडातून घास घशाखाली उतरत नव्हता. सदान्‌कदा कोठडी. सकाळची एक प्रार्थना असे. मात्र, या वेळी अनेक प्रकारचे कैदी पाहायला मिळत. पाच दिवस मला प्रदीर्घ वाटले. चला हेही एक तीर्थाटन.

भुवनेश्वर तुरुंगातून पाचव्या दिवशी माझी रीतसर सुटका झाली. मी तुरुंगातून बाहेर आलो. तिथून मी कोणार्कला गेलो. मला तेथील सूर्यमंदिर पाहायचे होते. मला पुन्हा प्रोफेसर मित्तल यांची आठवण झाली. सूर्यमंदिराच्या दर्शनासाठी हा तुरुंगवास हे प्रारब्ध होते का? मित्तलांनी यावर काय खुलासा केला असता?

प्राचीन काळी नदीच्या काठी हे मंदिर असल्याचे माहीत होते; परंतु आता इथे नदी नाही. सर्वत्र वालुकामय स्थिती आणि आश्चर्य म्हणजे त्या वाळूच्या कोरड्या पात्रातच सूर्यमंदिराचे भग्न अवशेष पाहायला मिळतात. सूर्यमंदिराचा गाभारा आत उद्‌ध्वस्त झाला आहे. सूर्यमूर्तीही जागेवर नाही. मंदिराचे शिखर मात्र उंचच उंच होते. मंदिराचा कळस एकाच भव्य अखंड शिळेपासून बनवलेला होता. शिळेवर नवग्रहाचे अप्रतिम शिल्प पाहायला मिळते. विक्राळ सिंहाच्या व प्रचंड हत्तीच्या मूर्तींमुळे शिल्पाची भव्यता दिसते. मंदिराच्या सभामंडपावर असंख्य चित्रे, शिल्पे कोरलेली आहेत. सूर्यरथाचे चाक आणि त्यावरील कोरीव काम अत्यंत प्रेक्षणीय आहे. कोणार्कच्या सूर्यमंदिरात अनेक शृंगारचित्रांची कोरीव लेणीही आहेत. भोगवाद शिल्पात मांडला आहे. सकाळी कळसावर पहिले सूर्यकिरण पडतात असे ऐकून होतो; पण आता मंदिर बरेच भग्नावस्थेत असल्याने फारसे काही प्रेक्षणीय राहिलेले नाही. तरीसुद्धा अवशेष मोहित व अस्वस्थ करतात.

मी कोणार्कला फारसा रमलो नाही. इथलं ऐश्वर्य एखाद्या पडीक धर्मशाळेसारखं जाणवत होतं. प्रचंड अवशेष, अत्यंत सुंदर शिल्पकाम; मग हे सारं का भग्न होऊन गेलं? भव्य मंदिर असूनही त्यात सूर्यदेवतेची मूर्तीच उपलब्ध नाही. मूर्तीशिवाय मंदिर कसं कलेवरासारखं, एखाद्या पार्थिवासारखं वाटत होतं.

तिथून थेट मी जवळच्या जगन्नाथपुरीला आलो. चार पीठांपैकी हे दुसरे पीठ. ते महानदी आणि समुद्राकाठी वसलेले आहे. इथे जगन्नाथाचे अत्यंत सुंदर आणि भव्य मंदिर आहे. दोन-तीन धर्मशाळा फिरून पाहिल्या तरी मला कुठेच जागा मिळेना. फिरत फिरत एका मठाजवळ गेलो. तिथे कुणी एक श्रीमंत असामी गरिबांना अन्नदान करत होता. विशेषतः धर्मशाळेतील सर्व उतारूंना एका पत्रावळीवर पुरी, भात, दालमा वाढले जात होते. मलाही रांगेत भोजन मिळाले. मी अन्नाचा आदरच करतो. पत्रावळीवर प्रत्येकाला एक-एक खाजाही दिला जात होता. सर्व काही अन्नदान मनापासून होते; त्यामुळे ते अर्थातच सुग्रास वाटत होते. सगळ्यांच्या तृप्तीचा आनंद आणि आशीर्वाद त्या गर्भश्रीमंत असामीपर्यंत पोहोचत असेलच.

पुरीस अन्नदानाचे प्राबल्य बरेच जाणवते. म्हणून हे तीर्थपीठ सदासर्वकाळ भक्तभाविक आणि साधुमुनींनी गजबजलेले असते.

येथील जगन्नाथाचे मंदिर म्हणजे कृष्णमंदिरच असून मंदिरात कृष्णाबरोबर बलराम, सुभद्रा यांच्याही मूर्ती आहेत. लाकडी मूर्तीत कोरलेले डोळे-नाक-तोंड एवढेच अवयव आहेत. बटबटीत डोळ्यांमुळे जगन्नाथाच्या मूर्ती गंभीर वाटतात. मंदिराचा परिसर फिरून पाहिला. संपूर्ण दगडी तटबंदी असलेल्या या मंदिराच्या महाद्वारामध्ये संपूर्ण काळ्या पाषाणाचा एक उंचच उंच अरुणस्तंभ आहे. पूर्वेकडील सिंहद्वार हेच खरे महाद्वार आहे. मंदिराच्या परिसरात आवतीभोवती पंड्यांची अनेक घरे, दुकाने असल्याने तीर्थ नेहमी प्रसन्न व पवित्र वाटते. जगन्नाथ मंदिरात पंचामृत अभिषेक, अग्निपूजा, यज्ञविधी, महापूजा, नैवेद्य, अलंकार, वस्त्रे, दान करणे इत्यादी कार्यक्रम सतत चालू असतात; त्यामुळे इथला सारा आसमंत धर्ममय होऊन गेला आहे. मी इथे वास्तव्यास होतो, त्या वेळी वैशाख संपून ज्येष्ठातील पौर्णिमा जवळ आली होती. आषाढास अजून बराच अवधी होता.

येथील जगन्नाथाची सुप्रसिद्ध रथयात्रा आषाढ शुद्ध द्वितीयेला सुरू होते. हजारो लोक जगन्नाथाचा जड रथ ओढत नेतात. अशी ही भव्य रथयात्रा. प्रेक्षणीय तर नक्कीच असणार; पण बराच अवधी असल्याने तोपर्यंत थांबणे मला इष्ट वाटत नव्हते. तसे मला काही ठरावीक वेळेत हे तीर्थाटन संपवायचे असे कुठलेच बंधन नव्हते; पण जास्त दिवस थांबून तरी काय करणार? त्यापेक्षा नवं काही पाहावं अशी आतुरता होती. शिवाय मला अजून बरंच तीर्थाटन करायचं होतं.

पुरीस असताना मी रोज संध्याकाळी समुद्रकिनाऱ्यावर जात होतो. समुद्राकडे आणि दूर क्षितिजाकडे टक लावून पाहत थांबणे मला अत्यंत आवडते. सागराचं अथांग रूप पाहणं आणि त्याचा मनस्वी आनंद वाटणं हे मी भाग्यच समजतो. समुद्रात बुडण्याआधी सूर्य आपल्या समृद्ध रंगकलशातील शेवटचा उरलासुरला केशरी सडा समुद्रावर मुक्तपणे उधळतो. जणू अबीर-गुलाल, अरगजा उधळावा तसा. आकाशात पांढऱ्या ढगांचे पुंजके असोत-नसोत, मग आकाशातही शेंदरी रंगाचे मुक्त प्रतिबिंबच उमटले आहे असे वाटू लागते. विविध रंगांची उधळण, म्हणजे सूर्य जणू रोजच इथे रंगपंचमीचा खेळ खेळतो. या समुद्रक्षितिजावर असे अत्यंत मोहक, सुंदर, मनोहर दृश्य असते. समुद्रकिनारी बसून चित्रकाराने समुद्र आणि आकाश आपल्या कुंचल्याने क्षणोक्षणी रंगवत राहावे तसे. मी अशी विविध चित्रे मनात जितकी साठवता येतील तितकी साठवत असे.

जगन्नाथपुरीच्या वास्तव्यात निसर्गसौंदर्याशिवाय माझ्या हाती फारसे काही लागले नाही. पूजा-अर्चा, यज्ञकर्म आदी कर्मकांडात मग्न असलेल्या या पीठात वेदान्तावर, तत्त्वज्ञानावर अथवा अध्यात्मावर मला काहीएक ऐकायला मिळू शकले

नाही. मात्र, हे नक्की एक विशाल धर्मक्षेत्र होते.

भुवनेश्वरहून मी गयेस निघालो. तो सगळा सपाट प्रदेशच होता. जसा रस्ता दिसेल तसा मी चालत होतो. या प्रवासात निरनिराळे लोक भेटायचे. रस्ता कच्चा होता. कधी पायवाट लागायची तर कधी लांबच लांब शेती. कुठेही मोठ्या इमारती नव्हत्या. जुनी पारंपरिक घरे. बहुतेक कौलारू किंवा इतर सगळ्या झोपड्याच. लोकांची वर्दळही तुरळकच. वाहने नाहीत, टांगा-सायकल-बग्गीही नाही. मी रस्ता चुकलो की काय असेच मला वाटू लागले. चौकशी करावी तर ते लोक उडिया भाषेत बोलत असल्याने कसलाच अंदाज करता येत नसे. थकून जायचे शरीर. नको वाटायचा प्रवास. या उतारवयात आपल्याला काय साधायचे आहे? उरलंसुरलं जीवन आपल्या गावात चारचौघांसारखं व्यतीत करू शकलो नसतो का? का पत्करली ही उठाठेव? चालताना मैलोन् मैल माणूस दिसायचा नाही. मग कुणाला 'भिक्षान्देहि' म्हणायचे? पोट तर अशा रिकाम्या वेळी आंधळं व्हायचं. त्याला अन्नाशिवाय कशाचंही देणं-घेणं नसतं. भूक आणि केवळ भूक. अनावर. काय करायचं अशा वेळी? कसला हा वैराग्याचा वेडेपणा. विचार करत करत खूप दूर चालत आलो. एक झाड पाहून तिथे पथारी टाकली. कमंडलूतील शेवटचे चार-दोन घोट पाणी प्यालो. तसाच निपचित पडून राहिलो. मनात वाईट विचार येऊ लागले. भीतीही वाटू लागली. शरीरात त्राण उरले नाही तर करायचे काय? या वाटेतच आपले भलेबुरे होईल की काय असा अभद्र विचार मनात येऊ लागला.

अरे, आपण तर आताच हार पत्करतोय. इतक्यात पराभव कसा मानायचा. आपण तर इतिहासाचे प्राध्यापक. रणांगणावर मरण येईपर्यंत लढणारे अनेक शूर-वीर ज्यांच्या शौर्यगाथा आपण वाचल्या आणि मुलांना शिकवल्या. मग जीवनाच्या रणांगणावर आपण असे पळपुटे का व्हायचे? मनात धीर आला. 'छे! छे! I will fight the situation. I will face the situation, at least I will accept the situation until death.' मी नवी ऊर्जा घेऊन उठलो. पुन्हा चालू लागलो. काही अंतर गेल्यावर मला लोकांची वस्ती दिसू लागली. लोक दिसल्याने मला आनंद वाटू लागला. आपण विजयी झाल्याची भावना मनात आली. अनोळखी लोक, अपरिचित गाव तरी मला जिवाभावाचे वाटू लागले.

आता मी गावाजवळ पोहोचलो. ते एक आदिवासी गाव होते. गोंडवन आदिवासींसारखे ते कोयी किंवा कोया लोक होते. जुनी आदिवासी जमात. अर्धनग्न अवस्थेतील. कमरेला फक्त वल्कले गुंडाळलेली. बाकी स्त्रिया आणि पुरुष उघडेच. त्यांना पाहून मलाच संकोचल्यासारखे वाटत होते. जंगलावर पूर्णपणे अवलंबून असलेले हे आदिवासी जवळ नेहमीच धनुष्य-बाण, भाले, कुऱ्हाडी अशी हत्यारे बाळगून असतात. क्षणभर मला मी हजारो वर्षे प्राचीन अशा भारतात गेलो की काय

असे वाटले. त्यांचा चेहरा निर्विकार होता. जणू आफ्रिकन हबशी वा झुलु जमात.

कोया हे लोक रानटी होते; तरीही त्यांनी मला जवळ केले. सर्वप्रथम मी त्यांना पोटावर हात ठेवून, हातवारे करून मला काही खायला द्या असे सांगितले. मी खूप भुकेलेला आहे हे त्यांच्या लगेच लक्षात आले. पाच-पंचवीस झोपड्या असलेले ते गाव. त्यातल्या एका धिप्पाड प्रमुखाने मला त्याच्या घराजवळ नेले. कसलीतरी रानफळे खायला दिली. पराठ्यासारखी जाडजूड कणकेची एक रोटी दिली. सोबत चार हिरव्यागार मिरच्या! भुकेमुळे मी ते कसेबसे संपवले. अशा अन्नानेही उदर शांत होते याचे मला नवल वाटले.

कोयांची भाषा गोंडी होती. त्यांनीच कोणीतरी मला 'गोंडी' उच्चारून सांगितले. भाषेची काहीच देवाणघेवाण होत नव्हती. शब्दांचे सगळे उच्चार नाकातून. कोणताच शब्द स्पष्ट कळत नव्हता. मग सगळेच काम हातवारे करून चालवले. त्यांनी पाहुणचार म्हणून मला भरपूर मध खायला दिला. मी पोळ्यातला मध शोषून पीत होतो; पण ते आदिवासी पोळ्यासह मध खात होते व चोथा टाकत होते.

कोया लोकांनी माझी चांगलीच वास्तपुस्त केली. झोपण्याची चांगली सोय केली. जंगलाचा परिसर असल्याने जनावरांचा वावर नक्कीच होता; त्यामुळे कोया लोक धनुष्य-बाणाशिवाय बाहेर पडत नव्हते. माझ्याजवळ त्यांनी एक शस्त्रधारी माणूस बसवला होता. पहिली रात्र मी तिथेच काढली. मध्यरात्री हिंस्र प्राण्यांचे आवाज स्पष्ट ऐकू यायचे. कोया लोकांच्या काही गायी-म्हशी होत्या. त्यांनी कोंबड्या व कुत्रीही पाळलेली होती. शिकवून ठेवल्यासारखी मोठमोठाली कुत्री गस्त घालून वस्तीची सुरक्षा पाहत होती.

कोया लोकांची थोडीफार शेतीही होती; पण यांचा अन्यत्र कोठेही संपर्क नसावा हे मात्र नक्की; त्यामुळे आजही प्राचीन प्रथा-परंपरेने हे लोक रानटी जीवन जगत होते. समोर एक डोंगर होता. बेताच्या उंचीचा. दुर्गम तर मुळीच नव्हता. कोम्मलम्म, काटुरुडू व मामिली ही त्यांच्या देवांची नावे. त्यांची मंदिरे डोंगरावर होती. सगळेच दगडाचे देव. काहींवर रक्ताचा अभिषेक केलेला. डोंगराच्या छोट्या कपारीत देवांना स्थानापन्न केले होते. एक कोया पुरुष - वनगाडू त्याचे नाव; सतत माझ्याबरोबर असायचा. हातवारे करून माहिती द्यायचा. मी इथे चार-एक दिवस सहज राहिलो. मला आता थोडे तरतरीत वाटत होते. वनगाडूने मला एका डोहाच्या कडेला असलेला देऊर नावाचा एक देव दाखवला. हा देव उग्र व भयानक आहे असे त्या कोयाने डोळे वटारून व तोंड वेंगाडून साभिनय मला सांगितले. हा पापाचा समूळ नाश करतो; त्यामुळे कोया याला फार मानतात. शिकारीच्या पापापासून हाच कोयांना मुक्त करतो अशी त्यांची श्रद्धा! बरंच फिरून पाहिल्यावर रात्र होत आली; त्यामुळे त्याने मला जणू पळवतच झोपडीकडे आणले. झोपडी जवळ आली, तेव्हा हातवारे

करून सांगितले की, चेडिपे नावाची एक चेटकीण आपल्याकडे बघत होती. ती वाघावर बसून हिंडत असते आणि न आवडणाऱ्या माणसांचे ती रक्त पिते अशी त्यांची समजूत आहे. मला तर तसे काही जाणवले किंवा दिसले नाही. आदिवासींच्या मनात खोलवर असे भास, अंधश्रद्धा रुतून बसलेल्या असतात. ते आभासालाही भितात. झाडांची पाने हलली तरी त्यांना त्यामध्ये सतत चित्रविचित्र चेहरे दिसतात. त्यामुळे भुताखेतावर त्यांचा दृढ विश्वास असतो.

तिसरी रात्रही मी तिथेच काढली. संध्याकाळचे भोजन म्हणून त्यांनी मला खायला भात आणि त्यावर काही तिखट ओला पदार्थ घातला. मी ते मिसळून खाऊ लागलो; ही चव मला नवीनच होती. भातावर सांडग्यासारखे काही घट्ट पदार्थ होते. त्याचा एक घास खाल्ल्याबरोबर ते काहीसे गिळगिळीत लागले व मला ओकारी आली. ते पाहून वनगाडू याने माझे ताट बाजूला केले. ज्याने जेवण वाढले होते, त्या कोयावर तो भडकला. त्यांच्या बोलण्यावरून ते मांसाहारी अन्न होते हे मला सहज समजले. मग वनगाडूने मला नुसती फळे खायला दिली. काही पेरू, केळी आणि नाव माहीत नसलेले एक गोल फळ. तुरट-गोड चवीचे!

भोजन झाल्यावर वनगाडू अंगात आल्यासारखे काही करू लागला. मला अनावर झोप येत होती; पण मला तो झोपू देईना. वनगाडूने त्या अवस्थेत मला हाताने ओढत त्याच्या झोपडीत नेले. झोपडीतील कोपऱ्यात लाकडात कोरलेला देव होता. भानामतीमधील बाहुलीसारखा! डोळे वटारलेला असा देव. पाहताक्षणी घाबरून जावे. मग त्याचे दर्शन तरी कसे घ्यायचे. वनगाडूने मला हात जोडायला सांगितले. 'मी आहे; घाबरू नका' अशा आविर्भावात मग त्याने जोरजोरात 'क्रिं क्रिं क्रिं, हिं, क्रिं, हूं हूं स्वः' असा मंत्र तीनदा म्हटला आणि माझ्या व स्वतःच्या अंगावरून त्याने केरसुणी फिरवून घेतली. तोंडात वाळलेल्या रक्ताची चिंधी धरून पुन्हा एकदा त्याने तो मंत्र म्हटला. मग हळूहळू तो शांत झाला; त्यामुळे आता आमची त्या चेटकिणीपासून मुक्तता होणार होती.

मला सारे विचित्र आणि वेगळे वाटत होते. अशा अडाणी व रानटी लोकांत राहून काय उपयोग? कशीबशी ती रात्र काढली. सकाळी त्यांची नजर चुकवून मी तिथून माझी सुटका करून घेतली.

१३

रस्त्याला लागलो. पुन्हा प्रवास सुरू झाला. या भागात गडजातीचे डोंगर आणि प्रसिद्ध पुरातन मलयगिरी पर्वत लागला. आता मला काहीसे बरे वाटू लागले. मलयगिरी पर्वत सुंदर होता. सर्वत्र चंदनाची आणि फक्त चंदनाचीच झाडे. मलय आगर म्हणजे चंदनाचा साठाच जणू! त्यामुळे मलयगिरीचा पर्वत चंदनाच्या सुगंधाने मंदपणे दरवळत होता. मला मलयगिरी पाहताना याला 'चंदनवन' हे नाव अधिक शोभेल असे वाटले. वाळलेल्या चंदनाची लाकडे अनेक ठिकाणी इतस्ततः पडलेली होती. मी काही छान छोटी लाकडे माझ्या पिशवीमध्ये घेतली. लाकडाचा वास घेऊन पाहिला. छान वाटला.

मलयगिरी संपला आणि देवगड, सुंदरगडमार्गे मी रांची येथे पोहोचलो. रांचीला मात्र सगळीकडे पठारी प्रदेश. तेथून गया जवळ असल्याने हजारीबाग व चतरामार्गे मी अखेर गयेला पोहोचलो. गया हे प्राचीन शहर बिहार राज्यात येते. गया शहराविषयी मला बरेच कुतूहल होते. गयेच्या बाजूने वाहणाऱ्या नदीच्या काठी मी गेलो. नदीत यथेच्छ स्नान केले. मन-शरीर हलकं हलकं वाटू लागलं. मी वावरत होतो, तो गया शहराचा भाग फारसा वर्दळीचा नव्हता. खूप दूरवर एक घाट दिसत होता. मी तिकडे गेलो. पितृॠणातून मुक्त होण्यासाठी पितृश्राद्ध विधी करण्याकरिता बरेच लोक इथे नदीवर येतात असे दिसले. किनाऱ्यावर ठिकठिकाणी श्राद्धविधी केले जात होते. भात शिजवून पिंडदान करणे, मुंडण करणे आणि नदीत जाऊन पुन्हा स्नान करणे वगैरे क्रिया ब्राह्मणाच्या मंत्रोच्चारात सुरू होत्या. पितरांना कायमचं तृप्त ठेवण्यासाठी हे श्राद्ध करावे लागते.

विधीतलं आणि त्याच्या फलिताबद्दल काहीही माहीत नसताना, श्रद्धापूर्वक

परंपरेने आपण हे करतच असतो. येथे अनेक ब्राह्मण कुटुंबे राहतात. गयेतील हे सगळे श्राद्धविधी येथील गयावळ ब्राह्मणांनीच करायचे असा येथे संकेत आहे. त्यांच्याशिवाय श्राद्धविधी संकल्पाचा पुण्यलाभ होत नाही, असे मानले जाते. मी जवळ थांबून एक संपूर्ण श्राद्धविधी सविस्तर पाहिला. केशवपन करून गयेतील स्मशानभूमीची संपूर्ण परिक्रमा करायची. हे करण्यासाठी पितरांना आमंत्रित करायचे, यासाठी पक्ष्यांचे विविध आवाज काढायचे. नंतर दूरवर जाऊन पुनःपुन्हा नदीच्या कडेला जाऊन सात वेळा पिंडदान करायचे. त्या रात्री तिथेच थांबून दुसऱ्या दिवशी स्नान करून निघायचे. असा हा कर्मविधी. लोक मात्र तो श्रद्धेने करतात.

फाल्गु नदीच्या किनाऱ्यावर हा पितृश्राद्ध विधी अखंड चाललेला असतो.

श्राद्धाचा विधी पूर्ण झाल्यावर पितर म्हणून कोणासही भोजन दिले तरी चालते. मला तिथे उपस्थित पाहून अशी दोन-तीन भोजनाची आमंत्रणे आपसूक आली. एका कुटुंबप्रमुखाने तर मला जखडून ठेवले. विधी पूर्ण झाल्यावर मला साग्रसंगीत पूजेचा मान देऊन आग्रहाने भोजनास बसवले. गंध - उटी लावून सगळ्यांनी माझे दर्शन घेतले. पायास हात लावून नमस्कार केला आणि 'तुम्ही तृप्तपणे जेवा' म्हणून विनंती केली. जणू काही मी त्यांचा पितरच! मी तर भुकेला होतोच. पोटात आग पडलेली, तेव्हा ते सन्मानपूर्वक दिलेले पवित्र भोजन स्वीकारून मी पोटभर जेवलो. अन्न कुठे, कसे मिळेल सांगता येत नाही, असा विचार डोक्यात आला. त्या मंडळींना तर जणू त्यांचा स्वर्गातील पितरच माझ्या रूपाने येऊन प्रत्यक्ष जेवतो आहे याचे समाधान मिळत होते, तर यात वावगे काय? जेवणानंतर मला ब्राह्मणांकरवी हातात पान-सुपारी व दक्षिणाही दिली गेली आणि हे सारे 'भिक्षान्देहि' न म्हणता!

माझ्यासारखा माणूस पितरांचं भक्ष्य खायला सापडला नसेल तर ते अन्न कावळ्याला देतात. मी तृप्तपणे केलेलं भोजन हे मृतासाठी वाहिलेलं अथवा कावळ्यांसाठी ठेवलेलं होतं; पण ते शेवटी अन्न होतं. मला त्याचा आदरच होता.

माझ्यासारखे असे पितरांसाठीच्या जेवणावर जगणारे कित्येकजण येथे कायम वास्तव्यालाच आहेत. मी तर एक वेळाच जेवलो.

मला इथे राहण्यात काहीच रस नव्हता. मला प्रत्यक्ष गौतम बुद्धाच्या वास्तव्याने पुनीत झालेली बुद्धगया पाहायची होती. त्या बुद्धगयेत मला रस होता. चौकशी केली, तेव्हा कोणीतरी मला माहिती दिली, याच गयेच्या दक्षिणेस बुद्धगया म्हणून जुने स्थान आहे. येथून सहा-सात मैलांवर असेल ते.

संध्याकाळ व्हायला अजून बराच वेळ होता. सूर्य मावळायच्या आत आपण बुद्धगयेस पोहोचू अशा लगबगीने मी निघालो. काही प्राचीन खाणाखुणा आता नजरेस पडणे अवघडच होते. शाक्यांची ती नगरी, कौसल, मगधाचे प्राचीन प्रदेश, ते कपिलवस्तू शहर, ती रोहिणी-निरांजन नदी, ते जंबुद्वीप, लुंबिनी-गौतमबुद्धांचे

जन्मस्थळ, वृक्ष, फुला-फळांनी ओथंबलेले ते वन, ज्या वृक्षाखाली बुद्धांचा जन्म झाला तो शालवृक्ष, ते कुंजविहार वन हे सारे आता कुठे लुप्त झाले. स्मृतीशिवाय काळ काहीच अवशेष राहू देत नाही. तो आपल्या उदरात गडप करून टाकतो. निदान काही भग्न अवशेष तरी पाहायला मिळतील या तीव्र आशेने मी लगबगीने बुद्धगयेकडे चालत निघालो. काही स्थळे लागू लागली. कपिलवस्तूच्या पूर्वेला कुशीनारा किंवा कुशीनगर हे महत्त्वाचे पवित्र स्थळ पाहायला मिळाले. इथे गौतम बुद्धांचे परिनिर्वाण झाले होते. बुद्धांची ती उत्तररात्र होती. आपल्या ऐंशीव्या वर्षी वैशाख पौर्णिमेला त्यांनी इथे देह ठेवला. त्या वेळी त्यांच्या जवळ आनंद हा शिष्य होता. कुशीनगर इथेच बुद्धांचा दाहसंस्कार केला गेला. इथे गौतम बुद्धांची उजव्या कुशीवर निद्रास्थितीत असलेली लांबच लांब अशी मूर्ती आहे. चिनार लाल रंगाने सजवलेलं मोठं मंदिर. या इथेच बुद्धांच्या पवित्र पायांचा स्पर्श झालेला असेल. माझ्या आत कुठेतरी संवेदना जाणवत होती. गौतम बुद्धांचा हा परिसर आपण अनामिक अनुभूतीने स्पर्श करून अनुभवतो आहोत की काय?

बोधगयेच्या खालच्या भागात दोन मैल अंतरावर वाहणारी फाल्गु नदी हीच पूर्वी निरंजना नदी म्हणून ओळखली जात होती. मी एका छोट्या गावी पोहोचलो. तिथे असलेल्या एका विहारात मी मुक्काम केला. तिथे भगव्या वस्त्रांतील अनेक भिक्षू होते. काही नागपूरकडचे मराठी भाषक मला भेटले; त्यामुळे आपल्या मराठी बांधवांची येथे आपोआपच भेट झाली.

वज्रबोधी नावाचे कुणीएक भिक्षू होते. त्यांनी माझा शुभ्रवेष पाहून "तुम्ही हिंदू संन्यासी का?" असे विचारले. मी माझी माहिती आणि ओळख करून दिली. "मी अजून विधिवत संन्यास घेतलेला नाही." हेही आवर्जून सांगितले. "मला सर्व धर्मस्थळांना भेट द्यायची आहे. तीर्थे पाहायची आहेत. केवळ एखाद्या विशिष्ट धर्मासाठी मी फिरत नाही. मी धर्माचा साधक आहे, अभ्यासक आहे. इतिहास, संस्कृतीचा अध्यापक आहे. प्राचीन तत्त्वज्ञानाचं मला नेहमीच कौतुक वाटतं. जगभर किती विविध विचार व तत्त्वज्ञान मांडले गेले आहे. जिज्ञासूपणे हे सारं पाहणं, वाचणं, जाणून घेणं मला रंजक वाटतं. त्यातून मला खूप आनंद मिळतो. या प्राचीन अवशेषामध्ये मी रमून जातो. स्वतःला हरवून बसतो. आता हेच पाहा ना. या भूमीमध्ये, या जमिनीच्या कणाकणांत भगवान बुद्धांचा स्पर्श विखुरला होता या कल्पनेनेही मी मोहरून जातो." भिक्षू वज्रबोधींना माझ्यात काहीतरी स्वारस्य वाटले असावे. त्यांनी मला जवळ बोलावले आणि मला एका विहारात भोजनाला नेले.

भोजनानंतर आम्ही दोघे विहारामध्ये चर्चा करत बसलो. चर्चा भगवान गौतम बुद्धांवरची होती. विहारात अन्य काही बौद्ध भिक्षू होते. बहुतेक नवखेच होते. नागपूरकडचे अधिक असावेत असे त्यांच्या बोलण्यावरून वाटत होते. भिक्षू

वज्रबोधी प्रवचन देऊ लागले, रोजच्याप्रमाणे –

"मित्रहो, सत्याच्या ज्ञानशोधात निघालेले युवराज गौतम. उरुवेला या छोट्या गावी आले आणि निरंजना नदीच्या काठावर असलेल्या एका पिंपळाच्या वृक्षाखाली ध्यान-तपश्चर्या करू लागले. याच वृक्षाखाली त्यांना ज्ञानप्राप्ती झाली व ते 'बुद्ध' म्हणून ओळखले जाऊ लागले. मित्रांनो, ज्ञानप्राप्तीनंतर भगवान गौतम बुद्ध सात आठवडे इथेच वास्तव्याला होते. सुरुवातीला त्यांना पाच ब्राह्मण अनुयायी म्हणून लाभले ते उरुवेला इथेच. मग त्या पाच अनुयायांसह वाराणसीजवळील सारनाथ इथे जाऊन गौतमांनी बौद्ध धर्माची घोषणा केली. तिथून ते राजगीर येथे गेले. उरुवेला हे ठिकाण नेमके कुठे आहे हे आता नीट स्पष्ट होत नसले तरी इतिहासात हे गाव संबोधी, वैजरसना किंवा महाबोधी म्हणून ओळखले जात होते. लवकरच बुद्धांचे अनुयायी वाढू लागले. महाबोधी मंदिरात बुद्धांच्या मूर्तीचा इतिहास सांगितला जातो.

"बोधीवृक्षाखाली ज्ञानप्राप्ती झाल्यानंतर येथे त्यांनी सात आठवडे ठिकठिकाणी वास्तव्य केले हे मी आत्ताच सांगितले. या सात ठिकाणी आता विहार बांधले गेले आहेत. मित्रांनो, सम्राट अशोककालीन शिलालेखात उल्लेख असलेला पिंपळवृक्ष आजही आहे. बुद्धगयेजवळील राजगीर हा शांतीस्तूप श्रीधरकूट डोंगरावर आहे. या स्तूपाजवळ वेणूवन आहे. इथे गौतमबुद्ध येऊन गेल्याचा उल्लेख आहे."

भिक्षू वज्रबोधी हे नवे बुद्ध अनुयायी असल्याने ते आपले प्रवचन कथारूपाने बाळबोधपणे सांगत होते. ते अगदी मनःपूर्वक व अत्यंत श्रद्धेने सांगत असल्याने ते ऐकायलाच हवे असे वाटत होते. आपल्या माहितीची जणू उजळणीच होत होती. ते पुढे सांगत होते –

"मित्रांनो, राजगीर येथे सप्तपर्णी गुंफा आहे. भगवान बुद्धांच्या महानिर्वाणानंतर इथे पहिले बौद्ध संमेलन भरले होते. राजगीरपासून नालंदा सात मैल अंतरावर आहे. प्राचीन काळचे विश्वविद्यालय. या विद्यापीठाचे केवळ भग्न अवशेष दिसून येतात, ते कालच भेटीत आपण पाहिले.

"गौतम बुद्धांची कथा खरोखरच अद्भुत आहे. मित्रांनो, शुद्धोधन राजाची पत्नी महामाया हिला होणाऱ्या संतानाबद्दल जे स्वप्न पडले, त्या स्वप्नाचा उलगडा करण्यास जमलेले आठ ब्राह्मण, हा होणारा पुत्र अत्यंत तेजस्वी आणि जगाला खऱ्या ज्ञानाचा मार्ग दाखवणारा धर्मसंस्थापक होईल किंवा चक्रवर्ती सम्राट होईल असे भाकीत सांगत होते. असित ऋषींसारखे हिमालयातील महान तपस्वी या तेजःपुंज बाळाच्या दर्शनासाठी आले होते. बुद्धजन्मामुळे स्वर्गातही आनंद झाला. त्यांनी पुष्पवृष्टी केली. असितमुनी मात्र रडले आणि सांगू लागले. या महान कर्तृत्ववान महामानवाचा उत्कर्षकाळ पाहण्यास मी त्या वेळी या जगात असणार नाही. असितमुनी अश्रू ढाळत होते. मित्रांनो, ही बुद्धकथा म्हणून विलक्षण व अद्भुत

आहे. बाळपणीच या महान धर्मसंस्थापकाचे पैलू दिसत होते. बाळ गौतमांनी आईशी बोलताना क्षत्रिय धर्माचे विवेचन कसे केले ते ऐका, 'आई, माणसाला मारणे हा कसला आला आहे माणसाचा क्षत्रिय धर्म? सगळे क्षत्रिय जर एकमेकांवर प्रेम करू लागले आणि हिंसा न करता राज्याचे रक्षण करू लागले तर कशाला युद्धे होतील? सर्व जग हिंसेशिवाय का नाही सुखी होणार?' मित्रांनो, गौतमांचा युक्तिवाद बिनतोड होता. आई निरुत्तर झाली.''

आता बरीच रात्र होत आली. दिवसभर अनेक स्थळं पाहून लोक थकलेले होते; त्यामुळे भिक्षू वज्रबोधी यांनी बोलणे आवरते घेतले. यापुढील प्रवचन आपण उद्या चालू ठेवू असे ते म्हणाले. मी भिक्षू वज्रबोधी यांचे अभिनंदन केले. ''नव्या धर्माचा आपण सखोल अभ्यास केला आहे, हे खरोखरच कौतुकास्पद आहे. आपला परिचय झाल्याचा खरोखर आनंद वाटतो. आपण आता विश्रांती घेऊ आणि उद्या पुन्हा भेटू,'' असे मी म्हणालो.

आकाश तर सगळीकडे सारखेच असते. हंपी येथील, शृंगेरी मठातील, कन्याकुमारी येथील किंवा अगदी कोया आदिवासी समाजाच्या पटांगणावरून दिसणारे आकाश एकसारखेच होते. मी अंगणात पडलो आणि सवयीप्रमाणे आकाशाकडे पाहू लागलो तर ध्रुव, शुक्र, सप्तर्षी, व्याध, गुरू नेहमीप्रमाणे आपापल्या जागी होते. या ताऱ्या-चांदण्यांनी याच परिसरात वास्तव्य केलेल्या गौतम बुद्धालाही पाहिले असेल. कित्येक वर्षे ते पाहत असतील. काळ बदलतो. सृष्टीवरील चराचर बदलते. आकाश मात्र तसेच स्थिर राहते. त्यांनी प्रभू रामाला पाहिले असेल. भगवान कृष्णाला पाहिले असेल. गौतम बुद्धालाही पाहिले असेल आणि माझ्यासारख्या सामान्य जीवालाही ते पाहत असेल. मला याची गंमत वाटते.

दुसरा दिवस उजाडला. मी आणि भिक्षू वज्रबोधी दोघे मिळून नदीवर स्नानासाठी गेलो. बोधगयेतील नदी एखादा ओहोळ वाहावा तशी वाहत होती. वाळूतून दूरवर चालत गेलो. निवांतपणे स्नान आटोपले. पुन्हा परत विहाराकडे आलो. दिवसभर बुद्धस्थळे पाहिली. ठरल्याप्रमाणे रात्री विहारामध्ये जमलो. भिक्षू वज्रबोधी यांचा प्रवचनाचा उत्साह दांडगा होता. प्रवचनाला ते आतुरच होते. कालचे प्रवचन त्यांनी पुढे चालू केले.

''मित्रांनो, आपण माझ्यासारख्या नवख्या बुद्ध अनुयायीचे प्रवचन शांतपणे ऐकून घेताहात, त्याबद्दल मी आपणास धन्यवाद देतो. बुद्धकथा अद्‌भुत आहे, रसाळ आहे. मी फक्त निरूपण करणारा साधा, सामान्य बुद्ध अनुयायी. माझी वाणी ही बुद्धांची. बोलविता धनी बुद्ध. काही चुकले असेल तर क्षमा करावी. जे चांगले ते बुद्धांचे. चुका-त्रुटी या माझ्या. त्या माझ्या पदरात टाकाव्यात. तर मी काय सांगत होतो, सिद्धार्थ गौतम जेव्हा बुद्ध झाले आणि सारनाथ येथील स्तूपात त्यांनी

धर्मघोषणा केली. त्यानंतर हळूहळू त्यांचे अनुयायी वाढू लागले. ज्ञानप्राप्तीनंतर ते ठायीठायी उपदेश करत असत. कधी स्तूपात तर कधी विहारात, तर कधी वृक्षछायेखाली. जिथे जिथे संधी उपलब्ध होई तिथे धर्माची मीमांसा करत. सत्यशोधनात अवगत झालेला विचार मांडत. नवधर्माची तत्त्वे विवरण करून सांगत. सिद्धार्थ गौतमांचं ज्ञानप्राप्तीनंतरचं धर्मचिंतन इतकं समृद्ध आणि प्रभावी असायचं की, त्यांच्या वक्तृत्वाने श्रोतृवृंद मंत्रमुग्ध होऊन जायचा.''

''बुद्धांच्या काळात समाजामध्ये तथ्यहीन कर्मकांडाचे प्राबल्य अधिक होते. पारंपरिक विचारसरणी मृतप्राय झाली होती. या पार्श्वभूमीवर बुद्धांचे संजीवक बुद्धविचार प्राणवायूसारखे चैतन्यदायी वाटत होते; त्यामुळे नव्या अनुयायांना ते एकूणच क्रांतिकारकच होते. गौतम बुद्ध आपल्या विचारांचा, धर्मचिंतनाचा प्रसार करण्यासाठी अनेक ठिकाणी पायीच फिरत होते. ते आवश्यक तेवढी व आपल्या भुकेइतकीच भिक्षा मागत व उदरनिर्वाह करत. कसलाही संग्रह त्यांना वर्ज्य होता.

''शाक्यांची नगरी कपिलवस्तू, कोसला, मगध, जंबुद्वीप, लुंबिनी आदी प्रदेशांत नव धम्मप्रचारासाठी ते पायीच फिरत होते.

''बुद्धं सरणं गच्छामि, संघं सरणं गच्छामि, धम्मं सरणं गच्छामि हा उद्‌घोष ते करत असत. मित्रांनो, एक दिवस असा आला की, श्यामल संध्याकाळ आपल्यातच मग्न होती. गोरज वेळ केव्हाच टळून गेली होती. दबकत दबकत नुकत्याच उगवलेल्या कोवळ्या रात्रीने चांदण्यांच्या ठिपक्यांचा काळा शालू हलकेच परिधान केलेला होता.''

आपल्या कोटीबद्ध व प्रतिमेच्या शैलीने भिक्षू वज्रबोधी स्वतःवरच खूश झाले. हे वाक्य पूर्ण होताना ते माझ्याकडे पाहत होते. मी 'छान छान' म्हणालो. त्यांचा उत्साह भलताच वाढला. ते पुढे सांगू लागले, ''मित्रांनो, रात्रीचं वस्त्र पाहून संध्येने रजनीत विलीन व्हायचं ठरवलं आणि क्षणार्धात ती विरघळूनही गेली. शाक्यनगरी मंद दिव्यांनी उजळून गेली. राजा शुद्धोधनाचा महालही तेजाळला. दूरदूरवरून तो लखलखत असल्याचे दिसू लागले. धम्म प्रचार करत गौतम बुद्ध शुद्धोधनाच्या राजवाड्याजवळ पोहोचले. आता ते युवराज नव्हते. कुणी राजपुत्र नव्हते.

''संन्यस्त धम्म परिवेष आणि हातात एक भिक्षेचा कटोरा, असा तो तेजःपुंज महापुरुष व आपल्याच साम्राज्यात मूठभर भिक्षेसाठी एका दारासमोर थांबला. एका चक्रवर्ती सम्राट राजपुत्रानं 'भिक्षान्देहि' म्हणत आपल्याच दारासमोर उभं राहणं हे दृश्य विलक्षण दुर्मीळ होते. संन्यासाला भिक्षा देणं हा धर्म. तो पाळला जाणं म्हणजे एक पवित्र कर्म. सिद्धार्थ गौतमाची पत्नी यशोधरा या अलौकिक भिक्षा प्रदान करण्याच्या प्रसंगास प्रत्यक्ष सामोरी जाते हे किती अद्‌भुत दृश्य असेल. मित्रांनो, अतिशय हृदयंगम आहे हा प्रसंग. आपले प्राणप्रिय पतीच प्रत्यक्षात आपल्यासमोर

भिक्षापात्र घेऊन उभे आहेत. तृषार्त आणि भुकेले. हा काय योग! हा कसला भिक्षा प्रसंग. यशोधरेच्या डोळ्यांतील तुडुंब भरलेल्या अश्रूंमध्ये भगवान गौतम बुद्ध बुडून गेले; पण यशोधरा धैर्यवान होती. तिने अतिथीचे स्वागत केले. भिक्षादान दिले. आपल्या राजवाड्यात आपला पुत्र आल्याचे कळल्याने शुद्धोधनही धावत आले. गौतम बुद्ध एकच म्हणतात,

'बुद्धं सरणं गच्छामि, संघं सरणं गच्छामि, धम्मं सरणं गच्छामि.'''

भिक्षू वज्रबोधी यांनी जीव ओतून वर्णन केलेला हा प्रसंग ऐकून आम्ही सर्वांनी टाळ्या वाजवल्या. 'साधु साधु' म्हणालो.

मला गौतम बुद्धांच्या धर्माची, तत्त्वज्ञानाचा पुन्हा नव्याने सखोल अभ्यास करण्याची प्रेरणाच इथे मिळाली.

रात्री बराच वेळ भिक्षू वज्रबोधी आणि मी चर्चा करत बसलो. भिक्षू वज्रबोधींना मी काही सूचना दिल्या. निरूपणाबद्दल काही मौलिक गोष्टी सांगितल्या. वाचनाचे काही संदर्भ त्यांना सांगितले. भिक्षू वज्रबोधी म्हणाले,

"प्रोफेसर साहेब, माझे हे पहिलेच प्रवचन आहे. मी या कार्यास वाहून घेतले आहे. जमेल हे सारे मला?"

मी त्यांना कौतुकाने म्हणालो,

"नक्कीच जमेल! तुम्हाला सांगण्याची शैली आहे. विचाराला अधिक महत्त्व द्या. चिंतन करा. काही नवीन नक्कीच स्फुरेल, ते स्वतःसाठी आणि इतरांसाठी चांगले असते."

१४

वज्रबोधींचा निरोप घेऊन सकाळीच मी बुद्धगया सोडले. तिथून मी पाटण्यास निघालो. पाटणा हे जुने प्राचीन पाटलीपुत्र. प्राचीन मगध देशाची ती राजधानी होती. मौर्य, शुंग आणि गुप्तकाळ पुन्हा मला आठवू लागला. गुप्तकाळातले चंद्रगुप्त मौर्य व आचार्य चाणक्य आठवू लागले. मी पाटणा शहरात उतरलो. मोठं गजबजलेलं शहर, रस्त्याच्या दुतर्फा दुकानेच दुकाने. राजधानीचे शहर. गंगा व गंडकी नदीच्या संगमावर हे वसलेलं आहे. शहराच्या मुख्य रस्त्याच्या बाजूने नदीचे पात्र जाते. या पात्रात पूरसंरक्षक बांध तयार केलेला आहे. पाटणा शहरास नदीच्या पुराचा तडाखा नेहमीच जाणवत असावा. नदीच्या तीरावर असल्यामुळे हे शहर धन-धान्याने परिपूर्ण आहे. हे गाव मी फिरून पाहिले. गावात एके ठिकाणी नवे सुंदर उद्यान तयार केलेले दिसले. बागेमध्ये असंख्य झाडे, फुले, बोगनवेली व गवत होते. पाण्याचे अंतर्गत पाट व ठिकठिकाणी बसायला व्यवस्था केली होती. परिसर रमणीय होता.

बागेत थोडं फिरलो. बागेच्या मध्यभागी एक शमीचं झाड होतं. शमीची पाने आवळ्याच्या पानांसारखीच बारीक होती. अंगभर काटे असलेलं शमीचं झाड मी कुतूहलाने पाहत होतो. अत्यंत प्राचीन झाड. याचे संदर्भ थेट महाभारतात सापडतात. प्राचीन भारताचा इतिहास वाचताना मला शमीचा एक संदर्भ आठवला. हडप्पा येथील उत्खननाच्या चित्रात शमीचा उल्लेख आढळतो. देव-दानव शमीची फांदी हस्तगत करण्यासाठी आपसात झगडत आहेत असा संदर्भ प्राचीन सिंधू संस्कृतीत आहे. अज्ञातवासाच्या वेळी पांडवांनी आपली शस्त्रे याच झाडावर ठेवली होती. त्या वेळी या झाडाच्या अंगभर असलेल्या काट्यांमुळे तिथे कोणी पोहोचणार नाही म्हणून ठेवली असावीत काय? ग्रहयज्ञामध्ये याच शमीच्या झाडाच्या समिधा वापरल्या

जातात हेही मला माहीत होते. मग मी शमी वृक्षाला प्रदक्षिणा घालून नमस्कार केला. दसऱ्याच्या दिवशी शमीस प्रदक्षिणा घालून मगच लोक सीमोल्लंघन करतात, कारण मात्र माहीत नव्हते.

पाटलीपुत्र-पाटणा हे एक जुनं वैभव हरवलेलं, लुप्त झालेलं असं शहर होतं. मला फारसं भावलं नाही. ग्रीक इतिहासकार मॅगेस्थेनिस, चिनी प्रवासी फाहियान पाचव्या शतकात इथे येऊन गेले. सम्राट अशोकाने इथे बौद्ध धर्म परिषद भरवली. एवढं सगळं ऐश्वर्य, प्राचीन संदर्भ या शहराने नीट जतन करून का ठेवले नाहीत? माझ्या वाचनात आलेले स्पष्ट आठवते. इथे वाहणारी ती प्राचीन शोण नदी कुठे लुप्त पावली? मला आणखी एक संदर्भ आठवला, शोण हा कर्णाचा धाकटा भाऊ होता. शोणाच्या नावाचा आणि त्या नदीचा काही संबंध होता काय? मग कुठे गेले इथले ते सगळे संदर्भ? विचार करत करत नकळत मी आपली दाढी कुरवाळत होतो. मिशांवरून तर्जनी फिरवत होतो. डोक्यावरचे केसही मानेवर रुळू लागले होते. कपाळावर, डोळ्यांवर येणारी केसाची बट मला कानामागे वळवावी लागे. ती एक नवी सवयच जडू लागली. एक बरे होते की, मी कसलेही गंध, टिळा, विभूती वगैरेचा वापर करत नव्हतो; त्यामुळे तयार होणे वगैरे असा काही प्रकारच नव्हता. अंगाभोवती शाल लपेटली की झालं काम.

पुन्हा पाटणा स्टेशनवर आलो, ते एका दृष्टीने बरेच झाले. आकाश ढगांनी व्यापले होते. अल्पावधीत बरेच फिरून झाले; पण वर्षा ऋतूने कुठे चाहूलही लागू दिली नव्हती. इकडे पाऊस उशिरा असतो की काय कोण जाणे. अचानक सारं काळवंडून गेलं. मी स्टेशनच्या एका सुरक्षित कोपऱ्यात बसलो. विजा चमकू लागल्या. क्षणात विजेचा लख्ख उजेड डोळे दिपवून टाकी आणि लगेच त्याच्या मागोमाग एखादा प्रचंड वृक्ष कडाऽऽड करून कोसळून पडावा तसा आवाज येई. पावसाचं असं रौद्र रूप मी कधीच पाहिलं नव्हतं. काही वेळातच मुसळधार पाऊस सुरू लागला. सर्व परिसर तो क्रोधाने झोडपू लागला. पावसाशिवाय अन्य आवाजच राहिला नाही. जणू पावसाची आकाशगंगाच जमिनीवर ओसंडून वाहावी तसे वाटू लागले. विजेच्या आघाताने ढग फुटावेत तसा प्रचंड पाऊस!

थोड्या अंतरावर कोपऱ्यात माझ्यासारखेच कुत्र्याचे एक पिलू आसऱ्यासाठी आले होते. तसे ते पूर्ण भिजले होते. कूंऽ कूंऽ असा काहीसा अस्फुट आवाज करत ते कुडकुडत होते. त्याला पाहून मीही शहारलो. शाल घट्ट लपेटून घेतली. उबदार वाटू लागलं. एकाएकी स्टेशनातले दिवे गेले. सगळीकडे अंधारच अंधार! आवतीभोवतीचे काहीच दिसत नव्हते. अंधारयुगासारखे वाटत होते. मग काही वेळाने दिवे आले. तासभर होऊन गेला. पाऊस थांबण्याचे काहीच चिन्ह नव्हते. कधीकधी भूक आपल्यावर माया करते; तीही समजूतदार असते की काय कळत नाही.

त्या त्या वेळेला गाड्या येत-जात होत्या. प्रवाशांची अदलाबदल होई. कर्कश शिटीने झोप उडून जाई. मध्यरात्रीनंतर केव्हा पाऊस थांबला ते कळले नाही. कोपऱ्यातले कुत्र्याचे पिलूही निघून गेले. पहाटे पहाटे एक गाडी धगधगते इंजिन घेऊन आली. प्लॅटफॉर्मवर सुस्कारे टाकत उभी राहिली. तिला लगेच निघायचे होते. घंटा घणघणल्याबरोबर ती निघालीही. निघायला उशीर झाल्यासारखी.

आता मला झोप येणे शक्य नव्हते. रेल्वे स्टेशन पुन्हा निर्जन झाले होते. पाटणा ते काशी, गंगा नदीच्या किनाऱ्याकिनाऱ्याने मला पायी प्रवास करायचा होता; पण रात्रीच्या पावसाने माझा बेत पार उधळून लावला. पावसाचे रंगरूप कुणाला ठावे? हिमालयाच्या पायथ्याचा पाऊस... गंगा नदी, समृद्ध आणि विशाल करणारा असेल, असणार.

मी प्रवासाचा बेत बदलला. अलाहाबाद पॅसेंजर पाटण्याहून सकाळी आठ वाजता निघते आणि ती शटल गाडीसारखी पुन्हा संध्याकाळी पाटण्याला परत येते. मला काशीला जायचे होते; त्यामुळे ही गाडी सोयीची होती. काशी येईपर्यंत अनेक छोटी छोटी गावे पाहता येतील आणि अनेकदा गंगा नदीचा किनाराही दिसेल. नदी सतत दिसेल अशा खिडकीच्या बाजूला मी बसलो. गंगा ही इतर नद्यांसारखीच एक नदी; पण तिच्या दर्शनाला मी इतका आतुर आणि भावुक का झालो? ती प्राचीन म्हणून की पवित्र म्हणून...

खरंतर गंगेचा प्रवास हा गंगोत्रीपासून गंगासागरापर्यंत करायला हवा. जवळजवळ दीड हजार मैलाचा हा प्रवास काय सोपा आहे? मी तर उलटाच प्रवासाला निघालो. भारताचा प्राचीन इतिहास व संस्कृती विषय शिकवताना नद्या व नद्यांच्या किनाऱ्यांवरची संस्कृती मुलांना सांगत आलो. उत्तर भारत हा सप्तसिंधू, गंगा, यमुना, सरस्वती, ब्रह्मपुत्रा नद्यांनी व्यापलेला होता. या नद्यांचे किती अनेक संदर्भ आहेत. उपनिषदापासून वेद-पुराणात आलेले आणि तिथून अगदी अर्वाचीन काळातील धरण व गंगाशुद्धीकरणाच्या काळापर्यंत ते आहेत. आगगाडीने दोन-तीन गावे ओलांडली. पुन्हा धो-धो पाऊस सुरू झाला. खिडकीची काच ओढून घेतली. बाहेरचं काहीच दिसेना. काचेवरून पाणी ओघळू लागले. पावसाचा एवढा जोर होता की, गाडीच्या कर्कश शिटीचा आवाजही दबून गेला. एकाएकी गाडी संथ झाली. मला वाटले स्टेशन आले; परंतु कुठला तरी पूल होता. गंगेवर बांधलेला लोखंडी पूल. मी खिडकी उघडून पाहण्याचा प्रयत्न केला तर झपकन वारा पावसाचे पाणी घेऊन आत घुसला. लगेच काच ओढली. पुलावरून गाडी चालल्याचा नुसता आवाज. पूल मोठा असावा. दोनएक मिनिटानंतर पूल संपला. खिडक्या-दारं बंद असल्याने काहीसं कोंडल्यासारखं वाटू लागलं. डब्यातले चेहरे पाहून पाहून किती पाहायचे. त्यात ते सगळेच अनोळखी. परभाषक. ते जे काही बोलत होते ते कदाचित भोजपुरी असावे असा

माझा अंदाज होता. काहींनी विड्या ओढलेल्या, त्यातच खिडक्या पूर्ण बंद; त्यामुळे सगळा दर्प आतच घोटाळत होता. एकूणच अवघडल्यासारखे वाटू लागले. भुवनेश्वरच्या तुरुंगासारखे! मी डोळे बंद केले. पाठीमागे डोके टेकवले व शांत पडून राहिलो. पाळण्यात हलावे तसे डोके डुलत होते.

अशाच पावसाने कमलला हिरावून नेले होते. कसलेही पाश नसलेले आम्ही दोघे होतो. उर्वरित आयुष्य शांत व संथ जगलोच असतो की. विनातक्रार; पण नियंत्याला तेही रुचलं नाही. केली ताटातूट. त्यातून त्याला काय साधायचं होतं कोण जाणे? त्याने आठवण तर अशी ठेवली की, काळजावर विस्तव ठेवावा... कधीच न विझणारा.

कमल गेल्यानंतर मी काही दिवस माचणूरला आर्वीकरांच्या मठामध्ये राहिलो होतो. आर्वीकरांच्या समाधीला लागून असलेल्या पिंपळाच्या झाडाभोवती गोल चबुतरा बांधलेला आहे. तिथेच फुलवेलींचा मांडवही घातला आहे. भक्तगण समाधिसाधनेसाठी आणि ध्यानधारणेसाठी त्याचा वापर करतात. कमलच्या स्मृतिप्रीत्यर्थ मी तिथे जाईचा वेल लावला होता. तिथे असेपर्यंत मी रोज पाणी घालत असे. कधीकधी रात्री-बेरात्री उठून मी त्या जाईच्या वेलाला स्पर्श करून पाहत असे. आता त्या जाईच्या वेलाची कोणी काळजी घेत असेल का? की तो वेल देखभालीअभावी असाच जळून गेला असेल.

कुठलंसं स्टेशन आलं. नाव वाचलं. 'कर्णप्रयाग' होतं. पाऊस केव्हाच थांबला होता. जरा मोकळं वाटू लागलं. आता गंगा नदी सहज दर्शन देईल. माझं अनुमान बरोबर होतं. बाहेर येऊन मी कमंडलूत पाणी भरून घेतलं. तासाभरात काशी-वाराणशी येईल असं कळलं.

खिडकीतून नदी दिसत होती; पण बरीच दूर होती. इथेच कुठेतरी कुंतीने कर्णाला गंगेत सोडून दिलं असेल का? मला उगीचच वाटून गेलं. पाटण्याजवळच्या दोन नद्या गंगेस मिळालेल्या होत्या, त्यातली एक शोण नदी नसेल कशावरून! गंगेला इथे गंडकी नदीही येऊन मिळते. कर्णप्रयाग, शोण आदी संदर्भामुळे मला इथेच कुठेतरी कर्णाची वास्तव्यभूमी असावी असे वाटत होते. पुढचे अवध स्टेशन नंतर थेट काशीच! अवधही कर्णाच्याच संदर्भातील एक गाव. मी काशीला उतरलो.

धर्मपीठ आणि विद्यापीठ असे दुहेरी महत्त्व असलेले हे प्राचीन काशी शहर. इथे असी आणि वरुणा या दोन छोट्या नद्यांचा संगमही आहे; त्यामुळे या भागास वाराणसीही म्हणतात; पण काशी हे शहर प्रामुख्याने गंगेच्या उत्तर तीरावर उभारले आहे. आश्चर्य म्हणजे इथे गंगेने चार मैल अंतराचे दक्षिणोत्तर धनुष्याकृती वळण घेतले आहे. वैदिक व बौद्ध या दोन्ही धर्मांचे मोठे कार्य इथून झाले. दोन्ही धर्मांच्या प्रसारामध्ये काशीचे मोठे योगदान आहे.

लहानपणी वडिलांबरोबर माझे काशीला येणे झाले होते. घाटावर अंघोळ व कसलासा धार्मिक विधी केल्याचे स्मरते. शिवाय डोळ्यांत चुरचुरणारा धूर आणि नदीकाठच्या नावा अजूनही आठवतात. प्रथम मी काशी विश्वनाथ किंवा विश्वेश्वराच्या देवळाकडे निघालो. रिमझिम पाऊस सुरूच होता. भिजतच गेलो. वेद-उपनिषदात या मंदिराचा, येथील ब्राह्मणांचा बराच उल्लेख आहे. माझ्या दृष्टीने हे मंदिर पाहणे महत्त्वाचे होते. मंदिराजवळ पोहोचेपर्यंत पूर्ण भिजून चिंब झालो होतो. या प्राचीन मंदिराची उद्ध्वस्त स्थिती पाहून तर मन अधिकच बेचैन झाले. इथे थांबून करायचे काय असा प्रश्न पडला. भुकेने व्याकूळ झालो होतो. मग अंदाजाने परत निघालो. आभाळ निवळले होते. हे एक बरे झाले. विचारपूस करत मी विश्वेश्वर मंदिरापासून अगदी थोड्या अंतरावर असलेल्या अन्नपूर्णा मंदिरापाशी आलो. चांदीच्या सिंहासनावर अन्नपूर्णा देवीची पितळी मूर्ती विराजमान आहे. आजूबाजूस कुबेर, गणेश व सूर्य यांच्याही मूर्ती आहेत. इथे सदैव अन्नदान चालू असते. इथलं मुक्त अन्नदान पाहून मला खूप आनंद झाला. कोया आदिवासींच्या प्रदेशात मी असाच अनावर भुकेने व्याकूळ झालो होतो. काल दुपारी पाटण्यात थोडं खाल्लं होतं. नंतर तिथेच रात्रीचा पाऊस झाला. सकाळही तशीच. काशीतला प्रत्येक माणूस जेवल्याशिवाय इथली अन्नपूर्णा देवी स्वतः एकही घास आपल्या मुखात घालत नाही असे गौरवाने सांगतात. माझ्यासाठीही जणू देवी अन्नपूर्णा जेवायची थांबली होती. मग मला जेवून घ्यायलाच हवे होते. मी त्वरेने जेवायला बसलो.

सूर्य मावळायच्या आत मी गंगाघाटावर गेलो. घाटावर फारसं कुणी नव्हतं. इथे दुकानांची लवकरच आवराआवर होते. पावसात सरणाची लाकडे भिजू नयेत म्हणून नव्याने ताडपत्र्यांचे आवरण टाकलेले होते. घाटावर दाटीवाटीने दुकाने थाटलेली. श्राद्धविधीचं साहित्य व घाटावर करायच्या अंत्यविधीचं सामान विक्री करण्याची ही सर्व दुकाने आहेत. या काशी परिसरामध्ये गंगेवर एकूण ८४ घाट आहेत. मी थांबलेल्या घाटाचे नाव मणिकर्णिका होते. मी छानपैकी एका बंद झालेल्या दुकानाच्या आडोशाला जाऊन बसलो. पावसापासूनची सुरक्षितता मला महत्त्वाची वाटत होती. नदीवरचं पावसाळी गार वारं अंगाला चांगलंच झोंबत होतं. नदीचं पाणीही वाढलं होतं. नदीवर नसलं तरी मनात वादळ होतंच.

काशी हे तीर्थक्षेत्र असले तरी परंपरेने महास्मशानभूमी म्हणून वापरले जाते. संपूर्ण देशातून धार्मिक वृत्तीचे वयोवृद्ध लोक आपले देहावसान इथे काशीत व्हावे म्हणून मुद्दाम येतात. हजारो वर्षांची परंपरा अजूनही चालू आहे. स्वतंत्र स्मशान घाट, स्वतंत्र पिंडदान घाट जिकडेतिकडे दिसतात. दहनवेदीवर सतत प्रेते जाळली जातात आणि त्यांची रक्षा गंगेमध्ये विसर्जित केली जाते. अंत्यविधीसंबंधीचा व्यवसाय इथे चांगलाच चालतो. गयावळ ब्राह्मण तर इथे या व्यवसायामुळेच सधन

झाले आहेत. प्रेतावरचे अलंकार, वस्त्रे, वस्तू लोक इथेच सोडून जातात. मग ही मालमत्ता गयावळांची होते.

परब्रह्मात विलीन होण्यासाठी व मोक्षप्राप्तीसाठी काशी हे तीर्थ धर्ममान्यता प्राप्त आहे, असे मानले जाते. 'काश्यां तु मरणान्मुक्ति', काशी क्षेत्रात मरण येणे हे मोक्षप्रद आहे असे परंपरेने मानले गेले आहे. हे क्षेत्र स्मशानवत वाटत असले तरी काही मृतदेह गंगा नदीच्या पात्रात समर्पण म्हणून सोडले जातात. दिवसभर रक्षा, अस्थिविसर्जन चालूच असते. दूरदूरचे अस्थिकलश इथेच रिते केले जातात; त्यामुळे गंगा पवित्र तर राहत नाहीच उलट ती अधिकच प्रदूषित होत जाते.

सकाळच्या उजेडाबरोबर गंगेच्या या मणिकर्णिका घाटाने आपली दिनचर्या आरंभली. नेमून दिलेल्या कामाप्रमाणे. काही गयावळ ब्राह्मण त्यांच्या ठरलेल्या ठिकाणी दर्भ, मंजिरी, समिधा व हळद-कुंकू या सामानासह येऊन बसले. मी घाटाच्या पायऱ्या उतरू लागलो आणि अचानक एका गुळगुळीत पायरीवरून घसरून जोरात पाठीवर आदळलो. जीवघेणी कळ आली. थोडा वेळ तसाच बसलो. नंतर हळूच उठून, जपून पायऱ्या उतरू लागलो. गंगेच्या पाण्यात उतरलो. अंघोळ आटोपली. वाहत्या पाण्याचा वेग खूपच वाढला होता. मध्यभागी तर पाणी आपल्याबरोबर बरंच काही वाहून नेण्यात मग्न होतं. झाडाच्या फांद्या, उन्मळून पडलेल्या झाडांचे अवशेष, लाकडे असं काही त्यात होतं. सर्वत्र गढूळ आणि पिवळं पाणी. पावसाने आवतीभोवती नदीचा किनारा धुऊन, पालापाचोळा नदीच्या वाहत्या पाण्यात सोडला होता. एवढी विशाल नदी पाहण्याचं मी भाग्य समजू लागलो; असं असलं तरी, एकूणच घाटाचा परिसर अमंगळ वाटत होता.

घाटाच्या आवतीभोवती काही अत्यंत जर्जर झालेले वयोवृद्ध आपल्या अंतकाळासाठी तिष्ठत बसल्याचे दिसत होते. अखेरच्या काळातलं हे इच्छामरणच की! मृत्यूही माणसाच्या इच्छेनुसार, मर्जीनुसार सहजासहजी येत नाही. घाटाच्या सगळ्यात वरच्या पायरीवर बसून हे मी पाहत होतो. एव्हाना पाच-सहा ठिकाणी पिंडदान, दोन-तीन ठिकाणी रक्षा व अस्थिविसर्जन चालू होते. घाटावरील काही दुकानांत सरणाची विक्रीही सुरू होती. दोघेजण एका दाहभूमीवर सरण रचण्यात गुंतले होते. सगळीकडे पूजा चालू झाली व मंत्रघोष घुमू लागला.

मृत्युर्जन्मवतां वीर देहेन सह जायते ।
अद्य वाऽब्दशतान्ते वा मृत्युर्वै प्राणिनां ध्रुवः ॥
मो षु णः सोम मृत्यवे परा दाः पश्यम नु सूर्यमुच्चरन्तम् ।
यस्य दूतः प्रहित एष एतत् तस्मै यमाय नमो अस्तु मृत्यवे ॥

गयावळ ब्राह्मण जोरजोरात ऋग्वेदातल्या मृत्यूपर ऋचांचा मंत्रोच्चार करू लागले. कुठे भात शिजू लागला तर कुठे समिधा, दर्भ वाहिले जाऊ लागले, कुठे

तांदळाचे चक्र मांडले जाऊ लागले, हळद-कुंकू, बुक्का विधी साहित्यास स्पर्श करू लागले. विधिकर्त्याला नदीतलं पहिलं, दुसरं स्नान घडू लागलं. ओल्या वस्त्रानिशी पिंडदान, पिंडपूजा मांडली जाऊ लागली, तर कुठे श्मश्रू आणि वपन, मुंडण केले जाऊ लागले. अचानक माझ्या अंगावरून गेल्यासारखे एक प्रेत दाहभूमीकडे गेले. पाच-सहाच माणसे बरोबर होती. बाकी विधी उरकून देणारे ब्राह्मण. रचलेल्या सरणावर प्रेत ठेवले गेले. पाच फेऱ्या करताना मडक्यातील पाणी पाच वेळा छिद्रे पाडून वाहून देण्यात आले. पाचव्या वेळी मडके मागे टाकून देऊन एक संकोच बोंब ठोकली गेली. भडाग्नी दिला गेला. अखेरीस ब्राह्मणांनी महानिद्रा मृत्युआरती म्हटली. मणिकर्णिका घाटावर हा एकच शिस्तबद्ध गोंधळ चाललेला होता. अखेरच्या ऋणातून मुक्त होण्याचा.

दुपार होत आली. दरम्यान, मला पत्रावळीवर मांडलेली दोन भोजने मिळाली. कुत्री व कावळेही वेळेवर पोहोचले होते. आता मला इथे बसवेना. पत्रावळीवरील बंदा एक-एक रुपया दक्षिणा म्हणून कनवटीस लावला. पत्रावळी गुंडाळून घेतल्या. एक भिक्षापात्रात ठेवली आणि एका पत्रावळीवरचं अन्न रात्री दुकानाच्या आडोशाला बसून खायला घेतले. पलीकडे घाटावर काही कावळ्यांच्या पंक्तीही उठल्या होत्या.

दुसरी रात्रही मी इथेच काढली. पाऊस नसल्याने घाटावर बरेच बैरागी, जोगी दिसू लागले. कुठेही शांतपणे बसलेले. नदीकडे दूरवर नजर रोखून पहुडलेले. बैराग्याला, साधू-जोगीला इथे जेवणाची चिंताच नसते; भोजनाची पाने आपोआप समोर मांडली जायची. त्यात मिष्टान्नही असे.

दिवस उजाडला. तिसऱ्या दिवसाचा सूर्य अजून क्षितिजावर यायचा होता. गंगेचं पैलतीर हे पूर्व दिशादर्शक होतं. सर्वप्रथम इथे गंगेत सूर्यस्नान करून पूर्व उजळते. मगच ती सगळ्या अन्य दिशांना उजळ करते. मी अंगावर शाल घट्ट लपेटून सूर्योदय पाहत होतो. नदीचं गार वारं अंगावर येतच होतं. गंगेच्या पाण्यातून सूर्य वर आला. सूर्याला कितीही वेळा पाहिले तरी तो नवा आणि तेजःपुंजच कसा दिसतो? इथे तर त्याने गंगोदकाने अभिषेक करून मगच वर येणं केलं; त्यामुळे मला सूर्य अधिकच पवित्र आणि तेजोमय वाटू लागला.

सकाळ केव्हाच होऊन गेली. शाल अंगावेगळी करावी असे वाटेना. थंड हवा जास्तच झोंबते आहे असे वाटू लागले. मी आडोशाला थांबलेले दुकान आजही उघडले गेले नाही; त्यामुळे तिथल्या फळीवर मी निपचित पडून राहिलो. अंगावर सरसरून काटा यावा आणि एकाएकी हुडहुडी भरावी तसे मला वाटू लागले. शाल तर अपुरीच होती. मी पाय पोटाजवळ घेतले व तेवढ्या शालीत स्वतःला लपेटून घेतले. थंडी काही थांबेना. अंगही ठणकू लागले.

आता काय करायचे? आजारपणाने नेमके इथेच मला का गाठावे? मी तसाच

पडून राहिलो. जगाचे व्यवहार केव्हाच सुरू झाले होते. माझ्याकडे कुणाचेच लक्ष नव्हते. असणार तरी कुणाचे? घाटाच्या आवतीभोवती माझ्यासारखे काही रुग्ण, वृद्ध पडलेले होते. काहींना आप्तांनी सोडून दिलेले तर काही आपल्या जीवनाची अखेर इथे व्हावी म्हणून मुद्दाम आलेले. मी यातला कोण होतो? प्रो.मित्तल आता या वेळी कुठे आणि कसे असतील? ते आता माझ्याबरोबर असते तर निदान त्यांनी माझी मनापासून काळजी घेतली असती; पण अरे, आपणच तर त्यांना निष्ठुरपणे सोडून आलो ना...

मी तळमळत, कण्हत तसाच पडून राहिलो. दिवस संपून गेला. माझ्या शेजारी कुणीतरी पत्रावळीचे भोजन ठेवून दिले होते. त्याला मी स्पर्श केला नाही. अंगात ज्वर भरल्याचे जाणवत होते. अत्यंत शीण आला. उठून बसण्याइतकेही त्राण उरले नाहीत. कमलसारखाच त्रास जाणवू लागला. फक्त दम लागलेला नव्हता; पण नीट बोलता येईना. कुणीतरी एक वृद्ध बैरागी बाजूला फळीवर येऊन बसला. मी त्याला काही सांगू पाहत होतो. माझं ऐकण्याऐवजी तोच मला काही सांगू लागला,

"आप भागवान है बेटा, सही जगहपे आये हो और सही समयपर; बुलावा आया तो खुशी खुशी जाईये । जन्नत तो जरूर मिलेगी बिटवा । ये कोई आसा नही है । बडे तकदीरवाले लगते हो ।"

तो बैरागी एक प्रचलित सत्य बरळत होता. सत्य आणि बरळणे, हे कसे? होय, मी निक्षून ते बरळणेच म्हणतो. गेले दोन दिवस मी इथले पिंडदान, अस्थिविसर्जन, दाहसंस्कार इत्यादी क्रिया पाहतोय. तरीही मी 'साशंक' का? माझं मन सतत प्रश्नांकित का होतं आहे? एक अपरिहार्य पवित्र कार्य म्हणून मन का स्वीकारत नाही या सगळ्याला? हे सगळं म्हणजे एक सोईस्कर विल्हेवाट! असं मला का वाटावं? तो बैरागी आपल्याही विल्हेवाटीचं बोलत होता काय? मग काय चुकलं त्याचं? डोकं भणभणू लागलं. शांतपणे पडून राहावं हेच बरं.

या बंद दुकानाच्या शेजारी अंत्यविधीच्या सामान विक्रीचे एक दुकान होते. तो गृहस्थ दुकान बंद करू लागला. मी काही हातवारे करून त्याच्याशी बोलण्याचा प्रयत्न करत असल्याचे त्याच्या लक्षात आले. तो जवळ येऊन विचारू लागला,

"क्या तकलीफ है भैया? बहुत बीमार लगते हो ।"

"हां जी." मी माझा त्रास सांगितला.

बिचाऱ्याला माझी दया आली. त्याने बंद केलेले दुकान पुन्हा उघडले. त्याच्या दुकानात काही आयुर्वेदिक औषधेही होती. त्याच्या दुकानातल्या पोऱ्याला समोरून एक पाव आणि कपभर चहा आणायला पाठवले. तो सद्‌गृहस्थ माझ्याजवळ आला. मला तो कपभर चहा आणि पाव त्याने खायला दिला. नंतर कुठलीशी एक ॲस्परिनची गोळी दिली. एका वाटीत दुकानातले चाटण दिले. ते नंतर घ्यायला

सांगितले. एका बाटलीमध्ये काढा होता, तो रात्री झोपताना आणि सकाळी घ्यायला दिला. त्याला सगळी माहिती होती. वैद्यच असावा. ‘आता झोपा, सकाळी मी नेहमीप्रमाणे येतो’ असं सांगून मगच सद्‌गृहस्थ गेला. फळीवरचा बैरागी तिथून केव्हाच निघून गेला होता.

मघाशी मी विचार करत असलेले ‘विल्हेवाट’ सामान विकणारा गृहस्थच माझ्या संरक्षणाची आणि संवर्धनाची काळजी घेत होता.

सकाळी मी कसाबसा तयार झालो. दुकान उघडायच्या आधीच त्या देवमाणसाने मला औषधाची मात्रा दिली. चहा-पाव झाल्यानंतर आणखी एक गोळी दिली. तुळशीचा रस, काढा, आवळ्याचं च्यवन इतकं काही दिलं. मी उठून फळीवर बसलो होतो. त्या गृहस्थाला मी उच्चशिक्षित असल्याचं कळल्याने मग तर त्यांनी माझी विशेषच काळजी घ्यायचं ठरवलं. दुपारच्या पत्रावळीच्या पिंडदान भोजनाऐवजी त्यांनी स्वतः मला वेगळं पान वाढलं. सायंकाळपर्यंत मला खूपच बरं वाटू लागलं. त्यांच्या दुकानाच्या ओट्यावर बसून मी काही वेळ त्यांच्याबरोबर बोलत होतो. इथे फळीवर झोपण्यापेक्षा त्यांनी त्यांच्या ओळखीच्या एका मठामध्ये माझी स्वतंत्र राहण्याची व्यवस्थाही केली. अंगातला अशक्तपणा सोडला तर आता बाकी मी बरा झालो होतो.

दुपारी त्यांच्या दुकानी गेलो. मला पाहताच ते म्हणाले,

“आइए अध्यापकजी, अब कैसे हो?”

“आपकी कृपासे मैं पुनर्जीवित हुआ हूँ । यह मेरा सौभाग्य है आपने मुझे सहयोग दिया ।”

“अरे नहीं भैया, किसी जन्मकी लेन-देन होती है, किमत चुकानी पडती है।”

“नही भाईसाब, आप बड़े दयालु है, कृपालु है, जो परपीड़ा जाने, यही तो साधु का मन है ।”

तो सद्‌गृहस्थ सुखावला. मला आता पुढच्या प्रवासाला निघायचे होते. दोन दिवसांनंतर निघेन म्हणून त्यांना बोललो. यावर ते काय बोलणार? पण मला त्यांनी काही आर्थिक मदत केली. अंगावरची मळकट शाल गंगेमध्ये सोडून द्यायला सांगितले, गंगार्पण करण्यासाठी. दुसरी एक छान नवी शाल त्यांनी आठवण म्हणून दिली. मला संकोच वाटत होता; पण ते सारे मनापासून करत होते. एखाद्या आप्ताला जिव्हाळ्याने मदत करावी तसे. मी उतराई म्हणून काय देणार? पण मला आठवले, मलयगिरीवर आपण चंदनाची काही सुबक लाकडे गोळा केली होती. शिवाय शृंगेरी मठातील दानधर्म मंडपात स्वीकारलेले एक मोरपीस होते. मी त्यांना अत्यंत आदरपूर्वक व प्रेमाने या दोन्ही भेटी दिल्या. त्यांना हे अभिनव व अपूर्व वाटले. काशी-वाराणशीचा हा अनोखा ऋणानुबंध मी हृदयाशी जपून ठेवला आणि तेथून निघालो.

१५

काशी क्षेत्राचा अनुभव खूपच वेगळा होता. आठ-दहा दिवसांचा कालावधी इथेच गेला. इथल्या आजारपणामुळे प्रकृती थोडीफार क्षीण झाली होती. या अल्पशा आजारातून उठल्यापासून डावा पाय मात्र अधूनमधून मुंग्या येऊन किंचित जड व बधिर होत होता. डाव्या अंगठ्याला बारीक कळ लागायची.

आता काशीहून मी प्रयागला निघालो होतो.

आयुष्याची लालसा तर सगळ्यांनाच असते. खूप जगावं, खूप पाहावं, आनंद घ्यावा असं वाटतंच ना. आपण जशी इच्छा करू तसं होतंच असं नाही. आयुष्यात कधी वाट्याला वसंतातला बहर येतो तर कधी शिशिरातली पानगळ. गणितासारखी जीवनात समीकरणंही निश्चित नसतात.

आपल्या व्यक्तिगत जीवनात तर पदोपदी अपेक्षाभंग असतो. मग असं वाटतं की, या अपेक्षाभंगाला सरणावर ठेवून त्याची चूड पेटवून द्यावी. ईर्ष्या, हेवा, मत्सर, लोभ, द्वेष तर सतत सगळ्यांचीच होळी करत असतात, त्यातून निष्पन्न तरी काय होतं? काहीच नाही. शरीराचे पांगळेपण ठीक आहे, नशिबाला दोष तरी देता येईल; परंतु मनाला पांगळेपण आले तर दयेची भीक कशी मागायची?

आपणच आपल्या व्यक्तित्वाचं कसं सांत्वन करायचं?

मी प्रयागला पोहोचलो. प्रयाग म्हणजे अलाहाबाद शहरच. गंगा-यमुनेच्या संगमावर वसलेले व तीर्थराज प्रयाग म्हणून ओळखले जाणारे तीर्थस्थान. हे शहर यमुनेच्या डाव्या तीरावर वसलेले दिसते. गंगा, यमुना व सरस्वती या नद्यांचा इथे त्रिवेणी संगम होतो म्हणून सांगतात; पण सरस्वती ही नदी प्रत्यक्षात दिसत नाही. ती गुप्त किंवा लुप्त पावली असे मानले जाते.

प्राचीन वेद, उपनिषदे, महाकाव्ये व अनेक ग्रंथांमध्ये प्रयाग क्षेत्राचा उल्लेख आलेला असल्याने मला या क्षेत्राचे अधिक कुतूहल वाटत होते. चौकशी करत संगमाकडे निघालो.

एका गृहस्थाला विचारले,

"गंगा नदी कहाँ है? किस तरफ जाना होगा?"

तर त्याने मला सुनावलेच,

"अरे भैया, गंगा नही गंगामैया कहो, कहाँ से आए हो?"

मी ओशाळलो आणि माफी मागितली.

संध्याकाळचा - सहाचा सुमार होता; पण इथे चक्क गडद अंधारच पडलेला होता. तरीही मला नदीकिनारी जायचे होते. मी एका घाटाजवळ येऊन थांबलो. नदीच्या वाहत्या पाण्यात असंख्य दिवे सोडले जात होते. आकाशगंगेचा एखादा तुकडाच जणू कुणीतरी जमिनीवर अंथरल्यासारखे अन् पाण्यावर लुकलुकत्या चांदण्या तरंगत वाहत जाव्यात तसे वाटत होते. नदीवर भाविकांचे स्नान व पूजा चालूच होती. संगमाचं स्नानपुण्य व प्रकाशपूजेच्या लाभाकरता मीही कमलच्या नावाने एक दिवा संगमात सोडला. दिवादेखील अर्ध्यावरच विझला. अन्य अनेक दिवे हेलकावत दूरदूर वाहत जात होते. काही दिवे शेवटी शेवटी ज्वाळेसारखे पेटून विझून जायचे. पाण्यात आग पेटावी तसे. मी घाटावर बसून शांतपणे पाहत होतो.

नदीच्या धारेची एक वेगळीच शांत लय जाणवत होती.

मी गावाकडे वळलो. इथे कोणा क्षेत्रोपाध्ये यांच्याकडे राहण्या-जेवण्याची सोय असते अशी माहिती मिळाली. रस्त्याच्या दोन्ही बाजूंला जुनी, मोडकळीस आलेली घरे होती. चालताचालता एके ठिकाणी मी थांबलो. आता एक खूण पटली होती. साधारणतः बैरागी, गोसावी, जोगी दिसले की, तिथे जवळपास कुठेतरी राहण्या-जेवण्याची व्यवस्था नक्कीच उपलब्ध असते. तेवढ्यात एक बैरागी मला उद्देशून म्हणाला,

"मुनिवर, यहाँ मेरे पीछे खड़े रहिए, अब जल्दही खाना मिलेगा, अपना कटोरा निकालो।"

"जी हाँ" मी म्हणालो आणि वेगळ्या शबनम बॅगेतला कटोरा बाहेर काढला.

बैराग्याच्या अंदाजाप्रमाणे थोड्याच वेळात एक गृहस्थ प्रत्येकाला एक बाजरीची जाड भाकरी, कसलीशी भाजी, गुळाचा एक खडा व त्यावर चक्क तूप ओतून देऊ लागला. रांगेत असल्याने मलाही ते अन्न मिळाले. मी फक्त तूप नाकारले. नुकताच मी शीतबाधा व ज्वर या व्याधीतून बरा झालो होतो. मला तेलकट नको होते.

ग्रामोपाध्येच्या मठामध्ये रात्र काढून सकाळी मी संगमावर आलो. संगमाचा परिसर मात्र प्रसन्न वाटत होता. इथे यमुना गंगेत विसर्जित होते. प्रयाग हे यमुनेचं

अंतिम स्थळ! यमुनादेखील गंगेप्रमाणे जमनोत्री किंवा यमनोत्री येथे हिमालयात उगम पावते. ऐंशी मैलांचा खळखळता प्रदीर्घ प्रवास करून ती वृंदावन इथे येऊन विसावते, इथून मथुरेसाठी संथ वाहू लागते. पुढे मथुरा, आगरा, इटावा, कालपी, हमीरपूर ही गावे ओलांडत कित्येक मैलांचे अंतर कापत आणि अनेक लहानलहान नद्यांना पोटात सामावून घेत जलौघ विस्तारत जाते. प्राचीन काळी भगवान श्रीकृष्ण वृंदावन येथे याच यमुनेच्या तीरावर गोप-गोपिका व सवंगड्यांसह खेळत-बागडत होते. यमुनातीरी अनेक वने, कुरणे होती. बाळगोपाळांचा मेळा गायींना येथे चरण्यास घेऊन येत होता. कृष्ण-राधेच्या प्रणयकथेची यमुना ही साक्षी आहे किंबहुना कृष्णावर राधेइतकंच उत्कट प्रेम करणारी यमुनाही एक प्रणयिनी आहे! मथुरा-वृंदावनातील श्रीकृष्णाच्या मुरलीचे मधुर स्वरही इथे यमुनेत विसर्जित झाले असतील का? असेही विचार मनात येऊ लागले.

गंगा तर यमुनेची मोठी बहीण. आपल्या जलसामर्थ्याने सकलांचं पापक्षालन करणारी. पाप पोटात घेऊन सगळ्यांना पुण्य दान करणारी अशी नदी. यमुनेची निरागसता व गंगेची उदारता यांचा हा हृद्य संगम. या संगमात एक डुबकी घेऊन मी वर पायरीवर आलो. कपडे बदलले. एक नावाडी, 'गंगा-यमुना संगम नावेतून फिरून पाहायचा आहे काय?' विचारत होता. नावेत पर्याप्त भक्तगण होते. माझा नकार लक्षात येऊन नावाडी अन्य भाविकांची वाट पाहत थांबला. संगमघाटावर बरीच लहान-मोठी देवळे होती. मी फिरून पाहू लागलो. प्राचीन संस्कृतीच्या भारतीय इतिहासात या तीर्थ प्रयागाची बरीच माहिती आहे. याच संगमाच्या काठी भारद्वाज मुनींचा आश्रम होता आणि मुनींच्या दर्शनासाठी राम, लक्ष्मण, सीता इथे येऊन गेले होते. ययाती राजाची मुलगी माधवी हिने इथेच आपला विवाह करवून घेतला होता. अश्वमेध यज्ञानंतर भरताने याच गंगेवर स्नान केले होते.

युधिष्ठिरानेही राजसूय यज्ञ करून इथेच कुठेतरी तीरावर स्नान केलेले होते. द्रौपदीच्या पाचही मुलांचे मौजीबंधन विधी स्नान याच गंगेवर झाले होते. परीक्षिताने प्रायोपवेशन केले ते याच गंगेच्या किनाऱ्यावर. पितामह भीष्म तर गंगापुत्रच! कर्णाला कुंतीने इथेच कुठेतरी सोडून दिले होते. किती संदर्भ, किती प्रसंग, घटना या गंगेने अनुभवल्या होत्या. ही भगीरथाची खरी कन्याच की! वसुंधरेला आपला ओघ सहन होणार नाही म्हणून हिने शंकराच्या जटेचा आधार घेतला, किती सुज्ञता होती हिच्यात. अगस्तीने समुद्र पिऊन टाकल्यावर समुद्राची तृष्णा गंगा नदीनेच भागविली होती.

गंगेच्या स्मृतिकथेने मी भारावून गेलो. पुन्हा घाटावर गेलो. गंगेचे पाणी श्रद्धेने ओंजळीत घेतलं. समोरच्या सूर्याला अर्घ्य दिलं. पाणी पुन्हा डोळे भरून पाहू लागलो. कमंडलूत गंगाजल भरून घेतलं.

भावुकता आणि अकारण श्रद्धा यातला भेद मला माहीत आहे. माहीतगार व जाणकार यातला फरकही मी जाणून आहे. पाण्याचा थेंब व अश्रूंचा थेंब हे दोन्ही एकच कसे? हिमालयातील अनेक डोंगरदऱ्यांतून, वृक्षवेलींना भेदत ही गंगा सखल भूमीवर अवतरते, तेव्हा अखेरीस एक गंधमादन पर्वत लागतो. त्या पर्वताची ख्याती पुराणात काही वेगळीच वर्णन केलेली आहे. गंधमादन पर्वतावरील असंख्य वनश्रींचा एक विशिष्ट गंध तिथे सर्वत्र दरवळतो. त्या गंधाने कामेच्छा तीव्र होतात, असं म्हणतात. आकलन न होणारं अजून भरपूर काही या प्रचंड सृष्टीत दडलेलं आहे. अणुरेणूच्या विघटनात आणि त्याचं रहस्य समजून घेण्यात आपण इतकी वर्षे घालविली, अजूनही ते रहस्यच आहे. ब्रह्मापर्यंत पोहोचायचं कधी?

गंगामैयाकडे मी दूरवर शांतपणे पाहत बसलो होतो. हजारो वर्षे वाहणारी ही नदी, शेकडो कथांना जन्म देणारी ही नदी, जिच्यामुळे अखेर हस्तिनापूर बुडून नष्ट झाले. त्या नदीच्या या संगमघाटावर मी बसलो आहे. मी रमून गेलो या संगमघाटावर. पुरातन काळात वावरतो आहे असं वाटू लागलं. काळाच्या उदरात हे सारं गडप झालं असलं तरी इथेच कुठेतरी ते घडून गेलं होतं. कदाचित इथेच, मी बसलेल्या ठिकाणी कुणाचं तरी वास्तव्य, कुणाचा वावर नसेल कशावरून? इथे कुणाच्या तरी बाजूला नक्कीच मी उभा असेन. कसला हा निष्ठुर गतकाळ, सारं काही आपल्याबरोबर वाहून नेतो. त्याच्या दृष्टीने काहीच महत्त्वाचं नसेल; पण आम्ही माणसं झुरत राहतो ना. त्या स्मृतीसाठी... त्या खाणाखुणा शोधण्यासाठी धडपडत राहतो ना सदैव! जणू त्याने सांगितल्याप्रमाणे आपण तत्त्वज्ञान शोधत राहतो. काही निष्कर्ष, सिद्धान्त हाती लागतात का हे पाहत बसतो शतकानुशतके. निदान कल्याणाची, हिताची रहस्ये तरी उलगडावीत म्हणून काळाच्या पोतडीत चाचपडत राहतो हजारो वर्षे, तेव्हा कुठे एखाद्या सिद्धार्थ गौतमाला दुःखाचं मूळ कळतं आणि ते निवारण्याचा मार्ग सापडतो सम्यक बोधीवृक्षाखाली. एखादाच जीझस आपल्या कृतीतून क्षमेचं परमोच्च शिखर गाठून दाखवतो. सर्वशक्तिमान असलेल्या एकाच अल्लावरची नितांत श्रद्धा प्रेषित-रबी महम्मद आपल्या आचरणधर्मातून जगाला दाखवतो. आदर्श कसे जगावे हे रामायण सांगते, तर माणूस कसा जगतो, कसा वागतो हे महाभारत सप्रमाण दाखवून देते.

किती सुचत राहतं या गंगेच्या अथांग किनारी? ज्ञानालाही आपण ज्ञानगंगाच म्हणतो ना! हे जीवनदायिनी, मृत्युवाहिनी गंगे, तुला माझा नमस्कार असो.

मानस सरोवर, केदारनाथ, बद्रीनाथ, हृषीकेश, हरिद्वार ते अयोध्या, हस्तिनापूर, प्रयाग, गया हा सगळा आणि पुढे गंगा-यमुनेचा, गोमती नदीपर्यंतचा प्रदेश आर्यावर्त म्हणून गणला जात होता. उभं आयुष्य व्यतीत करायचं म्हटलं तरी हा सगळा परिसर पाहून होणार नाही. पाहावं, फिरावं तितकं तृष्णा वाढवणारंच हे सारं.

रोज संध्याकाळी मी गावातील ग्रामोपाध्ये यांच्या मठात विश्रांतीसाठी जात असे. तिथे अन्य प्रांतांतील बरेच अनोळखी, भक्त, भाविक, साधू, गोसावी, जोगी, बैरागी जमत असत. एकमेकांची चौकशी करत. ग्रामोपाध्येंचे एक व्यवस्थापक श्री नाराणदास होते, ते प्रत्येकाच्या नोंदी ठेवत. मला पाहून ते म्हणाले,

''भैया, आपको आज छे दिन हो गए। कल आप एक ही दिन रह सकोगे, यहाँ सात दिनका ही प्रबन्ध है।''

मी विचारात पडलो. आता पुढे काय? माझ्यासारखे उद्या इथला शेवटचा दिवस असलेले दोन जोगी होते. मला पाहून त्यातला एकजण म्हणाला,

''मुनिवर, चिंता मत करो, चाहे तो आप कल हमारे साथ चित्रकूट आ सकते हो। हम कल ही जा रहे हैं।''

अर्थातच मी त्यांना होकार दिला आणि त्यांच्यात मिसळलो. ते दोघेही सराईत फिरस्ते होते. त्यांच्या नियोजनानुसार मी चित्रकूटाकडे निघालो. प्रयागहून आम्ही मंझनपूर या गावी गेलो. तिथून नदीतून नावेने चित्रकूटकडे प्रयाण केले. ती शरयू नदी होती. दुतर्फा झाडी आणि डोंगरच डोंगर होते. ते दोघे जोगी पर्यटकासारखी मला माहिती देत होते. आवतीभोवतीचा अत्यंत निसर्गरम्य परिसर, विंध्य पर्वतराजीने बहरलेला होता. दीड-एक तासात आम्ही चित्रकूट नगरीस पोहोचलो. चित्रकूट पर्वताच्या पायथ्याशी हे नगर ऐसपैस पसरलेले होते. शरयू नदीच्या किनाऱ्यावर भाविकांची गर्दीच गर्दी होती. आज सोमवती अमावास्या असल्याने स्नानासाठी नुसती झुंबड उडाली होती. अनेक नावा या तीरावरून त्या तीरावर जात-येत होत्या. चित्रकूट पर्वताच्या अनेक टेकड्या शरयू नदीच्या स्वच्छ आणि निळ्याभोर पाण्यात जणू आपले प्रतिबिंब निरखून पाहण्यात मग्न होत्या. सगळीकडे उत्साही गजबज पसरून राहिली. सोमवती स्नानाचे पुण्य पदरी बांधून घ्यावे म्हणून सर्वत्र भाविकांचे स्नान चालू होते. आम्हाला नाव कडेला घ्यायला तीर मिळेना, घाटावर तर मुंगी शिरण्याएवढीही जागा सापडेना. अंघोळीस रांगाच रांगा लागलेल्या. शेवटी नाविकाने दूरवर नाव नांगरली. नावेतील यात्रेकरू उतरले. मी शेवटी उतरू लागलो तर ते दोन जोगी माझी कसलीही दखल न घेता किंवा विचारपूस न करता ताडताड निघून गेले. मी शोधू लागलो तर काहीच पत्ता लागला नाही.

बऱ्यापैकी जागा पाहून मी शरयू नदीच्या स्नानाचा लाभ घेतला. अर्घ्यदान दिले. काशीतील त्या देवमाणसाने मला दिलेली शाल मी अंगावर लपेटली आणि गर्दीतून मार्ग काढत चालू लागलो. काही अंतरावर मंदिराचे शिखर दिसत होते. कोणते मंदिर हे माहीत नव्हते; पण मी तिकडेच चालू लागलो. मंदिर जवळ आलं. मंदिर तसं फारसं उंचावर नव्हतं. मी मुख्य पायरीवर आलो. हे मंदिर प्रभू रामाच्या प्रिय बंधूचं-भरताचं होतं. मला आनंद झाला. प्रभू रामचंद्र, सीतामाई आणि लक्ष्मण हे चौदा

वर्षांच्या वनवासाला निघाले, तेव्हा भरताने याच ठिकाणी प्रभू रामचंद्रांची भेट घेऊन रामाच्या पादुका सिंहासनावर ठेवण्यासाठी अत्यंत मनोभावे, आदरयुक्त भावनेने मस्तकी लावून हाती घेतल्या होत्या. त्या घटनेचे हे स्थळ आणि मंदिर. मला एवढं वाचून माहीत होतं की, प्रजापिता ब्रह्माने आपल्या तपोबलाने हा चित्रकूट परिसर स्थापित केला होता. ही नयनरम्य, मनोहर अशी सुंदर निसर्गनगरीच आहे. चित्रकूट पर्वतावर अनेक धबधबे आहेत. या किनाऱ्यावरून तर पैलतीराचे ते प्रपात चांदी ओतावी तसे भासतात.

या शरयू नदीवर चित्रकूट पर्वतावरील भरतभेट संपवून मोठ्या जड अंतःकरणाने राम-सीता-लक्ष्मणाने इथूनच निरोप घेतला होता. या चित्रकूटाचा अधिपती निषाद राजा स्वतः प्रभू रामाला पैलतीराकडे निरोप देण्यासाठी शरयू नदीच्या नावेचा नाविक झाला होता. प्रभू रामाने निषादाला इथेच गळाभेट दिली होती. तो हा सारा प्रदेश.

मी भरतमंदिर पाहिले. नंतर फिरत फिरत चित्रकूट गावात गेलो. एके ठिकाणी सोमवती अमावास्येनिमित्त 'रामकथा' कथन चालू होते. मी सहज आत गेलो. तो एक जुना, अत्यंत देखणा असा प्रशस्त वाडा होता. गोस्वामी कवी तुलसीदासांची हस्तकलेतील सुंदर कोरीव मूर्ती तिथे होती. ती पाहून मी अचंबितच झालो. या तीर्थाटनात काय काय नव्या व आकस्मिक दृश्यांचा मला लाभ होतो आहे, माझं मलाच कळेना. एका दाढी व केसधारक वयस्कर मुनीने मला आत बोलावलं. प्रेमभराने स्वागत केलं. मला काहीतरी माहिती हवी आहे आणि ती मी इथे पाहायला आलो आहे असा त्यांचा समज झाला असावा. त्यांनी मला एका छोट्या गाभाऱ्यात नेले. तिथे लेखनसामग्री होती. पंख व मोरपिसांचे बोरू होते. शाईचं पारंपरिक पात्र होतं. पात्राभोवती बारीक रेती आणि उतरत्या मेजावर कमलपाने होती. त्यांनी मला हे सर्व दाखवले आणि शेवटी लाल सोवळ्याच्या वस्त्रात बांधून ठेवलेला एक हस्तलिखित ग्रंथ दाखवला. आडव्या सुट्या पानावर ठळक व ठसठशीत अक्षरांत लिहिलेला ग्रंथ 'श्री रामचरित मानस.' चक्क संत तुलसीदासांच्या हस्ताक्षरांतला तो जतन करून ठेवलेला ग्रंथ पाहून मी थक्कच झालो. माझा माझ्याच डोळ्यांवर विश्वास बसेना. हा कसला योग, ध्यानीमनी नसलेला. तो मुनी मला सांगू लागला,

"मुनिवर, यह रामायण की रचना स्वयं गोस्वामी तुलसीदासने संवत १६३१ में की थी। उन्ही के हस्ताक्षरों की यह पवित्र उपलब्धी है। इस रचना को दो बरस सात महिने और छब्बीस दिन लगे। संपूर्ण सात काण्डों की यह रचना अवधि में लिखी गई है। गोस्वामी तुलसीदासजी की कई अन्य संस्कृत पद्य रचनाएँ भी उपलब्ध है।"

ते जे काही सांगत आणि दाखवत होते ते पाहून मी थक्कच होत होतो. गोस्वामी तुलसीदासजींच्या वंशावळीतलाच तो एक होता, असे कळले, तेव्हा मी

अत्यंत आदरपूर्वक त्यांच्या पायावर डोके ठेवले. ते पुढे मला सांगू लागले,

"आजके दिन, रामनवमी-प्रभू रामचंद्रजी के जनम अवसरपर और माघ महिने के पूनम रात को यहाँ बड़ा उत्सव मनाया जाता है । लोग आते है, चन्दा देते है। कई संस्थानों से भी इस मंदिर को बड़ी सहायता मिलती है । तुलसीदासजी की इन रचनाओं का कई लोगों ने, भक्तों ने फोटो प्रिन्ट करवाकर ग्रंथ भी छपवाएँ हैं । ऐसा हमने सुना है। अब ज्यादातर कोई यहाँ आता-जाता नही है । आप मुनिवर कहाँ से पधारे हो? आपका परिचय क्या है?"

मी काय माझी ओळख देऊ? मलाच अजून माझी ओळख सापडेना! आजच्यासारख्या काहीच सोई-सुविधा नसताना चारशे वर्षांपूर्वी तुलसीदासांनी केवढे प्रयत्न करून ही प्रचंड साहित्यरचना केली आहे. जणू आधुनिक वाल्मीकीच ते! मी नतमस्तक झालो.

१६

पुन्हा नावेने मी मंझनपूरला निघालो. रम्य अशा चित्रकूटनगरीचा निरोप घेताना माझं मन व्याकूळ झालं. पुढे काही डोंगर तर शरयू नदीला थेट काटकोनात भेटत होते. सरळ वृक्षासारखे उभे खडकाळ डोंगर. काही डोंगरांवरून पाण्याचे धबधबे घाबरत घाबरत थेट शरयूच्या पाण्यात उडी घेत होते. सूर्य मावळतीला आला. एक मळकट ढग सूर्याला सारखा आडवा येत होता. त्याच्या धाडसाची मला गंमत वाटली. जणू सूर्याला मावळतीची कसलीही रंगउधळण करू द्यायची नाही असा त्या ढगाचा इरादा होता की काय? काही कळत नव्हते. सूर्याच्या तेजाने आपल्या कडा रूपेरी करून घ्यायच्या सोडून काय हा त्या ढगाचा वेडेपणा!

अखेर मंझनपूर आले. नावाड्याला दोन रुपये देऊन मी उतरलो. नावेचा पडाव शरयूच्या इथेच किनाऱ्याला पडला. शरयू नदी इथून वळसा घेऊन नैमिषारण्याकडे जाते. खरंतर उत्तरेकडून वाहत येणारी ही नदी चित्रकुटामध्ये कुठे कुणाला मिळते ठाऊक नाही. मंझनपूरला चार घरे फिरून 'भिक्षांन् देहि' केलं. जे कटोऱ्यामध्ये प्राप्त झालं ते एका झाडाच्या पारावर बसून खाल्लं. झाडाला टेकून विचार करत बसलो. केस बरेच वाढले होते. दाढीही सहज कुरवाळता येईल अशी वाढलेली. रात्र पारावरच काढली.

सकाळी पुन्हा शरयूचं स्नान लाभलं. मंझनपूर सोडून मी रस्ता नेईल तिकडे जाऊ लागलो. माझे असे जाणे धोक्याचे होते. एखाद-दुसरा दिवस सोडला तर नंतर खायला, प्यायला काय मिळेल याची खात्री नव्हती; पण मी अंदाजाने, धाडसाने एका वनात घुसलोच. पुढे पुसट पुसट पायवाटा दिसत होत्या, अर्थात म्हणावे तसे घनदाट जंगल नव्हतेच. गर्द झाडे-झुडपेही नव्हती. काहीसे विरळ रान, काही

ठिकाणी उंचवटे, पाणथळ, दलदल असा भूभाग. दोन-एक दिवसांपूर्वी पाऊस येऊन गेला असावा असं दर्शविणारी छोटी छोटी डबकी. मी चालतच होतो. मध्येच हिरवटसर गवताने माजलेला एखादा ओढा लागायचा. वर आकाशात गडबडीने ढग पळत सुटलेले दिसायचे.

मी एका ओढ्याजवळ थांबलो. ओढ्यात कडेला हिरवेगार एकपर्णी उंच उंच धाट उगवलेले होते. गर्दीने एकवटलेल्या सडसडीत धाटांना पांढरेशुभ्र तुरे आलेले होते. बाजरीसारखी कणसे आलेली होती. मी न्याहाळत थांबलो. गवतावर लहान लहान नाकतोडे, पिवळ्याधमक, मागेपुढे हलत राहणाऱ्या गौळणी, सोनकिडे होते. ओढ्याच्या कडेला आलेल्या सराट्यांकडे पाहून तर मला माझ्या गावाचीच आठवण आली. आवतीभोवती सर्वत्र काटेरी, खुरटी झाडे होती. एका झाडाला हाताला येईल एवढ्या खाली मधमाशांचे पोळे लागलेले. किती आणि काय काय पाहावे? चालून चालून मग थकल्यासारखे वाटू लागले; पण गावाची कुठलीच चिन्हे दिसत नव्हती. नुसतं माळरान. थोडा पुढे गेलो तर कामुनी झुडपास लागलेले फळांचे घडच घड दिसू लागले. त्या झुडपाला बोराएवढ्या पिवळ्या व लालभडक कामुनी नुसत्या भरगच्च लगडल्या होत्या. त्या बघून मला आनंद झाला. कामुनी फळ म्हणजे बोराएवढी बेलवांगीच! मी भराभर कामुनी तोडून घेतल्या, तोडता तोडता पाच-सहा कामुनी तोंडात टाकल्या. मधुर, आंबट-गोड स्वाद मला गतस्मृतीत घेऊन गेला. एकीकडे कामुनी खात खात मी पुरेशी कामुनी फळे तोडून घेतली. दलदलीतली दोन-चार कोवळी सडसडीत गवतकंदाची धाटं उपटून घेतली. त्याच्या मुळाजवळ कांद्यासारख्या गाठी असतात. त्यातलं पाणी चोखून प्यालो. हे सारं पौष्टिक असतं. प्रवासातला हाही एक विलक्षण, वेगळा अनुभव होता. या वनात पक्षी आढळले नाहीत; पण सशाची काही बिळे दिसली.

चालतच होतो. दुपार जवळ आली. नवनव्या वाटा दिसू लागल्या. जवळपास नक्कीच वस्ती असल्याचं मला जाणवू लागलं. एका झुडपात कुठलासा पक्षी मरून पडलेला आणि त्याचा घाण वास आवतीभोवती पसरला होता. नेम धरून त्याला कुणीतरी बाण मारला असावा का असेही मनात येऊन गेले. माझ्याच रस्त्याच्या दिशेने कुणी तीन-चार माणसे अर्धनग्न स्थितीत जवळ येताना दिसत होती. ती नक्कीच आदिवासी होती. त्यांच्या हातात तीरकमठे होते. पाठीवर बाणांनी भरलेला भाता रुळत होता. ती माणसे थेट माझ्याकडे आली. आपसात काही बोलू लागली. त्यांची वनभाषा होती; पण अवधी बोलीचा हेल होता.

आम्ही कसेबसे एकमेकांशी बोललो. हातवारे करून चौकशी चालू होती. मला सांगताना ते 'गोंडभुमिया' 'गोंडभुमिया' असं पुनःपुन्हा सांगत होते. काळेभोर उघडे अंग. फक्त लंगोटी घातलेली, रापलेले बळकट शरीर. अरुंद कपाळ व हनुवटीचा

बसका चेहरा, डोक्यावर राठ, कुरळे काळेभोर दाट केस. पिंजारलेले. असं काहीसं त्यांचं रूप होतं. त्यांच्या मागून आणखी एक गोंडभुमिया पाठीवर शिकारीचं ओझं घेऊन येत होता. हरणाच्या जातीचं एक सांबर त्यांनी शिकार केलेलं होतं.

त्यांच्या त्यांच्यात बोलताना ते मला 'मुनिवर' 'मुनिवर' म्हणू लागले. भूप्रदेशाकडे निर्देश करत एकजण सांगू लागला, 'रेवा'. तेव्हा माझ्या ध्यानात आले, ही रेवा भूमी आहे. मी त्यांच्याकडे बघून 'प्रयाग', 'प्रयाग' म्हणू लागलो तर लगेच त्यातला एकजण होकारार्थी मान हलवत 'गंगामैया, गंगामैया' म्हणू लागला, जे कळायचं ते आम्हाला ज्ञात झालं. मग मी त्यांच्यामागेच निघालो.

गोंडभुमियांचं चालणं भरभर होतं. सवयच असावी ती त्यांची. त्यांचा माझा मेळ बसेना. ते मला जमवून घेऊ लागले. साधारणपणे कोसभर चालून झाल्यावर त्यांची वस्ती आली. ही मंडळी शिकार घेऊन आल्याची वार्ता त्यांच्या वस्तीत कळल्याबरोबर सर्वत्र आनंद पसरला. सर्व उघडीनागडी मुले नाचू लागली. फुगलेली पोटे आणि वाहते नाक अशी ती सर्व मुले. पाच-सहा कुटुंबांचीच ही छोटी वस्ती होती. बायका व मुली जेमतेमच! एक-दोन म्हातारे ओट्यावर चिलिमीसारखा हुक्का पीत बसले होते. थोड्या दूर अंतरावर अशीच आणखी एक गोंडभुमिया टोळी एवढ्याच संख्येने झोपड्या टाकून राहात होती. अंतर ठेवून वागावे तशी!

एका झोपडीला लागून दोन-तीन जनावरे बांधलेली दिसली. गाई होत्या. झोपडीतल्या एका भुमियाबाईने मला मातीच्या भांड्यातून पाणी दिले. प्रथम मला ती दारूच वाटली; पण पाणी होतं. लगेच शिकारीचं ते धूड गोंडभुमियाने धाडकन जमिनीवर टाकलं. आपल्या देशाला स्वातंत्र्य मिळून एक दशक होत आलं तरी हे रानटी जगणं जसंच्या तसं टिकून आहे. शेकडो, हजारो वर्षांपासून मध्य व उत्तर प्रदेशातल्या सीमा पट्ट्यात हे गोंडवन आहे. गोंड आणि निषादाच्या टोळ्या या जमातीचा उल्लेख रामायण-महाभारत काळापासूनचा आहे. इतकी वर्षे उलटून गेली. आता ही अत्यंत अल्प जमात उरली असली तरी त्यांचे पशुवत जीवन तसेच अबाधित आहे. असे का? याचे उत्तर कोण शोधणार? यांना देशाचं तरी नाव माहीत आहे की नाही कोण जाणे?

इथल्या रेवा भूमीत खरंतर मीच वाट चुकलेला होतो. या गोंडभुमियांचा अन्य कोणत्याही जगताशी संबंध आलेला नसावा असे माझे मत होऊ लागले. रेवा हा तेवढा सखल प्रदेश असावा, अन्यथा बाकी सगळा अरवली पर्वताचा उंचउंच प्रदेश आणि त्यात अडकलेला हा गोंडभुमियांचा गाव. खडतर, डोंगराळ भाग. दऱ्याखोऱ्याने व्यापलेला; त्यामुळे इथे संपर्काचं काही साधनच नाही असं दिसतं. हे गोंडभुमिया नुसतं 'मुनीवर' आणि 'गंगामैया' एवढंच उच्चारतात. एवढंच यांचं माहितीचं विश्व.

लगेच काहीजण सरसावले. सांबर हरिणाच्या धडाचं फाडकाम सुरू झालं.

प्रथम कातडं, आत हात घालून घालून सोलून धडावेगळं केलं. अत्यंत त्वरेने आणि सराईतपणे! मग हत्याराने धडाचे वेगवेगळे भाग आणि वाटे केले गेले. ते ज्याने त्याने मानाप्रमाणे वाटून घेतले; मग बायका कामाला लागल्या. मटण शिजू लागले. एक म्हातारा माझ्याजवळ आला व काही बोलू लागला; परंतु काहीच कळत नव्हते. गोंडभुमियांची माझ्याबद्दल एकूण अनास्थाच दिसत होती. एका भुमियाने एक मोठं मडकं भरून आणलं. ते मध्यभागी ठेवून सर्वजण त्याभोवती गोल करून बसले. एका करवंटीत पेय भरून तो प्रत्येकाला देत होता. ते यथेच्छ पिऊन सारे झिंगू लागले. मग झुलतझुलत आपापल्या झोपडीकडे निघून गेले. प्रत्येक झोपडीत अंगणाइतकं अंतर होतं. कुणीतरी एक पलिता पेटविला. प्राचीन अंधारात पेटलेल्या ज्वाळांचा लालभडक उजेड पडावा तसे वाटू लागले. मातीच्या भांड्यात ते जेवू लागले. भक्ष्यावर तुटून पडावे तसे. माझ्याकडे कुणाचेच लक्ष नव्हते. पुन्हा तो म्हातारा माझ्याकडे आला आणि हातवारे करून जेवणाचे विचारू लागला. मी 'नको नको' म्हणत होतो. त्याच्या बहुधा लक्षात आले असावे, मी मांसभक्ष्यी नाही म्हणून. मग तो त्याच्या झोपडीत गेला आणि त्याने भाकरीसारखा एक जाड पराठा आणला. एक-दोन कंदमुळे मला खायला दिली. तो कसला पराठा हे मला कळेना. मी तुकडा मोडून पाहू लागलो. तो म्हातारा भाकरीकडे बघून मला 'कोदो', 'कोदो' असं काहीतरी सांगत होता. बाजरी किंवा नाचणीसारखी असलेली ती चवदार भाकरी होती. तेवढं मला पुरेसं होतं.

ते गोंडभुमिया केव्हा झोपून गेले हे कळलंही नाही. आता मला कशीतरी इथं रात्र काढायची होती. अंधारात.

सूर्य उगवण्याआधीच गोंडभुमियांच्या बायका-मुली जाग्या झालेल्या. त्या त्यांची कामे करू लागल्या. चुली पेटवून कोदोच्या भाकरी हातावर खेळवत त्या शेकू लागल्या. चुलीवर मडके पुन्हा रटरट करू लागले. आता चांगलेच उजाडले. मी थोडं फिरून पाहिलं, तेव्हा माझा कालचा अंदाज चुकला होता हे कळलं. गोंडभुमियांच्या या आदिवासी राहुटीच्या आणखी मैलभर अंतरावर एक बऱ्यापैकी वाहतुकीचा रस्ता होता आणि तिथं एक बलिया नावाचं गाव दिसलं. बांबूच्या तट्ट्यांची दारं, अंगणात कोंबड्या, गाई-म्हशी व बैल बांधलेले, एक-दोन जुन्या पारंपरिक बैलगाड्या व अंगावर जेमतेम कपडे घातलेले बलिया लोक आढळले. बहुतेक शेती, शिकार, मध गोळा करणे अशी कामे करणारे हे ग्रामस्थ असावेत. इथे काहीशी सुधारणा दिसली. गोंडभुमियांच्या बायका रानटी व जणू काळा पाषाण कोरावा अशा मूर्तिमंत लेणीच होत्या. त्यांचा मजबूत बांधा आणि द्रविडीयन चपटा चेहरा सोडला तर अर्धनग्न शरीर अत्यंत बांधेसूद होतं. जणू काही दगडी मूर्तीच इकडेतिकडे वावराव्यात तशा; पण गोंडभुमियात अजून स्नेहभाव उपजला नव्हता.

इतरांबद्दल कसलीच आस्था त्यांना माहीत नव्हती. जिव्हाळा तर दूरच!

पुन्हा गोंडभुमियाकडे जाण्यात आता मला जराही स्वारस्य नव्हते. इथे रस्त्याला लागून 'बलिया' नावाचा गावाचा बोर्ड लावलेला होता. चावडीसारखा परिचित परिसर दिसत होता. मला वाटलं, आपण प्रयागहून मंझनपूर गावाकडे आलो ते बहुतेक याच रस्त्याने.

मला माझा रस्ता सापडला. बलिया गावच्या काही स्त्रिया डोक्यावरच्या चुंबळीवर मातीचे माठ ठेवून कौशल्याने व लगबगीने एका दिशेला चालल्या होत्या. वर आकाशात बगळ्यांच्या माळा उडत जात होत्या. मला पाण्याचा अंदाज आला. मीही त्या दिशेने निघालो तर अगदी दहाच मिनिटांच्या आतच एक निमुळता उतार लागला आणि पाहतो तो, एक सुंदर, वास्तू कलाकाराने खास वेळ देऊन तयार करावं असं सरोवर दिसलं. तिथेही एक नामफलक दिसला, 'कपिंद्र सरोवर' असं लिहिलेला. हा कपिंद्र तलाव मला वाळवंटात जणू अचानक ओयासिस दिसावे तसा वाटू लागला. इथे घाट किंवा पायऱ्या वगैरे काहीच नव्हते. हे एक निसर्गनिर्मित सुंदर सरोवर होतं. बलियातील बायका माठात पाणी भरून घेऊन जात होत्या. गोंडभुमियाही पाणी घेऊन जात होते. सगळीकडून रेखीव उतार असलेलं हे गोलाकार तळं होतं. बगळे व अन्य पक्षी तळ्यावर आणि काठावर विहरत होते. अगदी आनंदाने व तृप्त मनाने. मला सगळ्यात आनंद झाला तो इथं एक सुंदर असा रोहित पक्ष्यांचा थवा पाहून. ते पाहुणे असणार. हे पक्षी खूप दूरवरून स्थलांतर करून येतात असं मी वाचून व ऐकून होतो.

या कपिंद्र तलावामध्ये मी चक्क पोहून घेतलं. निर्मळ निळं, स्वच्छ पाणी. ढगांच्या गर्दीतून कशीबशी वाट काढत सूर्य वर येत होता. तो दिसो, न दिसो त्याच्या दिशेने मी अर्घ्य दिलं. पाण्यातले छोटे-मोठे मासे सलगी असल्यासारखे पायाला लुचत होते.

आवतीभोवती पक्ष्यांची एकच झुंबड. आता तर दिवस उगवलेला; पण पक्ष्यांना एवढी सवड कुठे? मिळेल ते कीटक, मासे ते अधाशीपणे गिळत होते. बगळे मात्र शहाणे. एखाद्या संन्याशासारखे ध्यानस्थ होत, त्यांनी आपलं 'बकध्यान' मांडलेलं होतं. रोहित पक्षी सावध होते. इथे कुणाशीच त्यांचा परिचय नव्हता; त्यामुळे सगळ्यांशी फटकून आणि सुरक्षित अंतर ठेवून ते पाण्यात पावले टाकत होते. पांढरेशुभ्र रोहित. गुलाबी छटा असलेले पंख. मान उंच, लांबलचक शुभ्रधवल आणि चोच मात्र लालभडक. गुलाबी रंगाचे काडीसारखे उंच पाय हळूहळू जपून टाकत भक्ष्य शोधणारे. कपिंद्र सरोवराचा या रोहित पक्ष्यांनी चांगलाच ताबा घेतला होता. जणू 'वसुधैव कुटुंबकम्' हाच दृष्टिकोन!

पुन्हा मी बलिया गावात आलो. हे निषादांचं गाव होतं. निषाद हे मागास

जमातीत मोडणारे बहिष्कृत लोक. चार घरं फिरून काही खायला मिळतं का पाहिलं. रात्रीचं उरलंसुरलं मिळालं; पण एका निषादाच्या घरातील शेतकऱ्याने मला आत बोलावून एक पेलाभर दूध प्यायला दिलं. मला खूप बरं वाटलं. एखादा तरी अनुकूल अनुभव येतोच येतो. अतिथी सन्मानाचं संस्कृती दर्शन होतंच होतं. बलिया अत्यंत निसर्गरम्य गाव होतं. मी मुनिवर असल्याने त्यांनी अत्यंत आदराने व प्रेमाने मला राहण्याचा आग्रह केला. मीही रमलो आणि राहिलो.

बलिया गावामध्ये मला दोन-तीन नवी झाडं बघायला मिळाली. इथल्या तीर्थाटनातील तीही माझी मिळकत. बाव्याची, खैराची झाडं मी इथंच पाहिली. तसेच अंजनीची झुडपंही विपुल होती. चिरपरिचयाचं औदुंबराचं एक झाड पाहून मात्र कुणी ओळखीचं भेटावं असंच वाटलं. औदुंबराभोवती पार बांधलेला होता. मी पारावर येऊन बसे. एकदा ब्रजबोली बोलणारे एक-दोन निषाद माझ्याजवळ बसले होते. मला मिळालेली भिक्षा मी रोज इथं पारावर बसून खात असे. आपल्याकडे जेवताना कुणी समोर आलं की, आपण जेवायला येण्यासाठी आमंत्रित करतो. आता भिक्षा खाताना मी पारावरच्या त्या दोघांना कसं 'या' म्हणू? मला गंमत वाटली. एकदा जेवताना एकाने माझी चौकशी केली. मी परिचय दिला. त्यांच्याविषयी विचारलं तर एकमेकांकडे बघून संकोचून ते एवढंच म्हणाले,

"हम निषाद हैं ।"

निषाद म्हणवून घेणं त्यांना अपराध्यासारखं वाटत होतं. त्यातला दुसरा चुणचुणीत आणि बोलका होता. तो सांगू लागला,

"यह सब काल का महिमा है । काल से कोई छुप नही सकता ।"

मला त्याने काळाचा महिमा सांगण्याचा संदर्भ लागेना. तो पुढे सांगत होता,

"हम याज्ञवल्क्य देवता को मानते हैं । उनकी स्मृती और वेदों का हमें पालन करना पड़ता है । हमारे पूर्वजों में किसी ब्राह्मण पुरुष और कोई पीछड़े जाती के स्त्री का निषिद्ध संबंध आया था । इस व्यभिचार और दुवर्तन के कारण इन वंशजों की संतान निषाद मानी जाती हैं । हमे तो पता नही किस जमाने से हम निषाद हैं । हम सब बलियावासी अछूत हैं । मान्यताओं के अनुसार हमें कोई प्रायश्चित भी नही है।"

लगेच त्याला जोडून दुसरा बोलू लागला,

"बलिया में पाँच-छे चंडाल अछूत भी हैं । इनमें अछूत पुरुष के संबंध में ब्राह्मण कन्या का बुरा बर्ताव माना गया है । उनकी सन्तान चंडाल हैं, यह अधिकतर नीचतम हैं । हम उन्हें छूते तक नहीं ।"

ऐकून मी कपाळाला हातच लावला. मला हे सगळं नवीन होतं. अपरिचित होतं. आपल्याकडे मागासलेल्या जाती म्हणजे बॅकवर्ड क्लास वगैरे मला माहीत होतं; पण त्यासाठी आपल्याकडे किती चळवळी, क्रांतिकारक कामे झाली. विचारपरिवर्तन

झाले; पण इथे त्याचा मागमूसही नाही. हे सगळं चुकीचं, अन्याय्य आहे याची किंचित जाणीवसुद्धा यांना नाही. ते सगळे बलियावासी निषाद हे सर्वस्वी, कायमचे अपरिवर्तनीय आहे असे समजून होते. त्यांच्या नजरेत अपराधीपणाची भावछटा दिसत होती. कधीकधी विकृत परंपरेचा पगडा किती भयानक असतो हेच जाणवले. केवळ आजन्म नव्हे, तर जन्मोजन्मी आणि वंशपरंपरेने चालत राहणारी ही निषादाची बहिष्कृत अस्पृश्य अवस्था! मला हे सारं घृणास्पद वाटलं; पण तरीही या निषादांची आता कुणाविषयी तक्रार नव्हती. ते बलिया, रेवा, मंझनपूर, चित्रकूट या परिसरात रमून गेले होते. इथल्या निसर्गाशी, जीवनाशी एकरूप होऊन गेले होते. बोलता बोलता आमचा एक संभ्रमाचा असा संवाद घडून गेला. त्या दोघांतला एक मला म्हणाला,

"आप कौन है?"

"मैं संन्यासी हूँ ।"

"तो फिर यह गलत बात हुई ।"

"कैसे और कौन सी?"

"आपने हमारा - निषादका खाना खाया । एक अछूत का । यह अधर्म है ।"

त्यावर मी म्हणालो,

"अरे भैया, मैं तो भूखा था, आपके द्वार का अतिथी था; और मैंने ही 'माई, भिक्षान्देहि' कहा । आपने कुछ खाना दिया । अतिथी को, मुनिवर को, या भूखे को खाना देना अधर्म कैसे हो सकता है?"

ते दोघेही गप्प बसले. निरुत्तर झाले. पुढे मीच त्यांना अधिक स्पष्टीकरण दिले,

"बेटा, मेरी बात गौर से सुनो । खाना तो पवित्र होता है । वह कभी भी अछूत-बिछूत नही होता । अन्न को परब्रह्म कहा गया है । उसका आदर करो, सम्मान करो। और रही बात आप निषादों की, आप खुद को क्यों नीचा समझते हो? कोई आदमी जन्म से उँच या नीच नही होता । सभी बराबर होते हैं ।"

मी जे बोलत होतो, ते ऐकून त्यांना खूप बरं वाटलं असावं. माझ्या पुढच्या प्रवासाविषयी त्यांनी विचारलं. आता मथुरेला जायचे माझ्या मनात होते. तसा बेत मी त्यांना सांगितला. प्रवास काही अवघड नव्हता. पुन्हा मला जवळच प्रयागला जाणे जरूर होते. चालत जाण्याशिवाय अन्य पर्याय नव्हता. मला थोडं थांबायला सांगून ते घराकडे निघून गेले. काही निषाद गुरे चारायला वनात जात होते. काही खांद्यावर अवजारे घेऊन शेताकडे निघाले होते. माझ्याकडे पाहत औत्सुक्याने, अबोलपणेच आपापल्या उद्योगाला जात होते. तासाभरात ते दोघे माझ्याकडे परत आले, तेव्हा त्यांनी माझ्यासाठी चक्क कोदोच्या चार गरमगरम भाकरी आणल्या होत्या. एका भाकरीवर मध लावून ती दुमडून दिली तर दुसरीवर तूप लावून गुळाचा

खडा ठेवलेला. सोबत अंबाडीसारखी भाजी आणि चटणी असा सुंदर बेत असलेलं भोजन, छान स्वच्छ पत्रावळीत व्यवस्थित गुंडाळून दिलं. मला बरं वाटलं. आता त्यांच्यातलं निषाद अछूतपण कुठच्या कुठे पळून गेलं होतं. मी दोघांनाही आलिंगन दिलं. पाठीवरून प्रेमाने हात फिरवला आणि बलिया गावाचा निरोप घेतला.

१७

सायंकाळपर्यंत मी पुन्हा प्रयागला पोहोचलो. अलाहाबाद स्टेशनवर जाऊन गाड्यांची चौकशी केली. रात्रीची गाडी नव्हती. मला मथुरेला जायचे होते. दुपारी १२ वाजता अलाहाबाद-अजमेर एक्सप्रेस व्हाया आग्रा, मथुरा होती; त्यामुळे पुन्हा इथे रात्रीचा मुक्काम आला. रात्र स्टेशनवर काढून सकाळी तिथेच तयार झालो. आता इकडेतिकडे भटकण्यात मतलब नव्हता.

अजमेर एक्सप्रेस दुपारी वेळेवरच निघाली. सायंकाळी आग्रा, मथुरेला पोहोचेल. कानपूर, तुंडल, इटावा अशी मधली स्टेशने होती. दिवसभर अधूनमधून यमुना सोबत असणार याचा मला मनस्वी आनंद झाला. बराच लांबचा प्रवास. मी नव्या उत्साहाने गाडीच्या पूर्व खिडकीच्या बाजूला बसलो.

गाडीत म्हणावी अशी गर्दी नव्हतीच. माझ्या कंपार्टमेंटमध्ये काहीजण तरी होते; त्यामुळे मला कशीबशी सोबत होती. गाडीने दोन-तीन गावे मागे टाकली. एक्सप्रेस गाडी असल्याने लहानसहान स्टेशनांवर ती थांबत नव्हती. त्या त्या स्टेशनवरचा मास्तर हातात हिरवा झेंडा दाखवत गाडीस जणू अभिवादन करत असे.

वेळ जावा म्हणून आम्ही एकमेकांची ओळख करून घेत बोलू लागलो. प्रयागला संगमावर दर बारा वर्षांनी कुंभमेळा भरतो ही चर्चा चालू होती. अक्षरशः एकाच वेळी लाखो लोक गंगा नदीवर स्नानासाठी जमतात. अंगाला राख फासलेले शेकडो गोसावी झुंडीच्या झुंडीने नग्नावस्थेत या संगमात उतरतात. बैरागी, साधू, मुनी, स्वामी, जोगी, आचार्य... अनेक पंथांचे आणि वर्गाचे तपस्वी एकत्र जमतात. 'संपूर्ण भारतातून एकाच वेळी एवढ्या प्रचंड संख्येने येऊन स्नान करतात; त्यामुळे सोय होते की गैरसोय काही कळत नाही,' एकजण आपलं मत सांगत होता. दुसरा

माहिती देऊ लागला. 'कुंभपर्व हा पुण्ययोग असतो. सूर्य व चंद्र मकर राशीत, गुरू वृषभ राशीत आणि त्या दिवशी अमावास्या यावी लागते. एवढ्या गोष्टी जमल्या की, प्रयागला कुंभमेळा भरतो. हा काही साधा दिवस नाही. प्रत्येक गोष्टीचे काही महत्त्व, फल असते. खगोलशास्त्राचा अभ्यास करूनच आपल्या ऋषिमुनींनी त्यातले पुण्यफल शोधून काढले असणार. हजारो वर्षे हे चालत आले आहे.'

ही चर्चा उलटसुलट बरीच रंगत गेली. ज्याला जेवढं माहीत होतं तेवढं तो सांगत होता. 'आम्ही एकदा प्रयाग कुंभपर्वाचा लाभ घेतला' एकजण सांगत होता. एकाने मला, मुनिवर, यावर तुमचे मत काय? म्हणून विचारले. मी मुलांना प्राचीन भारतीय इतिहास, संस्कृती हा विषय शिकवताना रंजकतेसाठी अनेक कथा, पुराणकथा सांगत असे. मला कुंभमेळ्याची पार्श्वभूमी, फल चांगलेच माहीत होते; त्यामुळे मला खुलवून सांगणे आवडले. मी सांगू लागलो,

"हा विषय धर्मश्रद्धेतील आचरण व परंपरेचा आहे. पुराणात याची कथाही आली आहे. समुद्रमंथनात जे अमृत निघाले, त्याचा कुंभ घेऊन धन्वंतरी समुद्रातून वर आला. हे अमृत कोणी घ्यायचे हा प्रश्न निर्माण झाला, कारण देव आणि दानव यांनी मिळून समुद्राचे मंथन केले होते. मग अमृतावर हक्क कुणाचा? दानवांनी जर अमृत प्राशन केले तर ते अमर होतील; मग आपले काय? त्यामुळे इंद्राचा मुलगा जयंत याला ते हस्तगत करण्यास सांगितले गेले. त्याप्रमाणे त्याने मोठ्या कष्टाने ते हस्तगत केल्यावर त्या अमृतकुंभासाठी देव-दानवांचे बारा दिवस अहोरात्र युद्ध झाले. या झटापटीत हा अमृतकुंभ बारा ठिकाणी पडला; पण सूर्य, चंद्र, शनी व बृहस्पती यांनी त्याचे रक्षण केले. बारा स्थानांपैकी प्रयाग, हरिद्वार, नाशिक व उज्जयिनी या पृथ्वीवरील चार ठिकाणी अमृतकुंभ पडला होता. बाकी आठ स्थळे स्वर्ग आणि पाताळातील आहेत; त्यामुळे जेव्हा जेव्हा तुम्ही म्हटल्याप्रमाणे तो बारा वर्षांनी योग येतो, तेव्हा प्रयागला कुंभमेळा भरतो. मकरसंक्रांत आणि वसंत पंचमीलाही हे योग येतात. एकदा एका राशीत आल्यावर गुरूला पुन्हा त्याच राशीत यायला बारा वर्षे लागतात. या योगावर प्रयागतीर्थात स्नान केले तर एक हजार अश्वमेध, शंभर वाजपेयी यज्ञ आणि पृथ्वीभोवती एक लाख प्रदक्षिणा केल्याचे महापुण्य लाभते असे मानले जाते."

मी एवढी सविस्तर व माहितीपूर्ण अशी ही पुराणकथा सांगू लागलो, तर ऐकणारे सारे श्रद्धेने ऐकत होते. आणखीही काहीजण जमले. कंपार्टमेंटमध्ये खाली बसून काहीजण या पुण्यकथेचा श्रवणलाभ घेत होते. मी कोणी एक ऋषिमुनी हे कथन करतोय असे मानून ऐकणारे दोन्ही हात जोडून 'हरिओम, हरिओम', 'गोविंद कृष्णमुरारी' असे म्हणत एकचित्ताने ऐकत होते.

"आपण कर्म करतच असतो. सण, उत्सवदेखील मनोभावे साजरे करतोच;

पण त्यांची पूर्वपीठिका, प्रयोजन, उद्देश बहुधा माहीतच नसतो. जे करतो ते कोरडं क्रियाकर्म असतं. श्रद्धा असते; पण ती डोळस नसते. अनेक वेळा त्यात कसलाही भाव अथवा मनापासून त्यात भावना गुंतवून आपण ती करतच नसतो.''

ऐकणाऱ्यातल्या एका तरुणाने मला धाडसाने एक प्रश्न विचारलाच,

''स्वामीजी, आपण जो पुण्यलाभ सांगितला, त्याला प्रमाण काय?''

''हे पाहा, जे पुराणोक्त, वेदोक्त आहे ते मी तुम्हाला इथे कथन केलं. मी कोणी प्रचारक किंवा देवदूत नाही. तुम्हीच तुमच्या प्रश्नाची उत्तरे शोधा. गुरू फक्त दिशा देतो, मार्ग दाखवतो. प्रवास तर प्रत्येकाला स्वतःलाच करावा लागतो.

''बेटा, इसी क्षेत्र की मैं आपको एक अमृतवाणी सुनाता हूँ । वाराणसी का लहरतारा सरोवर आपने देखा हैं?''

''हाँ जी ।''

''इस संदर्भ में मैं आपको एक दोहा सुनाता हूँ । वही रहनेवाले संत कबीरजी की यह पंक्तिया हैं ।

लम्बा मारग, दूर घर, बिकट पंथ बहु मार ।
ज्ञान दीप परकाश करि, भीतरभवन जराय ।।

''अपने मानस मंदिर में ज्ञान का दीप जलाकर प्रकाश कर दो बेटा, मार्ग मिलेगा । रास्ता तो बहुत लंबा है, बिकट है और घर भी बहुत दूर है । पुण्यलाभ हो ना हो । कोई भी प्रमाण ढूँढना हो, तो अपने ही अंदर झाँको ।''

त्याने उठून, माझ्या पायाला स्पर्श करून दर्शनच घेतले. गाडीमध्ये किती वेळ गेला आणि गाडीने किती गावे ओलांडली हे कळलेच नाही. चर्चेने सगळ्यांना आनंद झाला. त्यांच्या चेहऱ्यावर स्पष्ट समाधान झळकत होते. काहीजण तर माझ्या पायथ्याशी बसलेले भक्तिभावाने तिथेच बसले. कुणीतरी आज पौर्णिमा असावी असं बोलत होतं. माझ्याकडे पंचांग होतंच. मी माझ्या बाडातून ते काढलं आणि दिनविशेष सांगू लागलो,

''आज नारळी पौर्णिमा आहे. रक्षाबंधनाचा दिवस, श्रावणी पौर्णिमा. हिला तैत्तिरीय श्रावणही म्हणतात. सध्या दक्षिणायन - वर्षा ऋतू चालू आहे. शुक्राचा अस्त आहे.'' लगेच कुणीतरी विचारले,

''मुनिवर, श्रीकृष्ण जयंती केव्हा आहे?''

मी पंचांगाचे पान उलटले व पाहून सांगू लागलो,

''रविवार, दि. २१ ऑगस्ट रोजी रात्री जन्मोत्सव आहे. श्रीकृष्ण जयंतीचा उपवास रविवारी आणि अष्टमीचा गोपाळकाला सोमवारी आहे.''

''स्वामी तुम्ही त्यासाठी मथुरेला निघाला आहात काय?'' दुसरा कुणी विचारत होता.

''योग आला आहे; पूर्वनियोजन नव्हतं.''

''मथुरेत कुठं थांबणार?'' तोच दुसरा.

''माहीत नाही.''

''स्वामीजी, एक विनंती आहे. तुम्ही वृंदावन इथे थांबा, तिथे खूप मोठा उत्सव असतो. आम्ही तिथलेच आहोत, आम्हाला आपल्या सेवेचा लाभ मिळेल.''

मी हसून मान डोलवली. एव्हाना कानपूर आले. इथे गाडी बराच वेळ थांबणार म्हणून सांगितले गेले. कानपूरनंतर मात्र गाडी यमुनेसोबतच चालली होती. हितगुज करत जावे तशी. या भागात यमुना नदीचा प्रदीर्घ पट्टा आहे. अधूनमधून नदीवरचे पूल लागतात. नदीला वेग होता. तिला वाहण्याची घाई होती. एखाद्या निरागस बाळाने आईच्या कुशीत निर्भय व्हावे तशी हीच यमुना प्रयागात गंगेच्या कुशीत हळुवार समर्पित होते. या दोघींची किती रूपे, किती नाती अनुभवावीत?

वर्षा ऋतू ऐन बहरात आलेला. तरीही फक्त सरीवर सरी झडायच्या. सध्या मघा नक्षत्र आहे. पाऊस म्हणावा तसा दिसत नाही. काही ठिकाणी क्षितिजावर पावसाचा काळा ओघळ उभ्या भिंतीसारखा दिसत होता. एवढेच! एखाद्या मेंढपाळाने शेळ्या, मेंढ्यांना हाकत न्यावे तसा वारा आकाशात ढगांच्या कळपाला पुढेपुढे नेत होता. ढगच गोंधळलेले होते. इथे आकाश अभ्राच्छादित असे, तर तासाभरात कुठे ते चक्क निरभ्र होई. काही अंदाज येत नव्हता. काही ठिकाणी पावसाने ओढ दिलेली तर कुठे तो थेट यमुनेवरच कोसळत होता. पावसाची, ढगांची व यमुनेची विविध रूपे पाहता पाहता इटावा शहर कधी आले ते कळलेच नाही. इटावानंतर आग्रा येणार. आग्रा सोडले की, मग मथुरा. मथुरेला आपण रात्रीच पोहोचू असे दिसत होते.

सायंकाळ होत आली. फिरोजाबाद स्टेशननंतर अनेक छोटी छोटी गावे ओलांडत गाडी धावत होती. अजून आग्रा तास-दीड तासावर होते. फिरोजाबादनंतर नुसता पठारी प्रदेश आणि मोकळी रानेच राने लागतात. गाडी पश्चिम दिशेने धावणारी; त्यामुळे पुन्हा एक अनोखा 'सूर्यास्त' पाहायला मिळाला. सूर्यास्ताची वेळ; इथे यमुनेत, एखाद्या ऋषिमुनीसारखी सूर्यच डुबकी घेतो. आपलेच अर्घ्य आपल्यात वाहून घेतो. हा सूर्यास्त सुंदर होता. सगळेजण खिडकीतून हे अप्रतिम दृश्य पाहत होते. धन्य वाटले. निसर्गाने आपली इतकी विविध सौंदर्य रूपे लपवून ठेवली आहेत की, कधीकधी भाग्यानेच असे देखणे रूप पाहायला मिळते. यमुनेत डुबकी घेण्याआधी सूर्याने यमुनेला आणि ती ज्या क्षितिजाच्या सोबतीने जाते तिथल्या आभाळाला भेट म्हणून सुंदर सुंदर रंग दिले. यमुना आणि ते आभाळ, सूर्याने प्रदान केलेले सुंदर केशरी व जांभळे रंग सगळ्यांना अभिमानाने दाखवत होते.

सूर्य दृष्टिआड झाला आणि सर्वत्र अंधार पसरू लागला; पण तो गडद आणि काळाकुट्ट नव्हताच. आवतीभोवती हळूहळू उजळूही लागले. पूर्वेला गरगरीत संपूर्ण

गोल असा स्वच्छ, शुभ्र चंद्र उगवू लागला. नारळी पौर्णिमा थाटाने आली. सूर्याने संध्याकाळी दिलेले सर्व रंग यमुनेने टाकून दिले आणि आता चंद्राने, प्रेमाने सादर केलेला शुभ्र रंग सर्वत्र पसरला. कुणीतरी म्हटलं,

"अहो, आता आग्रा येतं आहे, छान पौर्णिमेतला ताजमहाल पाहायला मिळेल."

सगळेजण आपापल्या खिडकीजवळ जमले. गाडीचा वेगही काहीसा संथ झाला. यमुनेच्या काठी असलेला ताजमहाल नजरेच्या टप्प्यात येऊ लागला. चलत्चित्रासारखा! काही क्षणांतच संपूर्ण ताजमहाल दिसू लागला. पौर्णिमेच्या चंद्राने आपला सगळा चंदेरी प्रकाश एकवटून जणू ताजमहालावर उधळला होता. फिकट काळ्या अंधाराच्या पार्श्वभूमीवर पांढऱ्याशुभ्र-धवल रंगात ताजमहाल जणू तेजःपुंज मोत्यासारखा चमकत होता. यमुनेतील चंदेरी पाण्यात स्नान करून एखाद्या वास्तुपुरुषाने काठावर येऊन उभे राहावे तसा तो भासत होता. खरंच ताजमहालाचं रूप देखणंच होतं.

'ऐसा खूबसूरत नजारा देखनेसे रुहानी सुकून मिलता है ।' असं बाजूचा कोणी एक फकीर म्हणाला. त्या फकिराची शैली उत्स्फूर्त होती. छान होती. बादशहाने आपल्या प्रिय पत्नीच्या स्मरणार्थ बांधलेली ही 'स्मृतिवास्तू' कित्येकांना आजही किती स्मरण देते, स्फुरण देते...!

आग्रा स्टेशन आले, इंजिनच्या वाफेचे सुस्कारे सोडत गाडी स्टेशनवर बराच वेळ थांबली. मी उतरून कमंडलूत पाणी भरून घेतले. खिडकीजवळ येऊन विक्रेते 'मथुरेचे पेढे' विकत होते. तर काहीजण 'आग्र्याचा पेठा' विकत होते.

आग्र्याहून गाडी रडतखडतच निघाली. अनेक ठिकाणी थांबत, मागच्या गाडीला मोठ्या मनाने पुढे जाण्यास संधी देत जाऊ लागली. एके ठिकाणी तर खूपच खोळंबली. एखाद्या स्टेशनावरही नाही थांबली, थांबली ती रानावनात मध्येच कुठेतरी! गाडीतील माणसे खाली उतरून चक्क, काय झालं असावं याचा इंजिनापर्यंत जाऊन अंदाज, माहिती घेऊ लागली. गाडी लेट झाली. पाऊण तासानंतर मग हिची निघण्याची तयारी सुरू झाली. जवळच्या रुळांवरून दुसरी एक भरधाव गाडी या थांबलेल्या गाडीची काहीही दखल न घेता अत्यंत गर्विष्ठपणे बेफाम निघून गेली, तेव्हा कुठे ही हळूहळू निघाली, एखाद्या रुग्णासारखी.

मध्यरात्री गाडी मथुरेला पोहोचली. मी खाली उतरलो. आता इथं स्टेशनवरच थांबणं क्रमप्राप्त होतं. शहर नवीन, काहीच माहीत नाही; त्यामुळे अन्य काही पर्याय नव्हता. स्टेशनाच्या एका कोपऱ्यात पथारी टाकली. निवांतपणे रवंथ करत बसलेल्या एका गायीच्या शेजारी.

माझं तीर्थाटन जवळजवळ मध्यावर आलं होतं. हा प्रदेश पुरातन तर आहेच. शिवाय अजूनही जुनी संस्कृती जतन करणारा आहे. इथे खूप काही पाहायला,

ऐकायला मिळेल असं मला मनोमन वाटत होतं. या प्रवासात आपण अयोध्या, हस्तिनापूर आणि कुरुक्षेत्र ही महत्त्वाची स्थळं वगळली. तसं पाहिलं तर बद्रिनाथ, हृषीकेश, मानस सरोवर, कैलास असं आणखीही खूप आहेच की; पण एकाच खेपेत हे सगळं कसं पेलेल? आणि शिवाय या वयात? हे सगळं इतकं विविध आणि विपुल आहे की, जन्मही पुरणार नाही.

अर्थात हा माझा काही जाणीवपूर्वक प्रयोग नाही, कसले संशोधनही नाही. ही तर केवळ एक सिद्धता आहे. यातला निष्कर्ष मला माहीत नाही. साध्य काय तेही ठरलेलं नाही. जे लाभेल ते लाभेल. हे सगळं पाहतोय, अनुभवतोय; त्यामुळे एक मात्र नक्की आहे– आपलं मन, बुद्धी तर समृद्ध होते ना? मग झालं तर...

उद्या सकाळी, श्रावणातल्या कृष्ण पक्षातील आपला मथुरेतला पहिला दिवस.

१८

मी सूर्योदयापूर्वीच उठलो. सकाळची आल्हाददायक वेळ! पथारी आवरली तर प्लॅटफॉर्मवर कुठूनतरी एक गाडी आली. डब्यावर पठाणकोट असं लिहिलेलं होतं. खूप लांबून आलेली आणि दिल्लीकडे जाणारी गाडी असावी. प्रवेशद्वारातून लोक जाऊ लागले. मीही बाहेर पडलो. इथं एक अजबच दिसून आलं. प्लॅटफॉर्मवर अनेक गायी हिंडताना आढळल्या. त्या गायी इतक्या माणसाळलेल्या होत्या की, त्या थेट गाडीच्या डब्याच्या खिडकीजवळ जाऊन थांबत. लोकही गायीच्या पाठीवर हात ठेवून, नमस्कार करून पुढे जात. बाहेर पडताना गेटवरही एक पांढरी धष्टपुष्ट गाय जणू पांढऱ्या डगल्यात तिकीट तपासनिसासारखी थांबली होती.

मथुरा स्टेशन अतिशय जुनं आहे. समोर येऊन मी स्टेशनाचं प्रवेशद्वार पाहू लागलो. तीन मुख्य दरवाजे. वर थोड्या उंचावर मोठ्या आकाराचे एक गोल घड्याळ लावलेले होते. घड्याळाला दोन्ही बाजूंस लोखंडाच्या मोरनक्षीचं ग्रील वर्क जोडलेलं होतं. घड्याळाच्या खालील भिंतीवर 'मथुरा जंक्शन' 'उत्तर-मध्य रेल्वे' लिहिलेलं होतं. त्याखाली साल होतं - '१८५८'. म्हणजे या स्टेशनला नव्याण्णव वर्षे झाली तर...

स्टेशनसमोर माणसांप्रमाणे गायी-गुरांची गर्दीच गर्दी होती. एका चौकाला वळसा घालून मी थेट रस्त्याला लागलो. या भागात काही तुरळक घरे होती. फटकून स्वतंत्र राहणारी. प्रशस्त अंगण असलेल्या काही आश्रमवजा कुटीही होत्या. बहुधा इथे संन्यासी, मुनी राहात असावेत. आवतीभोवती बघत बघत मी काही अंतर चालत गेलो तर पाठीमागून कुणीतरी माझी मान धरून 'पकड लिया! मुझे छोडके कहाँ भागते हो?' असं म्हणत मला अक्षरशः घट्ट धरून ठेवलं. मला काही कळेना.

मी घाबरून गेलो. हे काय नवं संकट म्हणून मागे वळून पाहतो तर डोळ्यांवर विश्वास बसेना. हा काय चमत्कार! मला मागून पकडणारे दुसरे-तिसरे कुणी नव्हते तर ते प्रत्यक्ष प्रोफेसर मित्तलच होते. लहान मुलासारखे निरागस, शीघ्रकोपी आणि तरीही सलगी करणारे, प्रेमळ! त्यांच्या भेटीचा मला अत्यानंद झाला. मी त्यांना मिठीच मारली. आयुष्यात काहीही घडू शकतं याचा हा प्रत्यक्ष साक्षात्कारच होता. त्यांचा प्रारब्धावरचा विश्वास किती दृढ होता त्याचं जणू हे एक प्रत्यंतरच होतं. मी निःशब्द झालो. मदुराईतील भेटीत त्यांनी मला, ते इकडचेच असल्याचं आणि कधीतरी मथुरेमध्ये स्थित होणार असल्याचं त्यांनी सांगितलं होतंच!

प्रो.मित्तल बाजूलाच एक कुटी करून राहत होते. आम्ही बोलत, एकमेकांची विचारपूस करत त्यांच्या कुटीकडे वळलो. ते सांगत होते, 'नागरकॉईलमधील दवाखान्यात आठवडाभर होतो. मिर्गीचा त्रास होता. बरे वाटू लागल्यावर थेट इकडे मथुरेला आलो.' मथुरेत त्यांचे आप्त आहेत. पत्नी, मुले आहेत; पण तरीही ते अलिप्त असतात. त्यांच्यापासून वेगळे आणि स्वतंत्र राहतात. असं असलं तरी प्रो.मित्तलांवर सगळ्यांचं लक्ष असतं; कुणी ना कुणी त्यांच्याजवळ उपस्थित असतं. हे ऐकून मला खूप बरं वाटलं. वृंदावनातील श्रीकृष्णाने पांगळ्या, लंगड्या सवंगड्यांबरोबरही अत्यंत प्रेमाने मैत्री केली होती. त्याचे सगळे सवंगडी गोपच होते. इथेही सौदार्हतेचा, मैत्रीचा भाव सगळीकडे कणाकणांत भरून राहिला आहे काय? त्याशिवाय का मला प्रो.मित्तलांनी लांबून ओळखून 'पकड लिया' म्हटलं असतं? हीही कृष्णक्रीडाच की!

प्रो.मित्तलांची ही अनपेक्षित भेट माझ्या दृष्टीने अतिशय महत्त्वाची होती. प्रो.मित्तल हे माझ्या दृष्टीने अखंड वाहणारी ज्ञानगंगाच होते. मी अनपेक्षितपणे सुखावलो.

आता सात दिवसांवर कृष्णजन्म आणि आठ दिवसांनी गोकुळअष्टमी. जिकडे तिकडे कृष्णउत्सवाचा उदंड गोपाळकालाच असणार. रात्री बराच वेळ मी प्रो. मित्तलांबरोबर बोलत बसलो. माझा प्रवास कथन केला. आजारपणाची व्यथा त्यांच्याजवळ मोकळी केली. प्रारब्धाच्या बाबतीत मी तुमच्याबरोबर हरलो अशी कबुलीही दिली. ते हसत होते. इथे मथुरा व वृंदावन, गोवर्धन, नंदगाव, मधुबन, गोकुल, बरसाना पाहायचं होतं. मी प्रो.मित्तलांना म्हणालो,

"सर, जन्माष्टमी को अभी सात दिन बाकी हैं, मैं आसपास के तीर्थस्थलों पर भी जाना चाहता हूँ ।"

"हाँ, आनंदजी जरूर कुछ प्रोग्राम बनाएँगे । सभी स्थलों का अपना अपना महत्त्व है । आपके साथ फिर घुमना, देखना मुझे अच्छा लगेगा । वृंदावन में ही श्रीराधा-श्रीकृष्ण ने अनेक लीलाएँ की थी । वृंदावन में एक वंशीवट है, वहाँ महा-

रास हुआ था। वृंदावन में अनेक छोटी-छोटी पहाड़ियाँ भी हैं। प्यारी दुलारी जमुना भी पास से बहती है। जहाँ गोपियों का चीर हरण हुआ। कालिया नाग का जहाँ दमन किया। आदि बहुत से दर्शनीय स्थल है। आपको पता है इंद्र का कोप। लोगोंने गोवर्धन की पूजा करने के बाद क्रोधसे इंद्र ने भारी वर्षा की थी। वही गोवर्धन अभी स्थित है। जहाँ भगवान श्रीकृष्णने गिरिराज पर्वत को अपनी उंगलीपे उठाकर ब्रजवासियों की रक्षा की थी। वहाँ की गिरिराज परिक्रमा प्रसिद्ध है। बरसाना में राधारानी की जन्मस्थली है। नंदगाव नंदबाबा का गाँव है, जहाँ श्रीबालकृष्ण का बचपन बीत गया। प्रोफेसर आनंदजी, हम निधि वन भी जाएँगे, यह सेवाकुंज की तरहका ही बगीचा है। नृत्यलीला और रासलीला के बाद राधा-कृष्ण ने यहाँ पर विश्राम किया था।''

बोलणं इतकं रंगलं की, मध्यरात्र उलटून गेली. प्रो.मित्तलांनी मला विश्रांती घ्यायला सांगितलं. बांबूच्या तट्ट्यांनी तयार केलेली ती छान छोटीशी कुटी होती. रात्री शांत झोपलो.

आता काय, मी स्वतःला प्रो. मित्तलांच्या हवालीच केले होते. मथुरा आणि वृंदावन यात पाच ते सहा मैलांचे अंतर होते. मथुरेच्या आसपासच्या प्रदेशाला 'ब्रजमंडल' असे नाव आहे. शूरसेन जनपदाचा हा प्राचीन प्रदेश. शूरसेन हा शत्रुघ्नाचा पुत्र होता. मधुदैत्याचा पुत्र लवण हा आपले राज्य वाढविण्याच्या अभिलाषेने उन्मत्त झाला आणि तो प्रजेचा छळ करू लागला म्हणून प्रभू रामांनी आपला भाऊ शत्रुघ्न याला युद्धमोहिमेवर पाठवले. शत्रुघ्नाने लवणाचा पराभव करून त्याला ठार मारले आणि पुत्र शूरसेनाला गादीवर बसवले. पुढे यादव घराण्याने पुन्हा मथुरा काबीज केले; परंतु मथुरेवर राज्य करणारा कंस पुन्हा उन्मत्तपणे वागू लागला आणि जनतेस पीडा देऊ लागला. कंसाचा वध करून श्रीकृष्णाने मथुरा मुक्त केली. आम्ही जो जो प्रदेश फिरत होतो, जी जी स्थळं पाहत होतो, तिथली सर्व माहिती अत्यंत सविस्तरपणे प्रो.मित्तल मला सांगत होते. वृंदावन-मथुरा म्हणजे प्रो.मित्तलांचा जीव की प्राण! मला हे किती पाहावे आणि त्याविषयी किती ऐकावे तितके थोडेच होते. प्रो.मित्तल हे चालताबोलता ज्ञानकोशच!

मामा कंसाला तर श्रीकृष्णाने ठार मारले. प्रत्यक्ष आपल्या बहिणीला तुरुंगात ठेवणाऱ्या व प्रजेचा अतोनात छळ करणाऱ्या कंसवधाने मथुरेत आनंदच झाला. मगध सम्राट जरासंध हा कंसाचा सासरा होता. आपल्या जावयाच्या वधाचा सूड घ्यायचा म्हणून जरासंधाने मथुरेवर अठरा वेळा आक्रमण केले; पण त्यात त्याचा १७ वेळा पराभव झाला. तरीही त्याने जिद्द सोडली नाही. अठराव्या वेळी त्याने शेजारच्या कालयवनास सोबतीला घेतले आणि या वेळी श्रीकृष्णास मथुरा सोडावी लागली. मथुरा सोडून श्रीकृष्णाने द्वारकेला आपले नवे सत्तास्थान निर्माण केले.

मथुरेत अनेक मंदिरे आहेत. मंदिरातल्या मूर्तीही अत्यंत सुंदर अन् रेखीव आहेत. मंदिरे श्रीमंत आहेत; शिवाय मथुरेत शक, कुशाण, गुप्तांच्या काळात भरभराटच झाली; परंतु गझनीच्या महंमदाने मात्र आक्रमण करून इथली अनेक देवळे उद्ध्वस्त केली, मूर्तिभंजन केले व सोने-हिऱ्यांची प्रचंड लूट नेली. असा संदर्भ मिळतो की, चौदा मण वजनाच्या पाच सुवर्णमूर्ती, ज्या पूर्णपणे बहुमोल अशा माणकांनी जडवलेल्या होत्या. त्या तर लुटल्याच; पण अनेक चांदीच्या मूर्ती व संपदा त्याने शंभर उंटांवर लादली आणि ती लूट गझनीस नेली.

तरी आजही अनेक मूर्ती, देवळे समृद्ध आहेत. इथे आम्ही एक बलरामाची मूर्ती पाहिली. हाती मुसळ असलेल्या या बलरामाच्या मूर्तीच्या गळ्यात अत्यंत ऐश्वर्यसंपन्न अशी वैजयंतीमाला आणि अंगभर कित्येक अलंकार पाहिले. मथुरेत बौद्ध स्तूपही आहेत. चौथरा, कोरीव नक्षी, वेदिका, प्रवेशद्वाराची सुशोभित तोरणे प्रेक्षणीय आहेत. मथुरेत जैन धर्मीयांचीही विपुल शिल्पे आहेत.

मथुरा बघण्यात तीन दिवस केव्हाच निघून गेले. चौथ्या दिवशी वृंदावन येथील निधिवन पाहायला गेलो. इथे एक विशाखा कुंड पाहिले. विशाखा नावाची राधेची जिवलग सखी होती. ती राधेची प्रिय मैत्रीण असल्याने कृष्णही विशाखाची काळजी घेत असे. या निसर्गरम्य निधिवनात अनेक फुलवेली होत्या. तिथे रासलीला चालत असे. एकदा अशाच बेभान रासलीलेच्या वेळी राधासखी विशाखाला तहान लागली आणि तिने कृष्णाकडे पाण्याची याचना केली. असे म्हटले जाते की, कृष्णाने तिथे आपल्या बासरीने खोदून पाणी उपलब्ध करून दिले. ते विशाखा कुंड आहे.

निधिवनाच्या मुख्य प्रवेशद्वाराजवळच आणखी एक ऐतिहासिक स्थळ प्रो.मित्तलांनी संपूर्ण माहिती देत दाखवले. तिथे स्वामी हरिदासांची समाधी आहे. हरिदास हे अत्यंत श्रेष्ठ असे गायक होते. अकबर बादशहाच्या दरबारातील संगीत सम्राट तानसेन आणि बैजू हे स्वामी हरिदासांचे शिष्य होते. हरिदासांच्या दैवी सुराने मंत्रमुग्ध होऊन आश्रमातली हरणेही जवळ येऊन, कान टवकारून ते ऐकत असत. एकदा यमुना नदीतून नावेने जात असताना, अकबराने एक अत्यंत सुरेल असे भजन ऐकले. त्यांनी चौकशी केली आणि हरिदासांजवळ येऊन 'आपले सूर ऐकून मी अतिशय तृप्त झालो' असे ते म्हणाले. 'आपण माझ्या दरबारी गाणार का?' असेही विचारले; पण स्वामी हरिदास हे आपल्यातच इतके तल्लीन होते की, त्यांनी बादशहाला म्हटले, 'मी भगवंतासाठी गातो. ज्या वेळी गातो, त्या वेळी अवश्य ऐका. तुमच्या दरबारी माझा शिष्य तानसेन आहेच की.'

मध्येच मी प्रो. मित्तल यांना म्हणालो, "प्रोफेसरजी, सचमुच मैं धन्य हूँ । भगवानने आपकी फिर मुलाकात करवा दी ।"

"फिर से वही ।"

आम्ही दोघेही हसलो. मी म्हणालो,

''सर जी, यहाँ वृंदावन नाम कैसे?''

''आनंदजी, राधाजी के कुल सोला नाम थे। उनमें एक नाम वृंदा था। बहुत पहले यह तुलसीवन भी था। तुलसी के पौधोंसे यह वन भरा हुआ था।''

''तुलसी का ही दूसरा नाम वृंदा है।''

''तो इसलिए यह वृंदावन से बहुत प्रेम, लगाव है। इस संदर्भ में सूरदास जी कहते हैं,

माधो मोहि करो वृंदावन रेनु,
दिन दिन प्रतिदिन चारत धेनु।
इतनाही नही वह आगे कहते है,
विष के खाय, आग में जरो।
श्री जमुनामें बुड़ हौ मरो।
वृंदावन छोड़ो नहीं।

''वाह! वाह! कितना सुंदर है यह दोहा। वृंदावन के बारे में कितनी प्यारी है लगन। चाहे विष खाना पड़े, आग में जले या जमुनामें डूब मरे पर हम वृंदावन नहीं छोडेंगे।''

पुढील दोन-तीन दिवसांत रमणरेती, कृष्ण-बलराम वृक्ष, यमुनेचा परिसर, बाके बिहारी मंदिर आदी अन्य स्थळे पाहिली. बाके बिहारी मंदिर म्हणजे जणू फुलांचा उत्सवच! माझे सातही दिवस असे कृष्णमय होते. नागरकॉईल इथे ज्या मित्तलांना ते कोसळले असताना मी सोडून गेलो होतो, त्याच प्रो.मित्तलांनी इथे मथुरेत मला भरभरून प्रेम दिले. देवाला ओळखण्याइतकंच माणसाला ओळखणंही अवघड असतं हेच खरं!

श्रीकृष्णजन्माचा दिवस उगवला. सगळी मथुरा, वृंदावननगरी सकाळीच नटूनथटून सजली. जिकडे तिकडे आनंदीआनंद ओसंडून वाहात होता. सगळीकडे 'राधे-राधे', 'ओम राधे', 'श्रीराधे' असा नुसता जयघोष दुमदुमत होता. एवढं राधा-श्रीकृष्ण प्रेम पाहून मी थरारून गेलो. चैतन्यमहाप्रभूने हेच सारे पाहून इथेच 'कण कण में भगवान' प्रत्यक्षात अनुभवले होते काय?

जिथे कृष्णजन्म झाला तिथे, मोगलकालीन बादशहा जहांगीर यांच्या दरबारातील एक प्रमुख राव वीरसिंह बुंदेला यांनी विशालतम असे केशवदेव मंदिर बांधले.

मथुरेमध्ये जन्माष्टमी दोन दिवस आनंदाने साजरी केली जाते. कालपासून मथुरेत लाखो लोक येऊन दाखल झाले होते. प्रो. मित्तल हे येथील विद्यापीठातले सेवानिवृत्त प्राध्यापक होते. त्यांना थेट मंदिरात मान होता; त्यामुळे मलाही अनायासे हा

दर्शनलाभ होणार होता.

पहाटेच तयार झालो. प्रो.मित्तल मला म्हणाले, 'पहाटेचं दर्शन घेऊन येऊ', पहाटे पाचलाच मंदिराचे द्वार उघडले होते. या वेळी गोविंदनगराच्या बाजूने मंदिरप्रवेश खुला केला होता आणि निगर्मन मुख्य प्रवेशद्वारातून होते. 'जन्मस्थान सेवा संस्था न्यासा'कडून हा जन्मोत्सव साजरा केला जातो. श्री. राजीव श्रीवास्तव हे संस्थेचे मुख्य कार्यकारी सचिव होते.

नैमित्तिक पूजा-अर्चा सुरू झाली. आम्ही दोघे दर्शन घेऊन आलो. श्रीकृष्णाची मूर्ती पूर्णपणे संगमरवरी पांढऱ्याशुभ्र दगडाची होती. हातात बासरी. श्रीकृष्णाशेजारी तशीच गोजिरवाणी, सुंदर संगमरवरी दगडातील राधेची मूर्ती होती. 'राधेशाम, राधेशाम' सर्वत्र केवळ 'राधेशाम'चा जयघोष. आवतीभोवती अनेक सुंदर फुलांचा नुसता बहर... फूलमय मथुरा!

या ब्रजभूमीत घरोघर जन्मोत्सव साजरा करतात. सर्वत्र गोडधोड करतात; सप्तमीचा उपवास असतो. भगवान श्रीकृष्ण - राधेस नवी वस्त्रे घालतात, लोकही तसाच वेष परिधान करतात. पहाटेची मंगल आरती होते आणि मग भजन, कीर्तन चालू होते. भजनात अनेक लोक मग्न होतात. नाचतात. सकाळी नऊपासून दुपारी साडेबारापर्यंत हे भजन, कीर्तन चालते. मंदिराच्या अंगणात रासलीला आयोजित करतात. आणखी एक छान दृश्य पाहायला मिळाले. मंदिराच्या प्रांगणात भक्तगण विविध रंगांच्या फुलांची 'होली' साजरी करतात. रंगाऐवजी फुलांची 'होली' (रंगपंचमी) राधा-कृष्णाच्या व गोप-गोपिकांच्या वेषात नृत्य करतात. हा फुलांचा जणू पाऊसच असतो. फुलांचा अक्षरशः ढीग साचतो. या प्रचंड फुलांमध्ये राधा-कृष्ण तर आकंठ बुडून जातात. शिवाय भाविकही एकमेकांवर फुलांचा वर्षाव करतात. मनसोक्त हसतात, खेळतात. मुक्त आनंद लुटतात. सर्वत्र नुसता 'राधे राधे' असा जयघोष चालू असतो. मथुरावृंद केवळ कृष्ण-राधामय होऊन जातो.

अष्टमीला बरोबर रात्री बारा वाजता श्रीकृष्ण जन्म होतो. या वेळी मंदिराच्या विशाल प्रांगणात मध्यभागी श्रीकृष्णमूर्ती आणली जाते. 'जन्मस्थान सेवा संस्थान'चे अध्यक्ष मूर्तीवर अभिषेक करतात. यानंतर कितीतरी मण दूध, दही, तूप, मध आदीने स्नान करवले जाते. मग यमुनेच्या पाण्याने मूर्ती स्वच्छ करतात. ब्रह्मवृंद मंत्रोच्चारण करतात. शंखनाद होतो. ढोल, मंजिरी, ढोलक व घंटानाद यात परिसर बुडून जातो. आबालवृद्ध अवघे आनंदमय अवस्थेत, बेहोश होऊन नाचू लागतात. प्रो.मित्तलही बेभान नाचू लागले. त्यांच्या डोळ्यांतून अक्षरशः आनंदाश्रू झरत होते. यमुना स्नानानंतर मूर्ती सजवल्या जातात. नवी वस्त्रे, मुकुट, माला, बासरी, पादुका वगैरे चढवले जाते. शेवटी फुले व अलंकार प्रदान करतात. महाआरती होते. कापूर जाळला जातो. धूप दिला जातो. असा हा सोहळा पूर्ण होतो. हे सगळं झालं की,

देवाला छप्पन भोग चढवून प्रसादाचे वाटप होते. हे केवळ मथुरेतच नाही तर संपूर्ण ब्रजमंडलात हा उत्सव साजरा होतो. जन्माष्टमीचा उपवास रात्री बारानंतर पंचामृत ग्रहण करून सोडला जातो. पंचामृतास महत्त्व आहे. त्यासाठी खूप दूरवरून लोक येतात किंवा ठिकठिकाणी पंचामृताचे वाटप केले जाते.

जन्माष्टमीच्या दुसऱ्या दिवशी नंदोत्सव साजरा होतो. लल्ला कृष्णासाठी आनंदाची गीते गातात. खेळणी, मोहरा, श्रीफळ, दागिने इ. पाणी, हळद व दुधात मिसळून एकमेकांना वाटले जाते. आबालवृद्ध या वस्तूंचा लुटीचा खेळ खेळतात. सगळे भक्तगण 'नंद के आनंद भये, जय कन्हैया लाल की' असं गात गात वस्तू लुटतात आणि वस्तूच्या प्राप्तीनंतर स्वतःला भाग्यवान समजतात.

असा हा मथुरा आणि वृंदावनाचा प्रदेश. राधा-कृष्णावरील प्रेमाचा, भक्तीचा रस आजही इथे ओथंबून वाहतो आहे. हे सारं प्रेम, भक्ती अजूनही यमुना अथकपणे पाहते आणि तृप्त होऊन वाहते. मथुरेतील जन्माष्टमीचा महोत्सव संपला आणि भक्तजनांचा महासागर हळूहळू ओसरू लागला. मुसळधार पावसानंतर आकाशातील ढगांची गर्दी नाहीशी व्हावी आणि आकाश रितं रितं व्हावं तसं मथुरा सुनं सुनं वाटू लागलं; पण राधा-कृष्णाच्या प्रेमाने अंतःकरणात भरलेली यमुना वाहतच होती. अष्टमीनंतर मी आणखी दोन दिवस राहिलो. या दहा दिवसांत प्रो.मित्तलांबरोबरचे ऋणानुबंध आणखी दृढ झाले. मला एक कळून चुकले; प्रो.मित्तल स्वभावतःच एकान्तप्रिय आहेत; त्यामुळे ते जगापासून असे एकटेएकटे, स्वतंत्र राहायचे. त्यांना माणसे आवडत नव्हती असे नाही. तसे असते तर मला पाहिल्याबरोबर त्यांनी मला पाठीमागून घट्ट पकडलेच नसते.

मी त्यांना माझा निघायचा बेत सांगितला. पुढे कुठे जायचे वगैरे बोललो. त्यांची घरची परिस्थिती चांगली होती. त्यांनी माझी पुढच्या सर्व प्रवासाची व्यवस्था करून दिली. 'नको नको, कशाला?' म्हणत असतानाही काही रक्कम जवळ दिली. 'जपून राहा', 'काळजी घ्या' वगैरे आत्मीयतेने सांगितले. निरोप घेतला. निरोप घेताना मी प्रो. मित्तलांना कडकडून मिठी मारली. त्यांनी माझ्या पाठीवरून प्रेमाने हात फिरवला.

सुदाम्याला कृष्णाने निरोप द्यावा तसा हा साश्रू निरोप होता. मी मथुरा स्टेशनवर आलो. अजमेर एक्स्प्रेसची वाट पाहत थांबलो.

१९

अलाहाबादवरून येणारी गाडी या वेळी मात्र वेळेवर आली. ती रात्री नऊला येते. कोळसा-पाणी बरोबर घेऊन अजमेरसाठी निघते. मध्ये जयपूर हे एक मोठे जंक्शन घेतले की, थेट अजमेरला जाऊन थांबते. मुक्काम करून पुन्हा परतीचा प्रवास. हे तिचं नेहमीचं काम. आजवरचा प्रवास विडीच्या धुराने कोंडलेल्या डब्यातूनच केलेला होता. मथुरेस मात्र प्रो.मित्तलांनी आरक्षणाच्या डब्यात सोय करून दिली; त्यामुळे झोपण्याची ऐसपैस सोय झाली. तिकीट तपासनिसाने तिकीट तपासले, तिकीट सही करून दिले. 'अजमेर केव्हा येईल?' असे मी त्यांनाच विचारले, तेव्हा 'सुबह छे बजे' एवढंच ते बोलले.

मथुरेला दुधा-तुपाचे आणि गोड मिठाईचे पदार्थ भरपूर खाल्ले. दक्षिण भारताच्या अगदी उलट टोकाच्या पद्धतीचं इथलं भोजन. इथे पुऱ्या भरपूर खाल्ल्या. भोजन थाळीत परोसले जाते. केळीच्या पानावर कुठेच नाही. जेवणात दररोज एखादा लाडू हमखास असतो. तूप, दही आणि पेलाभर ताक असा रोजचा बेत. पंचामृत व मथुरेचे पेढे प्रसादात प्राधान्याने असत.

गाडीने वेग घेतला. एकापाठोपाठ एक गाव मागे पडू लागले. तशा इथल्या आठवणीही एकापाठोपाठ एक येऊ लागल्या. प्रो.मित्तल आणि मी रोज रात्री तासभर तरी बोलत बसत असू. मी वर्णन केलेला कमलचा जीवघेणा त्रास आणि तिला तडफडून आलेला मृत्यू ऐकून प्रो.मित्तल यांना खूप वाईट वाटले. त्यांना त्याचे इतके वाईट वाटले की, त्यांनी उठून माझे सांत्वन करत, माझ्या पाठीवर प्रेमाने थोपटले. प्रो.मित्तल माझ्यापेक्षा वयस्कर होते. प्रत्येक वेळी ते खूप काही नवे सांगायचे. मी त्यांना त्यांच्या मुलांविषयी विचारले, तेव्हा त्यांनी 'पाच मुले' म्हणून

सांगितले; पण सध्या त्यातली दोनच हयात होती. अन्य मुलांमध्ये दोन साथीत मरण पावली आणि एक आग्र्यातील इस्पितळात मनोरुग्ण म्हणून इलाज घेतो आहे. पत्नी सेवानिवृत्त शिक्षिका. बरं, हे सांगतानाही त्यांनी सरळ सांगितलं नाही. त्यासाठी कवी वर्डस्वर्थची कविताच दाखला म्हणून सांगून टाकली.

"Sisters and brothers, Little maid,
How many may you be?"
"How many? Seven in all" She said...
"And where are they? I pray you tell."
She answered "Seven are we;
And two of us at Conway dwell,
And two are gone to sea.

"Two of us in the church-yard lie,
My sister and my brother,
And, in the church-yard cottage, I
Dwell near them with my mother."

अशी ही अप्रतिम सुंदर कविता ऐकून, मी माझे दोन्ही हात गालावर ठेवून प्रो.मित्तलांकडे नुसता पाहतच राहिलो. कवितेतील चिमुरडी आम्ही सात भावंडं आहोत असं सांगते. त्यातले दोन कॉनवेत राहतात. दोनजण समुद्राच्या सफरीवर गेले ते अद्याप आलेले नाहीत आणि दोनजण चर्चयार्डात दफन केलेल्या ठिकाणी चिरनिद्रा घेताहेत. मी आणि माझी आई त्यांच्याजवळच राहतो. खरंतर भावंडं सात असली तरी जवळ कुणी नाहीतच. दोन भावंडं थडग्यात आहेत आणि दोन तर समुद्रावर गेली, ती अजून आली नाहीत तरीही आम्ही सात भावंडं आहोत असं ती मुलगी सांगते. यातलं 'आम्ही आहोत' हे तत्त्वज्ञान आपलं मन किती चमकवून टाकतं. या नसलेपणातही किती सुखावून जातं? त्या थोर कवीला आणि अर्थात प्रो.मित्तलांना सलाम!

गाडीत छान शांत झोप लागली; पण रात्रभर स्वप्नांचा कल्लोळ उठतच होता. सकाळ होईपर्यंत कुठलंतरी स्वप्न चालूच होतं. अजमेर आलं. रात्री झोपेत जयपूर केव्हा येऊन गेलं ते कळलंच नाही. आता मी राजस्थानात आलो. खाली उतरून स्टेशनबाहेर आलो. गाडी वेळेआधीच पोहोचली होती. वीस मिनिटे आधी. वर घड्याळाकडे पाहिले. रोमन आकड्यांचं घड्याळ, सकाळचे ५ वाजून ४० मिनिटे दर्शवणारे. एका रस्त्याने निघालो. सकाळी सकाळी कुणी बांगीसाब अजान देत होता. मशिदीत नमाज अदा करण्यासाठी 'अल्ला हो अकबर' अशी अजान होती. अरबीतले ते उंच सुरातले शब्द संथपणे दूरवर पसरत होते. लगबगीने डोक्यावर

जाळीदार गोल तापीज सावरत काहीजण मशिदीकडे धाव घेत होते. काहीजणांनी डोक्यावर पांढरा स्वच्छ रुमाल ठेवला होता. त्यातल्या कुणा एकाला थांबवत मी अजमेर ख्वाजा मोईनुद्दीन यांचा दर्गा कुठे आहे अशी विचारणा केली तर त्याने इकडे नाही स्टेशनच्या त्या पलीकडच्या बाजूला असल्याचे सांगितले.

मी सांगितलेल्या दिशेने जाऊ लागलो.

अजमेरमध्ये लोकांच्या राहण्याची चांगली व्यवस्था दिसून आली. इथे मशिदी व दर्ग्यांचे प्रमाण बरेच आहे. काही ठिकाणी मुशाफिरखाने आहेत. मी ख्वाजा मोईनुद्दीनच्या दर्ग्याजवळच्या एका फकीर मुशाफिरखान्यात थांबलो. बऱ्याच फकिरांचा पायघोळ असा संपूर्ण हिरवा पेहराव होता. गळ्यात रंगीत गोल काचमाळा रुळत होत्या. केस मानेवर पसरलेले. डोक्याला नक्षीदार गोल तापीज, हातात झुबकेदार मोरपिसांचा 'मोरचल कट्टा.' असा या अवलियांचा लिबास होता.

या फकीर मुशाफिरखान्यात मी मात्र आगंतुक होतो. कुणीतरी मला हटकलेच.

"क्यूं जनाब?"

मध्येच दुसऱ्याने दुरुस्ती केली,

"अरे भाई, मुनिवर कहो, मुनिवर."

"कहाँ से आए हो?"

ते मी सांगितलंच नाही. त्यांना म्हटलं,

"भाईजान, मैं ख्वाजा मोईनुद्दीन चिश्ती रहमतुल्ला अलैहू सुफी सन्तके दरबार में आया हूँ । मैं आपकी क्या खिदमत कर सकता हूँ?"

बिचारे फकीर ओशाळले.

"सही बात है । यहाँ सभी लोग आते हैं ।"

दुसरा आणखी सांगू लागला.

"ख्वाजा के दरबारसे कोई खाली हाथ नही जाता, सबकी मुरादे पुरी हो जाती हैं ।"

अजमेरबद्दल मी खूप काही ऐकून होतो. मला येथे भेट द्यायचीच होती. सुफी संप्रदायाचं हे एक प्रमुख व जुनं केंद्र म्हणून मला माहीतच होतं. या संप्रदायाचा चिकित्सक विचार मला जाणून घ्यायचा आहे. मी ऐकलेली यांची तत्त्वं, अद्वैताकडे झुकलेली विचारसरणी, क्रांतिकारक धर्मकार्य, अनेक सुफी संत व त्यांचं साहित्य, धर्मविचार असं कितीतरी मला समजून घ्यायचं होतं. इस्लाम धर्माचा तर मला सखोल अभ्यास करायचाच आहे; परंतु मूळ कुराण-ए-पाक अरबीत असो किंवा भाषांतरित, मला ते तर मुळातूनच पाहायचे आहे. सुफी विचारांच्या साहाय्याने मला ते अधिक स्पष्ट होत जाईल, कारण सुफी संप्रदायाने यावर फार मोठं काम केलं आहे. त्यांपैकी एक म्हणजे ख्वाजा मोईनुद्दीन चिश्ती होत.

तासाभरानंतर मी अजमेर दर्ग्याकडे निघालो. दोन आठवड्यांपूर्वीच इथला उरूस संपला असं कळलं. इस्लामचा रजब महिना चालू होता; हिजरी साल १३७८ होतं. या रजब महिन्यात तारीख एक ते सहापर्यंत मोठी जत्रा भरते; ती मात्र चुकली. दोन महिन्यांनी रमजान सुरू होणार म्हणजे रोजे सुरू होतात. मी मधल्या काळातच इथे आलो. अजमेरचा हा दर्गा प्रसिद्ध 'शरीफ हजरत ख्वाजा मोईनुद्दीन चिश्ती रहमतुल्ला अलैह की मजार' म्हणून ओळखला जातो. दर्गा बराच जुना होता; पण अत्यंत स्वच्छ आणि पवित्र. इथे बाबाच्या मजारवर सर्व धर्मीयांची श्रद्धा दिसून येते.

मी शांतपणे फिरून दर्गा पाहिला. कुठल्याशा डोंगराच्या तळाशी असलेला हा दर्गा वास्तुकलेचा एक सुंदर नमुना होता. इराण व हिंदुस्थानच्या वास्तुकलेचा उत्तम नमुना इथे पाहायला मिळतो. दर्ग्यात उत्तम आणि अत्यंत सूक्ष्म, सौंदर्यपूर्ण असे नक्षीकाम केलेले दिसून येते. आतील प्रवेशद्वार व घुमट प्रेक्षणीय असून मध्यभागी नक्षीदार पिंजऱ्यात अनेक वेलबुट्ट्या व कलाकुसरीने विणलेल्या रेशमी नक्काशीच्या अनेक चादरी आणि त्यावर फुलाहारांनी सजवलेली ख्वाजासाहेबांची मजार आहे. मध्यभागी ख्वाजांचा जो मुख्य दर्गा किंवा मजार आहे त्याला लाकडी कोरीव नक्षीकामाची आयताकृती चौकटदेखील आहे आणि बाजूला चौफेर प्रशस्त मोकळी जागा आहे. चारही बाजूंनी ख्वाजांचा 'दीदार' होतो. 'मन्नते' मागता येतात. दर्शन घेऊन 'दुआ' घेता येतात. ख्वाजाबद्दल सर्वदूर श्रद्धा आहे. मनःपूर्वक केलेल्या प्रार्थनेची इच्छापूर्ती नक्कीच होते. याच ख्वाजा मोईनुद्दीन चिश्तींच्या दरबारात येऊन प्रत्यक्ष जोधा-अकबराने पुत्रप्राप्तीची कामना केली होती आणि त्यांची इच्छा पूर्णही झाली हा इतिहास आहे.

बाजूला एक मोठा समाखाना आहे. तिथे कव्वालीचे अखंड गायन चालते. लोक मिळून गातात. ख्वाजा अलीचा महिमा ते अत्यंत तल्लीन होऊन गातात. त्यांची गायकीही घरंदाज असते. ते एक अभिजात संगीतच असते. ढोलकी, तबला, खंजिरी, टाळ्यांचा एकच समूहताल ठेका विशिष्ट पेशकश करत हॉर्मोनियमवर गात गात तल्लीन होतात. ते इतकी रंगत आणतात की, प्रत्यक्ष ख्वाजा नवाबनेही त्यामध्ये रंगून जावे.

फकिरी लिबाजात डाव्या हातात उदाना आणि उजव्या हातात मोरपिसांचा 'मोरचल कट्टा' घेऊन अनेक फकीर दर्ग्याच्या आवारात भक्तांना अंगारा लावत, उदान्यात उच्चप्रतीचा कवडी ऊद टाकून हातातल्या मोरचलाने धुपाचा भपकारा भक्तांवर सोडत व मोरचल कट्टा डोक्यावर ठेवत होते. फकिरांचा हाच नजारा सर्वत्र दिसे. काही फकिरांच्या अंगात आलेले, ते झुलतझुलत व कित्येक वेळा मान गोल गोल फिरवत आपल्याच भोवती गिरक्या घेत होते. काही फकीर कव्वालीच्या तालावर दोन्ही हात दुवाँ मागतात तसे वर करून व अर्धोन्मीलित डोळे करून संथ

गतीने कित्येक तास आपल्याच भोवती गोल गोल फिरत. अन्य फकिरांच्या तुलनेने सुफी फकीर आपल्यात मग्न, तल्लीन व हरवलेल्या मुद्रेत वावरत असल्याचे दिसत होते. ते डोळे वर करून, डोळ्यांच्या खालचा बहुतेक भाग पांढरा करून काही भक्तांवर काही विपरीत घडणार असे भाकीत करत असत. ओठातल्या ओठात काही बोलत. ऐकणारे भयावह मुद्रेने त्यांच्याकडे पाहत व ऐकत बसत. तो परिसर गांभीर्याचं धुकं पसरावं तसा वाटत होता.

सुफी संप्रदायाचं तत्त्वज्ञान एकेश्वरवादाचेच होते. सुफीही अल्लाला एकमेव म्हणून मानणारे, त्याच्यासाठी सर्वकाही समर्पित करणारे होते. त्याचबरोबर हे सुफी पंथीय धार्मिक सहिष्णुता, उदारमतवाद, प्रेम व बंधुभाव यांवर अधिक भर देणारे होते. इथल्या दर्ग्यातील उरुसात, सुरुवातीचा मान हिंदूला आहे. एका हिंदू मानकरी कुटुंबाने ख्वाजाच्या मजारवर प्रथम चादर अर्पण करायची असते. चादर चढवण्याचा पहिला मान हिंदूला. सर्वधर्मसमभावाचे हे एक चांगले उदाहरण आहे. बाराव्या शतकातील शहाबुद्दीन घोरीच्या काळातील या ख्वाजा मोईनुद्दीन चिश्ती रहमतुल्ला अलैह सुफी संतास 'आफताबे हिंद' या पदवीने गौरवले होते. अकबर बादशहाने आपला नवस पूर्ण झाल्यावर आमेर ते अजमेर एवढा प्रदीर्घ प्रवास पायी केला होता. यावरूनच या दर्ग्याचे श्रेष्ठत्व कळते.

हे सारं मी पाहत होतो. समाखान्यात कुणी एक अतिशय सुरेल अशी शास्त्रोक्त कव्वाली गात होते. कव्वालीतील ख्वाजा मोईनुद्दीनची 'नबीका दुलारा' अशी केलेली 'तारीफ' त्यातल्या सुरांसह थेट माझ्या अंतःकरणात झरत होती. कव्वाली संपल्यावर मी त्या गायकाच्या जवळ जाऊन त्याचे कौतुक केले. कौतुकाने कुठलाही माणूस सुखावतो. त्याने मला 'शुक्रिया' म्हटले. 'हम खुदा के लिए गाते हैं तो उसे 'नात' कहते हैं। जब पैगंबर या वली के लिए गाते हैं, तो उसे हम 'हम्द' कहते हैं। बाकी हम कव्वाली गझल भी गाते हैं। मैं जादातर कव्वाली मेरे ख्वाजा के लिए गाता हूँ। इस कव्वाली के 'आशार' मैंने खुद बनाए हैं और सूर ताज भी मेरे हैं।' मला एकूण त्याचे कौतुकच वाटले. तो गृहस्थ नक्कीच सामान्य नव्हता.

दुपारी भोजनाची वेळ. वेगळ्या पद्धतीचे; पण चांगले जेवण होते. दर्ग्याच्या आवारातच एका ठिकाणी 'मुफ्त दावत खाना' असे लिहिले होते. हे अन्नछत्र बादशहा अकबर, जहाँगीरपासून चालत आलेले आहे. एका बराकीमध्ये काजू, बदाम, पिस्ता, इलायचीयुक्त प्रसादाचा प्रचंड भात शिजवून तो रोज गरिबांना दिला जातो. ही श्रीमंत दावत गरिबांसाठी अखंड चालू आहे. मीही फकिरांच्या रांगेमध्ये उभा राहिलो. माझ्या कटोऱ्यामध्ये प्रसादाचा भात वाढून घेतला आणि एका ठिकाणी बसून पोटभर जेवलो.

दर्ग्याच्या दर्शनाचा माझा हा अनुभव सर्वस्वी वेगळा होता. अजमेरमध्ये मुल्ला-

मौलवी, हजरत काझी, पेशइमाम, उलेमा तसेच सुफी पंथाचे अनेक अवलिया, संत यांच्या भेटी झाल्या. इथेच मला इस्लाम धर्माचा चांगला अभ्यास व परिचय होण्याची उत्तम संधी होती. त्यासाठी मी परिचयाच्या शोधातच होतो. असेच दोनएक दिवस गेले.

तिसऱ्या दिवशी मी, दर्ग्यात रोज एका विशिष्ट ठिकाणी येऊन बसणाऱ्या व तासन्तास 'अल्ला, अल्ला, अल्ला, अल्ला' असा जणू जप करणाऱ्या एका पीरबाबाजवळ जाऊन बसलो. त्या बाबांना कशाचेही भान नव्हते. जणू ते सर्व देहभान हरपून त्या सर्वशक्तिमान अल्लाची इबादत करण्यात तल्लीन झालेले होते. तासन्तास हे चाले. मग केव्हातरी ते शांत होत. दोन्ही हातांनी आपला चेहरा कुरवाळून दुवा मागत आणि 'आमीन' म्हणून डोळे उघडून आवतीभोवती बघत. मी त्यांच्याबद्दल माहिती घेतली होती. या अजमेर दर्ग्याचे तेच प्रमुख 'खादिम' होते. त्यांचं नाव नक्षबंद ख्वाजा बहाउद्दीन. वयाची ऐंशी वर्षे उलटून गेलेली असली तरी ते तरतरीत आणि ताजेतवाने दिसत होते. थकल्याची कुठे पुसटशी झलकही त्यांच्या चर्येवर नव्हती. लालसर काळी दाढी, अधूनमधून पांढऱ्या केसांच्या जरूर तेवढ्याच बटा मिसळलेल्या. डोक्यावर उंच साफा चढवलेला. हिरवट झाक असलेला. अंगभर हिरव्या शेरवानीचा लिबास आणि डोळ्यांत सुरमा. त्यांच्या आवतीभोवती हीना अत्तराचा मंद सुगंध दरवळत होता. नक्षबंद ख्वाजा बहाउद्दीन हे इथले प्रमुख असल्याने त्यांच्या 'खादिम' पदाच्या ओळखीसाठी त्यांनी छानशी सुटसुटीत अशी एक घोंगडी उपरणे टाकावी तशी खांद्यावर टाकली होती. माझा मुनिवेष पाहून ते काही वेळ माझ्याकडे पाहू लागले. त्यांना माझा परिचय व्हावा असे वाटत असावे. ते जाणून मी त्यांना आदरपूर्वक नमस्कार केला.

"अस्सलामु अलैकुम."

त्यांनी लगेच उजव्या हाताने आर्जवी आविर्भावात मला जवाबी शुक्रिया प्रतिसाद देत म्हटले,

"व अलैकुम अस्सलाम."

दुपारची वेळ होती. भाविकांची वर्दळ कमी झाली होती. काही वेळ-तासाभरासाठी-दर्गा बंद केला गेला. खादिमसाहेब मला म्हणाले,

"कमसे कम एक घंटे के लिए अली की मजार बंद की जाती है हररोज। इस वक्त ख्वाजा अली की जियारत लोगों को नही हो सकती।"

मला जियारत कळले नाही. मी 'जियारत' म्हणजे काय? असे विचारले.

"जियारत, जिसे आप दर्शन कहते हैं।"

बोलण्याला तर सुरुवात झाली. मी नेहमीप्रमाणे माझी सविस्तर ओळख करून दिली. इथल्या परिसराबद्दल बोललो. कौतुक केले. मला 'कुराण-ए-पाक'बद्दल

मुळातून जाणून घ्यायचे होते. अरबी-फार्शीतलं मूळ कुराण कळणार कसं हा प्रश्न होता. मी खादिमसाहेबकडे तशी इच्छा प्रकट केली. अजमेरबद्दल खूप ऐकून होतो. ग्रंथात संदर्भ वाचले. इथला दर्गा मला पाहायचा होता. मी त्यासाठी इतक्या लांबून आलो आहे. माझा उत्साह, कुतूहल व श्रद्धा पाहून खादिमसाहेबांना माझ्याबद्दल प्रेमच वाटले. ते मला सांगू लागले,

''बेटा, आप तो जहीन हैं, ख्वाजा के दरगाह पर लोगों का विश्वास हैं, इसलिए यहाँ हर मजहब के लोग आते हैं । यहाँ जो भी जायरीन आते है, वे तो सभी धर्म के होते हैं । ख्वाजा मोईनुद्दीन चिश्ती रहमतुल्ला अलैह एक ऐसा पाक-शफ्फाक नाम है, उनके इस दरगाहपर दस्तक देने के बाद उनके जहन में सिर्फ अकीदा ही बाकी रहता है । और लोगों को रुहानी सुकून मिलता हैं ।''

मी कबूल केले. म्हणालो,

''साहबजी, आप सही फर्माते हैं । यहाँ आके मैंने खुद वैसा ही महसूस किया है । यहाँ प्रेम, धार्मिक सद्‌भाव और भाईचारे की जो मिसाल मैंने देखी, वह इस तरह कही भी देखने को नही मिलती ।''

मग या संदर्भात आणखीही काही बोलणे झाले. माझ्या तीर्थाटनाच्या उद्देशाच्या संबंधाने मी खादिमसाहेबांना एक विनंती केली,

''बाबाजी, मेरी आपको यही गुजारिश है, मैं इस संदर्भ में और कुछ जानना चाहता हूँ । नबी हजरत मुहम्मद-सल्ल-'कुरआन' के साथ इस धरतीपर आए । उन्होंने इस्लाम की नीव डाल दी । सुफी संतोंने भी इस्लाम धर्म के विस्तार का बड़ा कार्य किया हैं । ऐसा होते हुए भी ऐसी कौनसी वजह थी की, सुफीमत या परंपराओंने अपनी अलग पहचान बनाई?''

खादिमसाहेब थोडे थांबले. माझ्याकडे पाहत विवरण करू लागले,

''ऐसा बिलकूल नही । इस्लाम, सूफी विचार, नई परंपराएँ कुरान-ए पाक के असली संदेश के ही मुताबिक है और सर्वशक्तिमान अल्लाह को अपना सबकुछ समर्पित करती हैं । यह सच बात है की, दरगाह पर सभी मजहबवालों को आने की इजाजत है । यहाँ सभीको प्यार, सुकून और भरोसा मिलता है, इसी कारण अजमेर ख्वाजा के दरपे लोग खुद-ब-खुद आते हैं ।

''बेटा, कुरआन को अच्छी तरह से और गौर से समझ लीजिए । अल्ला मालिक है, सबसे वही बड़ा है, और कोई नही । दूसरी बात समझ लो । मुहम्मद पैगंबर साहब एक नबी थे । कुरआन में जो भी ज्ञान लिखा वह उन्होंने दुनिया के सामने रखा, वह पैगंबर थे । देवदूत जिब्राइलने उन्हे कहा, 'तू कुरआन पढ़...' मुहम्मद साहब नबी हिरा पहाड़ पर रातदिन बैठे सोचते थे, उस के पहाड़ी गारे में उन्हे ज्ञान मिला, उन्होने जो भी दुनिया को बतलाया, वही तो 'पाक ए कुरआन' था।

हम भी तो कुरआन-ए-पाक को दिलो जान से सबकुछ मानते हैं । अल्ला तो सबका मालिक है और वह एक ही है । अल्ला जो पाक है, उसकी इबादत की जाती है।''

मला कुराणबद्दल ते पुढे सांगत होते,

''कुरआन में जो भी ज्ञान लिखा गया है, वह सूरा, सूरते और आयत में बटा हुआ है । इतना लम्बा समय बीत गया पर कुरआन में कोई बदलाव संभव नही हुआ। वह अभी भी स्थित है । कयामत तक वह असलरूप में ही रहेगा । कुरआन केवल न पढ़े । उसे साथ-साथ समझना और उसपर गौर-जिक्र करना चाहिए । कुरआन का हक है उसे दूसरे लोगों तक पहुँचना और सुफी परंपरा, इन्शा अल्ला यही तो काम करती है । बेटा, मेरी बात और ध्यानसे सुन । दरगाह तो अवलिया-संतोंका है । लोक इस दरबार पे आके कुछ मन्नते माँगते हैं । उनकी मुरादे पूरी भी हो जाती हैं। ख्वाजासाब किसी को भी खाली हाथ नही लौटाते । हम तो बंदे हैं, हम खुद अल्ला का जिक्र करते हैं, इबादत करते हैं, यह सब जो भी कुछ है, सभी अल्ला की तो देन हैं । तो फिर सुफी अलग कैसे? रास्ते अलग हो सकते है, मगर सभी को जाना तो वही हैं ।''

खादिम नक्षबंद साहेबांनी विवरण तर खूपच छान केले. तंतोतंत पटणारे. सर्व धर्मांत भेद आहेतच. मतभिन्नता असू शकते. शिया, सुन्नी हे वेगळे पंथ असले तरी अखेर सगळे अल्लाचेच बंदे आहेत. हिंदूतही उभे - आडवे गंध असे आहेच. बौद्धात हिनयान व महायान, ख्रिस्तात कॅथलिक, प्रोटेस्टंट आणि जैनात श्वेत व दिगंबर असे भेद आहेतच. मला वाटतं, हे भेद महत्त्वाचे नाहीत. हे असणं स्वाभाविक आहे. मतमतांतरे ही स्वभावाची मूलभूत रचना आहे. मार्ग अनेक, साध्य एक हे ठीक आहे; पण मार्गाचे कलह नकोत. मार्गात श्रेष्ठत्व, कनिष्ठत्व असा भाव नको. संघर्ष नको. यामुळेच तर नुकसान होते, हानी होते. साध्य हाती लागत नाही. मला जे योग्य वाटेल ते करायची मुभा असावी. म्हणजे जगणं सोपं होईल; पण असं होत नाही. असं होत आलं नाही ही तर व्यथा आहे. हाच तर शोध आहे अजूनही.

माझ्याशी खादिमसाहेब अत्यंत सन्मानपूर्वक चर्चा करत होते; त्यामुळे मला खूप बरं वाटलं. खादिमसाहेबांकडे अशी जिज्ञासा घेऊन फारसे कुणी येत नसावेत; त्यामुळे आमची चर्चा छानच रंगली. त्यांनाही बरंच काही सांगावंसं वाटलं. मला अद्वैतवादाचीही काही मते समजून घ्यायची होती. ते छानच माहिती देत होते–

''इराणी अनुयायांतील मन्सूर अल्-हल्लाजला त्याच्या तपस्येनंतर परमेश्वराचा साक्षात्कार झाला, आपण अल्लाच्या अगदी जवळ पोहोचलो असे त्याला प्रतीत होत होते, असे मीही वाचले. हे पाहा, अल्लाला शरण जाताना सुफी संत स्वतः भान विसरून 'अल्ला', 'अल्ला' म्हणत तल्लीन होतात. ते 'अल्ला'च्या साक्षात्कारासाठी! ते 'अल्लात' विलीन होण्यासाठी नव्हे आणि 'अल्ला'स सर्वश्रेष्ठ

आणि एकमेव मानल्यानंतर ते शक्य तरी कसे आहे का? 'अल्ला' आणि सुफी साधक यामध्ये 'बला' हा पडदा उरतोच. 'लाइलह इल्ल'ल्लह मुहंमद-उर्रसूल 'ल्लह' हा इस्लामचा कलमा मोठ्याने म्हणून जाहीर तर करतोच; पण अल्लाचा कोणी प्रतिस्पर्धी किंवा अल्लाचा दुसरा कोणी प्रतीक नाही हे त्याला मान्य करावेच लागते. एकही मालिक 'अल्ला' हे द्वैतवादी तत्त्वज्ञान इस्लाम मान्य करतो; त्यामुळे मूर्तिपूजा किंवा अल्ला पुन्हा नव्याने 'जमीपर' येतो हे इस्लामला मान्य नाही.''

आता दर्गा पुन्हा जियारतसाठी लोकांना खुला झाला. मी खादिमसाहेबांचे आभार मानले. त्यांनी मला पुन्हा यायला सांगितलं. थोडं शहर फिरावं असं वाटलं; पण अनोळखी शहर. चौकशी करत जवळच्या एका ठिकाणी गेलो. आवतीभोवती दूरवर अरवली डोंगररांग दिसत होती. मध्ये स्थित शहर. इथे एक मोठे आननसागर सरोवर आहे; पण इथून ते खूपच दूर असल्याचं कळलं; त्यामुळे जवळचं एक छानसं तळं पाहिलं. तळ्याच्या बाजूला इंग्रजीत त्या तळ्याची माहिती देणारा बोर्ड होता. तो मी तिथे उभा राहून वाचला. 'भगवान शिवाची एक पत्नी सती हिच्या मृत्यूनंतर शिवाला अतिशय दुःख झाले. ते इथे कित्येक दिवस शोक करत, रडत होते. त्यांच्या अश्रूंतून हे अजब तळे निर्माण झाले' अशी ही दंतकथा. थोडा वेळ तिथे थांबलो. रस्त्याने अन्य स्थळे पाहत येत होतो. रस्त्याला पीर गैबी यांचा मीठा नीम दर्गा लागला. इथे कडुनिंबाची पाने गोड लागतात. चालतचालत क्लॉक टॉवरजवळ आलो. परत ख्वाजा मोईनुद्दीन दर्ग्यात येऊन थांबलो. रात्रीची विश्रांती घेतली. दुसऱ्या दिवशी पुन्हा खादिमसाहेबांजवळ जाऊन बसलो. इथे कालचा दिवस आणि रात्र कशी गेली याची त्यांनी आस्थेने विचारपूस केली. पुन्हा आम्ही चर्चा करत बोलत बसलो. ते सांगत होते.

''इस्लामला पुनर्जन्म मान्य नाही. कयामतच्या वेळी अल्लाहजवळ या जन्मातला सर्व हिशेब द्यावा लागतो; त्यामुळे प्रत्येक मुसलमानाने अत्यंत कठोरपणे 'कुरआन'चे पालन करणे आवश्यक मानले जाते. प्रत्येक मुसलमानाने मसजिदमध्ये पेश इमामासमोर फजर, जोहर, असर, मगरीब, इशा या पाच नमाज पढाव्या लागतात. त्याने जकात अदा करणे, रोजा करणे, हजला जाणे इत्यादी गरजेचे मानले गेले आहे.''

तब्बल तीन दिवस मी अजमेर येथे राहिलो. अधूनमधून नक्षबंद साहेब बरंच काही सांगत. ख्वाजा मोईनुद्दीनचं मोठेपण, त्यांनी केलेलं कार्य अत्यंत आत्मीयतेने सांगितलं. खादिम नक्षबंद साहेबांचं वाचन चौफेर होतं. कुराणातील आयते, सुरे त्यांना तोंडपाठच होते. अरबी उच्चार चांगले होते आणि ते अरबीतलं हिंदीत रूपांतर रसाळपणे तत्काळ सांगत होते. त्यांचं उर्दूवरही प्रभुत्व होतं.

या चर्चेत त्यांनी मला सिरीयन कवी खलील जिब्रानबद्दल छान माहिती दिली.

लेबनॉन देशाच्या बशरा गावचा हा कवी जगप्रसिद्ध झाला, तो प्रगल्भ जीवनवादी विचारांमुळे! वयात येण्याआधी तो सतत विचारमग्न असायचा. सतत काही ना काही लिहायचा. त्याची मातृभाषा अरबी होती. तरुण वयातच त्याने 'अल्नबी' या ग्रंथात गहन विषय मांडला होता. आपलं पुस्तक त्याने आईला दाखवलं. आईने ते वाचून पाहिलं आणि म्हटलं, 'बेटा, अजून फळ कच्चं आहे; पिकू दे.' हेच 'अल्नबी' पुस्तक पुढे त्याने इंग्रजीमध्ये 'द प्रोफेट' लिहून अजरामर केलं. हा त्याचा सर्वश्रेष्ठ ग्रंथ होय.

पौर्वात्य संस्कृतीबद्दल खलील जिब्रानला अतिशय प्रेम होतं. त्याच्या लिखाणावर गौतम बुद्धाचं जीवन व तत्त्वज्ञान यांचा खूपच प्रभाव जाणवतो. आपल्या एका ग्रंथात त्याने लिहून ठेवलेलं आहे, 'भारतातलं तत्त्वज्ञान, जीवनविषयक विचारसरणी, ज्ञान जे अवतरलं, ते तर मी तोंडपाठच केलं. इतकं ते भव्य आहे; पण ते मी प्रत्यक्ष कुठे ऐकू शकलो नाही. त्या बाबतीत मी अखेर बहिराच राहिलो.' नक्षबंद हे सगळं इतकं खुलवून सांगत होते की, ते ऐकून मी थक्कच झालो. माणसं ज्ञानाने किती समृद्ध असतात याचं नक्षबंद हे साक्षात उदाहरण होतं.

अजमेर इथे मला भरपूर शिकायला मिळालं. मी खादिमसाहेबांना, 'आता इथून मला निघायला हवं,' असं म्हणालो. माझ्या भेटीने, सहवासाने खादिमसाहेबांना आनंदच वाटला. त्यांनी मला आठवण म्हणून कुराणाची एक अत्यंत सुंदर अशी नक्षीदार कव्हर असलेली प्रत भेट म्हणून दिली. मी ती आदरपूर्वक स्वीकारली. मी तर भणंग फकीरच! मी कसा त्यांचा उतराई होणार? ख्वाजासाहेबांच्या दर्ग्यावरील एक परिपूर्ण फुललेलं गुलाबाचं फूल घेतलं आणि ते त्यांना प्रेमाने दिलं. हीच निरोपाची भेट.

२०

मी अजमेर सोडले. आता मला ब्यावरकडे जायचे होते. अजमेर ते ब्यावर फार दूर अंतर नव्हते. हे सुमारे १५ कोस अंतर चालत जाणे शक्य होते आणि अरवली डोंगर बघत जाण्याचा वेगळा आनंद तर मिळणारच होता. मी माहिती घेऊन अरवली डोंगराचा रस्ता धरला. जिकडे तिकडे पर्वताची रांगच रांग! चढ-उताराचे लहान-मोठे डोंगर. मौज वाटू लागली. सकाळच्या उत्साहात दोन कोस तर सहज चालून झाले. रस्ता वळणाचा होता. रस्त्याने काही शेतकरी आपल्या बैल बारदान्यासह लगबगीने शेताकडे जाताना दिसत होते. खूप वेळाने एखादं वाहन निघून जायचं. मध्येच काही उंटाचे ताफे जात असलेले दिसत. उंटावर सामान लादलेले, एक-दोघे उंटाबरोबर चालत निघालेले, काहीजण उंटावर हेलकावे खात बसलेले. रस्त्याच्या कडेला असलेल्या एखाद्या झाडाची फांदी आडवी आलेली असे. उंट थांबून गबागबा तिची पाने खाऊन घेत आणि पुन्हा पुढे चालू लागत. अरवली डोंगराचा भाग ढगांनी वेढलेला होता. डोंगराला वळसे घालून ढगांना कुठे मुक्कामास जायचे होते कुणास ठाऊक; पण ढगांची घाईगडबड चालू होती. कालच भाद्रपद महिना सुरू झालेला; आज शुक्ल द्वितीया. माझ्या कल्पनेप्रमाणे उद्या हरतालिका असावी. अर्थात त्याचे आपल्याला काय? पावसाळा अजून सरलेला नाही एवढे मात्र नक्की!

एक गाव लागलं. रामगंज नावाचं खेडेगाव. मी थांबलो नाही. अंतर कमी करायचं होतं. तसाच पुढे चालू लागलो. पायाला लय प्राप्त झाली. आजूबाजूला झाडे होती. पक्षी होते. अधूनमधून वानरे दिसायची; पण मी आता चालण्यात मग्न झालो होतो. समोरचा रस्ता तेवढा दिसत होता. तरी अजमेरच्या आठवणीने मला घेरलंच. इथे रस्ता सरळ होता; पण मन कसंही भरकटू लागलं. खादिमसाहेब नक्षबंद

किती शांत व स्थितप्रज्ञ माणूस. खूप जाणकार व कुराण तोंडपाठ असलेला. कुठलाही संदर्भ देताना तो अमुक सूरे, अमुक सूरते आणि तमुक आयते, पृष्ठ क्रमांकासह सांगायचे. त्या पीरबाबाचे अन्य वाचनही चांगले होते. उमर खय्यामच्या रुबाया त्यांनी सांगितल्या, मिर्झा गालीब आणि बहादूर शहा जफरच्या काव्यपंक्तीही ते उत्तम शैलीत स्पष्ट करून सांगायचे. मला कौतुक वाटले.

हवा छान सुटली होती. मधूनच गारव्याची झुळूक अंगास झोंबायची; पण वाऱ्याला नीट कसे व कुठे वाहावे कळत नव्हते. तो स्वतःतच घुटमळत होता तर कधी गोलगोल फेर धरून स्वतःला एखाद्या डोंगर-दरीत झोकून देत होता. लहरीपणा; दुसरं काय? आणखी एक गाव आलं. मैलाच्या दगडावर मकरेदा असं लिहिलं होतं. इथून 'जेठना ४ मैल' असंही लिहिलं होतं. नवी गावं, शहरं, तीर्थस्थळं, संपन्न नद्या, लोक, निसर्ग, डोंगर, ऊन वारा, पावसाच्या धारा या साऱ्या अनुभवाच्या संपत्तीमुळे मी समृद्ध होत होतो. अनुभवाची संपन्नता विचारांनादेखील प्रगल्भ करते. नवं नवं सुचत राहतं. जुनं गूढ, गहन वाचलेलं काही उलगडू लागतं. अर्थ कळू लागतो; पण अजून खूप मोठा पल्ला आहे. पृथ्वीवर जलप्रलय झाला. सगळं जलमय झालं, तेव्हा फक्त अश्वत्थाचं एक पान त्यावर तरंगत होतं. सृष्टिकर्ताच प्रथम त्या पानावर तरून गेला. अशी एक कथा. मत्स्यपुराणात मनू आणि माशाची वेगळीच कथा येते. पूर्वी मनूने माशाचे रक्षण व संगोपन केल्यामुळे मत्स्यावतारातील जलप्रलयात तो मासा मनू आणि त्याच्या प्रत्येक जोडीचं होडीत संरक्षण करतो. तिथून जलप्रलय ओसरल्यावर सृष्टी पुन्हा वाढू लागते. म्हणून आपण मानव मनूचे वंशज. आता या अशा अनेक कथा, दंतकथा इथेच नव्हे, जगभर पसरलेल्या आहेत. पुष्कळशा अघटित वाटतात. आपण सामान्यांनी त्यातली सत्यता जोखायची कशी? असा मला प्रश्न पडतो. कुठल्या ज्ञानाने त्या पारखायच्या? विज्ञानाला तर कसलीही दयामाया नाही. सहानुभूती नाही. एक अत्यंत स्पष्ट आणि कठोर परीक्षक अशी त्याची प्रतिमा. स्वामी हरिदासांचं भजन किंवा संगीत सम्राट तानसेन यांचं गायन एकाग्रचित्ताने ऐकून कान, मन, आत्मा तृप्त करून घ्यायचे. श्रवणाचा आनंद घेण्याचे विषय आहेत. मधुर संगीताचं सौंदर्य डोळे भरून पाहता येईल का? तो दृश्याचा विषयच नाही. तसेच धर्म, विज्ञान हे स्वतंत्र आणि वेगळे विषय आहेत.

आता विचार भरकटत नव्हते तर त्यांनीसुद्धा पावलांसारखी छान लय धरली होती. माझ्या मनावर मी खूप प्रेम करतो, त्याचा मला खूप अभिमान वाटतो, मला ते खूप सुंदर सुंदर रंजक, उद्‌बोधक विचार देतं. माझ्या एकान्तातला तोच खरा सखा आहे; पण त्याच्याविषयी तक्रार एकच; तो लहरी व चंचल आहे. त्याच्या कलाप्रमाणे घ्यावे लागते. ते आपल्या सहज ताब्यात राहत नाही. त्याला कुणाची मालकी आवडत नाही. वळेल तर सुतासारखा नाहीतर राहील भुतासारखा; असा

मनाचा हेका. आत्म्याची तहान शमवणारं, स्वप्नातील मृगजळ म्हणजे मन. मी जणू मनाच्या व्याख्येचे शब्दखेळच करत चाललो होतो.

मघाशी वाचलेलं जेठना हे गाव दृष्टिपथात येत होतं. गाव थोडं चढावर आहे; त्यामुळे चालणं मंदावलं. आभाळ मात्र सगळीकडे लगबगीने भरून येऊ लागलं. गारवा वाढू लागला. दूरवर कुठेतरी पाऊस पडत असावा. एकाएकी हवा थांबली. समोर एका निमुळत्या डोंगराला झोडपणारा पाऊस आता इकडेही येईल असे वाटत होते. तो डोंगर मात्र पावसाचा मारा निमूटपणे सहन करत शांत उभा होता. मधूनच वारा आला की, झाडे भिजलेलं अंग झटकत होती. तो भन्नाट पाऊस नक्कीच इकडे येणार, त्याचा रोख तसाच होता. तोपर्यंत गाव गाठावं म्हणून मी भरभर चालू लागलो; पण मी गाव गाठायच्या आधी त्याने मला गाठलंच. प्रथम चार-दोन थेंबाचे सपकारे तोंडावर पडले.

गावाजवळच एक विशालकाय आंब्याचं झाड होतं. कुणातरी शेतकऱ्याच्या गोठ्याला लागून. पाचटाच्या छपराचा आडोसा करून गोठ्यात तीन-चार गुरं बांधलेली होती. राजस्थानी वेषातला, अंगात आखूड बंडी घातलेला व डोक्यावर फेटा गुंडाळलेला खेडूत पावसाआधीची गडबड सावरत होता. उभ्या-आडव्या डांबाचं एक छप्पर होतं. एक कुटुंब असावं. इथून शंभर-दोनशे फुटांवर, दाटीवाटीने खेटून आणखी काही छपराची घरं होती.

हे जेठना गाव. काही वेळातच गडगडाट करून पावसाने पूर्वकल्पना दिली व पाऊस सुरू झाला. मी आंब्याच्या झाडाचा आसरा घेतला. पाच-सहा कोस चालल्याने मी थकलो होतो. उभं राहवेना म्हणून बसलो. पाऊस फार मोठा नव्हता.

तासभर होऊन गेला तरी पाऊस थांबेना. या पावसाळी ढगाच्या अंधारात, संध्याकाळचा अंधार केव्हा विलीन होऊन गेला ते कळलेच नाही. आता रात्र कशी काढायची असा प्रश्न पडला. गावाजवळ आलो होतो हे एका परीने बरेच झाले. निदान कुठेतरी आसरा मिळेल. या गावात कुठेही दिवे नव्हते. सर्वत्र अंधारच! छपरात, झोपडीत पत्र्याच्या गोल चिमण्या; त्यामुळे बेताचाच उजेड होता. पावसाची झड कमी झाल्यावर तो गृहस्थ माझ्याजवळ येऊन चौकशी करू लागला. अंधारात दोघेही एकमेकांना दिसत नव्हतो. मी अजमेरहून आल्याचं त्याला सांगितलं. मीच पुढे म्हणालो, 'ख्वाजा मोईनुद्दीन चिश्ती यांच्या दर्ग्याहून आलोय. आता तर अंधार झाला आणि अचानक हा पाऊस आला म्हणून मी इथे आसऱ्यासाठी थांबलोय. मी मुसाफिर आहे. या झाडाखाली रात्र काढून सकाळी जाईन.' ख्वाजाचं नाव ऐकून 'या अल्ला, मेरे परवरदीगार, ये कैसी इम्तिहां है ।' असं तो बोलू लागला. त्याला माझ्याबद्दल वेगळेच वाटत असावे. 'ख्वाजाजी, मेरे कुटियामें आइए हुजूर, या मेरे मौला मुझे मुआफ कर दे.' मला काही सुचेना. हे कसले आकस्मिक प्रसंग निर्माण

होतात मला समजत नव्हते. काय झाले या गृहस्थाला? त्याला भडभडून आल्यासारखं तो करत होता आणि मी अधिकच संभ्रमात पडत होतो. त्याचं बोलणं मला नीट समजेना. तरीही, मी त्याच्या कुटीयात गेलो. त्याचे घर लांबलचक, आडवे छप्पर असलेले होते. छपरात मला त्याने आदराने एका खाटेवर बसविले. पायथ्याशी बसून तो बोलू लागला,

"हुजूर, हम मीन जमात के लोग हैं। हमे मेवाती या मेव कहा जाता है। पुराने जमाने में हम रजपूत ही थे; लेकिन हमारे दादा-परदादाओं के समय ख्वाजा मोईनुद्दीन चिश्ती के सलाहपर हम मुसलमान बने। हमारे कई लोग अकबर बादशहा के जमाने में संदेशा देने का काम करते थे। अब नही। मेरी रूह कहती है, आपको मेरे ख्वाजा ने खिदमत के लिए मेरे गरीब के कुटीयामें भेज दिया है। कल मुझे ऐसाही कोई सपना हुआ था।"

तो बोलत होता. बोलतच होता. अजमेर ख्वाजा मोईनुद्दीनचा हा निस्सीम भक्त होता हे नक्की! माझ्या रूपाने ख्वाजाच इथे आले आहेत अशी त्याची भावना झाली असावी. किती भाबडी श्रद्धा असते. तिचे मोल काही वेगळेच आहे. अशा देहाती भक्तगणांत नितांत श्रद्धा असते. कसलेही प्रश्न उद्भवत नाहीत त्यांच्या मनात. समर्पण म्हणजे बिनशर्त आणि मनःपूर्वक केवळ समर्पणच असते. त्याच्या मेहमान नवाजीचा आता मला उलगडा झाला. त्याने त्याची परदानशिन पत्नी आणि दोन मुलांना माझ्याजवळ येऊन आशीर्वाद घ्यायला लावले. शिवाय चटकन माझ्यासाठी काही खायला बनवायला सांगितले. त्या चौघांची काहीशी धांदलच उडाली होती. बाजरीचा गरम गरम सोगरा आणि दाल का गरम रबडा असे काही पदार्थ लगेच बनवून मला, एखाद्या देवाला भोग चढवावा तसे आदरातिथ्य करून जेवण दिले. जेवढी जमेल तेवढी ते मनोभावे सेवा करत होते. मी काही बोलावे म्हणून त्यांची नावे विचारली. तो सांगत होता,

"हुजूर, मैं रसूल मोमीन हूँ, मेरी बीवी जहिदा और मेरे ये दो लड़के, एक है अन्वर और दूसरा मुझफ्फर।"

"और करते क्या हो?" मी.

"साहब, मैं किसान हूँ। नजदीक इस घाटीमें मेरी दो बिघा जमीन है। मैं लकड़ी भी काँटता हूँ। अच्छे-अच्छे खटियाँ और पलंग भी बनाता हूँ। ख्वाजा की मेहरबानीसे मेरा गुजारा अच्छा चलता है। कोई कमी नही है।"

मला ऐकून बरे वाटले. काही इकडचं तिकडचं बोलणं झालं. त्याने गावाची माहिती दिली. गावातही रसूलभाईला चांगला मान मिळतो वगैरे सांगितले. रोजा करणं, नियमित नमाज पढणं, दरवर्षी उरुसाला अजमेरला जाणं; हे सगळं तो करतो. आयुष्यात एकदा तरी हजला जाण्याची 'आखिरी ख्वाइश' असल्याचं त्याने

मला आवर्जून सांगितलं.

बरीच रात्र होत आली. किती वाजले कळत नव्हतं. रसूलभाईने मला 'हुजूर, अब आप आराम करो' असं म्हटलं. त्याची दोन मुलं माझ्याजवळ झोपली. स्वतः रसूल आणि त्याची पत्नी जहिदा जवळच्या कुठल्या तरी परिचयाच्या आसऱ्याला गेली. आपल्यासाठी इतकी सेवा जास्तच होते आहे असं मला वाटून गेलं. पाऊस छानपैकी थांबला होता. आकाशही काहीसं निवळलं होतं.

मला छान झोप लागली. दिवसभर चालल्याचा शीण नाहीसा झाला. उजेडाची वाट पाहत मी खाटेवर तसाच पडून राहिलो. रसूलभाई मी बाहेर येण्याची वाट पाहात थांबले होते. माझ्यासाठी अंघोळीला गरम पाणी काढले होते. तौलिया वगैरे सज्ज ठेवले होते. त्याच्या या सेवेबद्दल मला कृतज्ञता वाटली. कित्येक दिवसांनंतर मी गरम पाण्याची अंघोळ अनुभवत होतो.

पाहुणचार घेऊन मी रसूलभाईचा निरोप घ्यायचं ठरवलं. तो आग्रह करत होता; पण 'अब मुझे जाना होगा' असं मी म्हणालो तर तो बिचारा गहिवरूनच गेला. श्रद्धा किती प्रबळ असते, आपल्या घरी प्रत्यक्षात ख्वाजा मोईनुद्दीनच आले असं समजून रसूलभाईने केलेली माझी सेवा मला अपूर्व व अनपेक्षित होती. एकच रात्र माझं वास्तव्य इथं होतं; पण त्यांच्या आस्थेवाईकपणामुळे ते मला जणू प्रदीर्घ नातेसंबंधांचं असावं असंच वाटत होतं. अजमेरचे खादिमसाहेब नक्षबंद यांनी मला भेट म्हणून दिलेलं पवित्र कुरआन मूळ अरबी भाषेतलं होतं. मला ते समजणं कठीण होतं. कुणाच्या तरी साहाय्याशिवाय समजून घेणं शक्य नव्हतं. म्हणून माझ्या मनात आलं, या सश्रद्ध माणसालाच ते भेट देणं उचित होईल. तो या पवित्र ग्रंथाची मनोभावे इबादत, पठण तरी करेल. अर्थात त्याला अरबी येतं की नाही हे मला माहीत नव्हतं; पण वाटलं, घेईल कोणाचं तरी साहाय्य. आपणही त्याच्या सेवेतून काहीसं उतराई होऊ. सेवेचं ऋण सोबत घेऊनच मला इथून निरोप घ्यायचा आहे. मी कुराणाची प्रत बाहेर काढली. माझ्याजवळ कुराण पाहून तर रसूलभाई अचंबितच झाले. मी अत्यंत प्रेमाने ते त्यांच्या हाती 'सप्रेम भेट' म्हणून दिले. त्यांनी ते अत्यंत श्रद्धेने स्वीकारून माथी लावले आणि मला 'मैं आपका बहुत बहुत शुक्रगुजार हूँ। मेरे ख्वाजाजीने मेरे लिए यह अनमोल तोहफा दिया है।' म्हटले.

मला मेवाडमधील ब्यावर या रेल्वे स्टेशनावर जायचे होते. जेठना गावापासून ब्यावर आणखी पाच-सहा कोस दूर होते. मी निघायचे बोललो. मला 'थोडं थांबा' म्हणून लगबगीने ते गावात गेले. थोड्या वेळाने आले ते एक बैलगाडी घेऊनच. गावात कुणी एक गृहस्थ त्यांच्या चांगल्या परिचयाचा होता. तरीही रसूलभाईंना मी म्हणालो, 'मी चालत गेलो असतो ना, कशाला हा त्रास घेता?' त्यावर त्याने खुलासा केला, 'ख्वाजा के लिए यह तो मेरा फर्ज है। वे हमारे अवलिया है। मैं

उनकी खिदमत ना करू तो कयामत के दिन मेरा क्या जवाब होगा?'

जहिदाभाभीने तर सकाळी केव्हाच उठून माझ्यासाठी बाजरीचे खीच, भाकरीसारखा सोगरा आणि मक्याचे पिठले बनवले होते. ते त्यांनी बांधून दिले. मी निरोप घेऊन निघालो.

बैलगाडी तिच्या गतीने चालू लागली. चढ लागला की, ती आणखी मंदगतीने चालायची. मी गाडीवानाची ओळख करून घेतली. त्याने त्याचं नाव 'रेवू राठोड' सांगितलं. तो मूळचा जोधपूरचा; पण शेतीच्या व्यवसायामुळे जेठना गावी स्थायिक झाला होता. तो हेच आपल्या भाषेत सांगत होता.

"मैं बंजारो हूँ, कहार बंजारो जोधपूरवाला। रसूलजी को गाँवने मुखिया माना हां। रसूल भलो छोको आदमी। वह मुझे कह्यो, आपुने ब्यावर जाना थे। तो ब्यावर अपुने रुकनो चाहो तो मीराबाईका मंदिर देख जो। मेवाडनो मीराबाईस ससुराल होवे। मीराबाई महाराणो कुँवर भोजराज की लुगाई थी।"

रेवू मारवाडी बोलत होता. तितकी ती बोली शुद्ध नसावी असे मला वाटत होते; पण सहज कळत होते. पुढे थोडा उतार लागला. रेवू काहीसं गुणगुणत होता. त्याला गायचं मनात आलं असावं. तो हळुवार काही ओळींची लकेर घ्यायचा. मीच त्याला म्हणालो,

"रेवूजी, आप गाना चाहते हो, तो गा सकते हो। मुझे अच्छा लगेगा।"

"हाँ जी, मैं गवैया भी हूँ। यह चीज, राजस्थानी लोकगितानु होवे, सुनो।"

रस्ता अगदीच निर्जन आणि दूरवर सरळसरळ होता. सभोवती तुरळक वनझाडी, डोंगरही आता दूरदूर गेलेले. एकटेपण वाटावे अशी चढती दुपार. सरळ रस्त्यामुळे बैलही संथ लयीत चालत होते. गळ्यातील घंटेनेदेखील ताल धरलेला. रेवू गाऊ लागला,

'केसरियाऽऽऽ
केसरिया बालम आओ नि, पधारो म्हारे देसऽ
नि केसरिया बालम् आओ सा पधारो म्हारे देस।...
मारु थारे देस में निपूजे तीन रतन
एक ढोलो, दूजी मारवन, तीजो कसूमल रंग
पधारो म्हारे देस ऽऽ पधारो म्हारे देस नि.
केसर सू पग ला धोवती, घरे पधारो जी...
और बढाई क्या करू पल पल वारुगी
पधारो म्हारे ऽ देस
नि केसरिया ऽऽ बालम आओ नि

पधारो म्हारे ऽ देस...
आंबा मीठी आमरी ऽ
चोसर मीठ छाछ
आ ऽ ऽ अलाप
नैना मीठी कामरी
रन मीठी तलवार...
पधारो म्हारे ऽ देस
केसरिया बालम आओ नि
पधारो म्हारे ऽ देस...'

रेवू, हे राजस्थानी लोकगीत चढ्या आवाजात आणि शास्त्रीय ताना घेत इतकं सुंदर गात होता की, ऐकून मी थक्क झालो. बाप रे! काय ही कला, काय तो स्वर, काय ती गाण्यातली आर्तता! बालम अजून कसा आला नाही म्हणून डोळे लावून वाट पाहणारी अभिसारिका गाते, 'केसरिया बालम आओ नि, पधारो म्हारे ऽऽ देस.' काय ती दर्दभरी आतुरता... रेवू कमाल केलीस बाबा! मी तुला एक गाडीवान समजत होतो; पण गंधर्वा, काय हे ऐकवलेस मला बाबा, मी तर धन्य धन्य झालो. तुझ्यासारखा महान कलाकार इथं माझा सारथी? हा काय योग... रेवूच्या सुरात मी हरवून गेलो. ओथंबून गेलो. 'वाह! वाहऽ' 'किती सुंदर', 'किती सुंदर' म्हणून मी त्याचं मनःपूर्वक कौतुक केलं.

अप्रतिम निर्मिती होऊन गेली की, कलाकार काही वेळ थांबतो, स्तब्ध होतो; तसा रेवू शांत झाला. तो आनंदात, तृप्तीत तरंगत होता. माझ्यापेक्षाही अधिक दूरदूर वाळवंटातून जाणारा एखादा उठवळ कारवाँच जणू आम्ही अनुभवत होतो. बराच वेळ गाडी नुसती शांत चालली होती.

मी विचार करू लागलो. उत्तर भारतात संगीत कलेचं एवढं वेड कसं? अनेक रागदारी, चीजा, दादरा, ठुमरी, मारवाँ, गझल, कव्वाली, मुजरा, गरबा, रासलीला, लोकनृत्य, सूरदास, मीरेची गीतं, भजनं, दोहे आणि सगळ्यात थोर अशी कृष्णाची बैरन मुरली. हे सगळं उत्तरेकडेच कसं आणि का निर्माण झालं? अनेक किराना घरे, त्यांची गायकी, हरिदास, तानसेन, बैजूबावरा हेही उत्तरेतच कसे निर्माण झाले आणि हा रेवूदेखील! असे किती अज्ञात रेवू जन्मले आणि लोप पावले कौतुकाच्या अंधारात?

या गाण्याच्या धुंदीतच एक भिरुंडा गाव आलं. या गावाकडे लक्षही गेलं नाही. रेवू मला सांगू लागला, असंच आणखी एक सुंदर गाणं आहे जे राजस्थानात नेहमी गायलं जातं.

‘म्हारो कान्हो कलेजा री कोर छे रे
म्हारी सोना री अंगूठी पर मोर छे रे...
...लोट्या भरया जलसे रे
पर पीवानो वालो परदेश छे रे’

गाण्याचा अर्थ तर सुरेख आहे. मी केसरिया बालमाच्या पधारो मारोऽ देसच्या सुरात इतका चिंब भिजलो होतो की, आता दुसऱ्या रेशमी धाराही तेवढ्या सुखावणार नाहीत मला कित्येक दिवस. मला केसरियाच्याच धुंदीत राहायचे होते.

अखेर ब्यावर आले. रेवूने मला एका प्रेक्षणीय अशा कुंभश्याम मंदिराजवळ सोडले. जवळच जगदीशाचं मंदिर आहे आणि त्या मंदिरासमोरच ब्यावर रेल्वे स्टेशन आहे, अशी माहिती दिली. मी त्याच्या पाठीवर शाबासकीची थाप दिली. गाणं आवडल्याबद्दल त्याचं मनःपूर्वक कौतुक केलं.

दुपार झाली होती; पण तुरळक ढगांमुळे उन्हं मात्र जाणवत नव्हती. ही दोन्ही मंदिरं पाहून मी थेट रेल्वे स्टेशनवर आलो.

खरंतर हा एकेकाळचा मेवाड प्रांताचा प्रदेश. मारवाड. मेवाडचं राजस्थान झालं. पूर्वी महाराजा उदयसिंहाच्या वेळी मेवाडची राजधानीदेखील चित्तोडगडहून उदयपूरला स्थलांतर झाली होती.

ब्यावर स्टेशनवर एके ठिकाणी गाड्यांचे वेळापत्रक लावले होते. ते पाहत मी उभा राहिलो. येणाऱ्या-जाणाऱ्या गाड्यांची माहिती पाहत होतो. इथून कुठे जायचे हे नक्की नव्हते. राजस्थानातच अनेक प्रेक्षणीय स्थळे आहेत; पण ती न पाहताच आपण पुढच्या प्रवासाला निघतोय. पंजाबातील अमृतसर आणि राजस्थानातलं माउंट अबू राहून गेलं. इथलं आणखी एक तसंच महत्त्वाचं स्थळ. आयुष्याच्या विराण अवस्थेची ओळख करून देणारं राहून गेलं. वैराण वाळवंट. वाळवंटातील मृगजळ. हेही प्रेक्षणीयच! पण राहून गेलं.

एक गाडी धडधडत आली. लगबगीने मी तिकीट तपासनिसाकडे तिची चौकशी केली,

“सर, यह गाड़ी अहमदाबाद जा सकती है?”

तो त्रस्त दिसत होता. माझा गोसाव्याचा वेष पाहून प्रथम त्याने तिकीट विचारले. मी गप्प झालो. ते पाहून त्याने मला उपरोधाने उत्तर दिले,

“मुनिवर, इस प्लॅटफॉर्मपर जो गाड़ी खड़ी है वह आपके लिएही बुलवाई है। आप हमारे बड़े दामाद जो हैं। आप चाहे तो इसे हम अहमदाबादभी भेज सकते हैं।”

त्याचे बोलणे मला रुचले नाही. अर्थात त्यात काही वावगे नव्हतेच. मग गाडीतून उतरलेल्या प्रवाशांना तो ‘तिकीट प्लीज’, ‘तिकीट प्लीज’ म्हणू लागला.

तरीही त्यातून माझ्याकडे बघत 'जाने कहाँ कहाँसे आते हैं ।' असं स्वतःशीच बोलत होता. मी तिथे थांबलो नाही. त्याचं बरोबर होतं. आपण एवढे शिकले-सवरलेले आणि तरीही बेमालूमपणे विनातिकीट प्रवास करत फिरतोय. ज्वारीच्या कणसांवर पाखरं येऊन दाणे टिपू लागली तर शेतकरी त्यांना गोफणीने हाकलून लावतो. सवयीने माणूस असा कोडगा होतो. माझंही तसंच झालं होतं; त्यामुळे लाजिरवाणंही वाटायचं.

परंतु मला त्याची चपराक चांगलीच जाणवली.

ती गाडी अहमदाबादला जाणारीच होती, जयपूर-अहमदाबाद एक्स्प्रेस. गाडीत गर्दी खूप होती. कुठेही आत शिरायला जागा नव्हती. मी पाच-सहा डबे फिरून पाहिले. जनरल बोगी तर तुडुंब भरलेली. आरक्षित डब्यातील माणसे दाराजवळ उभंदेखील राहू देत नव्हती. आम्हा गोसाव्यांना बघून तर भिकाऱ्याला हाकलावे तसे 'आगे जाव, आगे जाव' म्हणत होती. शेवटी मी कसाबसा एका जनरल डब्यात शिरलो. एका सद्गृहस्थाने मला हात देऊन आत ओढून घेतले. मी प्रसाधनगृहाजवळ टेकून उभा राहिलो.

उदयपूर, हिम्मतपूरवरून गाडी सायंकाळी अहमदाबादला पोहोचली. अखेरपर्यंत मी उभाच होतो. थकून गेलो. या अवस्थेने आलेलं उदासपण बोचू लागलं.

२१

या गाडीला बहुतेक द्वारकेला जाणारी कनेक्टिंग गाडी होती. जयपूर-अहमदाबाद एक्स्प्रेस स्टेशनात आल्याबरोबर वारंवार लाउड स्पीकरवरून द्वारकेच्या गाडीची सूचना सांगितली जात होती.

'सामेनी प्लॅटफार्म नं.२ पर जो गाडी छे, वो द्वारका माटे छे. टुंक समयमाज उपाडसे, धन्यवाद!'

सूचना ऐकून मी लगबगीने दादरा चढून पलीकडील प्लॅटफॉर्मवर गेलो. नॅरोगेज गाडी होती. राजकोट, जामनगरवरून शेवटी द्वारकेस पोहोचणारी.

साबरमती नदीचा आसरा घेत गाडी द्वारकेला निघाली. गाव आलं की, थांबत असे. प्लॅटफॉर्म असो - नसो. रसूलभाईच्या पत्नीने बांधून दिलेलं जेवण माझ्याबरोबर होतं. दिवसभर जेवायला सवड मिळाली नाही आणि ध्यानातही आलं नाही. या गाडीत काहीही अडचण नव्हती. डब्यात शांतपणे जेवून घेतलं. गाडीचा अंदाज घेतला. ही पहाटे सूर्य उगवायच्या आत द्वारकेला पोहोचणार असं कळलं. आता जेवणानंतर झोपण्याशिवाय पर्यायच नव्हता.

'Well come to Dwarka, द्वारकानु आपका स्वागत माटे' अशी घोषणा ऐकून मला गाडीत जाग आली. शेवटचं स्टेशन. द्वारकेत उतरलो.

द्वारकानगरीत पाऊल टाकल्याबरोबर माझं अंगअंग शहारलं. मथुरा, वृंदावन, हस्तिनापूर आणि कुरुक्षेत्रावरची लीला संपवून भगवान श्रीकृष्ण अखेर द्वारकेत स्थिरावले. द्वारका ही यादव कुलवंतांची नगरी; परंतु गांधारीच्या शापाने दबलेली. जरासंधाने मथुरेत छळ मांडला म्हणून श्रीकृष्णाने विश्वकर्म्याकडून समुद्रावर स्थापित केलेली नगरी; पण आता ती कुठे दिसतच नाही. गोमती नदी जिथे समुद्राला मिळते,

तिथे तिच्या काठावर ही द्वारका दिसते. इथे शंकराचार्यांच्या चार पीठांपैकी एक पीठ आहे. द्वारकाधीशाच्या सोनेरी कळस असलेल्या या भव्य मंदिरात मी प्रवेश केला. आत एक डोळे दिपवून टाकणारा भव्य सभामंडप होता. तिथे बाजूला भाविकांसाठी राहण्याची सोय होती. मी थेट तिथेच गेलो. व्यवस्थापकाकडे नाव नोंदवलं. त्यांनी मला एक चिठ्ठी दिली.

मंदिराबाहेर एक 'कृष्णधाम' नावाची धर्मशाळा होती. तिथे माझी सोय झाली. फक्त अंघोळीचे कपडे घेऊन मी थेट गोमतीच्या किनाऱ्यावर गेलो. बरीच गर्दी होती. नदीत बेताचेच पाणी होते. अंघोळ करून एका दगडी कठड्यावर येऊन सूर्याकडे तोंड करून बसलो. ध्यान लावले. भरकटणारे मन तरीही हाती लागत नव्हते. ही तर एका योग्याची नगरी. साधी भूक आपल्याला आवरता येत नाही. हात पसरत राहतो दीनपणे. एवढं पाहून, फिरूनही अजून आपल्याला रितं रितं वाटतं. ध्यानात माझं चित्त एकाग्र होईना. मी उठून मंदिराकडे निघालो.

इकडे तिकडे फिरून पाहिलं. मग श्रीकृष्ण मंदिराकडे गेलो. द्वारकेत फारशी गजबज नव्हती. मला तर द्वारका नीरव शांत, अबोल अशीच वाटू लागली. मुख्य मंदिराला चार प्रवेशद्वारे आहेत. श्रीकृष्णाची मोठी सुंदर, श्यामल मूर्ती आहे. दर्शन घेऊन मी समोरच्या पायरीवर येऊन बसलो. तिथून सरळ समोर बाजूलाच शंकराचार्यांचा मठ होता; पण तिकडे गेलो नाही. द्वारकेत मोजकीच घरे आहेत. वर्दळ नाही. प्रशस्त रस्ते नाहीत. दुकानेही जेमतेमच! ज्या श्रीकृष्ण लीलेने सगळा प्रदेश संमोहित झाला, त्या श्रीकृष्णाची नगरी अशी उदासीन का? अजूनही गांधारीचा शाप या नगरीवर तरंगतो आहे का? इथे आपसांतल्या युद्धानेच यादव कुलाचा नाश झाला. श्रीकृष्णाच्या अवतार समाप्तीनंतर ही सोन्याची द्वारका समुद्रानेच गिळंकृत केली. इथल्या समुद्रतळाशी असतील का ते सुवर्ण-अवशेष?

मन रमेना. एकाएकी तीर्थाटनाचा उल्हासच निघून गेला. सगळं स्वारस्यहीन वाटू लागलं. मथुरा-वृंदावनातील जन्माष्टमीचा तो ओसंडून वाहणारा आनंदोत्सव आणि इथं द्वारकेत निर्माल्यवत् वाटणारी ही मलूल श्रीकृष्णनगरी. हा परस्परविरोध मला प्रकर्षाने जाणवू लागला. द्वारकेबद्दल माझ्या अपेक्षा खूप होत्या. मला ही एक पुरातन अवशेषांची नगरी म्हणून पाहायची होती. निदान एक भंगलेली नगरी म्हणून तरी; पण तसं पाहायला मिळण्याऐवजी अपेक्षाभंगच झाला आणि पाहायला मिळालं ते माझंच भंगलेलं मन. तिथून मी धर्मशाळेकडे गेलो. तिथेही बसावंसं वाटेना. बेचैन झालो होतो. पहिल्यांदाच. इतकं फिरलो; पण असं कधीच वाटलं नव्हतं. काय झालं, माझा मलाच उलगडा होत नव्हता. मग मी धर्मशाळेतूनही उठलो आणि थेट समुद्रकिनारी जाऊ लागलो. समोर समुद्र दिसत होता. मी वाळूतून चालत होतो. किती मऊ मऊ रेती... जणू पायाखाली रेशीमच अंथरलेले. इथंही आकाश ढगाळलेलं

होतं; पण पाऊस मात्र नव्हता. पावसाचं चिन्हही नव्हतं; त्यामुळे भर दुपार होऊनही वाळू तापलेली नव्हती. मी कन्याकुमारी, कोणार्क, रामेश्वर इथेही समुद्राची मऊ रेती अनुभवली होती; पण द्वारकेची रेती काही वेगळीच वाटत होती. भगवान श्रीकृष्णाच्या पदस्पर्शाने ही रेती अशी लुसलुशीत झाली असेल का? याच समुद्रकिनारी वयोवृद्ध राधा श्रीकृष्णास भेटावयास आली होती. इथेच कुठेतरी छोटंसं मंदिर होतं, तिथे बसून त्यांनी वृंदावनातील मधुवनाच्या आठवणींना कारुण्याने भरलेला उजाळा दिला होता. इथेच कुठेतरी राधेचे थरथरते हात आपल्या हातात घेऊन भगवान श्रीकृष्ण या वाळूवर गतस्मृतीमध्ये रमत चालले होते. आता इथे कसलाच स्मृतिशेष राहिला नाही; उरली ती ही मऊमऊ कणीदार वाळू. अबोल साक्षीदार असलेली.

वाळू ओलांडत मी समुद्राच्या पाण्याजवळ येऊन थांबलो. समुद्राचे पाणी पायावर घेत, दूरदूर दृष्टी टाकत मी उभा होतो. समुद्राचे पाणी येऊन पायास हळुवार स्पर्श करायचे आणि ओसरून परत मागे जायचे. समुद्र शांत होता. उदास होता. समुद्राची अथांग विशालता पाहून मन भरून येतं. त्याची विशालता मनही आपल्यात साठवून घेतं; पण असं काहीच वाटेना. समुद्र हा पाण्याचा एक प्रचंड साठा, असं इथे आज मला का वाटू लागलं? पाणी पाणी म्हणजे तरी काय असतं? विज्ञानाच्या पृथःकरणात ते दोन हैड्रोजन व एक ऑक्सिजन यांचं अणू संयुगच की. दुसरं काय असतं त्यात त्याशिवाय. विचार कसेही उधळू लागले. अनावर अश्वासारखे!

मी खूप वेळ समुद्रावर तिष्ठत तसाच उभा होतो. मन भरकटत जाऊन मला काहीही आठवू लागले. ब्यावर स्टेशनवरच्या तिकीट तपासनिसाने म्हटलेलं, 'जाने कहाँ कहाँसे आते हैं।' जागेसाठी आरक्षित डब्यातल्या लोकांचे ते शब्द 'आगे जाव, आगे जाव', गंगेच्या किनारी बेवारशासारखा एका फळीवर रुग्ण होतो, त्या वेळी त्या साधूने काढलेले उद्‌गार 'आप भागवान हैं। आपको उपर जन्नत मिलेगी।' किंवा भुवनेश्वरला विनातिकीट प्रवासी म्हणून जनावरांचा कळप जसा दोरीने बांधून न्यावा तसे नेलेले आणि पाच दिवस भोगावा लागलेला कारावास. असे बरंचसे होते. उगीचच ते आज इथे उफाळून येऊ लागले. मी तिथून निघालो.

पुन्हा थेट धर्मशाळेत आलो. बाजूला असलेल्या शंकराचार्यांच्या मठातील भोजनाची वेळ संपून आवराआवर चाललेली होती. पोटात भुकेची चाहूल होती; पण मीच आता स्वतःवर निर्दय झालो होतो. स्वतःबद्दल कीव वाटत होती. शरम वाटत होती. इथे अशी एकाएकी का उपरती झाली? आपल्यालाच आपली का घृणा वाटू लागली हे कळेना. एक अनाकलनीय नैराश्य होतं काय कुणास ठाऊक. आपण आपल्यावरच असे क्रुद्ध का झालो?

एकाएकी कपाळ ठणकू लागलं. डोकं जड वाटू लागलं. मग धर्मशाळेत पडून राहिलो. आपण स्वतःचेच असे हाल का करून घेतो. मनात वैराग्य निर्माण झाले

आणि तेही कमलच्या वियोगामुळेच ना? तीर्थाटन पत्करले यात वाईट काय? बरे-वाईट अनुभव येणारच. या मोहिमेत खूप चांगलंही मिळालंच की. या क्षुल्लक अनुभवांपेक्षा आपल्याला लाभलं ते कितीतरी अनमोल होतं. ते आपण का नगण्य करतो? चुकतं आहे आपलं. उलटसुलट विचारांचा गोंधळ, कलह होता नुसता; पण तो असायलाच हवा असंही वाटायला लागलं. स्वतःचीच पारख होते. निस्सार ते फेकून देता येते अशा मंथनातून. मीच माझे डोके चेपत होतो.

श्रीकृष्ण मंदिराच्या प्रांगणात लोक जमत होते. धर्मशाळेतील कुणी एका अनोळखीने मला हटकले. 'स्वामीजी, मंदिर में श्रीकृष्ण कथासार चल रहा है। माँ गीता भारतीजी है। अपने मधुरवाणी में भगवानजी की कथाएँ सुनाती हैं। आप जरूर आइए।'

मी प्रवचनाच्या ठिकाणी गेलो. माँ गीता भारती अत्यंत तरुण व तेजस्वी होत्या. त्यांचं तेज पाहूनच मी नतमस्तक झालो. इतक्या तरुण वयात असं वैराग्य प्राप्त व्हावं आणि त्या अशा साध्वी व्हाव्यात याचं मला खूपच आश्चर्य वाटू लागलं; कौतुक वाटू लागलं. त्या अत्यंत रसाळ व प्रभावीपणे श्रीकृष्णकथा सांगत होत्या हे नक्की! कथा गुजरातीत सांगितली जात होती. ती कथा मला माहीतच होती.

नारदमुनी एकदा फिरत फिरत श्रीकृष्णाकडे गेले. श्रीकृष्णांनी प्रेमालिंगन देऊन नारदाचे यथोचित स्वागत केले. कुशल विचारले. नारदांनी सांगितले की, 'श्रीकृष्णा, तू निष्पक्षपाती असलास तरी तुझ्या या समदृष्टीवर मी पृथ्वीतलावर काही आक्षेप ऐकला, तू काही ठिकाणी भेदभाव करतोस असा आरोप आहे.' हे ऐकून श्रीकृष्ण संभ्रमात पडले. असं कसं होईल असं त्यांना वाटलं. त्यांनी नारदाला याबाबत स्पष्टीकरण करायला सांगितलं. मग नारद सांगू लागले. 'भगवान, सुभद्रा ही तुमची पाठची बहीण आहे. द्रौपदी तर मानलेली बहीण; पण तुम्ही दोघींत दुजाभाव करता. सुभद्रेपेक्षा द्रौपदीवर तुम्ही अधिक माया करता. ती तुम्हाला इतकी प्रिय आहे की, द्रौपदीला कृष्णा हे नावदेखील प्राप्त झालं आहे.'

कृष्ण थोडे हसले आणि नारदाला सांगू लागले, 'हे मुनिश्रेष्ठ नारदा, तू बरोबर बोलतोस. या दोघींपैकी माझ्यावर कोण अधिक प्रेम करते ते तूच प्रत्यक्ष अनुभव. हे बघ, मी निष्क्रिय आहे. जो भक्तीने, प्रेमाने मला समर्थपणे अधिक ओढेल मी तिकडेच आकर्षित होत असणार. ज्याची दोरी प्रबळ तिकडे मी ओढला जाणार, ज्याची दुबळी त्याला कृष्णलाभ कसा होईल?

'नारदा, तुला आणखी एक प्रमाण देतो. तुझ्या घराची दारे-खिडक्या तू जितकी उघडी ठेवशील तेवढा वारा व उजेड घरात येईल. दारे-खिडक्या पूर्ण उघड्या ठेव. संपूर्ण घरभर वारा व उजेड भरून जाईल. तू ती बंदच ठेवशील तर घर कोंदट होईल आणि वारा व उजेड आत कसा येईल? तू एक काम कर. तू प्रथम सुभद्रेकडे जा

आणि तिला सांग, श्रीकृष्णाची करंगळी कापली गेली आहे. भळाभळा रक्त वाहतेय, बांधायला एखादी चिंधी दे म्हण. नंतर तू द्रौपदीकडे जाऊन हेच सांग व चिंधी माग.'

त्याप्रमाणे नारद सुभद्रेकडे गेला. सुभद्रेने नारदाचे स्वागत केले. नारदांनी सुभद्रेला येण्याचे प्रयोजन सांगितले, 'श्रीकृष्णाची करंगळी कापली गेली आहे, रक्त वाहतेय; त्यामुळे करंगळी बांधायला चिंधी मागितली आहे.' सुभद्रा नारदाला सांगते, 'अरे बाबा, माझ्याकडे उंची वस्त्रे आहेत, नेसूचे भरजरी पितांबर आहेत. अरे, घरात शोधूनही चिंधी सापडणार नाही. नारदा, तूच काळजी घे श्रीकृष्णाची आणि श्रीकृष्णाला म्हणावं अरे, एवढी मोठमोठी युद्धे जिंकतोस आणि घरात बसून करंगळी कापून घेतोस?' यावर नारद काय बोलणार? मग तो द्रौपदीकडे गेला आणि येण्याचे कारण सांगितले. श्रीकृष्णाची करंगळी कापली गेली हे ऐकल्याबरोबर द्रौपदी घाबरून गेली. गोंधळून गेली आणि लगेचच तिने अंगावर असलेल्या भरजरी पितांबराचा पदर फाडून तोच चिंधी म्हणून दिला. नारदाला यावरून द्रौपदीची श्रेष्ठ कृष्णभक्ती कळली आणि द्रौपदी सुभद्रेपेक्षा प्रेमात अधिक श्रेष्ठ कशी हेही समजले.

माँ गीता भारती अतिशय रसाळ वाणीत ही कृष्णकथा सांगत होत्या. सर्व भाविक कृष्णमय होऊन गेले होते. ही कृष्णकथा ऐकून मला आकाश निरभ्र व्हावं तसं वाटू लागलं. माझ्या मनावरचं मळभ दूर झालं. मी मनाची दारं, खिडक्या सताड उघड्या केल्या. आनंद, उत्साहाचा वारा व उजेड मनभर मुक्तपणे खेळू लागला.

द्वारकेतला दुसरा दिवस. गोमतीवर स्नान केले. आवतीभोवती फिरत होतो. एके ठिकाणी थांबलो. एक अत्यंत सुंदर अशी संगमरवरी दगडांनी बांधलेली समाधी दिसली. मी शांतपणे फिरून पाहिले. समाधीच्या दर्शनी भागात एक काव्य कोरलेले होते. काळ्या ग्रॅनाइटवर गीताच्या ओळी होत्या -

हेरी मैं तो दरद दिवाणी
मेरा दरद न जाणै कोई ।
घायल की गति घायल जाणै
की जिण लाई होय ।
दरद की मारी बनबन डोलू
बैद मिल्या नहि कोई ।
मीरा के प्रभू पीर मिटेगी
जब बैद साँवलिया होई ।

ही मीराबाईची समाधी होती.

तीन दिवस तरी मी द्वारकेमध्ये होतो. कृष्ण शंभरांहून अधिक वर्षे जगला. कुरुक्षेत्रातील संहारानंतर कृष्ण द्वारकेत विसावला. याच द्वारकेत बालपणीचा त्याचा मित्र सुदामा भेटीस आला होता. मित्र सुदामा आल्याची वार्ता कळल्याबरोबर स्वतः कृष्ण अधीरपणे महाद्वारापर्यंत त्याच्या स्वागतासाठी आला होता. युद्धोत्तर हस्तिनापूर पांडवांना फारसे लाभले नाही. हस्तिनापूर ही विधवांची नगरीच उरली होती. हस्तिनापूर ही वैधव्यनगरी बघणे गंगेलाही अवघड, दुःसह झाले होते.

एकदा गंगेनेच हस्तिनापूर आपल्या प्रचंड जलौघाने बुडवून टाकले. भग्न झालेल्या हस्तिनापुराहून श्रीकृष्णाची भेट घेण्यासाठी विदुर, कुंती, गांधारी व द्रौपदी ही मंडळी द्वारकेस आली होती. या त्यांच्या भेटी अखेरच्या होत्या. अस्वस्थ करणारे अंतिम निरोप होते. म्हणून द्वारका मला निरोपाची नगरीच वाटू लागली. एक ऐश्वर्याचा सुवर्णकाळ अखेर असा मंद मंद होत जावा याचा विषाद वाटला.

द्वारकेचा परिसर पाहावा म्हणून मी चालत निघालो. महाभारतातले इथले प्राचीन संदर्भ मला आठवू लागले. भल्लकतीर्थ व प्रभासक्षेत्र कुठे असेल? या स्थळांवर यादवी युद्ध झालं होतं आणि गांधारीच्या शापामुळे यादवकुलाचा नाश झाला होता. गोमती नदी तर अजून वाहते आहेच; पण तत्कालीन गोमंतक पर्वत कुठेच दिसत नाही. काहीही अवशेष आढळत नाहीत. मी उंच-सखल टेकड्या फिरत होतो. एकही अश्वत्थ वृक्ष मला आढळला नाही. याच अश्वत्थ वृक्षाखाली श्रीकृष्ण विश्रांती घेत होते. शिकार करणाऱ्या एका व्याधाला लांबून श्रीकृष्णाचे सुंदर पाय, अश्वत्थ वृक्षाच्या बुंध्याआड लपलेल्या एका हरणासारखे भासले. त्या व्याधाने वेध घेऊन त्या दिशेने बाण सोडला आणि तो थेट श्रीकृष्णाच्या डाव्या तळव्यात घुसला. आपल्या मानवी अवताराच्या समाप्तीसाठी भगवान श्रीकृष्णांनी या घटनेस निमित्त केले.

आता इथे एकही अश्वत्थ वृक्ष कसा उरला नाही? द्वारका समुद्रात बुडाली त्या वेळच्या जलप्रलयात हे सारे प्रदेश, हे वृक्ष, वने सगळेच नष्ट झाले का? उरली ती फक्त गोमती नदी. ज्याच्या डोळ्यांदेखत हा सारा विध्वंस झाला, तो समुद्र जणू आजही अत्यंत निर्विकार व त्रयस्थासारखा हा सगळा भूप्रदेश पाहतो आहे.

आकाश अजूनही ढगांनी व्यापलेले आहे. ढग नुसतेच एकत्र जमून थांबलेले. त्यांचा कशासाठी आणि अजून किती दिवस मुक्काम आहे कोणास ठाऊक? गेले दोन दिवस जमाव करून थांबलेले हे ढग सूर्याला बाहेरच पडू देत नाहीत. ही बहुतेक गोरज वेळ असावी. आभाळाकडे पाहून मी अंदाज बांधला. आता मंदिराकडे परत निघायला हवे. समुद्राच्या किनाऱ्यावरची वाळू तुडवत मी सावकाश चालत होतो. चालता चालता मध्येच काही मनात आले, खाली वाकून वाळू ओंजळीत घेतली. पाहू लागलो. बोटांच्या फटीतून पाणी ओघळावे तशी ओंजळीतून वाळू खाली झरत

होती. भरती-ओहोटीत ती इथल्या इथे जागा बदलते; पण हजारो वर्षे ती नक्कीच इथे स्थित आहे.

धर्मशाळेत आलो तर साधू-संन्यासी आणि बैराग्यांचा एक मोठा जथा येऊन दाखल झालेला दिसला. एवढ्या मोठ्या संख्येने हे गोसावी कुठून आले कुणास ठाऊक? अद्याप सूर्य मावळलेला नव्हता. त्यांची गोमतीवर स्नान करण्यासाठी एकत्र जाण्याची धांदल उडाली होती. हे तीसएक तरी साधू-संन्यासी होते. सगळे ब्रजबोली बोलणारे. तासाभराने तो गोंगाट पुन्हा धर्मशाळेत आला. काहींनी नेसू पिळून खांद्यावर टाकलेले, काही पितांबरवाले, काही पोट खपाटीस गेलेले किडकिडीत तर काहीजण लंबोदर होते. मात्र, सगळेजण जटाधारी व काळ्या-पांढऱ्या दाढीचे केस छातीवर रुळत असलेले होते. गळ्यात रुद्राक्षाच्या जाड माळा. निम्म्याहून अधिक लंगोटीधारी व अंगाला राख फासलेले. हातात कमंडलू व खांद्यावर झोळी लटकत असलेले; असा हा थाट त्या विस्तीर्ण धर्मशाळेत येऊन दाखल झाला.

मला कळले की, आज भाद्रपदातील शुक्ल पक्षातली सूर्य-षष्ठी आहे; त्यामुळे चारोधाम पीठात हे सर्व असे जमतात. शिवाय आज श्री बलराम जयंती. कार्तिकेयाच्या दर्शनाने पापनाश होतो. नदीत सायंकाळी स्नान करून मावळत्या सूर्याला अर्घ्यदान द्यायचे. जवळच्या श्रीशंकराचार्यांच्या पीठातही आज वर्दळ वाढलेली होती. हा सगळा संन्याशांचा जथा भोजनासाठी मठाकडे निघाला. 'भगवान श्री बलराम-कृष्ण की जय' हा घोष दुमदुमत होता. शंकराचार्यांच्या मठात नांगरपूजाही मांडली होती.

आता या जमावात आपल्या भोजनाचं काय होणार अशी मला काळजी वाटू लागली. आज दिवसभर अनायासे उपवास व्रत झाले होते. भोजनवाटप सुरू झाले. पत्रावळीवर वाढून ते रांगेने देण्यास प्रथम सुरुवात झाली. शांतपणे रांग पुढे सरकत होती. त्या जथ्यातल्या एका बैराग्याने रांग सोडून भोजनकक्षाच्या समोरच ठाण मांडले आणि जोरजोराने ओरडू लागला, 'मुझे अभी इसी वक्त यहाँ भोजन परोसिए, क्या चल रहा है? क्या समझते हो?' वगैरे तो अद्वातद्वा बडबडू लागला. मुनि-साधुवराचा हा असा गोंधळ मी प्रथमच पाहत होतो.

मठातील व्यवस्थापकांपैकी कुणी एकजण त्या बैराग्याजवळ आले आणि त्यांनी त्याला 'हे योग्य नाही, प्रथा सोडून असं स्वतंत्र वेगळं भोजन दिलं जात नाही, तुम्ही रांगेतूनच घ्या' असे समजावून सांगितले. त्यावर तर तो चवताळलाच. त्याचा तर्कटपणा वाढलाच. काय होणार मला कळेना. त्यांच्याच जथ्यातल्या भोजनरांगेत जवळ आलेल्याने आपले अन्नपात्र त्या बसलेल्या बैराग्याला जवळ जाऊन देऊ केले; त्यामुळे तो अधिकच बिथरला. त्याने ती भोजनाची पत्रावळी चक्क उधळून दिली. सगळेजण या प्रसंगाने अवाक झाले. पत्रावळीवरील अन्न-भात, पुरी वगैरे इतस्ततः विखुरले. ते पवित्र अन्न अस्ताव्यस्त पडले.

मठातील आणखी काही सेवक तिथे धावून आले. जथ्यातील काही गोसावीही रांग सोडून त्या तर्कटमुनीकडे गेले आणि त्याला आवरू लागले. सगळ्यांनी त्याला घेरले. मग तो अधिकच वेड्यासारखे करू लागला. अखेर त्याला धरून धर्मशाळेकडे नेण्यात आले आणि तिथे मठातील व्यवस्थापकाने स्वतः एक भोजनपत्रावळी नेऊन त्याच्यापुढे ठेवली आणि मग हा गोंधळ थांबला.

हा प्रकारच घृणास्पद होता. थोडा उशीर झाला; पण सगळ्यांना भोजन मिळाले.

आपण या जथ्यात अंतर्भूत व्हायला नको म्हणून रात्री मी धर्मशाळेतील जागा बदलली. श्रीकृष्ण मंदिराच्या आत प्रशस्त अंगण होतं. अंगणाला लागून बसायचे छानपैकी ओटे होते. तिथे गेलो आणि पथारी टाकली. या बैराग्याच्या प्रसंगाने मीच व्यथित झालो. इथेही हेच क्रोधाचे दर्शन पाहायचे का? माझं विचारचक्र सुरू झालं.

तामिळनाडूतील एक थोर संतकवी तिरुवल्लुवर यांच्या आयुष्यातला एक अद्‌भुत प्रसंग आहे हा. लग्नानंतर तिरुवल्लुवर यांनी आपल्या धर्मपत्नीस एक रीत सांगून ठेवली होती. भोजनाच्या वेळी एका छोट्याशा कटोऱ्यात पाणी आणि त्याबरोबर एक सुई ठेवत जा म्हणून. ही काय अजब रीत? बिचाऱ्या पत्नीला काही बोध झाला नाही; परंतु प्रत्येक वेळी आपल्या पतीस भोजन वाढताना कटाक्षाने ती तसे करत गेली. पतीने सांगितलेल्या रीतीमध्ये तिने कधी खंड पडू दिला नाही. कालांतराने तिरुवल्लुवर व त्यांची पत्नी वयस्कर झाले. वृद्धत्व आले. तिरुवल्लुवर वयाच्या ऐंशीच्या जवळपास आले तर त्यांच्या पत्नींची सत्तर-बहात्तर वर्षे उलटून गेली. पत्नीस आपला अंतकाळ जवळ आल्याचे जाणवले. ती निर्वाणीची भाषा बोलू लागली हे कवी तिरुवल्लुवर यांच्या ध्यानात आले. मृत्युशय्येवर असलेल्या आपल्या पत्नीच्या जवळ जाऊन ते सांत्वन करत बोलू लागले, 'काळजी करू नकोस, हा असा निरोप सगळ्यांनाच घ्यावयाचा आहे. तुझ्या मनात काही बोलायचे असेल तर ते बोलून मन मोकळे कर. माझ्याकडून तुला काही अप्रिय अनुभव आले का? माझी काही चूक झाली का ते तू अत्यंत मनमोकळेपणाने सांग. मनात काही चुटपुट, रुखरुख घेऊन जाऊ नकोस.'

यावर ती म्हणाली, 'स्वामीजी, तसं काहीही नाही हो. कधीच काही अनुचित घडलं नाही; पण एका गोष्टीचा मला आजवर उलगडा झाला नाही. तुम्ही सांगितलं त्याप्रमाणे मी करत गेले. इतकी वर्षे मी तुम्हाला जेवण वाढत आहे, तुम्ही प्रत्येक जेवणाच्या वेळी एक छोटासा कटोरा पाणी भरून व सोबत सुई ठेवायला सांगितले. मी तसं अखेरपर्यंत केलंही; पण स्वामी, हे मला का करायला सांगितलं ते आजवर कळू दिलं नाही. काय कारण होते?' तिरुवल्लुवर हसले. त्यांनी त्याबद्दल खुलासा केला, 'मी ते याकरता सांगून ठेवलं होतं की, तू ज्या वेळी मला भोजन वाढतेस त्या वेळी अथवा जेवताना माझ्या हातून एखादं भाताचं शीत जरी खाली पडलं तर

ते मी सुईने उचलून सोबतच्या कटोऱ्यातील पाण्याने धुऊन खाल्लं असतं; पण असा प्रसंग आयुष्यभर कधीच आला नाही. तू एवढी सेवेत तत्पर होतीस; त्यामुळे सुई अथवा कटोरा कधी वापरावा लागलाच नाही.'

तिरुवल्लुवर यांनी अन्नाचा किती आदर राखला होता. आयुष्यभर या अन्नाचा इतका आदर व मोल त्यांनी सांभाळलं होतं आणि आत्ताच आपण त्या बैराग्याने क्रोधात उधळून दिलेलं अन्न व अनादर प्रत्यक्ष पाहिला. किती हे महदंतर!

रात्र इथेच काढावी असा विचार होता. काही वेळाने समोरच्या धर्मशाळेतून सुरेल भजनाचा आवाज ऐकू येऊ लागला. समूहगानच ते. त्याच साधूसंन्यासी, बैरागी यांनी भजन मांडलं होतं. एकतारीवर घुंगरू होते. हातात चिपळ्या तर कुणी खंजिरी घेतलेले, पाच-सहाजणांच्या हातात दिमडी होती. एक-दोघांनी डमरू घेतलेले. एकजण मात्र बासरीने सुरेल साथ देत होता. एक प्रकारे भजनाची खिचडीच होती; पण होते ते एका ठेक्यात, तालासुरात! परिसर नुसता दुमदुमून गेला. एकजण गायचा, बाकीचे तेच धृपद त्याच सुरात साथ देत समूहाने गात होते. शब्द ब्रजबोलीचे; त्यामुळे ऐकायला गोंगाट असला तरी ते कृष्णभजनात एकरूप व तल्लीन होऊन गात होते; त्यामुळे ऐकावंसं वाटायचं. इथे मात्र त्या सर्वांचे सूर चांगलेच जुळले होते.

मी लक्ष देऊन ऐकू लागलो. त्यांनी आता दोहा गायला घेतला होता-

बसै ब्रज गोकुल गाँव के ग्वारन...।
ज़ो खग हैं तो बसेरो करौं ।
मिलि कालिन्दी कल कन्दन की डारन ।
खेलत खात फिरैं अँगना ।
पग पैंजनी बाजति पीरी कछोरी ।
काग के भाग बड़े सजनी ।
हरि-हाथ सों लै गयौ माखन रोटी ।

एकापाठोपाठ एक भजनं गायली गेली. रात्र उलटून गेली तरी भजन चालू होतं. नंतर नंतर मात्र मी झोपी गेलो.

सकाळी मी जागा झालो ते अक्षरशः मराठी शब्द कानावर पडले म्हणून. सूर्य उगवतीला आठ-दहाजणांचा ताफाच मी झोपलो होतो तिथे बाजूला ट्रंका, गाठोडी, पिशव्या घेऊन उतरला. पहाटेच्या कुठल्याशा गाडीने देवदर्शनाला आलेलं ते मराठी कुटुंब होतं. ते सर्वजण नदीवर अंघोळीला जायच्या गडबडीत होते. त्यांचं बोलणं वऱ्हाडकडचं होतं. वाशिम किंवा अकोल्याकडचे असावेत ते भाविक. तीन-चार तरुण, काही मध्यम वयाचे आणि एक-दोन वृद्ध होते. एकाच घरातील व शेजारचे

मिळून असा त्यांचा हा दौरा असावा. मला त्यांची बोली आवडू लागली. त्यांच्यात बोलणं चालू होतं.

'आले का व ऽऽ संमदे?'

'येईल न व ऽऽ'

'म्हातारीले बलावून आणा, उगाच लांब बसले बगा. बघा ना तियले रुसले तर नाय ना म्हातारी. म्हातारीले ध्यान द्यायला लागते बावा.'

कुणीतरी पांडुरंगाचं गाणं गुणगुणत होतं.

'हे काय माय पंढरीतले गानं इतं म्हणितले.'

'आवो इ द्वारका ना? काना मुरलीधरायले म्हणा ना.'

'कोणते म्हणा लागते ते?'

मग सगळेजण त्यावर हसू लागले. मला हसण्याचे कारण कळले नाही. त्यावर कुणीतरी म्हटले.

'हासू नको न व ऽऽ देवाचे दारी आन तेबी मायले हासावं तरी का?'

त्यांचं बोलणं, संवाद कानाला गोड वाटू लागला. मला माझी माय मराठी भेटल्याचा आनंद झाला. कित्येक दिवसांनी. मी त्यांच्याशी सलगी करत मराठीतून बोललो. विचारपूस केली, तेव्हा त्यांनाही तितकाच आनंद झाला. त्यांना माझ्या संन्यासी वेषाचे कौतुक व आदर वाटला. लगेच त्यांनी आपला मराठमोळा भाव व्यक्तही केला.

त्यांना मी कोणीतरी इथलाच साधुपुरुष, मुनी असल्याचे वाटले. त्यांनी लगेच माझे दर्शन घ्यायला सुरुवात केली. 'महाराजांचे दर्शन घ्या नंऽ' म्हणू लागले. मी 'नको नको' म्हणत असतानाच त्यांच्यातला एक वयस्कर गृहस्थ म्हणाला,

'बापहो, तुमचे दर्शन म्हंजे मले चारोधाम तीरथ की हो!'

त्यावर लगेच एक म्हातारा खेकसला,

'सोपानराव, तुम्ही येडेबिडे का ओ, अवो, बापहो काय म्हंता, त्यायले स्वामीजी, महाराज म्हनावं ना!'

अशी ही मराठी माणसं. त्यांच्याशी माझी बोलाचाली झाली. ते द्वारकेहून सोरटी सोमनाथ पाहायला जाणार होते. त्यांनी मला त्यांच्याबरोबर येण्याचा आग्रहही केला; पण माझ्या मनात नर्मदेकडे जायचे होते; त्यामुळे मी त्यांचा निरोप घेतला.

मी द्वारकेच्या रेल्वे स्टेशनवर आलो. दुपारी एक वाजता अहमदाबादकडे जाणारी गाडी होती.

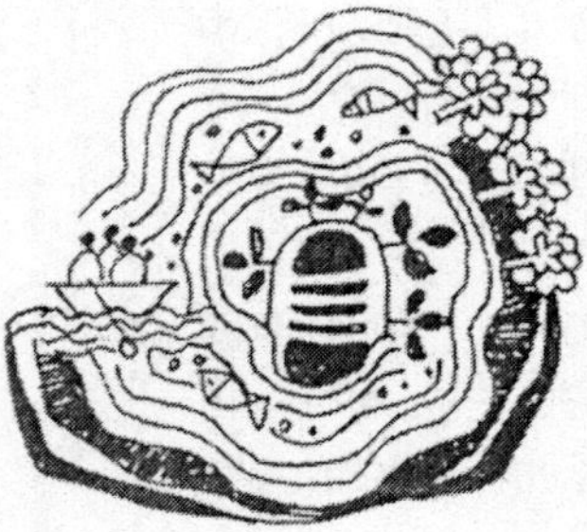

२२

अहमदाबादवरून मला भडोचला जाणे जरूर होते. अहमदाबादवरून भडोचमार्गे मुंबईकडे जाणाऱ्या अनेक गाड्या होत्या; त्यामुळे स्टेशनवर मला फारसे ताटकळत बसावे लागले नाही. एका गाडीने मी सायंकाळी भडोचला पोहोचलो.

सकाळी नर्मदेच्या तीरावर गेलो. खंबायतचे हे आखात इतके विस्तृत आहे की, समुद्रास जिथे नदी मिळते, तिथे ती किती विशालरूप धारण करते हे स्पष्ट दिसत होते. मला नर्मदेची परिक्रमा करायची, शक्य तितकी नदी पाहायची होती. तशी मी चौकशी केली. एके ठिकाणी नर्मदा परिक्रमा सुरू करण्याचे स्थळ सांगितले गेले. परिक्रमेत काही भाग नदीकिनाऱ्याने चालत जाता येण्याजोगा नाही. तसेच काही ठिकाणी नावेचा आधार घ्यावा लागतो. नावेने जायचे तर जवळ एकही छदाम नाही. तिथे आणखी एक माहिती मिळाली. एकटादुकटा कुणी परिक्रमा करत नाही. काही लोक मिळून समूहाने जातात.

नावेच्या प्रवासखर्चाबद्दल मी विवंचनेत पडलो. भूक लागली तर 'भिक्षान्देहि'ची तरी सोय होती. पैसे कसे, कुणाला मागायचे? पैशाची भीक म्हणजे आत्मसन्मानाची होळी करणेच की. काय करावं काही कळेना. थोडंसं पाणी प्यावं म्हणून कमंडलूची फिरकी काढून दोन घोट पाणी प्यालो आणि अचानक लक्षात आले. अरे, 'हा कमंडलू विकला तर...' हंपीच्या विरूपाक्ष मंदिराचे मठपती चनवीरप्पा यांनी आपल्याला भेट दिलेला हा कमंडलू. कमंडलू काशाचा होता; त्यामुळे त्याला किंमतही येईल. भडोच गावातील भांड्यांची एक-दोन दुकाने गाठली. त्यांना हा कमंडलू विकायचा आहे म्हणालो; पण कुणीच विकत घेईना. जुना कमंडलू घेऊन करणार काय... एका दुकानदाराने हा कमंडलू काशाचा असल्याने वजनावर काशाच्या

धातूच्या दराने घेण्याची तयारी दाखविली. 'ठीक आहे,' मी म्हटले. मिळाले तेवढे पैसे घेतले व परिक्रमाच्या पॉइंटवर आलो.

नर्मदा नदी गुजरात, महाराष्ट्र, मध्यप्रदेश असा प्रवास करते. पूर्वेकडून पश्चिमेकडे वाहणारी नदी. भडोच शहराला विभागणारी ही नदी. नदीवर खूप मोठा पूल आहे. नदीच्या उत्तर दिशेच्या किनाऱ्यावरून परिक्रमा सुरू होते. किनाऱ्याला एक विमलेश्वराचे तीर्थ होते. नर्मदा परिक्रमा करणारे तिथे जमतात. काहीजण मिळून, ग्रूप करून निघतात. अनेक शिवतीर्थांपैकी विमलेश्वर एक आहे. नर्मदेच्या मुखावरचे तीर्थ.

मी इथे एकटा होतो. कुणाशी परिचय कसा असणार? भगव्या वस्त्रातील काही साधू आणि त्यांचा एक प्रमुख मुनी होता. ते परिक्रमेस निघाले होते. मी त्यांच्यात सामील होता येईल का याचा विचार करत होतो. त्या मुनिवर आचार्यांना नमस्कार करून मी त्यांच्याजवळ तशी इच्छा प्रकट केली. तेवढीच सोबत होते म्हणून त्यांनीही मला सामावून घेतले. ही सगळी मुनिवर मंडळी सौराष्ट्रातल्या जुनागड आश्रमातील होती. गोविंदाचार्य हे या पथकाचे प्रमुख होते. त्यांचे शिष्य केवलानंद स्वामी तरुण होते. कपाळी उभे गंध रेखलेले. गोविंदाचार्य वृद्ध होते; पण अत्यंत किडकिडीत तरीही उत्साही!

आमची नर्मदा परिक्रमा सुरू झाली. यापूर्वी ज्यांनी एक-दोनदा परिक्रमा केलेली आहे असेही काही साधू या समूहात होते. चातुर्मास असल्याने परिक्रमेस आणखी वेगळे महत्त्व होते.

नर्मदा पाण्याने तुडुंब भरून वाहत होती. पात्र पसरट झालेले; त्यामुळे घाट, पायऱ्या, लहान मंदिरे अर्धवट पाण्यात बुडालेली होती. परिक्रमेची वाट चालून चालून रुळलेली होती. सरळधोपट मार्ग नदीच्या प्रवाहानुसार बनलेला. अधूनमधून गर्द झाडीतून वेडीवाकडी वाट गेलेली. तरीही झाडे शिस्तबद्ध उभी. काही अंतर चालून झालं. इथून सातपुडा पर्वत सुरू झाला. नदी डोंगराळ भागातून वाहते. पाण्याचा प्रवाह खळखळाट करणारा, कुठेकुठे पाणी उसळी घेत वाहते. नदीतील दगड गोल गुळगुळीत झालेले. नर्मदेतील गोटे! अधूनमधून टेकडीवजा डोंगर चढावे लागतात. साल, सागाची अनेक झाडे. काही ठिकाणी आम्ही थांबत होतो. अधूनमधून केवलानंद झाडांची ओळख करून देत. हे गुग्गल आहे बघा, हीच ती पिप्पली. आम्ही एक-दोन छोट्या छोट्या रोपांजवळ थांबलो. त्यांनी त्या वनस्पती निरखून त्याचे वर्णन केले. त्यांचे महत्त्व आणि त्यांचा उपयोग सांगितला. मी पहिल्यांदाच अश्वगंधा व भृंगराज पाहत होतो. तुळस, कृष्णतुळस तर रानावनांमध्ये प्रचंड फोफावलेल्या. आचार्य गोविंदराज तर या ज्ञानात माहीर होते. उंच सडसडीत अर्जुन वृक्ष त्यांनीच आम्हाला दाखवला.

दुपारपर्यंत निमावर नावाचे पहिले गाव लागले. हे आदिवासींचे गाव होते.

पेंढारी समाजाचे हे गाव. गाव तिथे मंदिर हे जणू ठरल्यासारखेच! निमावर गावी शिवलिंग होते. नर्मदा नदी शिवाची अंगभूत नदी मानली जाते; त्यामुळे शिवलिंग व शिवाची मंदिरे अधिक असावीत. मंदिरात परिक्रमेतील भाविकांसाठी भोजन आणि विश्रांतीची सोय होती. गावोगावी सर्वत्र ही प्रथा आहे असे दिसते. आम्ही विश्रांतीसाठी थांबलो. सगळीकडे काळेभोर ढग. डोंगरकड्यांवर कुठेकुठे पाऊस पडत असावा; त्यामुळे नर्मदा सर्वकाही अवशेष वेगाने वाहून नेण्यात मग्न होती. डोंगरातून वाहणाऱ्या नदीचे वैभव काही औरच असते. नर्मदेचं जंगल वेडंवाकडं होतं आणि ते अस्ताव्यस्तही पसरलेलं होतं. मंदिराच्या आसपास काळ्या तोंडाची अनेक माकडे आपल्या कुटुंबासह झाडावर वस्ती करून होती. इथे जेवणावळी उठत; त्यामुळे या माकडांनीही या निमावर गावात राहणे पसंत केले असावे. इथे मला प्रथमच धनेश पक्षी दिसला. कावळ्यांना तर तोटाच नव्हता. माणसे पाहिली की, त्यांची 'काव काव' सुरूच असते. माणूस जिवंत असताना आणि मरणानंतरही!

निमावरचा दुपारचा मुक्काम संपवून आम्ही हापेश्वरकडे निघालो. हापेश्वर फार लांब नव्हते. सातपुडा पर्वताचा एक कडा पार केला की, लहानलहान खिंडी लागतात. मध्येच सपाट भूप्रदेशही लागतो. या सगळ्यांतून मार्ग काढत, वळणे घेत नर्मदा नदी पुढे पुढे जाते. इथलं पाणी जणू वानरउड्या घेत, हिंदकळत वाहते. आम्ही हापेश्वरला काही थांबलो नाही. पुढे गरुडेश्वर होते. तिथे रात्रीचा मुक्काम. नाव गरुडेश्वर असलं तरी इथं काही गाव नव्हतं. पाच-दहा घरं आणि एक कौलारू मंदिर. नदीच्या तीरावर शूलपाणी म्हणून एक तीर्थ आहे. काही अंतरावर गाव आहे; ते मुख्य गरुडेश्वर.

सूर्य मावळून अंधार पडू लागला. गावचे लोक इथं रोज जेवण तयार करून देतात; त्यामुळे चिंता नव्हती. भोजन झाले. नंतर स्वामी गोविंदाचार्यांनी नर्मदा परिक्रमेविषयी माहात्म्य आणि पुण्यफल कथन केले. एकदा परिक्रमा केली की, चंद्रभूमीत वास्तव्य मिळते, दोनदा केली तर स्वर्गप्राप्ती होते आणि तिसरी परिक्रमा केली की, मोक्ष मिळून जन्म-मरणाचा फेराही चुकतो. पुन्हा चौऱ्याऐंशी लक्ष योनींचा फेरा चुकतो, वगैरे वगैरे...

माझं शंकेखोर मन धास्तावले. आपण तर या परिक्रमेच्या माहितीसाठी, अनुभवासाठी आलो. मनामध्ये फलाविषयी काहीच नव्हतं. ही परिक्रमा अर्धवट राहिली तर...

रात्र सरली. शूलपाणी तीर्थावर पहाटेच स्नान आटोपून मीही गोविंदाचार्यांच्या पूजेत सामील झालो. स्तोत्र, मंत्रोच्चारण झाले. ही सगळी मंडळी एका आश्रमाची प्रमुख होती; त्यामुळे मलाही प्रातःपूजा नव्याने पाहायला आणि अनुभवायला

मिळाली. तीन दिवसांनंतर सूर्याने आज दर्शन दिलं. सूर्योदयाची कोवळी उन्हं नर्मदेच्या प्रवाहात आनंदाने न्हाऊ लागली. जणू नर्मदेने सकाळी नवा सुवर्णशालू परिधान केला असेच वाटू लागले.

शंकराच्या गंगेचा आणि नर्मदेचा जयघोष करत आम्ही पुढे निघालो. काहीसं दाट जंगल लागलं. वर्षा ऋतूमुळे सगळीकडे हिरवीगार अशी नवी वनश्री पसरलेली होती. हिरवं हिरवं गवत मातलेलं. पायवाट तेवढी मोकळी. बाकी सर्वत्र हिरवीगार पालवी. मनास प्रसन्न वाटू लागलं. काही ठिकाणी खोलगट भागात पाणी साचून तळी झाली होती. नर्मदा तर पावसाच्या पाण्याने फुगून आपल्याच दिमाखात व तोऱ्यात वाहत होती. कडेला साचलेल्या पाण्यात, डबक्यात धनेश, जलकुक्कुट, जांभळ्या पानकोंबड्या, गाय बगळे भक्ष्य शोधत फिरत होते. गोविंदाचार्यांनी आम्हाला एका पक्ष्याची ओळख करून दिली. क्रौंच पक्ष्याची जोडी. पक्षी सुंदर होता. आम्ही थोडं जपूनच चालत होतो. हिरवळ वाढलेली. इतक्यात समोरच्या झाडीतून हरणांचा एक भला मोठा कळप लगबगीने आम्हाला ओलांडून पुढे जाताना दिसला. छान वाटू लागले. प्राचीन काळचे हे दंडकारण्य, तेव्हा हे किती घनदाट असेल याची आम्ही कल्पनाही करू शकत नव्हतो. गोविंदाचार्य काही सांगू लागले. खूप वर्षांपूर्वी इथे वाघही दिसायचे. सौराष्ट्रातलं गीरचं वन अजूनही व्याघ्रवन म्हणून ओळखलं जातं. आता मात्र इथे वाघ दिसत नाहीत; त्यामुळे पुढचा जो महेश्वर पट्टा आहे तो आता व्याघ्रमुक्त झाला आहे.

आम्ही निर्धास्तपणे चालू लागलो. गोविंदाचार्यांचं चालणंच झपझप होतं; त्यामुळे त्यांच्या बरोबरीने आम्हालाही वेगाने चालणं अपरिहार्य होतं. एके ठिकाणी थांबून त्यांनी सशाच्या, चमकणाऱ्या, किंचित पिवळसर अशा लहानलहान लेंड्या दाखवल्या. काही ठिकाणी रस्त्यावर उमटलेली पावले दाखवली. ती रानमांजर, वराह किंवा कोल्ह्याची असावीत असा त्यांनी अंदाज बांधला.

वाटेत आदिवासींची एक वस्ती लागली. आचार्यांनी सांगितले, हे नर्मदेच्या काठचे प्राचीन भडभुंजे जमातीचे भिल्ल आदिवासी. हे काश्यप गोत्रातले. याच परिसरात परशुरामाची असुरांशी युद्धे झाली होती. गोविंदाचार्य जे जे सांगत होते, ते नम्रपणे व अजाण बालकाप्रमाणे मी ऐकत होतो. तेथील आदिवासी लंगोटीधारक होते. राकट, काळेकुळकुळीत आणि चांगलेच धष्टपुष्ट होते. आमच्याबरोबर ते थोडं चालत आले आणि मग खाणाखुणा करत आम्हाला काही सांगू लागले. एकाने थोडं निरखून चालत उमटलेल्या काही पाऊलखुणा दाखवल्या. त्याचं म्हणणं होतं की, इथून आता महेश्वर पट्टा लागतो. या पट्ट्यात वाघ असतात. या पट्ट्यात चालत जाण्याचा धोका कुणी पत्करत नाही. या पाऊलखुणा गीर वाघाच्या आहेत. किनाऱ्याला आमची नाव आहे. पुढे हंडिगाव लागते. तिथपर्यंत तुम्ही नावेने जावं.

नावेने जाण्यासाठी आम्ही एका माणसाला तीन रुपये घेतो. नाव प्रवाहाच्या उलट दिशेने उलटी चालवावी लागते म्हणून. या त्यांच्या प्रदीर्घ अभिनयातून आमच्या ध्यानात आले, इथून नावेतूनच जाणे भाग आहे. आम्ही पैसे देऊन नावेत बसलो.

इथे नर्मदेचा अवतार काहीसा उग्र होता. पात्र विस्तृत होतं. मध्यभागी मात्र पाण्याचा वेग अनावर दिसत होता. पाण्याच्या वेगात ती काहीबाही वाहून नेत होती. ओंडके, फांद्या, झोपडीची पाचटं इत्यादी. हे नावाडी दमदार होते. विशिष्ट अंतराने आणि किनाऱ्यापासून सुरक्षित अशा जलौघात त्यांनी नाव उलटी वल्हवत नेली. काम अवघड होते; पण ते सराईत होते. नदीच्या पाण्यातून जाणं मौजेचं वाटू लागलं. नर्मदेच्या प्रत्यक्ष प्रवाहातून आम्ही जात होतो; त्यामुळे नर्मदा आणखी जवळची वाटू लागली. काही अंतर गेल्यावर ते आदिवासी आपसांत काहीतरी कुजबुजू लागले. मध्येच त्यांनी नाव किनाऱ्याला घेतली. एक-दोघांनी तीरकमठे सरसावले. एकजण थेट कमठ्याला तीर लावून झुडपाच्या दिशेने रोखून पाहू लागला आणि म्हणाला, 'आता इथून पुढे जाणे अवघड आहे. पाण्याचा वेग वाढला आहे. तुम्ही इथे उतरा किंवा आम्हाला आणखी वाढवून दोन-दोन रुपये द्या. आम्ही जीव धोक्यात घातला आहे. हंडिगाव इथून आणखी मैलभर अंतरावर आहे.' काही असलं तरी आमचा नाइलाज होता. ही आमची त्यांनी कोंडी केली होती हे सहज ध्यानात आले. मुकाट्याने दोन-दोन रुपये काढून त्या भडभुंज्यांच्या हवाली केले.

माणसाने माणसांची अडवणूक करून हेतू साध्य करायचा हा प्रकार आदिवासींतही आढळला. शहरी सुशिक्षितांतही आपण असे अनुभवतोच की. हे असले चातुर्य मुळातच असते, ते शिकावे लागत नाही. ते केवळ स्वार्थासाठी असले की खटकते.

गोविंदाचार्य सतत चिंतनमग्न आणि विचारात गढून गेलेले असायचे. काही ना काही सांगत राहायचे. सहज बोलायचं म्हणून त्यांनी माझी विचारपूस केली. मी माझी माहिती सांगितली. माझ्याबद्दल कणव वाटावी म्हणून कमलचा विदारक मृत्यूही सांगून टाकला. 'पत्नीच्या मृत्यूची जखम ताजी आहे. अजूनही अस्वस्थ होतं आहे; म्हणून हे वैराग्य पत्करले. तीर्थाटन करत फिरतो. अनुभव घेतो आहे. चिंतन करतो. योग आलाच तर एखाद्या आश्रमात वास्तव्य करून उर्वरित आयुष्य व्यतीत करीन' वगैरे वगैरे. माझं ऐकून घेऊन आचार्य मला शांतपणे सागू लागले,

"बेटा, आप पत्नी के बारेमें अभी जो कुछ बता रहे थे, तो आपकी आँखो में अभी भी मैंने कुछ आँसू की झलक देखी। मेरी बात गौर से सुनो। आप अभी संन्यासी के रूप में जीते हो तो अब कोई रोना-धोना या यह असूवन का कोई मतलब नही। अब बैरागी हो तो बस बैरागी, गतविधीयों से अब कोई लेनदेन नही। बीती बाते मनसे पूरी तरहसे उखाड फेक दो... मौत तो एक परंपरा है। यह एक अटल होनी है, मौत से सुंदर और कोई घटना नही है। अब आपकी कोई कमल नही,

जो थी वह बात भी भूल जाओ। संन्यासी का कोई अतीत नही होता, कोई इच्छा या आकांक्षाएँ नहीं होती। हम अब इस नैया से जा रहे हैं, यह भी तो मौत का एक साधन है, हम तो अभी यात्रा कर रहे हैं। अब बीती बातों को दोहराना छोड दो। सोचोगे, तो परेशानीयाँ पावोगे। मैं कहाँसे आया हूँ, किस कठिनाईयों का मैंने सामना किया यह सब बातें भूल जाओ और लक्ष रखो, मुझे अब कहाँ जाना है।''

आचार्य गोविंदाचार्यांची अमोघ वाणी माझ्या मनावर जणू अमृताचा वर्षाव करत होती. माझ्यासाठी हे अत्यंत मोलाचे होते. मला हा गुरुप्रसादच होता. मी कमलच्या स्मृतीने घायाळच होतो. ते स्वाभाविक असले तरी आचार्यांचा हा गुरुबोधही एक अपरिहार्य सत्यच होते.

तीर्थाटनाच्या या प्रदीर्घ वाटचालीत मी असं काही शिकत होतो. समृद्ध होत होतो. आचार्यांची वाणी मधुर होती. परिणामकारक होती. आता मी कमलच्या आठवणीतून मी बाहेर पडायला हवं असं वाटू लागलं.

हंडिगाव कधी आलं कळलंच नाही. नावेतला हा प्रवास दोन तासांहून अधिक असा होता. नाविकांनी नाव एका किनाऱ्याला आणून थांबवली. आम्ही उतरू लागलो, तर आता त्यांनी 'खुशी द्या' म्हणून आमच्यासमोर हात पसरलाच. ते नाविक लोभी होते.

थोड्याच अंतरावर सहस्त्रधारा हे एक शिवतीर्थ होते. आम्ही थांबण्यासाठी तिथे गेलो. आचार्यांनी केवलानंदांना मूठभर तांदूळ शिजवायला सांगितले. त्यांना काही कळेना. आम्ही सातजण होतो. मूठभर भाताने काय होणार? पण आचार्यांचा आदेश होता. केवलानंदांनी तेवढाच भात शिजवला. तो भात घेऊन आचार्यांनी मला नर्मदा तटावर नेले. मला तेथे बसवून एक विधी करायला लावला. बोटांमधील अनामिकेत दर्भाची अंगठी घातली. एका पानावर भाताचे तीन उंडे करायला लावले. आचार्यांनी पिंडदानाचा मंत्र म्हणून पूजाविधी केला. त्याप्रमाणे ते पिंड यथासांग नर्मदेत सोडले. कमलचे पिंडदान पूर्ण झाले.

आचार्य मला स्पष्ट करून सांगत होते, 'आता तुम्ही संन्यासी आहात! तुमच्यातून अद्याप 'मी पती' हा भाव निघून गेलेला नव्हता. तुम्ही ते सगळे विसरून जावे म्हणून पिंडदान हा गृहस्थाश्रमी व्यक्तीने करायचा विधी करून घेतला.' नंतर त्यांनी मला तीन वेळा 'सर्वेषणा मया परित्यक्ता' असे म्हणायला लावून नर्मदेतील जलात उदकांजली सोडायला लावली. मी ते सारं निमूटपणे केलं. मला कमलापूरममधील कपिलेश्वरात झालेला माझ्या संन्यास व्रत ग्रहणाचा विधी आठवला. सोमेश्वर पुरोहितांनी यथासांग सारं केलं होतं. फक्त दुसऱ्या दिवशीचा केशवपनाचा विधी राहिलेला आणि आपण तिथून पलायन केलं. अबोध कर्मव्रत पटत नव्हते म्हणून.

मग आपण संन्याशाचा अवतार धारण करून का भटकतो आहोत. आपणच

आपल्याला फसवत नाही का? मनाने वैराग्य पत्करलं ना मग झालं. निवृत्त म्हणजे निवृत्त, आसक्ती ठेवायची नाही कशाची. गौतम बुद्धांनी सर्वसंगपरित्याग केला होता. त्याचे त्यांनी अत्यंत कटाक्षाने व काटेकोरपणे अखेरपर्यंत पालन केले. त्यांना नंतर यशोधरा, राहुल किंवा राजवैभव पुन्हा कधीही भुलवू शकले नाही.

सहस्त्रधारा तीर्थातील मंदिरात प्रशस्त गाभारा होता. तिथे एक काळेकुळकुळीत शिवलिंग होते. त्यावर तांब्याच्या अभिषेक कलशातून थेंब थेंब पाणी ठिबकत होते. शिवलिंगास जास्वंदीची आणि गोकर्णाची फुले वाहिली होती. मंदिरापुढील सभामंडप जुना आणि कौलारू होता. दोन्ही बाजूंस उतरते छप्पर होते. मधोमध जुना सागाचा खांब आणि त्याला उतरत्या जुनाट पागोळ्या काहीशा विस्कटलेल्या. खरंतर या जुनाट मंदिराचा जीर्णोद्धार व्हायला हवा अशी स्थिती होती. वर अनेक जाळी-जळमटे दिसत होती. सगळं जुनं, मळकट वाटावं असं होतं.

हंडिगाव मात्र मंदिरापासून थोडं दूर होतं. इथे आम्हाला रात्रीचा एक मुक्काम आवश्यक होता. मंदिराचा पुजारी इथेच राहणारा; त्यामुळे त्याने आमचे चांगले स्वागत केले. पुजाऱ्याच्या मदतीने भोजन तयार करून आम्ही मिळून जेवलो. देवळासमोर पणत्यांसाठी सुरक्षित जागा होती. तिथे दोन-तीन दिवे लावले गेले. बऱ्यापैकी उजेड होता; पण बाजूला मात्र सगळा अंधारच अंधार! उशिरा का होईना चंद्रकोर उगवली; त्यामुळे काहीसा प्रकाश पडला.

आम्ही एकमेकांना काही अनुभव सांगत होतो. आचार्य गोविंदाचार्यांनी त्यांच्या आश्रमाची माहिती सांगितली. न्यासाची नोंदणी, उद्दिष्ट, कार्य, धर्मादाय आयुक्तांचं नियंत्रण वगैरेबाबत सांगितलं. आम्ही बराच वेळ बोलत बसलो.

पुजाऱ्याने मंदिराचा गाभारा बंद केला आणि त्याच्या नेहमीच्या जागेवर त्याने अंथरूण टाकले. आम्हीही सगळेजण सभामंडपात नंदीच्या समोरच झोपलो. काहीशी उशिराच झोप आली. नदीवरून येणारा गार वारा जाणवत होता.

साधारण मध्यरात्र उलटून गेली असावी. चंद्रकोर चांगलीच डोक्यावर आली होती. मी अर्धवट जागा होतो. झोप यायची, पुन्हा जाग यायची असं होत होतं. तसे सगळेजण शांत झोपले होते. एकाएकी केवलानंदस्वामी ओरडत आणि विव्हळत उठून बसले. बाकीचेही जागे झाले. आम्हाला काही कळेना. तरणाबांड गडी घाबरेल कशाला? ते वेदनेने व्याकूळ झाले होते. कळवळत होते. उठून अक्षरशः रडूच लागले. डावा हात धरून विव्हळत होते. गोविंदाचार्य जवळच होते. ते त्यांच्या पाठीवर हात फिरवत काही विचारू लागले. बाजूला झोपलेले मंदिराचे पुजारी उठून जवळ आले. तेही केवलानंदांना 'काय झाले? काय झाले?' विचारू लागले. त्यांच्या काही लक्षात आले नाही. डाव्या हाताची तर्जनी भयानक ठणकत असल्याचे आणि संपूर्ण हाताला मुंग्या येऊन तो बधिर झाल्याचे केवलानंद सांगू लागले. त्यांचे

हाल बघवत नव्हते. पुजारी लगबगीने उठले. त्यांनी सुरक्षितपणे देवळातला दिवा तिथे आणला. उजेडात पाहू लागलो तर केवलानंदांच्या कफनीवर एक काळाभोर विंचू होता. अजूनही डंख मारण्याच्या तयारीने त्याने नांगी उंचावली होती. लगेच पुजाऱ्याने आचार्यांच्या खडावाने विंचू खाली पाडला आणि रगडून मारून टाकला. हा विंचू वरच्या कौलातून पडलेला होता. केवलानंदांना घाम फुटला. खूप त्रास होऊ लागला. वेदना असह्य होत होत्या. पुजारी लगेच त्यांच्या पेटाऱ्याकडे गेले आणि त्यांनी काही जडीबुटीचे औषध काढून ते केवलानंदांना पानातून खायला दिले. त्यांच्याजवळ एक अर्धी सुपारीही होती, ती त्यांनी दगडावर उगाळली आणि ती तर्जनीवर डंख मारलेल्या ठिकाणी लेप द्यावा तशी लावली. पाच-दहा मिनिटांच्या आतच केवलानंदांचा दाह कमी झाला. थोड्याच वेळात वेदना शमल्या.

मलाही मी दहा-बारा वर्षांचा असताना विंचू चावला होता. मी नुसता थयथयाट केला होता. असेच काही औषध दिले होते आणि मग विंचू उतरला होता. मला अजूनही आठवते, आई म्हणायची शंभर पापं झाली की, विंचू चावतो. मला याची आता गंमतच वाटू लागली. त्या बालवयात इतक्या लवकर कशी माझ्या पापांनी शंभरी गाठली. या पापाचं मोजमाप कोण करतं? आणि आता स्वामी केवलानंद तर साधू-संन्यासी आहेत. नेमका त्यांनाच कसा विंचू चावला? पुजारीबुवांनी त्यांचे कर्तव्य केले. वहाणा कुणाच्या का असेनात विंचवाला मारणं तर गरजेचं होतं, ते त्यांनी केलं. तरीही सकाळपर्यंत आम्ही झोपलोच नाही. त्या इवल्याशा विंचवाने आम्हा सगळ्या संन्याशांची झोप उडवली होती. आम्ही वैराग्याच्या बळावर, मनावर ताबाही मिळवू शकू; पण विंचवाच्या कणभर विषावर नाही मिळवू शकणार. मला प्रश्न पडला, या मंदिराच्या गाभाऱ्यातल्या भगवान नीलकंठ शिवाने कसं हलाहल प्राशन केलं असेल?

अखेर उजाडलं. आम्ही सकाळी लवकरच हंडिगाव सोडलं. काही अंतर चालून गेलो तर एक अत्यंत सुरेख असा धबधबा आमच्या नजरेस पडला. हाच तो सहस्रधारा धबधबा!

वर्षा ऋतूतील पावसाने डोंगर अगदी फुलून गेला होता. सुंदर दृश्य होते. धबधब्याचे तुषार अंगावर घेत आम्ही बराच वेळ तिथे थांबलो. धबधब्याच्या आवाजातही सुरेल लय होती. मन तृप्त करणारा अखंड ताल होता. शब्दात न पकडता येणारा. सारस व काही पाणपक्षी तुषारात चिंब होण्याची स्पर्धा खेळत होते. हा धबधबा प्रथम खाली एका खडकावर आदळून मग नर्मदेत उडी घेत होता.

या मनोहर देखाव्यामुळे आम्हाला तिथून हलावेसेच वाटत नव्हते. आजूबाजूला वेली-झुडपांनीही चांगलीच दाटी केली होती. आजोबांच्या गळ्याला नातीने लडिवाळपणे विळखा घालावा, तसा एका जुन्या झाडाला कोवळ्या वेलीने विळखा घातला होता.

आम्ही सगळेजण त्या नाजूक वेलीकडे कौतुकाने पाहू लागलो. मला ही वेल कशी वाटते ते मी गोविंदाचार्यांना सांगितले तर त्यांनाही ते साधर्म्य आवडले. 'आप तो कवी भी हैं' अशी त्यांनी पुष्टी जोडली.

पुढच्या परिक्रमेसाठी जाणं जरुरीचं होतं. आम्ही तिथून निघालो. यातून नर्मदा जणू मोहात अडकू नका असं शिकवत होती का? आतापर्यंत आम्हाला नर्मदेने आनंद दिला, वेदना काय असते याचं प्रात्यक्षिक दिलं, भीतीचं दर्शन घडवलं, फसवणुकीचा अनुभव दिला, गावाचं नितांत प्रेम दाखवलं आणि मोहापासून सुटकेचा मार्ग सुचवला. सृष्टिसौंदर्य तर अखंड आमच्या सोबतीलाच होतं.

आम्ही दोनएक फर्लांग पुढे गेलो असू-नसू, दक्षिणेकडून वाहत येणारी एक हिरण नावाची नदी नर्मदेला मिळाली. एक नदी दुसऱ्या नदीत कशी विसर्जित होते याचं विलोभनीय असं ते दृश्य होतं. आवतीभोवती जे सार - असार असेल ते सारं काही आपल्याबरोबर घेऊन जाणारी नर्मदा इथे दुसऱ्या नदीला मोठ्या मनाने आपल्यात सामावून घेते. एकदिलाने मिळून-मिसळून जाण्याचं 'सं गच्छध्वम्' या तत्त्वाचं जणू दर्शनच घडवते.

इथे त्या दोन नद्यांचा सुरेख संगम स्पष्ट जाणवतो. वरून येणारं नर्मदेचं पिवळसर पाणी, तर डोंगरकड्यांतून वाट काढत धावत येणारं हिरण नदीचं स्वच्छ पांढरं पाणी. पाण्याचे दोन वेगळे रंग इथं येऊन एकजीव होतात. संगमावर अंघोळ करणाऱ्यांची बरीच गर्दी होती. संगमाच्या किनाऱ्याजवळ नदीचा बराच भाग उथळ होता. फार तर किनाऱ्यापासून दहा फूट अंतराचा असेल. कमरेएवढं पाणी होतं; त्यामुळे लोक इथे संगमावर अंघोळ करून घेतात. आम्ही गुडघाभर पाण्यात जाऊन उभे राहिलो. हिरण नदीचं पाणी काहीसं उबदार वाटलं तर नर्मदेचं थंडगार! संगमावर अर्घ्यदान व आचमन करून आम्ही निघालो.

अजून किती परिक्रमा होती ठाऊक नव्हतं. इथून पुढे हुशंगाबाद, जबलपूर, मंडला, कपिलधारा, कोटितीर्थ, मैकल पर्वतश्रेणी आणि शेवटी अमरकंटक-नर्मदेचे उगमस्थान; एवढा आणखी प्रवास उरलेला. मग तिथून पुन्हा नदीच्या दक्षिण दिशेचा नदीमुखापर्यंतचा प्रवास. अनुभव रोमांचकारीच होता; पण माझ्या मनाने पुन्हा उचल खाल्ली. आपलं असं का होतं कळत नाही. मन उच्छृंखल आहे, दुसरं काय? पुरे झाली एवढी परिक्रमा असं मनात येऊ लागलं. अखेर धीर करून मी आचार्यांना म्हणालो, मला परत जायचं आहे. त्यांना प्रथम मला काहीतरी सांगावं असं वाटलं असावं. ते थोडे गप्प झाले; पण मग विचार करून माझ्या निर्णयाबद्दल त्यांनी काहीच आढेवेढे घेतले नाहीत. त्यांनी सरळसरळ 'आप जैसा चाहे, आपकी मर्जी' म्हणून अनुमती दर्शवली.

मी तिथून निघालो. उत्तरेकडे जाणारी पायवाट होती. पुढे मैलभर अंतरावर

हुशंगाबाद रेल्वे स्टेशन असल्याची माहिती मिळाली. मला बरं वाटलं. अंदाजाने मी स्टेशन गाठलं. अत्यंत छोटं स्टेशन. स्टेशनमास्तरच्या कार्यालयाइतकाच प्लॅटफॉर्म, बाकी सगळं मोकळंमोकळं. इथे एखाद-दुसरी गाडी थांबते. कुठल्याच एक्स्प्रेस गाड्या इथे थांबत नाहीत. रात्री नऊला एक पॅसेंजर थांबते, भडोचला जाणारी ती एकमेव; त्यामुळे मला इथे थांबण्याशिवाय पर्याय नव्हता.

हुशंगाबादहून रात्रीच्या पॅसेंजरने मी भडोचकडे निघालो. या प्रवासात माझी पूर्ण रात्र शांत झोपेत गेली. सकाळी भडोच जंक्शन आले. पुन्हा गर्दीत मिसळलो.

नर्मदा परिक्रमेतील अत्यंत प्रेक्षणीय असे कपिलधारा, दूधसागर आणि धुवाधार हे धबधबे पाहण्यास मी मुकलो याची खंत मात्र मनात राहून गेली.

२३

अहमदाबादवरून बऱ्याच गाड्या भडोचमार्गे मुंबईस जातात. अहमदाबाद-मुंबई एक्स्प्रेसने मी बलसाड, सुरत, दमण, सिल्व्हासामार्गे मुंबईला पोहोचलो. सर्वत्र बॉम्बे असाच उल्लेख होत होता.

गाडी बोरीबंदर स्टेशनवर आली. अत्यंत भव्य स्टेशन. जिकडेतिकडे माणसांची गर्दीच गर्दी! बाहेर आलो. घोड्यांच्या अत्यंत सुरेख अशा रथासारख्या बग्गी स्टेशनबाहेर ओळीने उभ्या होत्या. त्यांचे घोडे अतिशय तगडे, उमदे होते. तसेच काही गाड्या, टॅक्सीही थांबलेल्या होत्या. एकूण अनोखा नजारा होता. बोरीबंदरची नक्षीदार उंचच उंच इमारत पाहून मी थक्कच झालो. या नगरीचे वेगळेच वैभव होते. तोंडात चिरूट, पाइप व डोक्यावर हॅट अशी अनेक माणसे इथे मी प्रथमच पाहू लागलो. इंग्रजी लिबास व ऐट असलेली. काही कोळी व कोळिणी माशांचे डालगे डोक्यावर घेऊन भरभर चालत होते. विस्तीर्ण फूटपाथ असलेले आणि काळेभोर गुळगुळीत रस्ते. प्रथमदर्शनीच मला या नगरीने मोहवून टाकले. प्राचीन काळातून क्षणार्धात अर्वाचीन युगात यावे अशी माझी स्थिती झाली.

मला पूर्ण अपरिचित नगरी. एक बोर्ड वाचला. 'फोर्ट एरिया' तर दुसरा 'वे टू फ्लोरा फाउंटन.' मी तिकडे निघालो. दिवस संध्याकाळकडे झुकलेला. जसजसे ते फ्लोरा फाउंटन जवळ येऊ लागले, तसतसा तिथे जमलेला माणसांचा प्रचंड जमाव दिसू लागला. दुतर्फा सर्व दुकानेच. अनेक प्रकारची. ती ओलांडत मी तिथपर्यंत पोहोचलो. माणसे चौफेर, रस्त्यावरच बसलेली होती. मला पुढे जाणं शक्य नव्हतं. कुठलीशी एक जाहीर सभा चालली होती. मी परत फिरलो. दुसरा रस्ता धरला.

समुद्रकिनाऱ्याची चौकशी करत मी त्या दिशेने चालू लागलो. थोडं चालून

गेल्यावर बोरीबंदरसारखे आणखी एक रेल्वे स्टेशन लागले. त्याचे नाव चर्चगेट होते. समोर एक सिनेमाचं थिएटरही होतं. जवळच एक भव्य फलकही लावलेला व त्यावर 'ग्रेट डिक्टेटर-चॅर्ली चॅपलिन' असं लिहिलेलं होतं. सोबत आणखी एका लघुपटाचं नावही झळकत होतं. 'लॉरेल ॲण्ड हार्डी.' फलक व परिसर पाहतपाहत मी सरळ रस्त्याने तसाच पुढे गेलो. काही अंतरावरच थंडगार वाऱ्याचा झोत अंगावर येऊन आदळू लागला. हे वारं झोंबणारं नव्हतं; पण अंगावर झुळझुळणारं होतं. एक आडवा रस्ता समोर आला आणि लगेच समोर विशाल समुद्र दिसू लागला. तो प्रशस्त रस्ता ओलांडून मी पलीकडे किनाऱ्यावर गेलो. अर्धगोलाकार रस्त्याला लागून समुद्राच्या किनाऱ्याला दूरवर छानसा सुरक्षित भिंतीचा कठडा बांधलेला दिसत होता. त्यावर अनेक लोक ठिकठिकाणी शांतपणे बसलेले होते. रस्त्यावरून क्वचित एखादी टॅक्सी, गाडी जाई. काही बग्गी अगदी राजरथ जावा अशा थाटात पळत होत्या. अधूनमधून काही टांगेही दिसायचे.

समुद्रकिनाऱ्यावरील याच रस्त्याला वळसा घालून अनेक मोठमोठे, उंच व आकर्षक बंगले ओळीने शिस्तबद्ध उभे होते. मी कठड्यावर बसून ही श्रीमंती पाहत होतो. माझ्यापासून काही अंतरावर एक प्रेमी युगुल बिलगून बसलेले होते. अगदी बिनधास्त व निःसंकोचपणे! मलाच ते अशिष्ट वाटू लागले. फूटपाथवरून चालत जाणाऱ्या एका गृहस्थास थांबवून मी 'हा कुठला एरिया' असं विचारलं. त्यांनी 'मरिन लाइन्स' एवढंच उत्तर दिलं आणि तो झपझप निघूनही गेला.

समुद्राचे पाणी अधिकच आक्रमक होऊन बेदरकारपणे वारंवार कठड्यावर आदळत होते. मी इथे येण्याआधीच सूर्य समुद्रात बुडाला होता; पण संधिप्रकाश मात्र अजून रेंगाळत होता. आल्हाद वाटावा असा उत्साही परिसर. हा आल्हाद मनात किती साठवून घ्यावा असं वाटत होतं. आपल्या तीर्थाटनाची परिक्रमा अशी चक्राकार पूर्ण होतेय, याचं काहीसं समाधान वाटत होतं.

काही वेळाने आवतीभोवती अंधार दाटू लागला. ते प्रेमी युगुल आणखी बिलगले होते. माझ्यासारख्या संन्याशाने त्यांच्याकडे लक्ष द्यायला नको. मला अप्रशस्त वाटू लागले. मी तिथून आणखी जरा लांब अंतरावर जाऊन बसलो. समुद्राकडे पाठमोरा. आणखी काही वेळ गेला. समोर असलेल्या इमारतींच्या दाट उंचवट्यातून वाट काढत चंद्र वर येत होता. अरे वा! आज भाद्रपद पौर्णिमा! म्हणून तर हा समुद्र असा आक्रमक होऊन किनाऱ्याकडे बेदरकारपणे झेपावतो आहे. पौर्णिमेची समुद्राला आलेली ही भरती मी कितीतरी दिवसांनी पाहतो आहे. आज 'संन्यासिनां चातुर्मास्यसमाप्तिः'चा दिवस. या दिवसाचे आपल्याला काय अप्रूप. असले विधिनिषेध आपण कधीच पाळत नाही. बुद्धीला पटेल तेच आपले शास्त्र.

श्रीमंतनगरीचा हा अनोखा देखावा आणि पौर्णिमेची समुद्रभरती पाहण्यात मी

रमून गेलो. भरतीमुळे समुद्राच्या काठावर वारंवार आदळणाऱ्या प्रचंड लाटांचा घनगंभीर आवाज ऐकण्यात मी कितीतरी वेळ गुंगून गेलो.

अचानक भुकेची तीव्र जाणीव झाली. आज आपण दिवसभर अन्नाचा एकही कण खाऊ शकलो नाही. भुकेने व्याकूळ व्हायला लागलं. आता इथून जायचं तरी कुठे? काहीच माहीत नव्हतं. परत त्याच वाटेने निघालो. भूक कशी शमवावी? या विचारात मग्न होतो. अंधार होता; पण आजूबाजूच्या लखलखीत दिव्यांमुळे तो जाणवत नव्हता.

अंतराअंतरावर हॉटेल्स होती. प्रत्येक हॉटेलच्या प्रवेशद्वारावर वजिराच्या थाटात राजवेषातले रक्षक उभे होते. कुठेतरी घासभर मागावे असे वाटत होते; पण ते अवघड वाटू लागले. काय ही आपली दशा? कधीकधी आपलीच आपल्याला घृणा वाटते. हा कसला शोध आणि हे कसलं तीर्थाटन असं वाटू लागलं. भुकेमुळे मन अगदी त्रासिक होऊन गेले. 'भिक्षान्देहि' म्हणावं तर इथं तशी घरंही दिसेनात.

चालत चालत पुढे कोणत्या रस्त्याला लागलो ते कळेना. बोरीबंदरचा रस्ता चुकला होता. आता रस्ता नेईल तिकडे जायचे. बरंच अंतर चालत होतो. शहर जागंच होतं; त्यामुळे काळजी नव्हती. पुढे एका रस्त्याच्या बाजूला थोडीफार माणसे जमलेली दिसली. तिकडे तरी जावं म्हणून वळलो. रस्त्याच्या कडेला लागून एक पारशी लोकांचे फायर टेंपल होते. कुणा मोदीसाहेबांच्या नावाचे ते अग्निमंदिर होते. मी मंदिराजवळ थांबलो. बाहेर काही भिकारी ओळीने बसलेले होते. निर्धास्त पण अजागळ अवस्थेत. फायर टेंपलमध्ये प्रार्थना चालू होती. ती संपल्यावर इथे अन्नदान होणार हे ध्यानात आले. आता नक्की काहीतरी खायला मिळेल याचा अंदाज आला. या अनावर भुकेच्या वेळी इथे विनासायास पोटभर अन्न खायला मिळणार या कल्पनेनेच मी सुखावलो. मी त्या भिकाऱ्यांच्या रांगेत जाऊन शांत उभा राहिलो. भुकेपुढे सगळ्याचाच विसर पडतो.

काही वेळानंतर डोक्यावर उंच टोपी घातलेला कुणी एक पारशी गृहस्थ भाताचं भलं मोठं पातेलं घेऊन बाहेर आला. त्याच्या सोबतीला आणखी एक माणूस होता. नंतर आमटीचं एक पातेलं आणि अन्नवाटपाचं साहित्य घेऊन तो आला. शांत बसलेले भिकारी एकदम उठले आणि त्यांनी एकच गलका केला. सगळेजण गर्दी करून एकाच वेळी आपली ताटं वाढप्यासमोर धरू लागले. साहजिकच वैतागून पारशी त्यांच्यावर खेकसला.

'अरे बाबा, लाइन लगाओना! एक-एक करके आओ ।'

तरीही गोंधळ थांबेना. तो काहीसा त्रासून गेला. तो नुसता स्वस्थ उभा राहिला. वाटप सुरू करेना, तेव्हा कुठे भिकाऱ्यांनी एकापाठोपाठ एक असं उभं राहायला सुरुवात केली. त्या पारशाने काही बडबडत वाटप सुरू केले.

'रोजमर्रा की तरह क्यों शोर मचाते हो? सबको खाना मिलेगा, मिलेगा...' म्हणत तो जेवण वाढू लागला.

अर्थात मी शेवटी होतो. माझ्या भिक्षापात्रात पुरेसा भात, एक बनपाव देऊन भातावर घट्ट डाळीची आमटी वाढली. ते मौल्यवान अन्न घेऊन बाजूला समोर बसून सावकाश जेवलो. आता बरे वाटू लागले. बाजूला पिण्याच्या पाण्याने भरलेले एक पिंप होते. त्या पिंपलाच लोखंडी साखळीने बांधलेला ग्लास होता. जेवल्यावर मी तिथलेच पाणी प्यालो. आता माझ्याकडे कमंडलू नव्हता.

तृप्त वाटू लागले. आकाशात पूर्ण चंद्र बराच वर आला होता. चंद्र प्रसन्न व तेजःपुंज वाटत होता. रात्रीचे दहा वाजलेले. विचारत, शोध घेत मी बोरीबंदर स्टेशन गाठले. तिथे निवाऱ्याची सोय होती; त्यामुळे रात्र तिथेच काढली.

दोन-तीन दिवस असेच गेले. दिवसभर हाजीअली, गेट वे ऑफ इंडिया, चौपाटी, समुद्रकिनाऱ्यावर फिरत होतो. विचार करता करता आता एखादं चर्च पाहावं असं मनात आलं. इथे अनेक चर्च आहेत. एका गृहस्थाला विचारले, तेव्हा त्याने व्यवस्थित माहिती दिली, 'New Mountain Massi Church is the biggest and oldest Church in Bandra. You may go there.'

मी वांद्र्याचं न्यू माउंटन मेसी चर्च गाठलं. आसपासच्या भागांत माहीम आणि जुहू येथेही ख्रिश्चनांची चर्चेस आहेत. चर्चच्या दर्शनी भागासमोर मी थांबलो. छोटीशी कंपाउंड वॉल होती. हे चर्च बोरीबंदर स्टेशनसारख्या उंच शिखरांसारखंच आहे. समोर दोन उंचच उंच निमुळते टॉवर्स आहेत. मध्यभागी कमी उंचीचा गोल आणि उभट नक्षीने सजवलेला एक टॉवर आहे. त्याखाली भव्य प्रवेशद्वार असून आजूबाजूला थेट उभ्या तीन-तीन उंच खिडक्या आहेत. आर्कने सजवलेल्या काळ्या-पांढऱ्या दगडांत अर्धगोलाकृती नक्षीकाम होते. चर्चचं बांधकाम जुनं काळ्या घडीव अशा फाडी दगडात केलेलं असल्याने इमारत अत्यंत रेखीव वाटते.

प्रवेशद्वाराच्या बाजूला एक वॉचमन होता. मी त्याला भेटून मला फादरना भेटायचं असल्याचं सांगितलं. तो 'थांबा' म्हणाला आणि 'मी आत विचारून निरोप देतो व तुम्हाला सांगतो' म्हणाला. वॉचमन मराठी माणूस होता. थोड्या वेळाने तो आला आणि मला या बाजूने जा. पलीकडे फादरचं निवासस्थान असल्याचं त्याने सांगितलं. मी त्याप्रमाणे गेलो.

फादर कार्यालयातच बसले होते. गळ्यात काळा बो लावलेला आणि अंगावर संपूर्ण पांढराशुभ्र परिवेष धारण केलेला होता. अंगकांतीने गोरेपान, उंच व अतिशय शालीन वाटत होते. मूळचे इंग्रजच ते. शांत आणि तृप्त मुद्रा! गळ्यात लांबलचक क्रॉस बांधलेला. वयस्कर असूनही डोळ्यांवर चश्मा नव्हता. मी आत येण्याची परवानगी घेऊन त्यांच्या आदरातिथ्यानुसार समोर खुर्चीवर बसलो. सगळंच शिष्टाचारयुक्त,

हसत स्वागत केलं जाणारं वातावरण. वेगळ्याच संस्कृतीचं दर्शन घडवणारं. माझ्यातही आपोआप त्यांचे एटिकेट्स् आले. मी ओळख करून देऊ लागलो,

"Sir, I am Chaitanya Anand, retired professor of Ancient Indian History and Culture."

त्यांनी उठून माझा हात हातात घेतला आणि अत्यंत प्रेमाने माझे स्वागत करून मला म्हणाले,

"My dear friend, I welcome you to this Church. Please be seated. I am Joseph Peter, father of this Basilika of our Lady of the Mountain more commonly known as New Mountain Massi Church. It is a Roman Catholic Basilika."

स्वागतातलं आदरातिथ्य व नम्रता लगेच जवळीक साधणारी होती. त्यांच्या बोलण्याने मी सुखावलो. गेले तीन दिवस पारशी फायर टेंपलमध्ये भिकाऱ्यांच्या रांगेत पोट भरणारा मी इथे एक आदरणीय गेस्ट म्हणून समोर बसलो होतो.

"Sir, I respect you and thanks for your hospitality."

"It's my pleasure."

"I am the student of religion. I have travelled more than half of India as a pilgrim. I have seen many temples, mosques and vihar. I have come to this holy place to take the blessings of lord. I am very much eager to know and get information about the Holy Bible and Christians religion. I will be obliged to you if you kindly do that for me."

मी माझ्या भेटीचं प्रयोजन विशद केलं. माझा उद्देश त्यांच्या ध्यानात आला. एका चांगल्या कामाची त्यांना कल्पना आल्याने ते समाधानी दिसत होते. याबद्दल आनंद व्यक्त करत ते मला म्हणाले,

"Okay Okay, Thanks to visit us, your subject is too vast and deep. It is very good concept that you are researching and studying all religions. I will be glad to tell you about God's messenger Lord Christ and Christian religion. I will feel good if you stay here for a week for discussion."

थोडं थांबून ते मला पुढं म्हणाले,

"Tomorrow it is Sunday. People will come for pray. I think you should also attend."

होकार देत फादरना मी आणखीही काही माहिती दिली. बरंचसं तत्संबंधी

बोललो. फादरदेखील चर्चविषयी, परिसराविषयी आणि त्यांच्या स्वतःविषयी बरंच काही सांगत होते. ते म्हणत होते की, इथे मी वयाच्या तिसाव्या वर्षी आलो. आता इथेच मला जवळजवळ पन्नास वर्षे झाली.

"I love India and the people of India also. They also love me a lot. I am now very much satisfied."

आमचं बोलणं झालं. चर्चमधल्या एका सेवकास बोलावून एके ठिकाणी माझी राहण्याची सोय केली गेली. छोटीशीच खोली होती. दोघं राहतील असं गेस्टरूम. समोरासमोर दोन पलंग. एक रिकामा होता. कुणी एकजण राहत असावेत. भिंतीवरील खुंटीवर कपडे अडकवलेले होते आणि एका बाजूच्या टेबलाखाली सामानाची बॅग होती. माझं काही सामान नव्हतं. मी त्या रिकाम्या पलंगावर पहुडलो. त्या सेवकाने पुन्हा येऊन पाण्याने भरलेला एक जार आणि एक ग्लास टेबलावर ठेवला. त्याचे नाव रॉबर्ट असल्याचे सांगितले आणि काही लागले तर परत बोलवा म्हणाला. दुपारी दोन वाजता लंच आणून देईन हेही त्यानं सांगितलं.

सायंकाळच्या सुमारास मी चर्चचा परिसर आणि चर्च पाहिलं. चर्चमध्ये लोक एकत्र येऊन बेंचवर बसत. बाजूच्या कन्फेशन रूममध्ये जाऊन शांत बसत. डोळे झाकून प्रे करत, मग गळ्यातला क्रॉस दोन्ही डोळ्यांना लावून, चुंबून दोन्ही भुजांकडे हात स्पर्शून कबुली व्यक्त करत.

चर्चच्या समोर विस्तीर्ण रस्ता, रेल्वे स्टेशन आणि असंख्य दुकाने होती. संध्याकाळी मी तिथे फिरून आलो. पुन्हा रूमवर आलो तर शेजारच्या पलंगावर कुणी मध्यम वयाचा गृहस्थ लोडाला टेकून बसला होता. मला पाहून त्यांनी 'हॅलो' म्हटलं. मीही प्रतिसाद दिला, नंतर त्यांनी 'हाउ आर यू?' म्हटल्यावर मी 'गुड, फाइन!' वगैरे बोलून माझी ओळख करून दिली. त्यांनीही मग आपण इथे धर्मगुरूचं काम करतो व ओळख करून देताना सांगितलं. 'आय एम द रेव्हरण्ड डी. तिलक.'

डिनर झाल्यावर आम्ही दोघं बोलत बसलो. मी माझा सगळा प्रवास सांगितला. बोलण्यातला माझा पूर्ण निधर्मी सूर ऐकून ते म्हणत होते, 'आपली नक्की काय ती विचारसरणी व मत असायला हवे. रस्ते अनेक आहेत, आपण एकाच वेळी सर्व रस्त्यांनी चालू शकत नाही. आपणास कुठला तरी एक रस्ता निवडावा लागतो. जो आपणास योग्य वाटतो तो. मनाचा नीट कौल हवा.'

तसं रेव्हरण्डसाहेबांचं बरोबर होतं. मी माझ्या अध्यापन विषयामुळे अनेक संदर्भ वाचले होते. माझ्या परीने मी अनेक धर्मांचे तत्त्वज्ञानपर ग्रंथ वाचले होते. सर्वच धर्मांत चांगली, समान सूत्रं असली तरी न पटणाऱ्या अनेक प्रथा, परंपरा आणि आचारधर्माच्या पद्धती होत्या. अव्याहतपणे चालत आलेले काही अंधानुकरण होते. बुद्धिप्रामाण्याला न पटणाऱ्या व काळानुसार त्यात अपरिहार्य काहीही बदल न

स्वीकारल्या जाणाऱ्या कर्मठ बाबी तशाच चालत आलेल्या होत्या. हे मला अमान्य होते. आता ही चर्चा लांबेल आणि आपणास रेव्हरण्डसाहेबांचा नीट परिचय नसल्याने मी बोलणे वाढू दिले नाही; पण थोड्या वेळाने रेव्हरण्डसाहेबच म्हणाले,

"सर, तुम्ही माझे उत्तर दिले नाहीत."

"मी अजून संभ्रमात आहे. उत्तराच्या शोधात फिरतो आहे."

"तुम्ही तर सेवानिवृत्त आहात. एवढा उशीर झाला तरी..."

"मला कधी गरजच भासली नाही. अतिशय छोटं कुटुंब होतं. सण साजरे व्हायचे. हिंदू चालीरीती होत्या."

"म्हणजे निदान तुम्ही हिंदू..."

"असेन; पण मी तसा ठाम नव्हतो. अजून नाही."

"तरी धर्माविषयी तुम्हाला काहीतरी वाटत असेलच की."

"रेव्हरण्डसाहेब, तुम्हाला उत्तरच हवं असेल तर पुन्हा योग आला की, आपण चिकित्सक चर्चा करू. मला आवडेल आणि मला ते जरूरही आहे; पण धर्माविषयी मला एकच वाटते. कुठल्याही समाजाला, माणसाला कप्पेबंद करायला नको. आकाशात अनेक पक्षी स्वैर विहार करतात. त्यांनी त्यांचे कुठलेच धर्म अजून निर्माण केलेले नाहीत. तरीही ते सुखी आहेत. आपण कोणतं सुख मिळवलं आजवर?"

"सर, अनिर्बंध राहण्यातही धोके आणि असुरक्षितता असतेच ना?"

ही चर्चा थांबणार नाही. वाढतच जाईल. रेव्हरण्डसाहेब हे तर धर्मप्रचारक आहेत, त्यांची यात रुची असणं साहजिक आहे; पण संवादाचं वादात रूपांतर होऊ नये म्हणून मी बोलण्यास आवर घातला. 'तुम्ही म्हणता ते बरोबर आहे', म्हणत विषय थांबवला.

मग रेव्हरण्डसाहेबांनी कुठलं तरी पुस्तक हातात घेतलं आणि ते वाचत बसले. 'काय वाचताय?' मी म्हणालो. त्यांनी पाहायला पुस्तकच हातात दिले. पुस्तकावर नाव होतं, 'Psychology and the Religious Quest' आणि लेखक होते, Cattel Raymond B. मी पूर्वी कधी हे पुस्तक पाहिलं नव्हतं. लंडनमध्ये छपाई केलेलं अत्यंत सुबक व वजनाने हलकं पुस्तक होतं. पाहून त्यांना परत दिलं.

रविवारचा दिवस. सकाळी नऊ वाजल्यापासून चर्चबेल वाजत होती. अत्यंत सुंदर व आकर्षक कपडे घालून लोक यायला सुरुवात झाली. चर्चचा हॉल पूर्ण भरला, तेव्हा दहा वाजून गेले होते. मीही चर्चमधील प्रे पाहायला शेवटच्या बेंचवर जाऊन बसलो. मी तिथे मुलखावेगळा वाटत होतो. फादर जोसेफ पीटर डायसवर येऊन थांबले. सगळ्यांनी त्यांना अभिवादन केले. त्यांनीही सगळ्यांना दोन्ही हातांनी आशीर्वादासारखं ब्लेसिंग केलं. वेलकम करून ते बाजूच्या खुर्चीवर बसले. स्वागतात माझाही उल्लेख होता.

चर्चच्या समोरच्या भिंतीवर, फादर यांच्या पाठीमागे छानसा मेरीचा पुतळा होता. एका बाजूला क्रुसावर देहदंडाची शिक्षा दिलेली जीझसची मूर्ती होती.

गिटार घेऊन व संगीत वाद्ये घेऊन काहीजण स्टेजवर आले. त्यांनी संगीताच्या सूरतालात परमेश्वराची स्तवनगीते म्हटली. त्यानंतर फादर पीटर पुन्हा डायसवर आले. त्यांच्या हातात बायबल होतं. त्यात एके ठिकाणी मोरपीस ठेवलेलं होतं. ते पान त्यांनी उघडले आणि अध्याय वाचून विवरण करू लागले. येशूच्या जीवन-कथेतला संदर्भ सांगून ते आपल्या रसाळ वाणीत बायबलची वचने सांगू लागले. सर्व लोकांच्या पापविमोचनार्थ येशूने केलेलं क्रुसिफिकेशन कथन केलं. येशूचे बलिदान जगात अद्वितीय आहे ते खूप मोलाचे आहे. ज्या देवाचा अत्यंत लाडका पुत्र आपल्या सगळ्यांसाठी एवढं श्रेष्ठ स्वतःचं बलिदान देतो, त्यास आपण विसरू नये. त्याच्यावर श्रद्धा ठेवा, प्रेम करा असा उपदेशही केला.

त्यानंतर सार्वजनिक प्रार्थना झाली. फादर यांनी संदेश दिला. सर्व वातावरण मंगलमय व सश्रद्ध होऊन गेले. मग त्यांनी सेंट मॅथ्यूजचे संदेशवाचन केले.

'Please listen the Holy message from st. Mathews. He said that, You love to your enemies also. If they curse you, you don't repeat it but bless them and do good to them even they hate you. For all you pray which despitefully use you and persecute you.'

शेवटची सामूहिक प्रार्थना करून फादरनी सगळ्यांना आशीर्वाद दिले. दानधर्माचा एक विधी केला गेला आणि चर्चमधील रविवार साजरा झाला. सगळे हळूहळू बाहेर जाऊ लागले. काही रेंगाळत होते तर काहींना निघण्याची घाई होती.

एक वेगळंच धर्माचरण मी पाहिलं. इथे कसलीही पूजा नव्हती, अभिषेक नव्हता. आरती नव्हती. निरांजन, दिवे नव्हते. फक्त येशूच्या मूर्तीच्या खाली पायथ्याशी काही मेणबत्त्या मंदपणे जळत होत्या. फादर अंगावरचा डगला सावरत निवासाकडे गेले.

मीही खोलीवर परतलो.

तासाभरानंतर मला निरोप आला. फादर जोसेफ पीटर यांनी मला लंचसाठी आमंत्रित केले आहे. रेव्हरण्ड डी. तिलक यांच्यासह आम्ही भोजनकक्षात जमलो. डिशेस, चमचे, काटे, नाइफ टेबलावर मांडून ठेवलेले होते. बाजूला नॅपकीन होते. आम्ही खुर्चीवर बसलो. एक बटलर आम्हाला भोजन वाढायला बाजूला उभा होता. आम्ही गळ्याभोवती व मांडीवर नॅपकीन ठेवले. त्याने डिशेसमध्ये पदार्थ ठेवले. बाजूला बाउल होते. जे हवे ते त्यातून घ्यायचे. अशी रीत.

चर्चची माहिती सांगत, गप्पा मारत, चर्चा करत आम्ही जेवू लागलो. धर्मपरत्वे जेवणाच्या पद्धतीही निरनिराळ्या. इथे जेवायला पाट मांडलेले नाहीत. ताटाभोवती

रांगोळी नाही. जेवणापूर्वी श्लोक नाही. पहिला घास घेताना, 'घ्या' किंवा 'सावकाश जेवा' म्हणणे नाही. पहिला भात त्यावर घट्ट वरण व तुपाची धार, दुसरा भात असलं काही नाही. शेवटचा दहीभात, ताक ही पद्धतीही नाही. डिशमध्ये पावाचे स्लाइस ठेवलेले, कोणत्याही पदार्थाला हात लावायचा नाही. आमटी भुरका मारून अथवा चाटून खाणे नाही. मला गंमतच वाटली. सोवळ्यात उघड्याने जेवणारे ब्राह्मण तर तुपातल्या लाडवाशिवाय जेवणाची तुष्टी समजत नाहीत. भोजन म्हणजे एक यज्ञच! ताटात भाताचं एक शीतही न उरवता ओसरीच्या खाली हात धुवायचा आणि एक तृप्त ढेकर देऊन अन्नपूर्णेला आशीर्वाद द्यायचा. जेवताना चुकून तोंडाजवळचा घास खाली पडला तर लगेच हळहळ व्यक्त करत आपला कुणीतरी जिवलग या वेळी उपाशी आहे अशी समजूत करून घेत त्याच्यासाठी एक घास बाजूला काढून ठेवायचा. असली भावुकताही नाही. हिंदूंत जेवणालाही 'पोटपूजा' म्हणतात. तर इथे शरीराला किती कॅलरीज हव्या आहेत, किती प्रोटीन्स पुरवायचे हे पाहिलं जातं.

मी इथे त्यांच्या जेवण पद्धतीचे अनुकरण करत जेवण संपवले. शेवटी हात धुवायला कोमट पाण्याचा एक बाउल आणून ठेवला गेला. पाण्यामध्ये लिंबाची फोड होती. ती चुरगाळून हात धुऊन घेतला, अन्नपदार्थाला हाताचा स्पर्श झाला नसला तरी!

रेसिपीचं 'डेलिशिअस' वगैरे कौतुकाने म्हणत आम्ही उठलो. फादर यांच्या रूममध्ये येऊन बसलो. मग धर्मसंबंधाने काही बोलू लागलो. मला कॅथॉलिझम, ख्रिश्चियॉनिटी, येशू आदीबाबत माहिती हवी असल्याचे मी बोललो. मला येशूचे चरित्र माहिती आहे. माझ्या वाचनात धर्मविषयकही काही आले होते; पण फादरकडून दृष्टिकोन समजून घेणे मला कुतूहलाचे वाटत होते.

फादर जोसेफ पीटर काही ठळक मुद्दे सांगत होते. तसेच काही जनरल आयडिया देत होते.

"Prof. Anandaji, There are three main branches of our religion. One is Roman Catholic to which our New Mountain Massi Church belongs, second is protestant and third one is Eastern Orthodox. In the Roman Catholic Church, the Pope has supreme authority. The Vatican city is the home of the pope, head of the Roman Catholic church. The pope delivers his blessing from the balcony of st.Peter's Church in Rome, Italy every year of X'mus day. Orthodox followers belive that their Bishope are supreme and protestants believe that the Scriptures is the only authority.

"Christains believe in one God who sent his son Jesus Christ to earth to save people from sin by sacrificing his own life. Jesus spent his life teaching people about love and forgiveness.''

प्रत्येक धर्माची संकल्पना आणि माणसाविषयी कल्याणप्रद म्हणून केलेला मूलगामी विचार किती वेगवेगळा आहे! पापाबद्दल माणसाला पश्चात्ताप झाला पाहिजे. त्याने प्रामाणिकपणे ईश्वराजवळ त्याची कबुली दिली पाहिजे. त्याने कन्फेशन केले पाहिजे. यातच त्याचा नवा जन्म असतो आणि तो येशूच्या बाप्तिस्मा घेण्यास पात्र ठरू शकतो. पापी माणसाने मनापासून पश्चात्ताप केला तर परमेश्वर त्याला नक्कीच क्षमा करतो, असं ख्रिस्ती धर्म सांगतो.

इथे माणूस व पाप हा अन्योन्य संबंध गृहीतच धरला आहे. पाप सापेक्ष असो वा नसो; त्यामुळे Church is to relieve their suffering in purgatory by masses, पापक्षालनाचे स्थळ हे एक इथे गृहीत सत्यच आहे. Salvation किंवा पापविमोचन हा पायाच आहे. मला विचारमग्न पाहून रेव्हरण्ड डी. तिलक म्हणाले,

''सर, तुम्हाला काही बोलायचे आहे का?''

''ऐकतो आहे; मी पापाच्या गृहीत सत्याबद्दल विचार करत होतो.''

''तुमची शंका ध्यानात आली. सर, काही असलं तरी आपण सगळी माणसं आहोत. परमेश्वर नाही होऊ शकत, कारण आपलं मन लोभी, वासनामय, राग-द्वेषानं युक्त असं असतंच. तो स्वभावधर्म आहे; त्यामुळे पापाची कल्पना गृहीत आहे. पाप अपरिहार्यपणे घडते हे गृहीत धरले आहे. त्याची रूपं, स्वरूपं भिन्न असतील; पण ते मनात डोकावतंच. इथं पापाचं निर्मूलन व्हावं हा उद्देश आहे. पापी माणसाचं नाही. हेट द सिन बट नॉट द सिनर.''

फादर आमची चर्चा ऐकत होते. त्यांनी नंतर यहुदी धर्म, ज्यू परंपरा, रोमन साम्राज्याचे वर्चस्व, बायबल-जुना करार, जीझस जन्मकथा, त्याचं क्रुसिफिकेशन, बायबल-नवा करार, गॉस्पेल आदी अनेक बाबींची आम्हाला कल्पना दिली. बायबलच्या सुंदर देखण्या प्रती भेट म्हणून दिल्या. त्यांनी लिहिलेली पुस्तके दिली. 'आम्ही धर्म लादतो' हा गैरसमज दूर व्हायला हवा अशी अपेक्षाही व्यक्त केली. धर्माच्या प्रसाराकरता लोकांना जागृत करण्याचा प्रचार करणं हे प्रत्येकाचं काम आहे. धर्म हा अखेर मानवाच्या कल्याणाकरता काम करतो. सगळ्यांनी बंधुभावाने राहावं, जगावं हेच धर्म सांगतो. मतभेद, दुराग्रह, कलह, संघर्ष यांनी काय साध्य होणार? असं बरंच काही ते सांगत होते.

आमची चर्चा अत्यंत समंजस होती. फादर मनाने निर्मळ व प्रेमळ होते. ते सतत 'My Son' म्हणत होते. इथून तुम्ही कुठे जाणार? असा प्रश्नही मला त्यांनी केला, अत्यंत आस्थेवाईकपणे. माझं तसं काहीच नियोजन नव्हतं; त्यामुळे मी पुढचा बेत सांगू शकलो नाही. मग ते म्हणाले, 'चर्चगेटजवळ एक पारशी टेंपल

आहे. तिथे मोठा न्यास आहे. ते मुक्कामाची, राहण्याची व अभ्यासाची चांगली सोय करतात. त्यांची स्वतंत्र लायब्ररी आहे. झरथ्रुस्टीयन धर्माविषयीही तुम्हाला तिथे जाणून घेता येईल. तिथले मि. चोक्शी माझ्या चांगल्या परिचयाचे आहेत. मी त्यांना तुमची तिथे सोय करण्यास सांगतो.' माझ्यासाठी हे सर्व आपोआप होते. मी होकार दर्शवला. फादर जोसेफ पीटर यांनी चिठ्ठी लिहून, ती लिफाफ्यात घालून मला दिली.

दुसऱ्या दिवशी मी न्यू माउंटन मेसी चर्च सोडलं.

२४

पारशांचं फायर टेंपल मला परिचित होतं. सूर्य केव्हाच मावळला होता. हळूहळू उजेडासाठी दिवे उजळू लागले. मी गेटजवळ गेलो. दारात एका स्टुलावर वॉचमन बसलेला होता. मी त्याच्यापाशी गेलो तर 'खाना अभी नही, आठ बजे मिलेगा, अभी घण्टा बाकी है, वहाँ बैठीये' असं तो म्हणू लागला. मी माझं काम सांगितलं. 'चोक्शीसाब अभी आए नही हैं ।' एवढंच तो बोलला. अत्यंत तुटकपणे.

आसरा पाहून मी समोर एका ठिकाणी बसलो. बरोबर तासाभराने पारशी लिबासातले, डोक्यावर उंच पारशी टोपी घातलेले एक गोरेपान गृहस्थ गाडीतून गेटजवळ उतरले. वॉचमनने उभं राहून त्यांना सलाम ठोकला. मला अंदाज आला. हेच ते चोक्शीसाब असणार. ते आत गेल्यावर मी पुन्हा वॉचमनजवळ गेलो. साहेब आल्याचं त्यांनी मला सांगितलं. 'थोडं थांबा, आत विचारून तुम्हाला बोलावतो' म्हणाला. आत जाऊन तो थोड्या वेळाने परत आला. मला आत जायला सांगितलं. न्यासाच्या कार्यालयात मि.चोक्शीसाहेब बसलेले होते. मला आत बोलावले. माझा मुनिवेष पाहून त्यांना आदर तर वाटलाच; पण वेगळा प्रभावही जाणवला. चोक्शीसाहेब पारशी वळणाचे मराठी बोलत होते. त्यांना मराठी चांगले अवगत होते.

मी समोर बसून त्यांना नमस्कार केला आणि फादर जोसेफ पीटर यांचा लिफाफा त्यांच्याकडे सुपूर्द केला. त्यांनी त्यातलं पत्र शांतपणे वाचले. चोक्शीसाहेबांचा आणि फादर पीटर यांचा चांगलाच स्नेह असावा. ते माझ्याशी आणखी सलगीने बोलू लागले. मी माझी संपूर्ण माहिती सविस्तर दिली.

ते थोडा वेळ विचार करू लागले. म्हणाले,

''प्रोफेसर साहेब, आम्ही तुमच्यासाठी काय करू शकतो? अपेक्षा सांगा.''

"माझा इथे वास्तव्याचा विचार आहे. काही ग्रंथांचा सखोल अभ्यास करायचा आहे. त्यानंतर पुढे कुठं जायचं नक्की नाही. मी मंगळवेढ्याजवळील आर्वीकर महाराजांच्या मठात राहत होतो. पुन्हा तिथेच जाईन."

"मी काही सुचवतो. पाहा, तुम्हाला कसे वाटते. आमचं हे पारशी फायर टेंपल आहे, जुनं आहे हे तुम्ही जाणताच. आमचा इथे 'मोदी परवेझ पारशी ट्रस्ट' आहे. आम्ही सामाजिक, धार्मिक कार्य तर करतोच; पण त्याचबरोबर गरजूंसाठी मदतीचं शैक्षणिक कार्यही करतो. ट्रस्ट सोसायटी ॲक्टनुसार रजिस्टर्ड आहे. पाच-सहा वर्षांपूर्वी कुठल्यातरी बी.पी.टी. ॲक्टनुसार पुन्हा नोंदणी कंपल्सरी केली गेली. आम्ही तीही करून घेतली. आता चॅरिटी नोंदणीनुसार ट्रस्टवर खूप निर्बंध आहेत. हिशेब ठेवणे, संस्थेचे प्रोसीडिंग अप-टू-डेट ठेवणे, त्यांच्याकडे प्रॉपर्टी डिपॉझिट्सची नोंद करून घेणे, बजेट आलं, ऑडिट आलं, चॅरिटी कमिशनरांकडून चेंज रिपोर्टची मंजुरी घेणं आलं. एक ना दोन! अनेक कामे व त्यांचे रेकॉर्ड ठेवणे आले. मला असं वाटतं, तुम्ही या व्यवस्थापन कामात आम्हाला मदत करावी. असं काम करणारा जाणकार आम्ही शोधतो आहोत; पण माणूस मिळत नाही. आम्ही या कामासाठी मेहनताना देऊ. शिवाय राहण्या-जेवण्याची सोय. कृपया ही नोकरी समजू नका; एक सोशल वर्क म्हणून याकडे पाहा."

मी या अनपेक्षित ऑफरने विचारात पडलो. मला विचारमग्न पाहून पुन्हा चोक्शीसाहेबच सांगू लागले,

"तुम्ही विचार करा. आत्ताच काही सांगायला नको. उद्या सांगा. तशी तुम्हाला पूर्ण मोकळीक आहे. नोकरीसारखं पूर्ण वेळ बंधन नाही. तुमचं वाचन, लेखन तुम्ही चालू ठेवू शकता. इथे आमची मोठी लायब्ररी आहे. शिवाय मी एशियाटिक सोसायटीचाही आजीव सभासद आहे. तिथे सगळ्यात मोठी लायब्ररी आहे. मी तुमचा फॉर्म भरून तिथेही सभासद करून घ्यायला सांगतो."

तसं मला हे सगळं सोईचं होतं. सार्वजनिक न्यासाची व संस्थेची जवळून माहितीही होणार होती. गेल्या वर्षभरात माझं सगळं जणू नियोजन केल्याप्रमाणे घडत होतं. हाही त्यातलाच एक ऋणानुबंध असावा. विचार करून उद्या काय सांगायचे? त्यापेक्षा ही चर्चाही सविस्तर व सोईस्कर झालेली; त्यामुळे चोक्शीसाहेबांना मी लगेच होकार दर्शवला. अर्थात त्यांना आनंदच झाला. त्यांनी फादर जोसेफ यांना फोनवरून माझी संमतीही हर्षभराने सांगून टाकली. न्यासाच्या कार्यालयाची आणखी एक वेगळी खोली होती. टेंपलमधील एका सेवकाने माझी तिथे सोय केली. कार्यालयाचंही स्वरूप थाटून दिलं.

अल्पावधीतच माझं रुटीन सुरू झालं. नवीन शिकायला मिळणारं, अनुभव समृद्ध होणारं, हितकारक असंच हे काम होतं. मी ट्रस्टची कागदपत्रे चाळू लागलो.

रजिस्ट्रेशन नं. सी १२६ (बी) होता आणि फाउंडर ट्रस्टींची नावे होती, दोराबजी चोक्शी- अध्यक्ष, डॉ.जे.जे.पेमास्टर- उपाध्यक्ष, डॉ.फरुक खोदायजी- सचिव, डॉ.जे.डी.जसावाला, डॉ.रुसी सकलातवाला, विक्रम सेठना, सर आर्देशिर साराभाई हे सर्व सदस्य. ट्रस्टसंबंधीची सर्व नवी रजिस्टर्स, हिशेब पुस्तके, व्हाउचर्स, फाइल्स, प्रोसीडिंग बुक्स, अजेंडा पत्रके, ट्रस्ट नियमावली, बाय-लॉज फाइल्स, घटना, ट्रस्टींच्या नावांचे बोर्ड्स सर्व काही नव्याने सजवले. या 'मोदी परवेझ पारशी ट्रस्ट'कडे भरपूर फंड्स होते.

मोदी परवेझ हे फार मोठे उद्योगपती होते. त्यांची एक शिपिंग कॉर्पोरेशन लि. कंपनी होती. मोठमोठी जहाजे बनवण्याचा उद्योग होता. त्यांच्या मृत्युपत्रानुसार सर्व संपत्तीचा हा न्यास झाला होता. प्रचंड पैसा. मोदी यांच्या मृत्यूनंतर काम थंडावले होते. कंपनी बंद झाली. वारस नव्हते अशी परिस्थिती. न्यासाचे काम पाहायला अन्य अनेक माणसेही होती. न्यासाचे मुख्य कार्यालय मरिन लाइन्सला होते. मला तिथेही बोलावले जाई. मला फक्त रेकॉर्ड तयार करणे आणि बी.पी.टी. ॲक्टनुसार चॅरिटी कमिशनरांकडची कामे करणे अशी जबाबदारी होती.

अधूनमधून मी एशियाटिक लायब्ररीत जाऊन पुस्तके पाहत होतो. लायब्ररीत बसून मला वाचन करण्याचीही मोकळीक होती. पारशी टेंपलमध्ये मला दिलेल्या खोलीतही मी कामकाज आणि ग्रंथवाचन अशी दोन्ही कामे करत असे. मी त्यात अगदीच व्यग्र होऊन गेलो होतो असं काही नव्हतं. एके दिवशी मी ट्रस्टची घटना वाचत बसलो होतो. त्यामध्ये ट्रस्टचे उद्देश नमूद केलेले होते. त्यांपैकी एक होता 'जातपात, धर्म, राष्ट्रीयता याचा विचार न करता ट्रस्ट फंडचा विनियोग, अभ्यास, संशोधन, संकटग्रस्तांना (पूर, भूकंप, नैसर्गिक आपत्ती, साथीचे रोग आदी) साहाय्य करणे, अन्य प्रकारच्या दानधर्मासाठी निधीचा वापर करणे, संस्थांना आर्थिक साहाय्य देणे.' आणखी एक महत्त्वाचा उद्देश आढळला. परदेशी उच्च शिक्षण घेण्यासाठी जाणाऱ्या भारतीय विद्यार्थ्यांसाठी काही शिष्यवृत्ती ठेवलेल्या होत्या. २५ लाखांचा एंडोवमेंटमध्ये जमा केलेला एक निधी होता. डॉक्टर, कायदेपंडित, अभियंते आणि आय.सी.एस.साठी जाणाऱ्या विद्यार्थ्यांना त्यातून मदत केली जात असे. एवढी मोठी मदत उपलब्ध असूनही या मदतीचा फारसा कुणी लाभ घेतला असल्याचे आढळून आले नाही. पैसे पडून होते.

या न्यासाच्या कार्याबद्दल मला आदरच वाटला. न्यासाचे काम मी अतिशय निष्ठेने पूर्ण करून दिले. मलाही त्यातून धार्मिक न्यासाची माहिती मिळाली. दिलेले काम पूर्ण झाले. एके दिवशी त्याप्रमाणे मी चोक्शीसाहेबांना कल्पना दिली. दरम्यान, त्यांनी नवा माणूस शोधून ठेवला होता. मग त्यांनी मला या जबाबदारीतून मुक्तही केले. अल्पावधीतच माझे व चोक्शीसाहेबांचे संबंध चांगलेच दृढ झाले. त्यांनी मला

माझ्या पुढील निर्णयापर्यंत इथेच राहण्याचा आग्रह केला.

मी रोज संध्याकाळी एशियाटिक लायब्ररीहून पारशी टेंपलकडे येताना समुद्रकिनाऱ्यावरून फिरून यायचो. समुद्राचं दर्शन घेण्याचा मोह मला आवरता येत नसे. समुद्रकिनारी बराच वेळ बसत असे. त्याच्या असीम भव्यतेकडे एकटक पाहत बसलं की, मन आपोआप एकाग्र होई. दूरवरून येणाऱ्या लाटा मनात आठवणींचा कल्लोळ निर्माण करत. हा कसला ऋणानुबंध असेल माहीत नाही. सागराच्या विशाल रूपाशी एकरूप होणं आवडत असे. समुद्राच्या विस्तीर्ण पाण्यावर अंधार अंथरला गेल्याशिवाय मी परत येत नसे. समुद्राची दोन रूपं मला विशेष भावत. पौर्णिमेच्या भरतीला तो अभिमानाने फुलून येई, रौद्ररूप धारण करी. तर अमावास्येच्या रात्री तो रुग्णासारखा खंगलेला दिसे. मलूल व निस्तेज वाटे.

मि.चोक्शींशिवाय अन्य ट्रस्टींची माझी फारशी भेट होत नसे. ट्रस्टींची तीन महिन्यांतून एकदा होणारी मीटिंग झाली. त्या वेळी मात्र सर्व ट्रस्टी उपस्थित होते. माझी त्यांची ओळखही झाली. दोराबजी चोक्शींशिवाय, ट्रस्टींपैकी विक्रम सेठना मात्र अधूनमधून यायचे. नेहमीच्या संबंधाने व भेटीमुळे फक्त चोक्शीसाहेबांची माझी ओळख आणखी दृढ होत गेली. जवळीक वाढत गेली. आता सहा महिने झाले.

माझं नियमित वाचनही सुरू होतंच. भरपूर वाचून झालं. त्यावर चिंतन-मनन झालं. मी माझ्या पद्धतीप्रमाणे त्यावर वेळोवेळी टिपणं काढत असे. सर्व धर्मग्रंथ व तद्आनुषंगिक जरूर ते संदर्भ ग्रंथ पाहून झाले. एशियाटिक लायब्ररीत भरपूर संग्रह उपलब्ध होता. जुन्या हस्तलिखितांपासून ते अनेक जाडजूड मौल्यवान ग्रंथांपर्यंत सारं उपलब्ध होतं. सोसायटीचे संचालक, उपसंचालक शासकीय होते. त्यांच्याशीही दृढ परिचय झाला. सलगी वाढली. इकडे संध्याकाळच्या रोजच्या पायंड्यामुळे समुद्र तर परममित्रच झाला. मी गेलो की, समुद्रावरचं वारं लडिवाळपणे अंगावर रेंगाळत राही.

इथे मी व्यग्र झालो असलो तरी महिन्यातून एकदा न्यू माउंटन मेसी चर्चकडे जात असे आणि फादर व रेव्हरण्ड हे प्रेमाने माझी विचारपूस करत असत. चर्चा होई. धर्म, तत्त्वज्ञान यांवर आम्ही तासन्‌तास बोलत असू. अशाच एका बैठकीत आमची इंग्रजी साहित्य व तत्कालीन स्थिती यावर चर्चा इतकी रंगली की, फादर थक्कच झाले. माझ्या येत राहण्याने ते समाधानी दिसत होते.

फादरना मी एशियाटिक लायब्ररीतील वाचन उपक्रमाची माहिती दिली- "इंग्रजीतील अत्यंत जुना कवी चॉसर, हेन्रिसनची कवितेची पुस्तके मी वाचली. एशियाटिकमध्ये बायबलची भाषांतरे आढळली. Renassance काळातले शेक्सपिअर, स्पेन्सर, मिल्टन यांच्या साहित्याच्या वाचनाचा मी मोह आवरू शकलो नाही. हॅम्लेट, मॅकबेथ, किंग लिअर, ऑथेल्लो, मर्चंट ऑफ व्हेनिस मूळ प्रथम आवृत्तीची पुस्तके

वाचून झाली. जॉन मिल्टनचे 'पॅरॉडाइज लॉस्ट', अँटनी-क्लिओपात्राच्या जीवनावरचं 'ऑल फॉर लव्ह' नाटक तसंच विल्यम वर्डस्वर्थ, कीटस, बायरन, शेली, टेनिसन, T.S. इलियट, होमर अशी किती नावे सांगावीत? काय ती इंग्रजी साहित्याची समृद्धता आणि संपन्नता? प्रचंड गुहाच ती! खलिल जिब्रानचं 'द प्रॉफेट' पाहताना कळलं, अल् मुस्तफाकडून वदवलेलं काव्यमय तत्त्वज्ञान केवळ अप्रतिम आहे. परवाच पुन्हा चार्लस डार्विन वाचून वेगळा केला. मला एवढं पुरेसं आहे. आता धर्मविषयक अभ्यासाकडे वळतो. इथे एकत्रपणे सगळंच मिळतं. प्रश्न आहे तो फक्त वेळेचा. चोक्शींनी खूप सवलत दिली; त्यामुळे तशी अडचण आली नाही.''

या चर्चेत रेव्हरण्ड डी. तिलकांनीही आपली साहित्य अभिरुची आणि मत नोंदविले. ते म्हणाले,

''शेक्सपिअरच्या नाटकात अत्यंत भव्यता होती. प्रामुख्याने हृदयस्पर्शी भाव होता. नाटकात गंभीरताही तितकीच होती. जीवनातल्या दुःखाची आणि अपेक्षाभंगाची तीव्रता शेक्सपिअर फार प्रभावीपणे जशी रेखाटतात तशी चिंतनशीलता व गूढरम्यतेबरोबर ते तितक्याच प्रभावीपणे शोकात्मकताही दाखवतात. इंग्लंडमध्ये नाटकाला संमिश्र प्रेक्षकवर्ग होता. तुम्हाला आश्चर्य वाटेल ऐकून, १५७६ मध्ये इंग्लंडमध्ये नाटकासाठी प्रथम स्वतंत्र थिएटर बांधलं गेलं. आपल्याकडे अजूनही बरीच मुक्तांगणे आहेत. तिथे तंबू ठोकून नाटकाचे प्रयोग होतात. फक्त वरळी, पार्ल्यात व सांगली-मिरजेत अशा मोजक्या ठिकाणीच नाट्यगृहे आहेत.

''तर मी काय सांगत होतो, इंग्लंडमधील नाट्यसृष्टी. बुद्धीला, विचारांना व भावुकतेला ती नाटकं समृद्ध करत होती. नाटकांतील विचारांची झेप, सूक्ष्मता, मनोविकाराची उकल हे अतिशय उत्कृष्ट असायचे.''

मध्येच मी त्यांना विचारले,

''बरं, इंग्रजी कवितेबद्दल तुम्हाला काय वाटते?''

''इंग्रजी काव्यात नादमाधुर्य तर होतेच त्याचबरोबर प्रखर बुद्धिवाद, भावनांचा तरलपणा, संवेदनशीलता आणि उत्कट हळुवारपणाही होता. मानवी जीवन, वास्तवता आणि निसर्गाचे नाते यातले संबंधही साहित्यात येऊ लागले. उत्स्फूर्त भावनांचा उद्रेक येऊ लागला. पुढे तत्कालीन इंग्लंडमधील जीवनाचं वैफल्य, बकालपणा या पार्श्वभूमीवर कीट्स, शेली, बायरन यांनी विद्रोहाची कविता लिहिली. कुठेतरी वाचण्यात आलेली एक आठवण सांगतो, शेली हा उत्तुंग कल्पनाविलास लाभलेला कवी आणि अत्यंत तरल प्रतिभेचा साक्षात आविष्कारच होता. शेलीस पाण्याचे आकर्षण व वेड होते. त्याला जलविहार आवडायचा. पाण्यातील तुफानाबरोबर झुंज देणे त्याला आवडायचे. एके दिवशी एका तळ्यात तो बोट चालवत असताना अचानक वादळ आले आणि त्यात त्याची बोट उलटली. बिचारा शेली त्यातच मृत

पावला. किती दैवदुर्विलास आहे. त्याचे शव किनाऱ्यावर आणले, तेव्हा त्याच्या जवळ जॉन किट्सच्या कवितेच्या ओळी सापडल्या होत्या.

"My bowl is the sky,

And I drink at my eye,

Till I feel in the brain, A Delphian pain"

रेव्हरण्डसाहेबांनी हे सारं अतिशय छान रंगवून सांगितलं. इतका वेळ फादर जोसेफ ऐकत होते. त्यांना काही आठवले. ते माझ्याकडे पाहत म्हणाले,

"Professor Anand, just you refered about Charles Darvin. Tell us about Darvin."

"विषय मोठा आहे. मी जेव्हा त्यांचं 'ओरिजीन ऑफ स्पिशीज' हे नवं कोरं पुस्तक हातात घेतलं, तेव्हा माझं अंग शहारून गेलं. डार्विन यांच्या सिद्धान्ताला आता शंभर वर्षे तरी होत आली. सगळं पुस्तक वाचून हातावेगळं केलं, तेव्हा माझ्या मनात विचारांचे अनेक तरंग निर्माण झाले. परिस्थिती बदलत राहते आणि अशा परिस्थितीत माणसाची त्या संघर्षावर धीटपणे मात करण्याची प्रवृत्ती बळावते आणि या संघर्षातून प्राणिमात्रांची जी उत्क्रांती झाली, ती डार्विनने आपल्या उपपत्तीत नव्याने मांडली; त्यामुळे जगभर खळबळ उडाली. इंग्रजी साहित्य जीवनावरही त्याची प्रचंड छाप पडली. जे परंपरागत गृहीत धरलं होतं ते ढवळून निघालं. सृष्टीची निर्माणप्रक्रिया, नीती, धार्मिक विचारप्रणाली या सगळ्यांना डार्विनचा सिद्धान्त एक आव्हान होतं; त्यामुळे विज्ञानवादी भूमिकाही नव्याने शोध घेऊ लागल्या."

रेव्हरण्ड म्हणाले,

"सर, थोडं सिद्धान्ताविषयी सांगा की."

"डार्विननं प्रथम निसर्गनिरीक्षण, वनस्पती व प्राणी यांच्या प्रजननपद्धतीचा सखोल अभ्यास केला. दुर्मीळ वनस्पती, कासवं, फिंच पक्ष्यांची वैशिष्ट्ये अभ्यासली. त्याला वनस्पती व प्राणिसृष्टीत जे वैविध्य दिसून आलं, ते काही अचानक उत्पन्न होत नाही हे ध्यानात आलं. हे बदल निर्माण होण्यासाठी कितीतरी काळ जावा लागतो हे कळलं. शिवाय जे बदल संभवनीय आहेत, ते एक-दोन पिढीत तरी टिकून राहावे लागतात. असं पिढ्यांमागून पिढी दर पिढी प्रजनन चालू असतं. हळूहळू कित्येक पिढ्यांनंतर यात बदल झालेले असतात, असं डार्विनचं म्हणणं आहे. दूरवरच्या पिढ्यांमध्ये प्रकट होणारे बदल मूळ स्रोताच्या स्वरूपापेक्षा खूपच वेगळे असतात. यालाच तो उत्क्रांती असं म्हणतो. त्याच्या निरीक्षणानुसार त्याने असं मांडलं आहे की, जे सजीव स्थानिक पर्यावरणात अथवा बदलत्या परिस्थितीत जगण्यास जास्त योग्य असतात, तेच केवळ या सृष्टीत टिकून राहण्यासाठी सक्षम असतात. यालाच त्याने 'सर्व्हायव्हल ऑफ द फिटेस्ट' असं संबोधलं आहे.

परंपरागत तत्त्वज्ञानास हा एक धक्काच होता.''

''म्हणजेच माकडाचा माणूस झाला असेच हा उत्क्रांतीवाद सांगतो का?''

''May be.''

या चर्चेने आम्ही सगळेच संतुष्ट झालो. उशीर झाल्यामुळे सगळ्यांनी मला आज इथेच थांबा, असा आग्रह केला.

'पारशी टेंपल'मध्ये माझं व्यवस्थित बस्तान बसलं होतं. काहीच चिंता नव्हती. पाहता पाहता सात-आठ महिने उलटून गेले. दोराबजी चोक्शीसाहेबांचा माझा स्नेह अधिकच दृढ होत गेला. भेटी वाढल्या होत्या. पारशी टेंपल इथे माझी दोन-तीन, अतिशय अभ्यासपूर्ण व सुरेख भाषणेही झाली. त्या भाषणांचा वृत्तान्त वृत्तपत्रात छापून आला. अन्य ठिकाणीही मला भाषणासाठी आमंत्रणे येत असत. धर्मतत्त्वज्ञान, सर्वधर्मसमभाव यावरची माझी मते मी अत्यंत अभ्यासपूर्ण, समतोल व क्रांतदर्शी अशी मांडत असे; त्यामुळे कुठेही विवाद निर्माण होत नसे. साहजिकच माझी एक स्वतंत्र अशी धर्मविषयक विचारप्रणाली तयार होत गेली. मी माझे विचार प्रभावीपणे मांडत होतो; परंतु ते माझे विचार केवळ एकमेव आहेत असा माझ्या भाषणाचा अभिनिवेश कधीच असायचा नाही. लोकांना ते पटत असे.

माझे विचार, वक्तृत्व चोक्शीसाहेबांना चांगलेच वाटत होते. माझी त्यांना कधीच अडचण वाटली नाही. पारशांचा ट्रस्ट हा सर्वसमावेशक दृष्टिकोनाचा होता. इथे कसलाही भेदभाव नसायचा. मुळातच हे लोक प्रामाणिक व कष्टाळू; त्यामुळे त्यांच्याकडे विपुल संपत्ती होती. कुटुंब मात्र मर्यादित असायचं. एखाद्यावर विश्वास टाकला की, त्यात ते कधी मनात शंका आणत नसत. प्रेम केलं की, मनस्वी प्रेम करत. मोजकंच बोलणं; त्यामुळे ते कुणाशी कधी भांडाभांडी करत नसत. चोक्शीसाहेबांनी तर मला खूपच सन्मान दिला. एका धर्मअभ्यासकास आपला ट्रस्ट मदत करतो आहे ही भावना त्यांना सुखावून जात असे. त्यांनी मला सतत प्रोत्साहनच दिले.

केवळ त्यांच्यामुळे पुन्हा मी धर्मविषयक अभ्यासात गढून गेलो. दिवस दिवस एशियाटिक लायब्ररीत मी कुठल्या ना कुठल्या ग्रंथविश्वात रमलेला असे. इथले संचालक श्री. वासुदेव पटवर्धन यांचा तर मी परममित्रच झालो. त्यांचं मला खूप सहकार्य लाभलं. जुने संदर्भग्रंथ धुंडाळून देण्यात त्यांनी कधीही आळस केला नाही. हवं ते सहज उपलब्ध होत असे. माझे टिपणबाड समृद्ध होऊ लागले. सर्व धर्मांचे मूळ ग्रंथ, त्यांच्या भाषांतरित आवृत्त्या, त्यावरचं विवेचनात्मक लेखन मला इथेच पाहायला, वाचायला मिळाले. ही लायब्ररी म्हणजे दुर्मीळ ज्ञानाची व आनंदाची एक प्रचंड गुहाच होती; अलिबाबाच्या गुहेसारखी!

संचालक पटवर्धनांचे सहकार्य मी कधीच विसरू शकत नाही. इतका व्यासंगी व कामावर निरतिशय प्रेम करणारा माणूस मी कधी पाहिलाच नव्हता. त्यांनी मला

इथे खूप काही संग्राह्य असं दाखवलं. जैन तीर्थंकरांचं सन १२४२ मधील 'वसुपूज्यचरित' हे हस्तलिखित दाखवलं. सन १८५३ मधील शाहनामा फिरदौशीचं पर्शियनमधील हस्तलिखित दाखवलं. आणखी एक देखणं हस्तलिखित दाखवलं. सोळाव्या शतकातलं. महाभारतातील अरण्यपर्वाचं संस्कृत भाषेतलं ते हस्तलिखित होतं. पर्शियन, प्राकृत आणि संस्कृत तसेच मोडी लिपीतली अनेक हस्तलिखितं तिथे जतन केलेली होती. एखादं लहान बाळ हाती देताना 'जरा सांभाळून' म्हणून देतात, तसंच ते हस्तलिखित पाहताना मला वारंवार म्हणत असत, 'हळुवार पान उघडा', 'अलगद बरं का', 'हे लांबूनच पाहा' वगैरे वगैरे. सगळं लेखन बोरूने केलेलं असल्याने अक्षरं जाडजूड, ठळक, ठसठशीत आणि वळणदार अशी आहेत. कुठंही खाडाखोड, दुरुस्ती नाही. लिहिलेली पानं मला कशाची आहेत हे समजलं नाही. ते मी पटवर्धनांकडून जाणून घेतलं, त्यांनी माहिती दिली. बहुतेक ही सगळी हस्तलिखितं पाम वनस्पतीच्या पानावर लिहिलेली आहेत. पटवर्धनांचे आभार मानताना उलट तेच मला म्हणाले,

"सर, इथं हे एवढं वैभव केवळ पडून आहे. कुणीही नवा अभ्यासक इकडे फारसा फिरकत नाही, याचं अर्थातच वाईट वाटतं. क्वचित कुणी आलं तर याचे फोटो काढून घेऊन जातात, मग फिरकतही नाहीत. तुमच्यासारखा जिज्ञासू अभ्यासक आला की, आम्हालादेखील मोठा हुरूप येतो. यामुळे कामाचंदेखील खरं समाधान मिळतं."

दिवसांमागून दिवस सरत होते. मी इथे रमलो. मला माझ्या वैराग्याचाच या ज्ञानगुहेत विसर पडला.

२५

एके दिवशी सकाळीच ढग आकाशात गडबडीने धापा टाकत आले. एखाद्या विद्यार्थ्याला वर्गात यायला उशीर व्हावा तसे. समुद्र आणि किनारा तसं अंतर काहीच नव्हतं. इथल्या इथंच तर यायचं; पण नाही सगळी गडबड आणि धांदल उडाली त्यांची. एखाद्या वेंधळ्यासारखी! काही वेळातच सगळे ढग एकत्र जमले आणि एकजूट करून मुंबईस झोडपून काढू लागले. सकाळी सकाळीच असा हा घनघोर वर्षाव सुरू झाला.

पाऊस असा कोसळत होता की, विचारता सोय नाही. थांबायचं नावच नाही. 'झालं सगळं शहर स्वच्छ धुऊन, आता तरी थांब बाबा'; पण तो कुणाचंच ऐकेना. माझ्या निवासाच्या खिडकीतून दूरवर रस्ता दिसतो. एरवी हा रस्ता गर्दीने फुलून जायचा; पण आता पावसामुळे नुसता ओसाड होऊन गेला. रेनकोट घालून आणि पायात उंच गमबूट घातलेले काहीजण दिसायचे. कुणी कशीबशी छत्री सावरत चालायचे; पण त्यांची तारांबळ उडालेली स्पष्ट दिसायची. अशा माणसाला पाऊस आवतीभोवतीनेही झोडपायचा. असा पाऊस मी प्रथमच पाहत होतो. खेड्यापाड्यांतली कितीतरी शेते तहानेने व्याकूळ होऊन या मेघराजाची आतुरतेने वाट पाहत असतील. पाण्याअभावी पोट खपाटीस गेलेल्या, खंगलेल्या कितीतरी नद्या, ओहोळ, ओढे याची चातकासारखी वाट पाहत असतील. तिकडे जाण्याऐवजी हा बाबा इथेच एवढा रागाने का बरसतो आहे?

अखेर या पावसाने अखखा दिवस गिळून टाकला. तिसऱ्या दिवशी मात्र हे मेघराज दमले. पाऊस पूर्ण थांबला. सगळीकडे लखलखीत आणि चकचकीत ऊन दिसू लागलं. इथे गावाकडचा मृद्‌गंध जाणवला नाही; पण पावसाळ्याचा वेगळाच

सागरगंध जाणवत होता. माझ्याकडे त्यास नेमका शब्द नाहीत.

दोराबजी चोक्शीसाहेबही अलीकडे बरेच दिवस आले नाहीत. विश्वस्त विक्रम सेठना मात्र अधूनमधून यायचे. आता पाऊसही आता अधूनमधून यायचा; पण यायचा तो असे रौद्ररूप घेऊनच!

एके दिवशी मी विक्रम सेठना यांच्याशी कार्यालयात बराच वेळ बोलत बसलो. इथली माझी एक-दोन व्याख्यानं ऐकल्यापासून ते माझ्याशी आदराने बोलत. चौकशी, विचारपूस करत असत. विक्रम सेठना यांचं झव्हेरी बझारमध्ये भागीदारीत सोन्या-चांदीचं दुकान होतं. आता त्यांचं स्वतंत्र दुकान आहे. मोठे श्रीमंत गृहस्थ आहेत. कुलाब्याला त्यांचा स्वतंत्र बंगला आहे. अशी ही मोठमोठी श्रीमंत माणसं, तरीही ती कितीतरी अदबीने बोलतात. मिस्टर चोक्शी यांनी हा सर्व श्रीमंत मेळा एकत्र बांधून ठेवला आहे.

१९५८ चा ऑगस्ट महिन्याचा मध्यावधी आला. आठवड्याआधीच पारशांच्या फायर टेंपलमध्ये उत्साहाला जणू भरती आली होती. रंगरंगोटी, स्वच्छता, सजावट आणि रंगीबेरंगी दिव्यांची रोषणाई केली गेली. जणू काही दिवाळीच! पारशी लोकांचा नववर्षारंभाचा दिवस. पतेतीचा सण. अग्निदेवतेची ते अत्यंत मनोभावे पूजा करतात. सणाचा दिवस आला. मिस्टर चोक्शी, त्यांची पत्नी लेडी मेहेर, डॉ. जसावाला, डॉ.सकलातवाला, सेठनासाहेब सगळे सगळे येऊ लागले. हे मंदिराचे व न्यासाचे विश्वस्तच; त्यामुळे त्यांची उत्सव साजरा करण्याची धांदल उडाली.

१८ ऑगस्ट रोजी सकाळपासून फायर टेंपलमध्ये प्रार्थनेसाठी पारशी लोकांची गर्दी होऊ लागली. संपूर्ण शहरातील सर्व पारशी इथे जमा झाले. धगधगत्या अग्निदेवतेसमोर प्रार्थना झाली. त्यानंतर एकमेकांना नववर्ष-शुभेच्छा दिल्या गेल्या. आलिंगन देऊन, प्रेमभाव व्यक्त केला गेला. घरी केलेल्या गोडधोडाचं आमंत्रण दिलं गेलं. वयस्कर लोकांनी तरुणांना 'डिकरा, बेटा' म्हणत आशीर्वाद दिला.

मी माझ्या खोलीत बसून हा सण-सोहळा शांतपणे पाहत होतो. श्रद्धा ही पवित्रच असते. ती माणसाच्या जगण्याला नक्कीच ऊर्जा देते. जगायला नवं बळ देते; आनंद व समाधान देते.

एवढ्या घाईगर्दीत विश्वस्तांचा जथा माझ्या खोलीकडे वळला. सगळ्यांनी मला 'मुबारक हो' म्हटले. मीही त्यांना सणाच्या शुभेच्छा दिल्या. हस्तांदोलन केले. मिस्टर चोक्शींनी, पत्नी लेडी मेहेरची मला ओळख करून दिली. आजच्या सणाच्या निमित्ताने मी नवीन टाइम्स ऑफ न्यू इंडियासाठी. 'अवेस्ता अ होली बुक' लेख लिहिलेला होता. तो कालच छापून आला होता. तो वाचला व चांगली दुर्मीळ माहिती तुम्ही दिली असल्याचे सांगितले. 'झेंद अवस्ता' मूळ पहेलवी व पर्शियन भाषेतील धर्मग्रंथ आहे. त्याचं आकलन होण्यास मला मिस्टर चोक्शीसाहेबांनीच खूप

मदत केली असल्याचे मी आवर्जून सांगितले. मि.चोक्शी मला म्हणाले,

"आपण प्रे साठी आत यायला हवे होते."

"होय. मला प्रे आणि पद्धतीविषयीही जाणून घ्यायचे होते; पण नाही आलो आत. आपल्याला आवडेल न आवडेल."

"इतर सणांसारखाच हा सण असतो. पद्धती वेगवेगळ्या एवढंच! आज काही लोक अग्यारीमध्येही जातात. लोकांना भेटावे लागते. सगळीकडे पुलाव, स्वीट डिशेस असतात. मूँग दालचा राइस असतो. सगळीकडे गुलाबपाणी शिंपडून अतिथींना वेलकम केले जाते.

'Sir, Our Tradition is to set a table with a copy of the sacred book, a photo of Zarathustra, mirror and put on the table some sugar, bread and coins. Each of these items has its special mean of life.'

आमचं औपचारिक बोलणं झालं. मिस्टर व मिसेस चोक्शींनी मला दुपारचं जेवण त्यांच्याकडे करण्याचा आग्रह केला. त्यांचा बंगला जवळ मरिन लाइन्सला तर होता.

आपुलकीने आग्रहाचं छानपैकी जेवण झालं. बरोबरीला विक्रम सेठनाही होते. मग आम्ही त्यांच्या प्रशस्त हॉलमध्ये येऊन बसलो. मेहेरभाभींनी कालचा टाइम्स ऑफ न्यू इंडियाचा अंक पाहायला समोर ठेवला. विक्रम सेठना माझा लेख वाचू लागले. लेख वाचून झाल्यावर ते माझ्याकडे पाहत बोलू लागले,

"वा, सर एक्सलंट! छानच लिहिलं आहे. तुम्ही चांगली माहिती मिळवलीत. यातल्या काही गोष्टी आम्हालाही माहीत नव्हत्या."

"बघू तो अंक" म्हणून मिस्टर चोक्शींनी अंक घेतला आणि ते वाचनात गढून गेले. वाचताना मध्येच ते भुवया उंचावत होते. त्यांचंही वाचून झालं. तो लेख अग्रलेखाच्या पानावर आत स्वतंत्र चौकट करून छानच छापला होता. या नवीन टाइम्स ऑफ न्यू इंडियाच्या अंकाचा ले-आउट चांगलाच आकर्षक असतो; त्यामुळे पान उघडले की, लेख प्रथमदर्शनीच वाचकाला आकृष्ट करायचा. मि. चोक्शी अंक माझ्या हाती देत म्हणाले,

"इट इज अ मास्टर पीस!"

"सगळे पारशी लोक हा लेख नक्कीच आपल्या संग्रही ठेवतील. हे एक चांगलं काम झालं," विक्रम सेठना म्हणाले.

मेहेरभाभी मला काही विचारू लागल्या,

"सर," अंक पाहत लेखावरील एका शब्दावर स्थिरावल्या आणि तो शब्द मला दाखवत म्हणाल्या, "आपल्या लेखातील इथे 'Persecute' हा शब्द

वापरला आहे, तो तुम्हाला कसा वाटतो?''

''भाभी, त्या शब्दासह वाक्य वाचा,'' मी म्हणालो.

भाभी वाक्य वाचतात,

''I think that, it is a great contravercy in regard to persecution and religion. याविषयी आपण थोडंसं स्पष्टीकरण करावं.''

मी थांबून काहीसा विचार करतो आणि मग सांगू लागतो–

''मॅडम, माझा मूळ लेख तसा विस्तृत आहे; पण या दैनिकाच्या संपादकांनी काही भाग वगळला आहे. मूळ लेख जसा आहे तसा नाही छापून आला.

''Persecute हे क्रियापद साधारणपणे धर्ममतासाठी छळणे, शिक्षा करणे, ठार मारणे यासाठी वापरले जाते. थोडक्यात धर्मच्छळ! शब्दकोशात याचा अर्थ Treat cruelly for religious opinion असा दिलेला आहे. उदाहरणेच द्यायची झाली तर येशूचे क्रुसिफिकेशन, जेरुसलेमसाठी झालेली धर्मयुद्धे, महंमद पैगंबराचे नातू हसन व हुसेन यांचा झालेला वध, बाप्तिस्मा करणाऱ्या जॉनचे शिर धडावेगळे करून हिरोदियाने एका तबकात घालून राजा हेरोद याला दिलेली भेट ही घटना; हे सारे याच जगात घडून गेले ना! हा तर इतिहास आहे. 'झेंद अवस्ता' या आपल्या धर्मग्रंथाबाबत काय घडले? हेच ना! सिकंदराने इराणवर अनेक वेळा स्वारी केली. अन्य धर्मीयांनीही इराण ताब्यात घेतल्यावर 'अवेस्ता' धर्मग्रंथ जिथे सापडेल तिथे जाळून भस्मसात केलाच ना! अहो, हे काहीच नाही. रानटी तुर्कांनी तुमच्या बल्ख शहरातील एका फायर टेंपलवर अचानक हल्ला करून, प्रार्थनेत मग्न असलेल्या अनेक पुरोहितांना ठार मारले. याच हल्ल्यात झरथुष्ट्रही ठार झाला. यापुढे जाऊन त्या हल्लेखोरांनी झरथुष्ट्राच्या रक्तानेच अग्निमंदिरातील पवित्र अग्नी शमवला आणि अवेस्ता ग्रंथही जाळून टाकला. प्रथम मी हे वाचून तर सुन्नच झालो होतो.''

''ओ खोदायजी; प्लीज फरगीव्ह देम'' मेहेर भाभीने प्रार्थना केली. तुर्कांचं हे भयानक कृत्य होतं. सगळेच काही वेळ शांत बसून राहिले. ही वेळ झरथुष्ट्राला श्रद्धांजलीच होती. मग मीच पुढे बोलू लागलो,

''म्हणून म्हणतो, धर्म तर सगळ्यांच्या कल्याणासाठी, उद्धारासाठी, पवित्र प्रेमाचं प्रतीक आहे. मग ही भीषण धर्मयुद्धं, धर्मच्छळ यांचा यात कसा काय अंतर्भाव होतो? त्यामुळे 'Crusade' काय, 'Assassination' काय हे सारं अयोग्य आहे. लांछनास्पद आहे. हा मानवी इतिहासालाच एक कलंक आहे.''

चर्चेने आम्ही सगळेच भावुक झालो. आता निरोप घ्यायला हवा होता. सगळ्यांनी हस्तांदोलन करून माझे पुनःपुन्हा आभार मानले. 'असेच येत जा सर', 'छान बौद्धिक ऐकायला मिळालं' म्हणत मि.चोक्शी, मेहेरभाभी, विक्रम सेठना प्रेमाने मला बाहेर सोडायला आले.

मि. चोक्शींनी न्यासाच्या कामातून मला पूर्ण मोकळे केल्यामुळे मी अधिक वेळ एशियाटिक लायब्ररीत घालवू लागलो. इमारत जुनी व भव्य होती. समोर विस्तीर्ण पायऱ्या होत्या. प्रवेशद्वारावरचे उंच गोल खांब अथेन्सच्या राजवाड्यासारखे शोभिवंत होते. कधीकधी संध्याकाळी मी शांतपणे पायरीवर बसून राही. आता पुढे काय, हा विचार करत असे. या प्रचंड ज्ञानभांडाराच्या पायरीवर आपण बसलो आहोत. इथल्या वास्तव्याने आपल्याला खूप काही दिलं. सगळे मूळ धर्मग्रंथ सखोल अभ्यासून झाले. त्यावरील कितीतरी महत्त्वाचे भाष्यग्रंथही वाचून झाले. धर्मांतला समानधर्म, त्यातलं मर्म कळून आलं. विसंगती, अंध रूढी, परंपरा पूर्ण कळून आल्या. केवळ कर्मकांडाच्या जाळ्यात अडकलेले धर्म समजून चुकले. असत्याच्या, अनीतीच्या मागे धावणारे जग दिसले. फार थोड्यांना सत्य गवसलं; पण या जगाने त्यांची उपेक्षा आणि छळ केलेलाच आढळला. या विश्वकर्त्याने अजूनही त्याचे रहस्य, गुपित त्याच्या जवळच अबाधित ठेवलं आहे. तो आपलं मुख्य दार काही उघडत नाही. जवळपास पोहोचलेल्यांना तिथेच खोळंबवून ठेवतो. आपण, खूप काही कळले म्हणून आनंदी होतो; पण त्याचा खेळ काही केल्या कळत नाही. मी इथे इतकं वाचलं; पण अजून मी अतृप्तच आहे. अजूनही अनेक संभ्रम अस्वस्थ करत आहेत. असं वाटतं हा विशाल समुद्र, क्षणोक्षणी आपलं रूप बदलणारं हे चंचल वारं, स्थितप्रज्ञ आकाश, निर्विकार अढळ सूर्य, कर्तव्यदक्ष पृथ्वी, आवतीभोवती आनंदाने आपल्यातच मग्न आणि विविध खेळ खेळत राहणारा हा निसर्ग आणि हे सारं शांतपणे, निमूटपणे लाखो वर्षे नुसतं अलिप्त पाहत राहणारे, दूरदूरचे असंख्य तारे, चांदण्या, हेच एवढं सत्य आहे काय? मी निःशब्द झालो, मूक झालो.

आज समुद्राकडे न जाता सरळ टेंपलकडे वळलो.

आता नाताळचा सण जवळ येतो आहे. या शतकातलं अठ्ठावन्नावं वर्ष लवकरच संपेल. दरवर्षीप्रमाणे हे वर्षही जीर्ण, जर्जर झालं. जुनी कात टाकून ते नवे रूप धारण करेल. नवा जन्म घेईल, निरागस बाळासारखा! जन्म-मरणाचा फेरा यालाही चुकला नाही. तरीही प्रत्येकाच्या मनात नव्या वर्षाचे नवे संकल्पही जन्म घेतील. 'उद्यमेन हि सिध्यन्ति कार्याणि, न मनोरथैः।' एवढं मात्र असतं.

नाताळ आला आणि गेलाही.

गेले सहा महिने मी अहोरात्र वाचनात गढून गेलो होतो. नुसता झपाटून गेलो होतो. वाचन, केवळ वाचन; एवढाच ध्यास. एशियाटिक वाचनालय इतकं समृद्ध होतं की, जिज्ञासू वाचक हे सारं ऐश्वर्य पाहून थक्कच होतो. डेव्हिड रे. टी. डब्ल्यू. यांचं सगळ्यांत जुनं पुस्तक 'Buddhist India' हे इथंच मिळालं. ते पुस्तक मला लायब्ररीचे संचालक श्री. पटवर्धन यांनी अगदी आवर्जून दाखवलं. शिवाय 'सुत्तनिपात'- धर्मानंद कोसंबी यांचं अनुवादित पुस्तक दिलं. त्यावर पु. वि. बापट संपादित असंही

लिहिलेलं होतं.

ही एक अलिबाबाची गुहाच होती. एका दालनातून दुसरं दालन, दुसऱ्यातून तिसरं; तरी दालनं काही संपत नव्हती.

इथे बरीच जुनी वृत्तपत्रेही होती. संचालक पटवर्धन यांनी गमतीने मला रशियन वृत्तपत्रातील एक इंग्रजी जाहिरात दाखवली. वृत्तपत्र जुनं-जीर्ण होतं. त्यातल्या जाहिरातीमध्ये होतं,

'Contact xxx… for sale : items

i) One best character's 16 years girl

ii) One table in good condition

iii) Old car used.'

जाहिरात अशीही असावी याचं आश्चर्य वाटलं. या जाहिरातीतील मुलगी गुलाम म्हणून खरेदी केलेली असावी. त्यात विक्रीचे कारण नमूद नव्हते इतकेच!

शिशिर संपतो, वसंत फुलतो. आकाशातून दुपारच्या सूर्याची आग ओकत आणि ललकारी देत ग्रीष्म येतो. ग्रीष्माचा असह्य दाह शमवण्यासाठी मागोमाग वर्षा ऋतू येतो. वर्षा ऋतूच्या कृपापेरणीने वसुंधरेला आलेलं आणि अवघडलेलं नव्या नवतीचं रूप पाहायला शरद दारात उभाच असतो. त्यापाठोपाठ हाती दीपोत्सव घेऊन हेमंत प्रतीक्षेत थांबतो. हे सगळे ऋतू आपलं काम नित्यनेमाने किती चोख करत असतात. किती बिनचूक घडत राहतं हे अव्याहत. सृष्टी काहीही लपवून ठेवत नाही. ती सगळं आपल्यासमोर यथारूप ठेवते. याच्या आकलनासाठी, हे सौंदर्य वैविध्याने उपभोगण्यासाठी आपल्या जवळ आस्वादक सक्षम रसिक मन आणि चोखंदळ दृष्टी तेवढी लागते.

आज कितीतरी वेळ मी या समुद्रकिनाऱ्यावर भान हरपून बसलो आहे. आता आवतीभोवती कुणी नाही. एकटा मी आणि हा माझा सखासोबती समुद्र. एवढेच उरलो आहोत इथे. एखाद्या शांत सरोवरात आकाशातल्या असंख्य तारका मनसोक्त डुंबतात, इथे समुद्रात मात्र त्या कधीच उतरत नाहीत. चंद्राने धाडस केलंच तर तोही थरथरतो. आता बरीच रात्र झाली होती. मी फायर टेंपलकडे निघालो. सगळीकडे सामसूम झालेली. फक्त अग्निमंदिरातला अखंड अग्नी धगधगत होता.

आज डोक्यातले विचार काही संपत नव्हते. झोप लागेना. रात्रीचं भोजनही चुकलं होतं. पोटात नसलेल्या अन्नापेक्षा डोक्यात थैमान घालणाऱ्या विचारांनी मी अधिक व्याकूळ होत होतो. मध्यरात्र केव्हाच उलटून गेली होती.

गेले काही दिवस मी काही वेगळ्याच साहित्य-ग्रंथ वाचनात गर्क होऊन गेलो होतो; त्यामुळे मी केवळ अंतर्मुखच झालो नाही तर अस्वस्थही झालो होतो. डॉ. बाबासाहेब आंबेडकरांचे काही ग्रंथ मला इथे पाहायला मिळाले. १९४५ मध्ये

प्रकाशित झालेला ३८७ पानांचा एक ग्रंथ होता. 'What Congress and Gandhi Have Done to the Untouchables.' दुसरा त्याआधीच १९४३ मध्ये प्रसिद्ध झालेला 'Mr. Gandhi and the Emancipation of the untouchables', १९४८ चा 'The Untouchables' हा ग्रंथ आणि अगदी अलीकडचा एक नवा ग्रंथ. दोनच वर्षांपूर्वीचा १९५७ चा 'The Budha and His Dhamma' हे सगळे ग्रंथ मी पाहिले, वाचले; तेव्हा वासुदेव पटवर्धन यांनी मला डॉक्टरसाहेबांचं आणखी एक १९४६ चं 'Who were the Shudras?' हाती दिलं आणि यातली आवड पाहून मग त्यांनी व्यवस्थित लावून ठेवलेले 'मूकनायक' आणि 'बहिष्कृत भारत'चे अनेक अंक वाचायला दिले. त्यात काही 'जनता'चेही अंक होते. डॉ. बाबासाहेबांच्या या अभिनव विचारांच्या ग्रंथांनी व अंकांनी माझ्या डोळ्यांत झणझणीत अंजन घातले. विशेषतः 'बहिष्कृत भारत' या पाक्षिकात 'आजकालचे प्रश्न' व 'अग्रलेखात' डॉ. बाबासाहेबांनी अत्यंत विदारक, विवेचक अशी अस्पृश्यांची स्थिती मांडली आहे. शिवाय अस्पृश्यांच्या उन्नतीचा व उद्धाराचा प्रश्नही! विविध उपाययोजना सुचवून तो सोडवायचा प्रयत्न, मार्गदर्शनही केले आहे. अस्पृश्यांवरील अन्यायाचे, हीन वागणुकीचे अनेक प्रसंग व दाखले सोदाहरण दिले आहेत. भाषा अत्यंत ओघवती, पत्रकारितेच्या तेजस्वी परंपरेतील स्वतंत्र व विचारप्रवर्तक आहे. एका चळवळीचे हे एक प्रभावी अस्त्र व मुखपत्रच होते.

अस्पृश्यांचा विटाळ मानून त्यांना शिवलं जात नव्हतं. कुठं स्पर्श झालाच तर अंघोळ केल्याशिवाय घरात प्रवेश करत नसत. अस्पृश्यांच्या गळ्यात - थुंकण्यासाठी मडके बांधत, त्यांना चालताना त्यांच्या पाठीमागे केरसुणी बांधावी लागे. सार्वजनिक विहिरीवर त्यांना पाणी भरू देत नसत. हॉटेलात प्रवेश नसे, त्यांच्यासाठी वेगळी कपबशी ठेवलेली असे, अस्पृश्यांना ते हिंदू असूनही कुठेही मंदिरप्रवेश नसे, त्यांना चांगले व स्वच्छ कपडे वापरण्याची मनाई असे, दागिन्यांची बंदी होती. घरावर कौले घालण्यासही मनाई होती. घरे गावकुसाबाहेर असत. मेलेली जनावरे ओढून नेणे, गटारे, मोरी, संडास साफ करणे, झाडलोट करणे, कातड्याच्या चपला, वहाणा बनवणे, केरसुणी, दोर, नाडा तयार करणे, स्मशानभूमीची कामे, रामोशी म्हणून रात्रभर गावाची रखवाली करणे, फाशी देण्याचे काम मांगांकडून करून घेणे, महारांनीच मृत्यूचे निरोप, सांगावा देणे, विद्यार्जनापासून त्यांना दूर ठेवणे. इतकी सगळी वाईट, गलिच्छ कामे अस्पृश्यांना करावी लागत. यात कसूर झाली तर कडक शिक्षा, बहिष्कार, वाळीत टाकणे हे भोग आलेच. निसर्गाने काळेपण दिले म्हणून निग्रोंना वर्ण वंशद्वेष भोगावा लागतो. त्यापेक्षा हे भयानक होते आणि तेही जन्माने चालत आलेले अस्पृश्यत्व, शूद्रत्व, कायमचे!

हे इतके लांछनास्पद जीवन मला माहीतच नव्हते.

फक्त अस्पृश्यांवरील कडक निर्बंधांविषयीचे स्मृतीतील श्लोक हे मूळ मनुस्मृतीतील होते की ते वेळोवेळी प्रक्षिप्त झाले होते हे कोणास ठाऊक? मुलांची नावे काय ठेवावीत याविषयीदेखील एक श्लोक मी वाचला. त्यात वर्णानुसार नावे ठेवण्याचे निर्बंध व मार्गदर्शन दिले होते.

मांगल्यम् ब्राह्मणस्य स्यात् क्षत्रियस्य बलान्वितम् ।
वैश्यस्य धनसंयुक्तम् शूद्रस्य तु जुगुप्सितम् ।।

ब्राह्मणवर्णीयांची नावे मंगलमय असावीत जशी की– केशव, वासुदेव, नारायण. क्षत्रियांची बलनिर्देश करणारी शूरसेन, विक्रमादित्य वगैरे; वैश्यांची नावे धनदर्शक जसे धनाजी, धनराज ठेवावीत तर शूद्रांची नावे कनिष्ठतम व ओंगळदर्शक- 'जुगुप्सितम्' असावीत. उदा. कचरू, केरू, दगडू, धोंडिबा, कोंडाजी, गुंडाजी अशी कितीतरी. मला या निर्देशाची गंमतच वाटली.

डॉ. बाबासाहेब आंबेडकरांनी अस्पृश्यांच्या अस्मितेसाठी, माणुसकीच्या समान धर्मासाठी अशी मनुस्मृतीच अमान्य केली आणि सर्व जाती-जमातीच्या माणसांना समानतेचा हक्क देणाऱ्या बौद्ध धर्माचा स्वीकार केला. वासुदेव पटवर्धन यांनी 'प्रबुद्ध भारत'चा दिनांक २७ ऑक्टोबर १९५६ चा अंक माझ्या हाती दिला. त्यात डॉ. बाबासाहेब आंबेडकरांची धर्मांतरासंबंधीची सविस्तर प्रतिक्रिया छापून आलेली होती. तीही मी वाचून पाहिली.

डोळ्यांवरची पुस्तकी झापडे व आत्मकेंद्रित प्राध्यापकीय जीवन एवढंच माझं सोवळं जग होतं. आपल्या दुःखाची परिसीमा म्हणजे पत्नी कमलचा जीवघेणा भयानक मृत्यू; पण या अस्पृश्यांचं प्रत्येक क्षणाला हे घृणास्पद जीवघेणं मरण कधी समजलंच नाही आपल्याला इतक्या तीव्रतेने. इतके दिवस Untouchability हा शब्द मला अन्य शब्दांसारखा एक 'कॉमन वर्ड' वाटत होता. बोथट वाटत होता. तोच शब्द आता मला आत कुठेतरी प्रकर्षाने टोचू लागला. संचालक पटवर्धन यांनी रशियन वृत्तपत्रातील ती गमतीने दाखविलेली Sale ची जाहिरात. 'For sale : One Best Character's 16 years Girl' ही तर एक क्षुल्लक जाहिरात वाटू लागली. तिकडे गुलामविक्रीची तशी प्रथा असेल; पण इथे काय? त्याहीपेक्षा आपल्या देशात या अप्रसिद्ध असंख्य कृतिप्रवण जाहिरातींचं काय? हा प्रश्न अधिक भेदक, विदारक वाटू लागला. माणूस गुलाम म्हणून विकणं वाईटच; परंतु एखादी संपूर्ण जात-जमात हजारो वर्षे वर्णव्यवस्थेच्या गोंडस नावाखाली, केवळ आपल्या स्वार्थासाठी, सेवेसाठी, सोईच्या उपभोगासाठी जगण्याच्या सर्व जन्मसिद्ध हक्कांपासून वंचित ठेवणे, जन्मोजन्मी जाणीवपूर्वक तिचे शोषण करणे, तिच्यावर अमानवी अनन्वित अत्याचार करणे, शारीरिक, बौद्धिक, मानसिकदृष्ट्या ती Pyaralise

करणे, तिला दारिद्र्यात अखंड पिचत ठेवणे; किती भयानक होते हे सारे? ही पाळेमुळे इतकी घट्ट झाली आहेत की, साधा 'हरिजन' शब्दसुद्धा फक्त जातीयता हीनत्व दर्शक होतो. 'हरिपाठ' चालतो. 'हरिविजय', 'हरिकथा', 'हरिओम' शब्दही पावित्र्यमय अर्थाचं वहन करतात, मग 'हरिजन' हा शब्द अस्पृश्य जातीचा पर्यायवाचक शब्द म्हणून का राहतो? आता तरी हे सारं बदलून जायला नको का? अखेर धर्म माणसाच्या उन्नतीसाठी आहे की फक्त माणूस धर्मासाठी जुंपलेला आहे? याची मीमांसा व्हायला नको का? होय! उत्तर सकारात्मकच असायला हवं. माणूस बुद्धिवंत व विवेकशील आहे. अजूनही परिवर्तनावर त्याचा दृढ विश्वास आहे. जे सर्वसमावेशक, सकल कल्याणकारी असेल ते तो जरूर स्वीकारेल. त्याच्या हितासाठीच नवं विज्ञान येऊ घातलं आहे. चिन्हे जाणवतात, चाहूल लागतेय. एक औषधाची गोळी नाही बनत वर्णव्यवस्थेनुसार. ती निग्रोंना चालते, गोऱ्या साहेबाला चालते, तिच्या रचनेत व गुणकारी स्वभावात सर्वधर्मसमभाव अंगभूतच असतो. विज्ञानाकडे भेदभाव नसतो. आत्ता कुठं ते फक्त तीन शतक वयाचं झालंय. We should be always optimistic. बदलून टाकेल हे सारं जग हेच नवं विज्ञान.

रात्रीचे तीन वाजून गेले होते. मी सहज बाहेर आलो. सगळी मुंबापुरी शांत झोपलेली होती. अग्निमंदिरातील अग्नी मात्र धगधगत जागा होता. कधी काळी एकदाच झरथ्रुष्ट्रांच्या रक्ताने तो विझला होता; पण पुन्हा प्रज्वलित झालाच अखंडतेसाठी. अजूनही तो जळतो आहे सकल माणसांना ऊर्जा देण्यासाठी. मी त्या अग्नीला मनोभावे नमस्कार केला.

२६

सुट्टीच्या दिवशी शेठ दोराबजी चोक्शी हमखास ट्रस्टच्या कार्यालयात येत. एका सुट्टीला ते अपेक्षेनुसार आले. मी स्वतः त्यांना भेटायला गेलो. गेले काही दिवस अभ्यासाच्या दृष्टीने मला किती समृद्धीचे होते, ते मी त्यांच्याशी बोललो. ते शांतच होते. आमचं बोलणं औपचारिक वाटू लागलं. शेठ चोक्शी कुठल्या तरी काळजीत होते हे माझ्या लक्षात आले. माझ्याशी ते नेहमीप्रमाणे समरस होत नव्हते. मी त्यांना विचारले,

"काय शेठजी, काळजीत आहात... Any problem?"

"मेहेरची तब्येत ठीक नाही. गेले दोन-तीन महिने ती आजारीच आहे."

"आजाराचे दोन-तीन महिने म्हणजे जास्तच झाले."

"हो ना, सध्या तरी ती झोपूनच आहे, कालच तिचे पॅथॉलॉजिकल रिपोर्ट्स आले. तिला मी अजून काही बोललो नाही."

"काही काळजीचं आहे काय?"

"सर, काल संध्याकाळी मी तासभर डॉ. सकलातवाला यांच्याकडेच होतो. त्यांनी मेहेरला ल्युकेमिया... ब्लड कॅन्सर सांगितला आहे."

"My God!" ते ऐकून मी हबकलोच. आपलंच कुणीतरी जिवाभावाचं असं जीवघेण्या वावटळीत सापडलं आहे असं वाटू लागलं. मेहेरभाभी अत्यंत सालस, मायाळू आहेत. पारशी, पतेती नववर्ष दिवसाच्या सणाच्या वेळी त्यांनी किती आस्थेने माझे आदरातिथ्य केले होते. दुर्दैवाने त्यांना मूलबाळही झाले नाही; पण त्यांनी त्याबाबत कधी खंत व्यक्त केली नाही.

मला खूप वाईट वाटले. मी चोक्शीसाहेबांना शांतपणे हलकेच विचारले,

"शेठजी, आता पुढे काय? यावर काही ट्रीटमेंट वगैरे."

"ते होईल, प्रयत्न तर करावेच लागतील; पण रोगाने तिसरी अवस्था गाठली आहे हेसुद्धा कळले नाही. आता हे सारे मेहेरला सांगायचे कसे? हा अतिशय अवघड प्रश्न आहे. She is very innocent and emotional. How she will accept it. It is the problem."

"Yes, you are right… माझी काही मदत लागली तर सांगा."

"थँक यू. पाहू या, सांगेन. तिने अर्थात तुमची आठवण काढली होती. तुम्हाला भेटायचं, बोलायचं म्हणत होती."

बोलता बोलता त्यांना काहीतरी आठवले आणि तेच पुढे सांगू लागले,

"बरं झालं माझ्या ध्यानात आलं. परळला मेहेरचा एक दूरचा नातेवाईक आहे. कझिन ब्रदर ऑफ हर मदर. ते परळच्या टाटा मेमोरियल हॉस्पिटलमध्ये कुठल्यातरी विभागाचे प्रमुख आहेत डॉ. सोराब होमजी. आय विल कॉन्टॅक्ट हिम टुडे ओन्ली. तेच मेहेरला व्यवस्थित सगळं समजावतील."

"मी तुमच्याबरोबर येऊ का?" मी मध्येच म्हणालो, राहवलं नाही.

"No sir, No, thank you आता नको. ते मेहेरला भेटण्यास येतील त्या वेळी तुम्ही घरी या. आपण सारे तिला धीर देऊ."

"नक्कीच!"

दोराबजी चोक्शीसाहेबांवर आलेलं हे संकट वाईटच होतं. ते खूपच धास्तावले होते. त्यांना माझा आधारच वाटू लागला. निवांत एकटे बसले की, आपल्या वैयक्तिक गोष्टी ते माझ्याशी अत्यंत जिव्हाळ्याने बोलत असत. पहिल्या महायुद्धाच्या वेळी टर्कीमधून बरेच ज्यू, इराणी व पारशी लोकांनी टर्की सोडून अन्यत्र स्थलांतर केले होते. त्यांपैकी अनेकजण भारतातही आश्रयाला आले होते. त्या वेळी चोक्शीसाहेबांचे आई-वडील काही इराणी, ज्यूंबरोबर मुंबईस आले होते. टर्कीमधील तेहरानमध्ये मेहेरचे काही नातेवाईक राहतात. चोक्शीसाहेबांची एकमेव बहीण डेलनाझ पावरी ही इंग्लंडमधील लंडन येथे राहते; पण आता या कुणाशीच फारसा संपर्क राहिलेला नाही. डेलनाझचे मिस्टर परवेझ कधीतरी भारतात येतात.

नंतरचे दोन-तीन दिवस मी चोक्शीसाहेबांबरोबरच सतत संपर्कात होतो. डॉ.सोराब होमजी यांची चोक्शीसाहेबांनी भेट घेतली, रिपोर्ट दाखवले. त्यांनीही ब्लड कॅन्सरच आहे म्हणून सांगितले. आता फारसा उपयोग होणार नाही, अवस्था क्रिटिकल असणार; तरीही ट्रान्स्फूजन करता येईल. केमोथेरपी, रेडिएशन हे विभाग आहेत; पण त्या ट्रीटमेंटविषयी एक्स्पर्टच ठरवतील. टाटा मेमोरियलमध्ये काही पेशंटसाठी स्वतंत्र केअर सेंटरही आहे. शक्य ते सर्व करता येईल वगैरे बोलणं झालं. आता मेहेरभाभींना हे कसं सांगायचं हाच एक अवघड प्रश्न होता. डॉ. सोराब होमजी

रविवारी घरी येतो म्हणाले. आम्ही त्याप्रमाणे रविवारी सर्वजण जमायचं ठरवलं.

रविवारचा दिवस उजाडला. डॉ. होमजी वेळेवर आले. डॉक्टरसाहेबांची वाट पाहत मी बाहेरच थांबलो होतो. डॉ. होमजी यांच्याबरोबर डॉ.सकलातवालाही होते. डॉ. होमजींनी डॉ. सकलातवालांना फोनवरून संपर्क करून येण्यास सांगितले होते. मिस्टर चोक्शींचा बंगला समुद्रकिनाऱ्यालाच होता. आज समुद्राला ओहोटी होती. किनारा सोडून समुद्राचं पाणी खूप दूर आत गेलं होतं. समुद्रही खंगलेल्या रुग्णासारखा दिसत होता. रित्या किनाऱ्याच्या ओल्या जागेवरील वाळूत लहान लहान मासळी, जीवजंतू, ओलसर लिबलिबित शिंपल्यात लपलेले जीव टिपण्यासाठी कावळ्यांची झुंबड उडाली होती. सगळंच अभद्र दिसत होतं.

आम्ही सगळेजण आत गेलो. एका बेडवर मेहेरभाभी निस्तेज पडल्या होत्या. आम्हाला पाहून त्या धडपड करून उठू पाहत होत्या. मीच म्हणालो,

"नो, नो भाभी, बी कंफर्ट."

मला त्या म्हणाल्या, "काय सर, किती दिवसांनी आलात?"

मी गप्पच होतो.

मग त्या डॉ. सोराब होमजींना म्हणाल्या, "तमे केम छो, सोराब."

मग सगळं औपचारिक बोलणं झालं. मेहेरभाभी अत्यंत हुशार, चाणाक्ष होत्या. त्यांनी लगेच शंका विचारली.

"सोराब, तू टाटा कॅन्सर डिपार्टमेंटकडे आहेस ना? आणि तुझ्या हातात कसले रिपोर्ट आहेत? Show me the Reports. लपवू नकोस काही. माझ्या डोक्यावरचे हे केस बघ गळूनगळून किती शिल्लक राहिलेत. आता माझा एक नाही सगळे दात हलताहेत. ठणकताहेत. माझी मलाच दुर्गंधी येते आणि हा चोक्शी मला काही नीट सांगत नाही. हे काय चाललं आहे?" भाभी नॉनस्टॉप बडबडत होत्या.

"अगं मेहेर, थोडं थांब, Let me check up, Don't be misunderstanding, असं काय करतेस."

वातावरण थोडंसं हलकं वाटलं. मेहेरभाभींनी आधीच काही अंदाज बांधला असावा हे जाणवलं. डॉ.सोराब होमजी आणि डॉ.सकलातवाला यांनी मेहेरभाभींना त्यांच्या पद्धतीने तपासून पाहिलं. ते काही निर्णयाचं बोलू लागले. मग डॉ. सोराब होमजी म्हणाले,

"मेहेर, आम्ही उद्या तुला टाटा हॉस्पिटलमध्ये काही चेक-अपसाठी नेतो आहोत. तिथं मी तुझी व्यवस्था करतो. आम्हाला काही शंका वाटताहेत, त्या आपण तिथं क्लिअरअप करू. काळजी करण्यासारखं काही नाही."

मेहेरभाभी 'ठीक आहे' एवढंच म्हणाल्या.

गडद काळ्या ढगांनी एकाएकी चंद्र झाकोळून जावा व मलूल अंधार पसरावा

तसं काहीसं घरात वाटू लागलं. मेहेरभाभी अगदीच काळवंडून गेल्या होत्या. थोडा वेळ आम्ही इतर काहीबाही बोललो. मग डॉ. सोराबजी आणि डॉ. सकलातवाला यांनी निरोप घेतला. डॉ. सोराब होमजी मेहेरभाभींचे नातेवाईक होते. ते मेहेरभाभींजवळ बसून घरच्या काही गोष्टी बोलले. त्यांनी मेहेरभाभींच्या डोक्यावरून प्रेमळपणे हात फिरवला व 'पुन्हा भेटू' म्हणून निघाले. आम्ही दोघे डॉक्टरसाहेबांना बाहेर सोडायला आलो.

त्या दिवशी चेक-अपसाठी म्हणून मेहेरभाभींना परळच्या टाटा हॉस्पिटलमध्ये जे दाखल केले, ते पुन्हा कधी घरी आणलेच नाही. त्यांच्यावर सर्व उपचार केले गेले. त्या भयानक रोगाने मेहेरभाभींवर जी झडप घातली ती कायमची. त्रास वाढला, वेदना वाढल्या. शेवटी त्यांना केअर सेंटरमध्ये शिफ्ट केले. हॉस्पिटलमध्ये सगळ्या सोई उपलब्ध होत्या; पण बिचारे चोक्शी एकटेच होते. मला त्यांचेही हाल बघवत नव्हते. एवढा श्रीमंत माणूस. फोर्ट एरियात त्यांची फार मोठी प्रेस होती. प्रेसचे काम विस्कळीत होऊन गेले. या त्यांच्या असहाय अवस्थेत मी सदैव सोबतीस होतो. दरम्यानच्या काळात मेहेरभाभीने ॲडव्होकेट विराणी यांना बोलावून घेऊन चोक्शीसाहेबांच्या बरोबर चर्चा करून एक 'विल' तयार करण्याचं बोलून घेतलं. शेठ चोक्शींना मी म्हणालो, "भाभींच्या मनाप्रमाणे होऊ द्या सगळे, कसलीही इच्छा अपुरी ठेवू नका." तर चोक्शींचे डोळेच भरून आले. "होय, तुम्ही म्हणता तसंच होईल." या काळात लंडनमधील चोक्शींची बहीण डेलनाझ येऊन भेटून गेली; पण तेहरानकडचं कुणीच आलं नाही. तिकडून काहीच कळू शकलं नाही.

तरीही एक-दीड महिना होऊन गेला. मेहेरभाभींना मध्येच बरं झाल्यासारखं वाटायचं आणि अचानक एकाएकी त्रास वाढायचा. त्या दिवशी मी, मिस्टर चोक्शी मेहेरभाभींना काही फळांचा रस देत होतो. मेहेरभाभींचा आवाज अतिशय क्षीण झाला होता. त्या केवळ अस्थिपंजरच उरल्या होत्या. तरीही त्या अस्फुटपणे काही इच्छा व्यक्त करत होत्या. त्या चोक्शींना पारशीत कानामध्ये काही सांगत होत्या. चोक्शीसाहेबांनी माझ्याजवळ ते स्पष्ट केले.

"सर, लोणावळ्याजवळ पुण्यापासून खूप अलीकडे कमलापूर नावाचे व्हिलेज आहे. वहाँ कोई छोटासा पानीका तालाब भी है। ठीक उसी तालाब के बाजू में हमारी चार एकड़ जमीन है। शायद पाँच साल पहले मेहरके नामसे पर्चेस की थी। हमने वहाँ छोटासा फार्म हाउस भी बनवाया है। कोई हमारा किसान वहाँ चावल की खेती चलाता है। मेहेरजी का कहना है, वह फार्म हाउस आपके नाम करवा दे। मैं तो वहाँ आता-जाता नही। अब मैं अकेला हूँ। किसे ॲडॉप्ट करे ऐसे कोई हमारे रिलेटिव्ह भी नही। डॉ. होमजी भाईका एक लड़का है। वह लंडन में डॉक्टर की पढ़ाई करता है। उनको ॲडॉप्शनमें कोई रुची नही है। तो हम प्रॉपर्टी डिस्पोज अप

करनेकी सोच रहे हैं । तो वह फार्म हाउस आपके नाम करवाना है । आपको कोई आश्रम या ऐसेही पर्पज के लिए वह स्पॉट अच्छा भी है । और ऐसे अच्छे काम के लिए वह युज हो सकता है । हम बहुत दिनसे यह सोचते थे । वही बात आज कह रहे हैं । We request you, please, don't hesitate to accept it.''

मेहेरभाभी माझ्याकडे आशेने पाहत होत्या. मिस्टर चोक्शींनी अगदी शांतपणे व व्यवस्थितपणे हे सारं सांगितलं होतं. अशा वेळी मी काही पर्यायी बोलणं अनुचित होतं आणि यात विचार करण्यासारखंही काही नव्हतं. मेहेरभाभींची आश्रमाची कल्पना अत्यंत चांगली होती. इच्छा पवित्र व कल्याणकारी होती. मी कोणी त्या प्रॉपर्टीचा मालक होऊन उपभोग घेणारही नव्हतो. उलट मी एक सर्व लोकांचा सेवाधारी विश्वस्तच होणार होतो. यात आढेवेढे घेण्यासारखे काहीच नव्हते. ती जागा सामाजिक, धार्मिक कामासाठी उपयोगात यावी हा त्यांचा उद्देश उदात्त होता.

मी मिस्टर चोक्शीसाहेबांचे दोन्ही हात माझ्या हातामध्ये घेऊन बोललो, ''भाभीजी, आप कोई चिंता ना करो, मैं अवश्य स्वीकार करूंगा, It is my pleasure, I will do it.''

त्या वेदनागृहात आम्ही सगळेजण आनंदी झालो. आज पौर्णिमा. मेहेरभाभींच्या चेहऱ्यावर पूर्ण चंद्राचा उल्हास प्रफुल्लित झालेला स्पष्ट दिसत होता. डॉक्टरांची चेक-अप राउंड होती. दोन-तीन डॉक्टर्स, नर्स एकेक कक्ष पाहत येत होते. आम्ही दोघे बाहेर आलो. मला थांबवून, मिस्टर चोक्शी मेहेरभाभींकडे पुन्हा आत गेले.

परळहून मी थेट चर्चगेटला आलो. अजून सूर्य मावळायचा होता. तिथून मी लगबगीने समुद्रकिनाऱ्यावर गेलो. आज मला सूर्यास्त पाहायची अनिवार ओढ लागली होती. शिवाय पौर्णिमेचा पूर्ण चंद्रही आज कोणतं रूप घेऊन येणार आहे तेही आवर्जून पाहायचे होते. मेहेरभाभींच्या आणि माझ्या, दोघांच्याही आयुष्यातील हा अजब दिवस होता; पण दोन्हीची रूपं किती भिन्न होती. एक सत्पात्री दान होतं आणि दुसरं वैराग्य पत्करलेल्या भणंग कमंडलूधारकास धनाचा, संपत्तीचा वारसदार व्हावं लागत होतं. एकात मुक्तता होती तर दुसऱ्यात कर्तव्याचं जोखड होतं. सूर्य अस्त पावू लागला. आज तो मला जणू एका महानिर्वाणाचंच रूप वाटत होता. आयुष्य संपावं तसा दिवस संपून गेला. कृतार्थ! पूर्वेकडील चंद्रोदयाने हळूहळू रात्र फुलू लागली. पूर्ण चंद्र वर आला. गरगरीत गोल चंद्र. रात्रीच्या कपाळी कुणीतरी चांदीचा रुपया लावावा तसा तो वाटू लागला.

मी समुद्रकिनारी शांत बसून होतो. मेहेरभाभींच्या व चोक्शीसाहेबांच्या औदार्याचं कौतुक वाटत होतं. अंतःकरण हे आकाशासारखं विशाल असतं. माणसं आक्रसून, केवळ आत्मकेंद्रित राहून स्वतःपुरतंच जगत राहिली असती तर समूहाने जगणं अवघड झालं असतं. आपल्याकडे जे काही अतिरिक्त असेल ते किंवा त्यातला

काही अंश तरी गरजूंना देणं खरंच मोलाचं असतं. असं दातृत्व सर्वच धर्मांत आग्रहाने सांगितलं आहेच. मागे एका वृत्तपत्रात मी एक आश्चर्यकारक बातमी वाचली होती. एका वैद्यकीय महाविद्यालयास अभ्यासासाठी एका माणसाने मरणोत्तर देहदान केलं होतं.

पाच-सहा दिवसांत मेहेरभाभींच्या 'विल'चे आणि कमलापूरच्या फार्म हाउसचे कागदपत्र-बक्षिसपत्र ॲडव्होकेट विराणी यांनी पूर्ण करून घेतले. रजिस्ट्रेशनसाठी मेहेरभाभी प्रॉपर्टी नोंदणी कार्यालयात येऊ शकत नव्हत्या; त्यामुळे दोराबजी चोक्शींच्या नावे कुलमुखत्यारपत्र करून घेतले होते. सर्व कायदेशीर सोपस्कार पूर्ण झाले. मेहेरभाभींचे बँक खाते व काही डिपॉझिट्स इंपिरियल बँकेत होते. ती मेन ब्रँच फोर्टला होती. एक दिवस आम्ही फोर्टला त्या बँकेत गेलो. इंपिरियल बँकेच्या नावाला जोडून स्टेट बँक ऑफ इंडिया हे नवं नाव धारण केलेला बँकेचा बोर्डही लावलेला होता. बँकेचा सिम्बॉल मात्र पारंब्या असलेलं मोठं डेरेदार वडाचं झाड हाच होता. चोक्शीसाहेबांनी मेहेरभाभींच्या इच्छेनुसार या बँकेतील खाते व डिपॉझिट्स माझ्या नावाने बदलण्याविषयीचे नॉमिनेशन फॉर्म वगैरे भरून दिले. बँकेतील समोरच्या बाकावर बसत मी चोक्शींना म्हणालो,

"भाईसाहब, यह फंड ट्रान्स्फर का क्या मामला है?"

"कोई नही आनंदजी, मेहेरने कहा, उसके डिपॉझिट्स में Half of the F.D. amount kept with you. आपके नाम करवाना है और Her SB A/c is to be transferred वह भी आपके नाम करवाना है। सर, आपके नए आश्रम के लिए ही हम यह सब कर रहे हैं।"

"यह तो सरासर गलत बात है। ऐसा मत करो साहब। दूसरोंपे इतना भरोसा रखना ठीक नही।"

"देखो सर, हम इन्सान पे भरोसा करने वालों में से हैं। हम हमारे प्यारे खोदायजीके सामने तो उसके बंदे है। यह सब उसी का तो दिया हुआ है। खुदा हमारे मालिक हैं। हम कोई बड़ा काम तो नही कर रहे हैं।"

"लेकिन, मेहेरभाभी अभी भी मौजूद है। इतनी जल्दी भी क्या है।"

"Sir, I explain it again, मेहेरनेही मुझे कहा है, 'Half of the amount to be kept reserve for our Parshi Trust and the remaining for your आश्रम' और रही बात मेरे मेहेरके जीने की. डॉ. होमजी her cousin brother of her mother, very firmly told us अब मेहेर के जादा दिन नही बचे हैं। अब उसकी हर एक इच्छा पूरी करो, ऐसा भी कहा है।"

शेठ चोक्शी सद्‌गदित झाले होते. गहिवरले होते. मी त्यांच्या पाठीवरून हात फिरवत त्यांना सावरत होतो. त्यांना आणि मलाही! यावर चोक्शीसाहेब मला

एवढंच म्हणाले,

‘Sir, Meher disires, you should not beg from anybody for this Holy place, when we are having already a lot of funds in our accounts. We are not doing a favour to anybody. We are just giving it back to God who has given us a lot. So, it is a gift of God; we are only well wishers, we are not a doner.”

चोक्शी शेठ आज असं काही बोलत होते की, मला ती संतवाणीच वाटत होती. अशाही अवस्थेत कसल्याही दुःखाची साधी भावछटाही या पति-पत्नीच्या चेहऱ्यावर जाणवत नव्हती. हे एक आश्चर्यच होतं.

पुन्हा कमल माझ्या डोळ्यांसमोर उभी राहिली. तिच्या प्राक्तनानुसार तिचा मृत्युभोग स्वाभाविकच होता. ते काही एकमेव दुःख नव्हते. कमलच्या दुःखात, वियोगात आपण तिथेच ते गोंजारत, उगाळत बसलो असतो तर जगाचे हे रूप आपल्याला कळलेच नसते. फिनिक्स पक्षी राखेतून पुन्हा जन्म घेतो असं म्हणतात. मेहेरभाभी असाच एक फिनिक्स पक्षी आहेत का? माझ्या नियोजित कल्याण आश्रमात त्या सेवेसाठी पुन्हा जन्म घेणार आहेत काय? विचार करता करता माझ्या डोक्यात एक कल्पना चमकली. जणू आपल्या आश्रमाचे नाव इथेच जन्म घेते आहे. माझ्या मनाने कौल दिला. आश्रमाचे नाव सुचले, पक्के झाले. ‘लेडी मेहेर कल्याण आश्रम, कमलापूर’ हे कमलने तर सुचवले नाही?

‘मि. चोक्शी’ बँकेतील कुणीतरी अधिकाऱ्याने नाव पुकारले. आम्ही उभे राहिलो. काउंटरजवळ गेलो ‘एजंट साहेबांनी आपल्याला आत बोलावलं आहे’ असं सांगितलं गेलं. आम्ही केबिनकडे वळलो. काचेचं अत्यंत आकर्षक असं अत्याधुनिक केबिन होतं. वर बोर्ड होता. ‘आर.ए.डी. फर्नांडिस, एजंट, इंपिरियल बँक, हे कंसात होते. त्याखाली नवं नाव होतं– स्टेट बँक ऑफ इंडिया, बॉम्बे मेन ब्रँच.’ आम्ही आत केबिनमध्ये गेलो. एजंट साहेबांनी उठून आमचं स्वागत केलं. बँक खाते व डिपॉझिट्सबद्दल बोलणी, चर्चा झाली. एजंटनी चेंज ऑफ द अकाउंट होल्डर्स नेम अँड मोड ऑफ द सिग्नेचरची माहिती दिली. त्यांनी ऑपरेशन ऑफ अकाउंटबद्दल विचारले, तेव्हा मीच बोललो,

“Sir, I want that this account and Deposits should be jointly operated, I request you to add the name of Mr. Dorab Chokshi also, is it possible?”

“Why not? It is better to make this A/c jointly because of the large amount is laying with the account since many years.”

यावर मिस्टर चोक्शींनी आढेवेढे घेतले; पण अखेर एजंट साहेबांनी त्यांना

'कन्व्हिन्स' केलेच. माझा भार हलका झाला. मग बँकेच्या नियमानुसार कागदपत्रांची पूर्तता, सह्या वगैरे प्रोसिजर पूर्ण करून घेतली गेली. तिथून आम्ही थेट परळलाच मेहेरभाभींकडे गेलो.

मेहेरभाभींचा त्रास वाढतच होता. बघवत नव्हते. तिथे अनेक पेशंट अशाच स्थितीत वेदना सोसत होते. एके दिवशी मेहेरभाभींना व्हेन्टिलेटर लावले गेले. वेदनांनी कहरच केला. आता जवळजवळ सारे संपत आले होते. तरीही मृत्यू मेहेरभाभींजवळ यायला घाबरत होता. या मातोश्रींची पुण्याई व मनोबल खूपच प्रबल होते. मला मृत्यूची कीव वाटू लागली. मृत्यूच मला सगळ्यात अत्यंत भित्रा वाटू लागला. तो कधीच धाडसाने थेट येत नाही. आधी वेदना पुढे पाठवतो, जखमांना पुढे व्हायला सांगतो. कधी कुणाला वृद्धत्वाने जर्जर करून क्षीण करून टाकतो. विषाणू हे तर त्याचे हस्तकच, गुप्तहेर. ते आधीच सारी सिद्धता करून ठेवतात. मग या सम्राट चक्रवर्ती अधिपतींचा 'अश्वमेध' उधळत येतो. या महामहीम जगज्जेत्याचा 'अश्व' कोण रोखणार? ज्याचा कालही अनंत सेवक आहे.

त्या दिवशी दोराबजी चोक्शी आणि मी मेहेरभाभींजवळच होतो. मेहेरभाभींनी संध्याकाळच्या सूर्यास शांतपणे मावळू दिले. नंतरच त्यांनी अंतिम आचके द्यायला सुरुवात केली. जवळ डॉ. सोराब होमजीही होते. एक निर्विकार नर्सही बाजूला उभी होती. अखेर सगळं काही संपलं. सभोवतीचे सर्व श्वास रोखले गेले होते. डॉक्टरांनी मेहेरच्या मनगटावर चाचपडत हाताची बोटे ठेवली आणि नर्सला सांगितले, 'प्लीज रिमूव्ह द व्हेन्टिलेटर.' चोक्शीसाहेबांनी त्यांचा हुंदका दाबून धरला होता, त्याला त्यांनी डोळ्यांतील अश्रूंद्वारे घळघळा वाहायला वाट करून दिली. डॉ. होमजींनी चोक्शींच्या खांद्यावर हात ठेवून त्यांचे सांत्वन केले. माझाही कंठ दाटून आला. डोळ्यांच्या कडा ओलावल्या. खरंच मेहेरभाभी माझ्या कोण होत्या? कसले हे ऋणानुबंध असतील?

चोक्शीसाहेब हलकेच माझ्या गळ्यात पडून निरागसपणे स्फुंदत होते. "Anandji, my Meher is now really no more? She is not with me? Then where is She?" वगैरे अनेक प्रश्न लहान मुलाप्रमाणे चोक्शीसाहेब मला विचारत होते.

पारशी पद्धतीप्रमाणे मेहेरभाभींचे सर्व अंतिम विधी केले गेले.

चार दिवस स्वतः विक्रम सेठना व त्यांच्या पत्नी डेझी, चोक्शीसाहेबांकडे मुक्काम करून राहिले. लंडनहून कुठल्याशा फ्लाइटने चोक्शींची बहीण डेलनाझ परवेझ आली होती. डॉ.सकलातवाला, डॉ.जसावाला रोज संध्याकाळी तासभर येऊन बसून जायचे. डॉ. होमजींची पत्नीही येऊन जात होती. मी चोक्शीसाहेबांना शक्य ती सर्व मदत करतच होतो. मला ते आता हक्काने सांगत होते, बोलत होते.

मेहेरभाभींना जाऊन आता १५ दिवस झाले. डेलनाझना इथे थांबणे शक्य

नव्हते. लंडनमधील त्यांची कामे खोळंबून राहिली होती. परत निघण्याविषयी त्यांचं दोराबजींशी बोलणं सुरू होतं. दोराबजींना त्यांनी आपल्याबरोबर लंडनला न्यायचं जवळजवळ ठरवलंच होतं.

ब्रिटिश एअरवेज फ्लाइटचं दोघांचं तिकीट कन्फर्म झालं. फ्रायडेला रात्रीची फ्लाइट होती. जाण्यापूर्वी चोक्शी शेठनी डेलनाझकडून लंडनचा पत्ता घेऊन मला दिला. '72-86 Fulham Palace Road, Hammersmith, London, W68 JB. Great Britain.'

दोराबजी चोक्शी लंडनमध्ये महिनाभर राहिले. या अवधीमध्ये त्यांची मला दोन दीर्घ पत्रे आली. त्यात मेहेरभाभींचा वियोग भाव ओतप्रोत भरला होता. त्यातूनही त्यांनी तिथलं हवामान पत्रातून कळविलं होतं–

डिसेंबर हा महिना तिथला The Cold Season of the year- विंटर सिझन चालू होता. सगळीकडे हिमवर्षाव चालू होता. जिकडे पाहावे तिकडे बर्फच बर्फ भुरभुरत आहे; त्यामुळे लोक बाहेर पडत नाहीत. लोक स्केटिंग Ice-boating करताहेत. याच काळात इथे 'Icicle'-hanging pointed piece of ice- लोंबणारा टोकदार बर्फाचा तुकडा आणि त्यातून थेंब थेंब झिरपणारं पाणी पाहण्याची मौज लुटताहेत. नाताळ आठवड्यावर येऊन थांबला आहे. 'ख्रिसमस ट्री'वरचं बर्फ अजून वितळलं नाही वगैरे. डेलनाझ म्हणते, 'दोराब, रहा इथे - लंडनमध्ये, भारतात जाऊन एकटा काय करणार? आपण बहीण-भाऊ मिळून राहू.' त्यावर मी तिला 'My Meher is still waiting in India, she will not then excuse me' असं म्हणतो. एका पत्रातून त्यांनी मला कळवलं, 'बहुधा जानेवारीत भारतात येईन.'

२७

कळवल्याप्रमाणे चोक्शीसाहेब लंडनहून परत आले. हे लोक दुःखातून स्वतःला खूप लवकर सावरून घेतात, याचं मला खरोखरच कौतुक वाटतं. मला साधं कुठं कमळाचं फूल पाहिलं की, कमलची आठवण येते. मी तसा खूप हळवा आहे. मला आता असं दुबळं राहून चालणार नाही. मला एक नवा आश्रम - कल्याण आश्रम निर्माण करायचा आहे. या नव्या आश्रमात मला जीव, मन, आत्मा, ब्रह्म, माया, धर्म, संस्कृती, तत्त्वज्ञान यांतील मर्मशोध घ्यायचा आहे. एक अभ्यास केंद्र चालवायचं आहे. जीवनाचा व्यापक शोध घ्यायचा आहे. वेदना, दुःख, वास्तव, सत्य हे उलगडून पाहायचं आहे. सर्वधर्मीयांचा आस्थेने विचार करणारे तटस्थ अभ्यासक निर्माण करायचे आहेत. मनोरथ तर स्वैर आहे. सकल कल्याण व बंधुता राखायची आहे. बघू या हे कितपत जमेल ते.

दोन दिवसांची पूर्ण विश्रांती घेऊन चोक्शीसाहेब रविवारी फायर टेंपलवर आले. पुन्हा नव्याने त्यांनी कामाची सूत्रं हातात घेतली. दोराबजी चोक्शी स्वतः 'मोदी परवेझ पारशी ट्रस्ट'चे अध्यक्ष होते. ते अतिशय जबाबदारीने काम करत असत. दोन-अडीच महिने ते व्यग्र होते; त्यामुळे न्यासाची कामे खोळंबली होती. त्यांनी प्रथम पेंडिंग फाइल पाहून घेतली. पुढच्या मीटिंगचा अजेंडा काढायला सांगितला. अजेंड्यावरील विषय ठरविले. डॉ.फारुक खोदायजी सचिव होते; तेही आज आले होते. मीटिंगचे नियोजन केले गेले. आठव्या दिवशी मीटिंग होती.

"प्रोफेसर आनंदजी, आज संध्याकाळी आपण आपल्या मरीन लाइन्सच्या बंगल्यात जमू. आश्रमाच्या बांधकामासंबंधी तज्ज्ञ मंडळींना बोलावले आहे. ठीक ५ वाजता ही मीटिंग असेल. तिथेच भेटू," असे सांगून चोक्शीसाहेब निघून गेले.

त्याप्रमाणे संध्याकाळी आम्ही सगळे वेळेवर जमलो. सगळीच मंडळी मला अपरिचित होती. बंगल्यात सबेसा नायर नावाचा साधारण १८ वर्षांचा तरतरीत तरुण केरळीयन मुलगा नव्याने कामाला ठेवला होता. विक्रम सेठना यांनी तो कुठून शोधून आणला होता कुणास ठाऊक? आता चोक्शीसाहेबांना त्याची निकड होतीच. बाहेरच्या आउट हाउसमध्ये त्याची राहायची सोय केली होती. तो सर्व कामे करी. त्याने आम्हा सगळ्यांना छानपैकी चहा-कॉफी करून दिली.

चोक्शीसाहेबांनी आलेल्या मंडळींना प्रथम माझी ओळख करून दिली.

"मित्रहो, हे प्रोफेसर चैतन्य आनंद. He is Retired Professor of Ancient Indian History and culture. धर्म आणि अध्यात्म याचे ते केवळ अभ्यासकच नाहीत, तर अधिकारी असं व्यक्तिमत्त्व आहेत. लोणावळा-पूना रोडवरील कमलापूर या गावी चार एकरांवर आमचे फार्म हाउस आहे. तिथल्या कमलतळ्याला अगदी लागूनच. आपण ती साइट पाहूच. तिथं यांना एक आश्रम बांधायचा आहे. त्याविषयी ते स्वतः सविस्तर माहिती देतीलच."

नंतर माझ्याकडे पाहत ते पुढे बोलू लागले,

"आता या सर्व उपस्थितांची तुम्हाला ओळख करून देतो. हे मिस्टर शाम सारंग, आर्किटेक्ट आहेत. हे श्रीयुत पडसलगीकर, इंजिनिअर व बिल्डर आहेत. आणि हे आपला यापूर्वीच परिचय झालेले ॲडव्होकेट विराणी. विक्रम सेठना हा सगळा आर्थिक व्यवहार पाहतील. ते अजून आलेले नाहीत. त्यांना निरोप मिळाला की नाही हे नक्की माहीत नाही. या साऱ्या व्यवस्थापनासाठी त्यांच्याशी बोलणे व चर्चा जरूर होती. आश्रमासंबंधी आता प्रो. आनंदजी सांगतील."

मग मी आश्रमासंबंधी सविस्तर कल्पना मांडली– "आश्रम सर्वस्वी नव्या कल्पनेवर आधारित आहे. निव्वळ कर्मकांड, अंधश्रद्धा, कालबाह्य परंपरा यांचं इथं अंधानुकरण नाही. बुद्धिनिष्ठ व विज्ञाननिष्ठ भूमिकेतून वैचारिक मंथन हा उद्देश आहे. त्यासाठी चर्चासत्रे, बौद्धिक चिंतन, परिसंवाद, व्याख्याने, मुलाखती आदी आयोजित करायची आहेत. त्याकरिता प्रशस्त सभागृह गरजेचं आहे. आश्रमात स्वतंत्र अभ्यासिका, विपुल ग्रंथांची लायब्ररी, छोटे छोटे डिस्कशन हॉल्स, निवासव्यवस्था. भोजनकक्ष, कोठार, कार्यालय, अग्नी-ज्ञानज्योतीचं प्रतीक म्हणून अखंड निरांजन तेवत ठेवण्यासाठी आकर्षक प्रकाशगृह, फुलांनी डवरलेली सुंदर बाग, आश्रमाच्या भोवती शमी, कदंब, आम्र, निंब, चिंच, वड, अशोक, अश्वत्थ, पळस इत्यादी झाडे, लगत असलेलं कमलतळं सुशोभित करणे, त्यात पाणपक्षी, राजहंस यांचा विहार व संगोपन. विविध वनश्रीने नटलेल्या या आश्रमात, वृक्षवेलीवर असंख्य पक्ष्यांनी वास्तव्य करावं, त्यांना अभय मिळावं म्हणून आपण जाणीवपूर्वक प्रयत्न करावेत, काळजी घ्यावी. अनेक पक्ष्यांचा चिवचिवाट, किलबिलाट आणि त्यांचं मंजूळ

गंधर्वगान सहज, सतत ऐकायला मिळावं असा हा कल्पनेतला आश्रम आहे. ही कविकल्पना वाटेल. मी कागदावर याचं टिपण तयार केलं आहे. त्याचा तुम्हाला उपयोग होईल.'' मग टिपणाच्या प्रती सर्वांना दिल्या.

चोक्शीसाहेब, पडसलगीकर, सारंग यांना ही कल्पना आवडली. चोक्शीसाहेबांनी माझ्यासाठी एक निवास बांधण्याची सूचना केली. लगेच त्याला जोडून मी सुबक पायऱ्यांसह छानपैकी एका प्रवेशद्वाराचा त्यात समावेश केला. ज्यांच्या प्रेरणेने ही वास्तू निर्माण होते आहे, त्या लेडी मेहेर यांचा आत प्रथमदर्शनी छान पुतळा आणि चबुतरा उभा करून, प्रवेशद्वारावर 'लेडी मेहेर कल्याण आश्रम, कमलापूर' असा फलक लावला जावा असे सुचवले.

ॲडव्होकेट विराणी यांना न्यास नोंदणी, घटना-बायलॉज ही ट्रस्टविषयक आणि जागेच्या NA व टायटलविषयीची कामे दिली. या मीटिंगमध्ये ज्यांनी त्यांनी टिपण, नोट्स घेतल्या. शंका-समाधान, चर्चा झाली आणि वर्षभरात हे काम पूर्ण करण्याचा संकल्प केला. यासाठी लागणाऱ्या निधीची कमतरता नव्हतीच. मीटिंग अत्यंत समाधानपूर्वक पार पडली. आभार मानण्यात आले.

या सभेला मेहेरभाभी असायला हव्या होत्या, असे वाटून गेले. चोक्शीसाहेबांनी मेहेरभाभींच्या हसऱ्या फोटोला एक नवा हार घातला. गुलाब-मोगऱ्याचा सुगंध सर्व दिवाणखान्यात भरून गेला. आम्ही दोघांनी सगळ्यांना आदरपूर्वक निरोप दिला आणि रस्ता ओलांडून समुद्रकिनाऱ्याच्या कठड्यावर शांतपणे बसलो. समुद्राच्या लाटा किनाऱ्यावर आदळत, अंगावर खारट थेंबांचे तुषार उडवत होत्या. नेहमीप्रमाणे थंड वारे वाहात होते. समुद्रासारखेच आम्ही दोघे काही वेळ अबोल होतो. शब्द विसावले होते. मात्र, मनात विचारांच्या लाटा अस्वस्थपणे उसळत होत्या.

दहा दिवसांनंतर आम्ही जमलेले सगळेजण खास गाडीने कमलापूरला गेलो. जागेची पाहणी केली. वनश्रीने नटलेल्या डोंगराच्या पायथ्याशीच हे फार्म हाउस होते. अगदी कमलतळ्याला लागून. अत्यंत मनोहर परिसर, निसर्गरम्य! नावाप्रमाणेच कमलतळ्यात असंख्य कमळाची फुले बहरली होती. चार एकरांभोवती आधीचेच वायर फेन्सिंग होते. भाताची लागवड केलेली. भाताच्या पिकाला भरपूर लोंब्या लागल्या होत्या. सर्वत्र भाताचा मंद सुगंध दरवळत होता. तज्ज्ञांनी, इंजिनिअर पडसलगीकर, शाम सारंग यांनी त्यांच्या कर्मचाऱ्यांकडून आवश्यक ती मोजणी केली. जागेची उत्तर दिशा नोंदवली. साइट प्लॅन जवळ होताच. काही टिपणे तयार केली. चर्चा केली आणि मग निघालो.

पुन्हा रुटीन सुरू झाले. चोक्शीसाहेब नेहमीप्रमाणे त्यांच्या प्रेसकडे जाऊ लागले. मी फायर टेंपल व एशियाटिक सोसायटीत जाऊ लागलो. पुन्हा वाचन,

चिंतन, टिपण सुरू झाले. लेखन जरा थांबले होते. आता त्याने गती घेतली. रोज संध्याकाळी समुद्रकिनाऱ्यावर जाऊन अथांग निळं पाणी व निळं आकाश दूर कुठे एकजीव झाले ते क्षितिज शोधायचं हा जणू छंदच झाला. मग हळूच पावलं टाकत रात्र यायची आणि मी शोधत असलेलं क्षितिज विस्कटून टाकायची. हे रोज घडत असे... सध्या मी लिहीत असलेलं 'Love is the Oasis of Religion' हे अंतिम टप्प्यात आलेलं पुस्तक चोक्शीसाहेबांनाच, त्यांच्या प्रेसकडे द्यायचं आहे. अर्पणपत्रिकाही तयार आहे. 'तू दिलेली अखंड वेदना ज्यांनी झेलली मात्र, मनात कटुता निर्माण होऊ दिली नाही व सर्वांभूती प्रेम आणि कल्याणच चिंतिले आणि मला प्रेरणेचा वारसा दिला त्या लेडी मेहेरभाभींना आदरपूर्वक अर्पण...'

"Surviving the unending agony you gave, still not let heart fill with disgust, and always cascaded love and bliss for wellbeing of all, and booned me with inheritance of inspiration... To that great, serene, sweet Lady Meherbhabhi with respect..."

वाचन संपत नसतं. खरंतर ती अखंड साधना आहे. इथे मला श्री. वासुदेव पटवर्धन पुस्तकाचं काहीही उणेपण जाणवू देत नसत. माझ्या पाहण्यात न आलेली पुस्तके, संदर्भग्रंथ हाती लागले की, अवश्य देत. इथे लायब्ररीत नियमितपणे, कसर-वाळवी मुक्ततेसाठी पेस्ट कंट्रोलची हर्बल ट्रिटमेंट पुस्तकांना व लाकडी कपाटांना दिली जाई. एकदा असंच काम चालू असताना त्यांच्या हाती एक दुर्मीळ पुस्तक लागलं. ते आउट ऑफ प्रिंट होतं. एक प्रसिद्ध इंग्रजी लेखक Mess G.H. याचं 'Dharma and society' हे गाजलेलं पुस्तक Luzac and Co., London. यांनी १९३६ मध्ये छापून ते प्रकाशित केलं होतं. 'मिळालं, मिळालं,' असं हर्षभरित उल्हासाने, जणू 'युरेका, युरेका' करतच ते माझ्याकडे आले. ते पुस्तक पाहून मलाही अर्थातच आनंद झाला. एका पाश्चिमात्य लेखकाने संस्कृतातील ऋग्वेदाचा अभ्यास करून मांडलेले विचार खरोखरच मननीय आहेत. ऋग्वेदातील ऋत या संकल्पनेतून भारतीय धर्मप्रणाली निर्माण झाली असे ते सांगतात. या लेखकाने इतका सूक्ष्म अभ्यास केला आहे की, त्यात स्पष्ट केले आहे, ऋत हा शब्द संस्कृतातील 'ऋ' या धातूपासून निर्माण झाला आहे. 'ऋ'चा अर्थ नियंत्रण करणे, निर्मितीचा सांभाळ अथवा व्यवस्थापन करणे असा असल्याने; सत्याचा, परब्रह्माचा किंबहुना निश्चयाचा ती प्रतिपाळ करते अशी कल्पना आहे.

दीड-दोन महिन्यांत कमलानगर आश्रमाची सर्व कागदपत्रे रीतसर मंजूर झाली. बांधकाम परवाना, अकृषिक परवाना, न्यास नोंदणी वगैरे वगैरे. दरम्यानच्या काळात भूमिपूजन झाले. त्यावर काळ्या ग्रॅनाइट दगडावर नियोजित लेडी मेहेर कल्याण आश्रम, कमलापूर (लोणावळा) असा कोरीव अक्षरांचा फलक लावला गेला. अर्थात

उद्घाटक शेठ दोराबजी चोक्शी हेच होते. फलकाच्या खाली माझं नाव - श्री चैतन्य आनंदजी असं होतं; मला तेवढं पुरेसं होतं.

इंजिनिअर पडसलगीकरांनी काम वेगाने सुरू केलं होतं. तत्पूर्वी भातशेतीची काढणीही वेळेवर होऊन गेली होती. जवळजवळ ८० पोती साळी निघाल्या. त्या सडून घेतल्या की, ४० ते ५० पोती तांदूळ होतो. हा सगळा तांदूळ चोक्शीसाहेब फायर टेंपलमध्ये जे अन्नछत्र अखंड चालू असतं त्यासाठी देतात.

मी अधूनमधून साइटवर जायचो. सगळंच अत्यंत नियोजनबद्ध व उत्तम काम चाललं होतं. आश्रमाची जागा लोणावळा-पूना रोडवर मध्येच रस्त्याला लागून होती. त्यामुळे बांधकाम साहित्याची वाहतूक सहज करता येई. आर्किटेक्ट शाम सारंग यांनी तयार केलेल्या नकाशा व मॉडेलप्रमाणे आश्रमाची वास्तू आकार घेत होती. शाम सारंग हे स्वतः शिल्पकारही होते. त्यांनी लेडी मेहेर यांचा अर्धपुतळाही तयार करायला घेतला होता. न्यासाचं एक बँक खातंही पुण्यातील स्टेट बँक ऑफ इंडियाच्या मेन ब्रँचमध्ये उघडलं गेलं. न्यासाचा अध्यक्ष मी आणि सचिव मिस्टर दोराबजी चोक्शी होते. अन्य सदस्यांत विक्रम सेठना, डॉ. जसावाला, डॉ. सकलातवाला, डॉ. होमजी आणि श्री. वासुदेव पटवर्धन हेही होते. न्यासाला नोंदणी क्रमांकही वेळेवर मिळाला होता. बायलॉजप्रमाणे दर तीन महिन्यांनी सभा घेणे, महत्त्वाचे ठराव मंजूर करून ते असिस्टंट चॅरिटी कमिशनर, मुंबईकडे चेंज रिपोर्ट मंजुरीस पाठवणे, बजेट, ऑडिट करून घेणे तसेच आश्रमाच्या प्रॉपर्टीची नियमाप्रमाणे नोंद करून घेणे वगैरे सगळी कामे चोख व वेळेवर होत होती.

जसजसं बांधकाम पूर्णत्वास येऊ लागलं तसतसं माझं आश्रमाकडे जाणं-येणं वाढू लागलं. बऱ्याच वेळा स्वतः पडसलगीकर मला बरोबर घेऊन जायचे. कधीकधी विक्रम सेठना, चोक्शीसाहेब येत असत. त्या दोघांनाही बांधकामातली चांगली माहिती होती; त्यामुळे ते वेळोवेळी उत्तम सूचना देत. आश्रमाभोवतीची बरीचशी झाडं इथे कुठे मिळत नव्हती. मिळालेल्या माहितीवरून बंगलोरवरून ती रोपे आणली. तिथे एक नवीन रोपवाटिका उद्यान होते. वृंदावन गार्डनशेजारी. विविध रोपांनीही आता छान बाळसं धरलं होतं. चंद्र जसा कलेकलेने पूर्णत्वास यावा तसा आश्रम उभा राहात होता. या आश्रमाच्या पूर्णत्वाबरोबर माझ्या पुस्तकानंही आता परिपूर्ण होण्याचा ध्यास घेतला होता. हस्तलिखित संपून, त्वरेने छपाईही पूर्ण होत आली होती.

अखेर शेवटचं फिनिशिंग काम सुरू झालं. या फार्म हाउसवर आधी श्रीपती मांगले नावाचा शेतमजूर काम पाहत होता. त्याला पुन्हा वॉचमन व माळीकामासाठी ठेवून घेतलं. आता त्याला श्रीपती माळी म्हणू लागलो. तो सपत्नीक होता. शेतातल्या कोठ्यावर तो राहायचा. आता इथलं सगळं रूपच बदलून गेलं. त्याचीही

सोय झाली. अंतर्गत बागेचे प्लॉट मऊ हिरवळीने सजू लागले. हिरवळीच्या प्लॉटभोवती काजळीची व मेंदीची झुडपं लावून ती शिस्तीने कापून, छाटून रस्ता व लॉन यात त्याचे व्यवस्थित दुभाजक तयार करून घेतले. अनेक ठिकाणी विविध फुलझाडं लावली. जाई-जुई, मोगऱ्याचे व रातराणीचे मंडप सजवले. डेलनाझ परवेझने लंडनहून तिथली फुलझाडांची रोपे पाठवली होती. त्यात प्रामुख्याने डेलिया, केनिया, लिली, चेरीब्लॉसम होते. त्यांनीही इथे मूळ धरले होते. एकूण सगळा परिसर मनोहर, नयनरम्य वनश्रीने नटूनथटून गेला. इंजिनिअर पडसलगीकरांचं मला विशेष कौतुक वाटले. या शेताच्या डोंगरतळाशी सुरक्षित अंतर ठेवून चढ असलेल्या जागी त्यांनी माझं निवासस्थान बांधलं होतं. तिथल्या गॅलरीतून सगळा आश्रम एका दृष्टिपथात येत होता. उत्तरेकडे एक हवेशीर खिडकी होती. तिच्या जवळच पूर्वीपासूनचे एक मोठे कदंबाचे झाड होते. त्याला कसलाही धक्का वा इजा पोहोचू न देता निवासाचे बांधकाम करून घेतले; त्यामुळे उत्तर खिडकीतून ते जाड पानाचं हिरवंगार दाट झाड मला विलोभनीय वाटत होतं. तिथे पक्ष्यांनी आताच वस्ती करायला सुरुवात केली होती. एक-दोन बुलबुल पक्ष्यांची जोडपी मुक्तपणे वावरताना मला दिसू लागली.

पाण्याची काहीही अडचण नव्हती. आश्रमाला लागूनच कमलतळं, त्याला अर्धवर्तुळाकार लोखंडी पाइपचं रेलिंग कंपाउंडवॉल करून घेतलं. एके ठिकाणी छानसा पायऱ्यांचा घाटही बांधून घेतला. खाली शेवटच्या पायरीवर आता तळ्याचं पाणी खेळत होतं. एकच बदल झाला. मेहेरभाभींचा पुतळा प्रवेशद्वाराजवळ दर्शनी भागात बसविण्याऐवजी तो या सुंदर तळ्याजवळ आकर्षक ठिकाणी, छानपैकी आखणी करून बसविला गेला. फरशीकरण झाले. आता राहिलं त्याचं अनावरण.

मेहेरभाभींचं स्वप्न पूर्ण झालं. 'लेडी मेहेर कल्याण आश्रम, कमलापूर (लोणावळा)' अशा फलकासह हा आश्रम परिपूर्ण झाला. मात्र, या परिपूर्णतेसाठी १९६० चा डिसेंबर महिना उजाडला.

आता आश्रमाचे औपचारिक उद्‌घाटन. त्यासाठी आम्हाला तशी मुहूर्ताची गरज नव्हती. डिसेंबरच्या पहिल्या पंधरवड्यातील एक सुट्टी गाठून एकदा न्यासाचे आम्ही सगळेजण मिळून इथे जमलो. आश्रमाचा नूर-नजारा पाहून, देखणं रूप पाहून आम्ही सगळेच भारावून गेलो. विक्रम सेठना यांनी जरूर तो सेवकवर्ग नेमून घेतला होता. इथून दीडच मैलावर कमलापूर हे खेडेगाव होते. तिथली काही माणसे कामास नेमली. दोन शिपाई, वॉचमन, सफाईवाले, श्रीपती माळीला हाताखाली दोन मजूर. सगळ्यांना पगार ठरवले. काहीजण नजीकच्या गावात राहत, तर काहींनी आश्रमातच राहणे पसंत केले. इथे जेवणाचीही सोय होतीच. विक्रमसाहेबांनी मुंबईतला वाकबगार वस्ताद आचारी म्हणून कायमसाठी इथे आणला होता. तोही सपत्नीक राहायला

आला. त्याच्या हाताखाली आणखी एक-दोन स्वयंपाकी कामगार दिले गेले. सगळी सिद्धता झाली. आश्रम पाहण्यासाठी न्यासाचे सर्व सदस्य उपस्थित होते; त्यामुळे एक सभाही पार पडली. दि. २६ जानेवारी हा आश्रमाच्या उद्घाटनाचा व मेहेरभाभींच्या अर्धपुतळ्याच्या अनावरणाचा दिवस निश्चित केला. निमंत्रणे, पत्रिकेची छपाई, पाहुणे, उद्घाटक ही सगळी कामे स्वतः दोराबजी चोक्शी करणार होते.

आलेल्यांपैकी डॉक्टर्स मंडळी संध्याकाळी निघून गेली. मात्र, बाकी आम्ही सगळ्यांनी रात्री इथेच मुक्काम केला. अत्यंत प्रसन्न वाटत होतं. डोंगरावरून थंडगार वारे खाली वाहात येत होते. लवकरच अंधारून आलं. दिवेलागण कधी झाली कळलंच नाही. तळ्याच्या कडेला छानपैकी वॉकिंग ट्रॅक तयार केलेला होता. अंतराअंतरावर बसायला आरामशीर सिमेंटचे बाक बसवले होते. तळ्याचं विहंगम दृश्य पाहत बसण्यात मौज वाटत होती. तळं इतकं शांत होतं की, तळ्याकाठी बसणारादेखील तळ्याची शांतता भंग पावू नये म्हणून आपोआप अबोल व मूक होऊन जाई. मग त्या शांत जलाशयाच्या आरशात आकाशातील सगळं चांदणं प्रतिबिंबित होई. एकाच वेळी दोन-दोन तारांगणं!

या नव्या आश्रमात रात्री आम्हाला शांत झोप आली. एक वर्षाहून अधिक काळ मी फायर टेंपलमध्ये वास्तव्यास होतो; त्यामुळे मला चोक्शीसाहेबांचा प्रदीर्घ सहवास, सहयोग व कृपादृष्टी लाभली होती. आज ते काहीसे अबोलच होते. मी फायर टेंपल सोडून कायमचा इथे येणार म्हणून की मेहेरभाभींच्या तीव्र आठवणीने ते उदास झाले म्हणून, काही कळत नव्हते.

पहाटे खूपच गारठा जाणवू लागला. जणू काळीज गोठावे तसा. पक्ष्यांचं, राजहंसांचं एक बरं असतं; निसर्गाने त्यांची विशेष काळजी घेतली आहे. त्यांना अंगावर जन्मापासूनच पिसांची उबदार शाल बहाल केली आहे; पण मग अंगाला राख फासून उघडेबंब गोसावी, बैरागी हिमालयात कशी तपश्चर्या करत असतील? मागच्या वर्षी ऐन हिवाळ्यात याच सुमारास चोक्शीसाहेब लंडनमध्ये होते. हिमवर्षावाच्या काळात लंडनमध्ये राहिल्याने येथील थंडीचे त्यांना विशेष काही वाटत नसावे.

अशा थंडीतही कुडकुडत पक्ष्यांनी पहाटगाणी गायली आणि आम्हाला जागे केले. आम्हाला हा बदल लक्षणीय वाटला. मुंबईत आता कावळे व कबुतरांशिवाय अन्य कुठलेही पक्षी नांदत नाहीत.

सूर्योदयाचं पहिलं पाऊल पाहायला आम्ही आतुर होतो. थेट प्रवेशद्वाराच्या मध्यभागी सूर्याची प्रभा अवतरू लागली. प्रवेशद्वाराच्या बरोबर मध्यभागी सूर्य हळुवार उगवत होता. माझ्या गॅलरीतून हे दृश्य दिसत होतं. तळ्याच्या घाटावर श्रीपती माळी अंघोळ करत होता. मूळचा शेतकरीच तो. 'हर गंगे, भागीरथी, सरस्वती, नर्मदे, गोदावरी' या पंचगंगांना तांब्यात भरून घेऊन तो आपल्या अंगावर

ओतत होता. सूर्यदर्शन घेऊन मी आत दिवाणखान्यात आलो तर समोर एका फायर प्लेसची तरतूद श्री. पडसलगीकर इंजिनिअरांनी केलेली होती. मला मात्र ती रुचली नाही. अशा सुखसोई मला नको होत्या. पडसलगीकरांना तो बदल करायला सांगायला हवं.

आम्हाला पुन्हा लवकर परत निघायला हवं होतं मग त्याप्रमाणे आटोपून आम्ही सगळेजण मुंबईस निघालो.

पुढच्या नियोजनासाठी मी, चोक्शीसाहेब व विक्रम सेठना एकत्र बसू लागलो. एशियाटिक लायब्ररीचे संचालक श्री. वासुदेव पटवर्धनही निरोप मिळाला की, लगेच येत असत. त्यांनी आश्रमातील ग्रंथदालन कसं विपुल व पुस्तकांनी समृद्ध करायचं याचं काम पत्करलं होतं. त्यासाठी त्यांनी ग्रंथ-पुस्तकांची वर्गवारी करून, पुस्तकं कुठून व कशी मिळवायची, ती कशी आणायची याचं छानच नियोजन केलं.

मी सर्व धर्मांचा अभ्यास करतो आहे. सर्वधर्मसमभाव ही माझी विचारसरणी आहे हे श्री. वासुदेव पटवर्धन जाणून होते. सर्व धर्म हे माणसांच्या उन्नतीसाठी, कल्याणासाठी व सुखासाठीच निर्माण झाले आहेत. मूलभूत उद्दिष्टांत कुठेच विसंगती किंवा भेद नाही. भेद आहे तो आचरण पद्धतीचा, भूमिकेत व परंपरा व्यवस्थेत. प्रत्येकाने आपापले स्वतंत्र मार्ग निर्माण केले, निर्बंध निर्माण केले, आपल्याच विचारसरणीचा, तत्त्वज्ञानाचा आग्रह धरला. मग मतभेद निर्माण झाले; त्यामुळे माणसामाणसांत स्वार्थ व आपल्याच पद्धतीशी चिकटून राहणे वाढू लागले, स्पर्धा निर्माण झाली; श्रेष्ठ-कनिष्ठत्व असा आग्रह बळावू लागला. खरंतर माणूस धर्मामुळे प्रेमाने बांधला जाण्याऐवजी तो कायमचा विभागला गेला. मनामनांत कटुता आली. माणसाचा मोह, लालसा, अभिलाषा, महत्त्वाकांक्षा वाढू लागल्या. धर्माच्या विस्तारासाठी तो युद्ध करू लागला, त्याला धर्मयुद्ध हे गोंडस नाव देऊ लागला. हे अव्याहत चालू राहिले.

मी लायब्ररीत बसलो होतो. समोर 'क्रुशेड फॉर जेरुसलेम' हे पुस्तक होतं आणि माझे विचार काही थांबत नव्हते. पटवर्धनांच्या बाजूच्या खोलीतच मी बसलो होतो. त्यांच्या लक्षात आले. ते माझ्याजवळ येऊन हळूच बोलू लागले. "काय सर, कसला विचार करता आहात, आज लक्ष लागत नाही का?" मी सावध झालो. मनातला विषय बदलून त्यांना आश्रमाच्या उद्‌घाटनाविषयी बोलू लागलो. 'ते थोडं थांबा' म्हणाले आणि एका कपाटाकडे गेले. त्यातला एक अंक शोधून काढून माझ्यासमोर ठेवला. हिंदी 'धर्मयुग'चा तो जुना अंक होता. मग तो अंक त्यांनीच हातात घेऊन चाळून एका सदराचे पान दाखवले.

माउंट अबू, राजस्थान येथे बाबा परमानंदजी 'ब्रह्म' यांचा एक ब्रह्माश्रम होता. तेथील एका चौकटीत माहिती, पत्ता दिलेला आणि बाबा परमानंदजी 'ब्रह्म' यांचे

विचार छापले होते. 'धर्मयुग'चे मागील दोन-तीन अंक पाहिले. एका लेखात तेथील कार्याचं समालोचन आलेलं होतं. सर्वधर्मसमभावाचीच त्यांची भूमिका जाणवत होती. बाबांचे विचार स्वतंत्र व कुठल्याही एका धर्माचाच पुरस्कार करणारे असे नव्हते; शिवाय त्यांना अमुकतमुक धर्माचे वावडेही नव्हते; त्यामुळे मला ते समविचारी वाटले. माझ्या डोक्यात कल्पना चमकून गेली. या महानुभावालाच का उद्घाटक म्हणून आमंत्रित करू नये? मी पटवर्धनांशी बोललो. ते लगेच "उत्तम कल्पना आहे; म्हणूनच मी तुम्हाला हे अंक दाखवले आहेत." असे म्हणाले. मी तो अंक त्यांना सांगून घेतला.

संध्याकाळी मिस्टर चोक्शीसाहेब व विक्रम सेठनासाहेब नेहमीप्रमाणे फायर टेंपलवर आले. मी त्यांना तो अंक दाखवला आणि कल्पना दिली. 'योग्य निवड' दोघेही म्हणाले; 'पण संपर्क कसा साधायचा? त्यांना रीतसर एक पत्र तर पाठवूच; पण त्यापेक्षा समक्ष कोणाला तरी पाठवणे अधिक योग्य ठरेल.' म्हणून चोक्शीसाहेबांनी पारशी टेंपलमधील न्यासाचे काम पाहणारे प्रमुख अनुराग खांडेकर यांना या कामगिरीवर नेमूनही टाकले.

दरम्यान, एक-दोन दिवस बसून 'लेडी मेहेर कल्याण आश्रम, कमलापूर (लोणावळा)' या नियोजित आश्रमाविषयी माहिती, उद्दिष्ट व उपक्रमाची सविस्तर कल्पना यावी म्हणून मी विस्तृत लेख लिहून तयार केला. त्याचे इंग्रजी व हिंदी अनुवादही केले. 'न्यू टाइम्स'च्या वृत्तपत्रास इंग्रजी, 'धर्मयुग'साठी हिंदी आणि 'दै.मराठा'साठी मराठी भाषेत लेख प्रसिद्धीसाठी पाठवले.

यथावकाश ते प्रसिद्धही झाले. नंतर त्यासंबंधी प्रतिक्रियाही येऊ लागल्या. अशा प्रबोधनाची गरज आहे असे मत पडू लागले. काही संप्रदाय, विद्यापीठे व काही व्याख्यानमालेच्या आयोजनात मी बरीच व्याख्याने दिली होती. त्याचे वृत्तान्त प्रसिद्ध व्हायचे; त्यामुळे मी अलीकडे बऱ्यापैकी परिचितही झालो होतो. मुळातच माझी विशिष्ट अशी आग्रही भूमिका नव्हती. सदैव सर्व मतांचा, विचारांचा मी आदरच राखत असल्याने आणि कुठल्याही कटुतेने प्रश्न सुटत नसतो याची मला जाणीव असल्याने माझ्याविषयी चांगलाच समज प्रसृत झाला.

चार दिवसांनंतर अनुराग खांडेकर माउंट अबूवरून परत आले. त्यांनी ब्रह्माश्रमातील बाबा परमानंदजी 'ब्रह्म' यांची प्रत्यक्ष भेट घेतली होती. माझे पत्र दिले. निमंत्रण दिले. बाबांना आनंद झाला. समविचारांची भेट होत आहे याचं त्यांना खूप अप्रूप वाटलं. तसं ते अपेक्षितच होतं. ही दखल त्यांना समाधान देऊन गेली. त्यांनी निमंत्रणाचा स्वीकार केला तसे रीतसर पत्र लिहिले. या उपक्रमासाठी धन्यवाद दिले. अनुराग खांडेकरांनी त्यांना इकडे आणण्यासाठी स्वतः पुन्हा येणार असल्याची माहितीही दिली. २६ जानेवारी, १९६१ ही तारीख निश्चित झाली. सारा वृत्तान्त त्यांनी मला

सांगितला. आता पत्रिकेचं काम, वृत्तपत्रांमध्ये जाहिराती द्यायच्या. मी एका संध्याकाळी चोक्शीसाहेबांना 'नियोजित आश्रमासाठी दोन व्यवस्थापक व एक कारकून नेमण्याची वृत्तपत्रात जाहिरात द्यावी काय?' म्हणून विचारले. अन्य व्यवस्था व लेखाजोखा ही कामे करण्यासाठी, अशा माणसांची कायम जरुरी होती. हे चोक्शीसाहेबांना पटले. विक्रम सेठना यांना त्यांचा मुंबईतला व्याप सांभाळून आश्रमाकडे येऊन-जाऊन काम पाहणे होणार नाही म्हणूनही ही आवश्यकता होती. चोक्शीसाहेबांना ते योग्यच वाटले. त्याप्रमाणे जाहिरात तयार करून ती 'न्यू टाइम्स' आणि 'दै. मराठा' वृत्तपत्रात दिली. जाहिरातीमध्ये, इच्छुकांना अध्यात्माची आवड असणे, सर्व धर्मांचा अभ्यास करण्याची इच्छा असणे, सभा, परिसंवाद, व्याख्याने आयोजित करणे, त्यात स्वतःचा सहभाग देणे, लेखन-वाचन यात रस असणे, आश्रमातच वास्तव्याची तयारी असणे, आश्रम स्वतंत्रपणे चालवण्याची क्षमता, विश्वास व श्रद्धा असणे अशा अपेक्षांची पूर्तता करणाऱ्यांना दिनांक १५ जानेवारी, १९६१ सकाळी ११ वाजता नियोजित 'लेडी मेहेर कल्याण आश्रम, कमलापूर (लोणावळा)' पुणे मार्ग येथे मुलाखतीसाठी उपस्थित राहण्याचे आवाहन केले होते. कारकुनाच्या नेमणुकीसाठी नोंदी करणाऱ्या माहीतगार व शक्यतो सेवानिवृत्तास प्राधान्य असा उल्लेख होता.

कार्यक्रम नियोजनाची बाकीची कामेही जवळजवळ उरकली होती.

पौर्णिमेची संध्याकाळ गाठून, एके दिवशी मी समुद्रकिनाऱ्यावर गेलो. नेहमीचा हा सोबती आपणास लवकरच आता दुरावणार या विचाराने मी व्याकूळ झालो. नेहमीच आवर्तात स्वतःला झोकून देणाऱ्या या सागरमित्राची आत्मनिष्ठा मला विशेष भावली. समुद्र समजून घ्यायला दुर्बोधच आहे. प्रत्येक वेळी नवी ऊर्जा, नवनवीन प्रेरणा देतो. नवं रूप दाखवतो. सृष्टीचे अनेक पदरी अर्थ उलगडून, स्फुरण देतो. याचं दर्शन घेतलं की, मी रिता कधी गेलोच नाही. मनात काहीतरी याने भरभरून दिलं. भरतीला मन रसरशीत प्रसन्न होतं आणि ओहोटीला जीव कासावीस होतो. समुद्र तर तोच असतो. ही मनोवस्था तो बेमालूम, सहज बदलून टाकतो. हे कसले ऋणानुबंध! आज मी समुद्राकडे एकाग्रपणे पाहत होतो. गोल गुंडाळलेला गालिचा अंथरताना उलगडत हळुवार सरकत यावा तशा दूरवरून समुद्रावरच्या चांदीच्या लाटा किनाऱ्यावर येत होत्या. त्यातला चांदीचा फेस विरून जायचा. मी वर आकाशाकडे पाहिलं. आता चंद्र चांगलाच वर आला होता. त्याचाही चंदेरी प्रकाश समुद्रभर पसरला. आज उठावंसं वाटत नव्हतं. २६ जानेवारीनंतर मी एका आश्रमाचा अधिपती होणार होतो. आजच्याइतकी मोकळीक पुन्हा आपल्याला मिळेल का? निर्बंधांच्या पालनाने आपण थोडेच तपस्वी, मुनी होणार! मुळातच मला कसलंही अवडंबर, प्रदर्शन अप्रिय होतं; त्यामुळे तसं कसलं दडपण नव्हतं. मेहेरभाभींच्या कृपेने हे सारं आपल्या हातून घडतं आहे हेच खरं समाधान!

आम्ही १४ जानेवारीलाच संध्याकाळी कमलापूरकडे रवाना झालो. श्रीपती माळीने कुलूप काढून आश्रमाचं प्रवेशद्वार उघडलं. सर्व काही व्यवस्थित होतं. कमलापूर गावातील दोन तरुण मुलं श्रीपती माळीने शिपाई म्हणून मदतीला घेतली होती. एक होता सीताराम कोकणे, दुसरा विजू सावंत. इथे माणसांची काही कमतरता नव्हती हे एक बरेच झाले.

रात्री आम्ही विश्रांती घेतली. सकाळी ठीक ११ वाजता तीन महत्त्वाच्या जागांसाठी मुलाखती होत्या.

सकाळ झाली. शेजारच्या कदंब वृक्षावर आता असंख्य चिमण्यांनी नवी वस्तीच केली होती. पानापानांत चिमण्या जागा धरून बसल्या होत्या. पहाटेपासून त्यांचा एकच कलकलाट आणि उच्छाद सुरू झाला होता. सूर्य उगवला तशा त्या चिडीचूप झाल्या. भुर्रकन उडून, कुठेकुठे उद्योगाला निघून गेल्या. बाळचिमण्या मात्र तिथेच खेळू लागल्या.

आश्रमात सकाळी दहापासूनच काहीजण जमू लागले. मी, चोक्शीसाहेब आणि विक्रम सेठना या मुलाखती घेणार होतो.

११ वाजेपर्यंत उमेदवार आले. तसे मोजकेच होते. सभागृहात बाबूभाई वस्ताद यांनी त्यांची चहापाण्याची, अल्पोपाहाराची सोय केली. जॉन व नायर सेवा देत होते. आश्रमाचा नवा परिसर, थाट, व्यवस्था पाहून ते प्रभावित झाले होते. विक्रमसाहेबांनी उपस्थितांची नावे, पत्ते व अन्य माहिती लिहून घेतली. बरोबर ११ वाजता उमेदवारांना मुलाखतीसाठी एका कक्षात बोलवायला सुरुवात झाली. शिपाई - सीताराम कोकणे नावाप्रमाणे प्रत्येकाला आत पाठवू लागला. कुणी नोकरीसाठी आले होते. कुणी उपजीविकेचं साधन म्हणून, कुणाला इतक्या जाचक अटी कबूल नव्हत्या. काही तरुण लग्न केलं तर चालेल का म्हणून विचारत होते. कुणी विवाहित होते. अर्थात अशा उमेदवारांची आश्रमास गरज नव्हती. ऋषि-मुनी, बैरागी अथवा आचार्य हवेत म्हणून आमची जाहिरातच नव्हती. जीवनात वैराग्य निर्माण झालेलेही नको होते. आम्हाला सर्व धर्मांचा आत्मीय भावनेतून चिकित्सक अभ्यास करणारे व सकल लोककल्याणाचा विचार मनात असणारे, निष्ठेने आश्रमकार्याची धुरा स्वतंत्रपणे सांभाळणारे ध्येयवादी उमेदवार हवे होते. आलेल्या उमेदवारांत दोघांमध्ये तशी प्रेरणा आम्हाला जाणवली. त्यांना थांबायला सांगून इतरांना निरोप दिला.

कारकुनासाठी बरेच नवखे उमेदवार होते; त्यात एक नारोबा अण्णा हे पुण्यातले, पोस्टातून सेवानिवृत्त झालेले उमेदवार होते. अनुभवी गृहस्थ होते. एकटेच राहणारे वयस्कर गृहस्थ; त्यामुळे त्यांना लगेच लेखनिक व हिशेब, रेकॉर्ड ठेवणे आदी कामांवर ठेवले आणि रीतसर नेमणुकीचं आदेशपत्रही दिलं.

आता दोघांची एकत्र मुलाखत घ्यायचं ठरवलं. दोघांना आत बोलावलं.

नमस्कार, आदरातिथ्याचे उपचार झाले. दोघांना काही अंतरावर बसवून चर्चा सुरू केली. मी एकाला विचारले,

"आपण, नाव-गाव सांगा."

"मी श्रीप्रियदर्शन विद्यानंद भागवत, दिगंची येथील श्रीअक्षय औदुंबर येथील मठात असतो. मठाचे प्रमुख पूज्य विद्याप्रजापतीजी भागवत यांचा मी पुतण्या आहे. श्रीअक्षय औदुंबर क्षेत्र हे श्रीदत्त संप्रदायाचे श्रद्धास्थान आहे."

"पुढे सांगा."

"आमचे पूर्वापार घराणे दत्तभक्त, श्रीदत्तावर आमची अपार श्रद्धा आहे. वडिलांची मात्र मी अध्यात्मात गुंतून राहावे अशी इच्छा नाही."

मग मिस्टर चोक्शीसाहेबांनी त्यांना विचारले,

"Mr. Priyadarshan, When you have already this much lot of spiritual background. Then why you are approaching us, is there any other reason?"

"Sir, I request you to please allow me to explain in my mothertongue."

"No problem, you can... please proceed."

"तर, मला असं सांगायचं आहे. माझ्या वडिलांचे माझ्यावर खूप निर्बंध आहेत. मी नोकरी किंवा व्यवसाय करावा असं त्यांचं म्हणणं आहे. शिवाय दिगंची येथे आमची भरपूर शेतजमीन आहे, तीही मी पाहावी असे त्यांना वाटते; पण मला त्यात रस नाही. लहानपणापासून मी दत्त दरबारात वाढलो. स्वामी भागवतांचा माझ्यावर खूप प्रभाव आहे; पण आमच्या मठात कर्मकांडाचं प्राबल्य खूप आहे. धूप, अंगारे, गंडेदोरे हेच तिथे सदैव चाललेलं. श्रीदत्तगुरूंबद्दल मला नितांत श्रद्धा आहे; पण अलीकडे श्रीगुरूंच्या नावावर चाललेलं हे पटत नाही. आपल्या आश्रमाविषयी 'दै.मराठा'त जाहिरातीपूर्वी आलेला लेख मी वाचला. शिवाय साधारण मागच्या नोव्हेंबरमध्ये मुंबईतील नाट्यगृहात प्रो.चैतन्य आनंदजींचं म्हणजे सर आपलं व्याख्यान मी ऐकलं. आपल्या विचाराने मी इतका प्रभावित झालो की, मला आपल्या प्रेरणेचीच शिदोरी हवी आहे असे प्रकर्षाने वाटू लागले. योगायोगाने त्याच आठवड्यात आपली जाहिरात पाहिली."

"आपलं शिक्षण?" विक्रम सेठना विचारत होते.

"मी पुण्याच्या एस.पी.कॉलेजातून पदवीधर झालो आहे. मराठी विषयात. हा माझा मित्र श्रीविजयकुमार, आम्ही दोघे क्लासमेट व रूममेट."

मग श्रीविजयकुमार यांना प्रश्न विचारले. हाही तरुण आध्यात्मिक विचारसरणीचा प्रेमी आणि समाजकार्याची तीव्र आकांक्षा असलेला होता. सडाफटिंग. वयोवृद्ध

वडील पुण्याच्या पर्वती पायथ्याशी राहणारे. पुणे नगरपालिकेतून सेवानिवृत्त झालेले होते. हे दोघेही तरुण होतकरू, कार्यक्षम व पंचविशी ओलांडलेले योग्य उमेदवार वाटत होते. श्रीप्रियदर्शन, श्रीविजयकुमार व नारोबा अण्णा तिघेही इथे वास्तव्य करण्यास तयार होते.

आम्ही विचारविनिमय करून या तिघांची निवड करण्याचे निश्चित केले. त्या तिघांना परत आत बोलावून तसं सांगितलं. त्यांनाही आनंद झाला. मानधन निश्चित केलं. श्रीप्रियदर्शन यांनी मात्र मानधन नाकारलं. गरजेनुसार लागलं तर सांगेन म्हणाला. ते ऐकून श्रीविजयकुमार यांनीही तीच री ओढली. त्यांना अधूनमधून पुण्यास वडिलांकडे जाण्याची मुभा आणि काही मदत द्यावी अशी विनंती केली. अर्थात यात वावगे काही नव्हते. नंतर सर्व सोपस्कार करून घेतले. श्रीप्रियदर्शन हे आश्रमाचे पूर्ण व्यवस्थापन पाहणारे आणि श्रीविजयकुमार त्यांना सहायक असतील असे ठरले. २६ जानेवारीच्या दिवशी आश्रमाच्या उद्‌घाटन कार्यक्रमाची जबाबदारीही त्यांनी लगेच स्वीकारली.

दुपारी आम्ही सगळे आश्रमवासी एकत्र मिळूनच जेवलो. इथलं काम संपवून, काही सूचना, नियोजनाचं सांगून मी, चोक्शीसाहेब आणि विक्रमजी संध्याकाळी परत मुंबईस आलो.

'Love is the Oasis of Religion' हे माझं नवं पुस्तक छापून व बाकीची अन्य कामं संपून पूर्ण तयार झालं होतं. एखादं नवं गुटगुटीत बाळ हाती द्यावं तसं मला पुस्तक वाटू लागलं. अतिशय सुबक व सुंदर पुस्तक तयार झालं. आश्रमाच्या उद्‌घाटनाच्या दिवशीच या पुस्तकाचंही प्रकाशन करायचं होतं. रेव्हरण्ड डी. तिलक यांना वांद्रे चर्चमध्ये पुस्तकाची एक प्रत पाठवून दिली. 'पुस्तक वाचून परीक्षणात्मक लिहावे आणि आश्रमाच्या उद्‌घाटनाच्या वेळी पुस्तकावर आपले विचार मांडावेत' म्हणून विनंती केली. 'फादर जोसेफ पीटर यांनाही हे पुस्तक दाखवावे.'

२८

'**ले**डी मेहेर कल्याण आश्रम, कमलापूर (लोणावळा)'च्या आश्रम उद्घाटनाची जाहिरात तयार करून ती तिन्ही वृत्तपत्रांत प्रसिद्धीस दिली. सदर जाहिरातीत माझ्या पुस्तकाचं प्रकाशन, लेडी मेहेर यांच्या अर्धपुतळ्याचं अनावरण वगैरे कार्यक्रम अंतर्भूत होते. माझे पूर्वीचे लेख 'न्यू टाइम्स' इंग्रजी व हिंदी आवृत्ती तसेच 'दै.मराठा' यात आले होते. या जाहिरातीही तिथेच दिल्या. निमंत्रणपत्रिका पाठवण्याची जबाबदारी विक्रम सेठना व अनुराग खांडेकर यांनी स्वीकारली होती. ती त्यांनी चोख बजावली. योग्य संबंधितांची यादी करून निमंत्रणे पोहोचती केली. याशिवाय मी काही नावे सांगितली होती, त्या पत्रिका By post पाठविल्या. त्यामध्ये बोधगयेचे भिक्षू वज्रबोधी, मथुरेच्या कुटीत राहणारे प्रो.मित्तल, अजमेर दर्गा ख्वाजा मोईनुद्दीन चिश्तीचे खादिम नक्षबंद ख्वाजा बहाउद्दीन, कर्नाटकातील हंपी येथील मठपती स्वामी चनवीरप्पा आणि काडूर कमलापूरम मठाचे आचार्य रामानुजस्वामी होते. या सगळ्यांना निमंत्रण पाठवले. वांद्र्याचे न्यू माउंटन मेसी चर्चचे फादर जोसेफ पीटर व रेव्हरण्ड डी.तिलक यांना मी समक्ष जाऊन भेटलो. निमंत्रण दिले. सर्व सविस्तर बोललो. त्यांना आनंदच झाला.

कामाची एक सिद्धता पूर्ण झाली.

ठरल्याप्रमाणे चार दिवस आधीच पारशी फायर टेंपलचे श्री. अनुराग खांडेकर यांना माउंट अबूकडे आश्रमाच्या उद्घाटक पाहुण्यांना योग्य पाहुणचारासह आणण्यासाठी पाठवले. जोधपूर-मुंबई एक्स्प्रेसने मुंबईपर्यंत व तिथून डेक्कन एक्स्प्रेसने पुण्यास असा आगमनाचा प्रवास योजला होता. एक दिवस आधीच ते इथे पोहोचतील असे नियोजन केले होते.

मीही इथली आवराआवर करून तीन दिवस आधीच कमलापूरला पोहोचलो. आता इथे श्रीप्रियदर्शन आणि श्रीविजयकुमार व्यवस्थेसाठी होतेच. सर्व काही शिस्तीत घडत होते.

एका अभिनव आश्रमाची कल्पना हा कुतूहलाचा विषय होता. हे शिवधनुष्य पेलण्याची कुवत असो वा नसो; पण तिथपर्यंत पोहोचलो हे तरी खरं!

वाट सरळ नसावी कधी. ती आडवळणाची, अडचणीची, मार्ग शोधायला लावणारी, चकव्याच्या भुलभुलैयामध्ये प्रयत्न करायला भाग पाडणारी असावी. ती कधी काट्याकुट्यांची तर कधी वाटेवर फुले अंथरणारी अशीही असावी. म्हणजे मनही सदैव जागरूक, सतर्क राहते. थेट सरळ वाट फक्त वेग देऊ शकते. गती देते, प्रगती नाही. सरळ गतीला आंधळेपणाही चालतो. प्रगती मात्र अभ्यास, साधना करायला भाग पाडते म्हणून वाटेवर शिळाही असाव्यात अडथळा ओलांडून जाण्यासाठी.

नव्या आश्रमाच्या कार्यक्रमाची पूर्वतयारी छानच झाली. प्रत्येकाने मनःपूर्वक सर्वकाही जबाबदारीचं काम सांभाळलं. मी कार्यक्रमाची रूपरेषा तयार केली. श्रीप्रियदर्शन स्वतः सूत्रसंचालन करतो म्हणाले. श्रीविजयकुमार स्वागत, पुष्पगुच्छ प्रदान करणे, आभार मानणे वगैरे करतील असे ठरले. मिस्टर चोक्शी प्रास्ताविक करणार होते. मी माझ्या छोटेखानी भाषणाची तयारी ठेवली.

आश्रमाच्या रचनेत समोर रस्ता आणि विस्तीर्ण मोकळे मैदान होते. पाठीमागे डोंगर होता, सदैव पाठीशी उभा असलेला; त्यामुळे इथे फक्त सूर्योदय होतो. सूर्यास्त कधीच दिसत नाही. मागचा डोंगर तो कधी दिसूही देत नाही. आश्रम हा जगण्याची रीत शोधतो, शिकवतो. मानवी कल्याणाचा अखंड शोध घेत राहतो. त्याची सुरुवात व्हावी उदयासाठी, अस्त होण्यासाठी नको. तो सदैव अमर्त्यच असावा. मानवाच्या अस्तित्वापर्यंत!

उद्या सकाळी ठीक ११ वाजता कार्यक्रम सुरू होणार आहे. आज २५ तारीख. रात्रीच्या मुक्कामासाठी काही मंडळी येऊ लागली. माझ्या तीर्थाटनातील माझे मित्र प्रो.मित्तल सगळ्यात आधी आले. आपल्याबरोबर त्यांनी वृंदावन मठाचे स्वामी ब्रजमोहन गोस्वामी यांनाही आणले होते. माझी अशी सफल परिपूर्ती भेट होते आहे याचा त्यांना खूपच आनंद झाला. त्यांनी माझं मनःपूर्वक अभिनंदन केलं. आश्रम फिरून पाहिला. त्यांना तो अतिशय आवडला. 'मैंने कहा था ना सर, यही तो आपका प्रारब्ध है ।' ते अजूनही आपल्या श्रद्धेवर, विश्वासावर निश्चल होते. जबरदस्त आत्मविश्वासच तो.

रात्रीचे ११ वाजून गेले. अनुराग खांडेकरांचा अजून पत्ता नाही. आम्ही बरीचशी मंडळी तळ्याच्या बाजूला असलेल्या हिरवळीवर खुर्च्या टाकून बसलो होतो. चोक्शीसाहेब, सेठना, पटवर्धन, श्रीप्रियदर्शन, श्रीविजयकुमार, प्रो.मित्तलसाहेब.

मित्तलांबरोबर आलेले स्वामी ब्रजमोहन गोस्वामी विश्रांती घेत होते. आम्ही तयारीची चर्चा करत बसलो. काही अंदाज बांधत होतो. इतक्यात एक गाडी प्रवेशद्वाराजवळ येऊन थांबली. आम्ही कुतूहलाने तिकडे पाहू लागलो. प्रथम अनुराग खांडेकर गाडीतून उतरले. त्यांनी मागच्या सीटचं दार उघडलं. उद्‌घाटक व प्रमुख पाहुणे बाबा परमानंदजी 'ब्रह्म' गाडीतून सावकाश उतरले. आम्ही सर्वजण स्वागतासाठी प्रवेशद्वाराजवळ पोहोचलो. आम्ही नमस्कार केला. तेही नमस्कार करत आत येऊ लागले. पुन्हा सर्वजण हिरवळीवरील खुर्चीवर येऊन बसलो. स्वामीजी पंचाहत्तरी ओलांडलेले होते; पण प्रकृतीने एकदम ठणठणीत! एवढ्या लांबच्या प्रवासाचा कसलाही शीण, थकवा त्यांच्या मुद्रेवर जाणवत नव्हता. आम्ही ओळख करून दिली. प्रवासाचं बोललो. बाबा परमानंदजी 'ब्रह्म', त्यांच्याबरोबर ब्रह्माश्रमाचे तरुण सचिव श्री. मुकेशजी मेहताही आले होते.

श्रीप्रियदर्शन यांनी पाहुण्यांना त्यांच्या विश्रांती कक्षात नेले.

दि.२६ जानेवारी १९६१. दिवस नव्या उत्साहाने उगवला. कदंब वृक्षावर सर्व पक्ष्यांचा आश्रम पहाटे केव्हाच भरला होता. जवळच्या गावातल्या मोरांचा केकारव सहज ऐकू येत होता. आश्रमातही तळ्याकाठी काही मोर जमायचे आणि ते केकांची नुसती स्पर्धा भरवायचे.

आम्ही तयारीला लागलो. श्रीप्रियदर्शनने हंपी आणि कमलापूरमचे पाहुणे रात्रीच आल्याचे सांगितले. हंपी माझं आरंभस्थान. वांद्र्याचे फादर पीटर, रेव्हरण्ड डी. तिलकही रात्रीच आले होते. भिक्षू वज्रबोधी व अजमेर दर्ग्याचे खादिम नक्षबंद मात्र आले नव्हते.

पुण्या-मुंबईचे लोक सकाळीच येऊ लागले. शेजारच्या गावातले खेडूत प्रवेशद्वाराजवळ घुटमळत थांबलेले मला दिसले. मी लगेच श्रीविजयकुमारांना 'त्यांनाही सन्मानाने आत बोलवा, बसू द्या' म्हणालो. अपेक्षित गर्दी जमू लागली.

सुशोभित मंडप व असंख्य विविध फुलांनी आश्रम छानच सजवलेला होता. सनई-चौघड्याचे मंजूळ स्वरही घुमू लागले.

वेळ जवळ येऊ लागली. मुख्य सभामंडप आमंत्रित व धर्मप्रेमीजनांनी तसेच गावकऱ्यांनी भरून गेला. काही साध्वी व महिलाही उपस्थित होत्या. काही गावकरी खुर्चीवर न बसता सगळ्यात मागे दबकत उभे राहिले. व्यासपीठावर मध्यभागी दोन खुर्च्या सोडून अन्य खुर्च्यांवर मिस्टर चोक्शी, विक्रम सेठना, फादर जोसेफ पीटर, रेव्हरण्ड तिलक, प्रो.मित्तल, स्वामी ब्रजमोहन गोस्वामी, हंपी मठाचे चनवीरप्पा, कमलापूरमचे पुरोहित ही मंडळी विराजमान झाली. मी व श्रीप्रियदर्शन प्रमुख पाहुणे, उद्‌घाटक बाबा परमानंदजी 'ब्रह्म' यांना घेऊन ठीक ११ वाजता सभागृहात आलो. स्वागताच्या टाळ्यांनी सभागृह दुमदुमून गेले. आम्ही मध्यभागी विराजमान झालो.

श्रीप्रियदर्शन यांनी सूत्रसंचालन सुरू केले. शिस्तबद्धपणे पूर्वरूपरेषेनुसार कार्यक्रम पुढे सरकू लागला. स्वागत, परिचय, सत्कार, प्रास्ताविक, प्रयोजन, संकल्पकथन असा क्रम होता.

पाहुण्यांचा परिचय, त्यांच्या कार्याचा आढावा, ब्रह्माश्रमाची माहिती श्री. वासुदेव पटवर्धन यांनी वाचून दाखवली. पटवर्धन हे एशियाटिक लायब्ररीचे संचालक होते. त्यामुळे त्यांनी 'धर्मयुग'मध्ये क्रमशः येत असलेली बाबा परमांनदजी 'ब्रह्म' यांची माहिती आणि लेखांवरून परिचय तयार केला होता. नंतर श्रीप्रियदर्शन यांनी मिस्टर चोक्शी यांना प्रास्ताविकासाठी आमंत्रित केले. त्यांनी 'लेडी मेहेर कल्याण आश्रम, कमलापूर (लोणावळा)' या नव्या आश्रमाविषयीचा संकल्प, प्रयोजनाविषयी व न्यासाच्या उद्दिष्ट कार्याविषयी, तसेच माझ्या व्यक्तिगत ध्येय-धोरणाविषयी अत्यंत आटोपशीर पण छानच प्रास्ताविक केले.

यानंतर नियोजित कार्यक्रम पुढे चालू झाला. प्रथम प्रकाशगृहामध्ये दीप प्रज्वलित करून आश्रमाचं उद्‌घाटन झाल्याचं जाहीर करणं. सभामंडपाच्या दक्षिणेस एक अखंड, प्रकाशित राहणारं दीपगृह बांधलं होतं. सभोवती काचेचं आवरण, मध्यभागी समई, तिथे बाबा परमानंदजी 'ब्रह्म' यांच्या हस्ते दीप प्रज्वलन झाले. बाबांनी उद्‌घाटन झाल्याचं जाहीर केलं. टाळ्यांनी प्रतिसाद दिला गेला. नंतर तळ्याच्या कडेला आश्रमाच्या एका सुरक्षित स्थळी उभारलेल्या लेडी मेहेर यांच्या अर्धपुतळ्याचे अनावरण झाले. मिस्टर चोक्शी यांच्या हस्ते तिथेच योग्य ठिकाणी वृक्षारोपणही झाले. हिरव्यागार डहाळीचा एक तजेलदार पिंपळ एका बाजूला व पुतळ्याच्या दुसऱ्या बाजूला विक्रम सेठना यांच्या हस्ते डौलदार गुलमोहराचं रोप लावलं गेलं. लेडी मेहेर यांच्या पुतळ्याच्या पायथ्याशी संगमरवरी चबुतरा बांधून नामकरण शिळा लावलेली होती. शिळेवर अक्षरे कोरली होती– 'लेडी मेहेर दोराबजी चोक्शी, कल्याण आश्रमाच्या आश्रयदात्या' कंसात जन्म-मृत्यू दिनांक. त्याखाली पेहेलवीतील 'FRAVAHR' झोरोस्ट्रियन धर्म सिम्बॉल चित्रासह आणि पंखावरील Good Thoughts, Good Words and Good deed या सुवचनासह कोरलेला होता. ते पाहून मिस्टर चोक्शी काहीसे भावुक झाले.

अनावरण व वृक्षारोपणानंतर आम्ही सर्वजण पुन्हा व्यासपीठावर विराजमान झालो. नंतर माझ्या 'Love is the Oasis of Religion' या पुस्तकाचं प्रकाशन. वांद्र्याच्या माउंटन मेसी चर्चचे फादर जोसेफ पीटर यांच्या हस्ते पुस्तकाचं प्रकाशन झालं. सगळ्यांना प्रती वाटल्या गेल्या. श्रीप्रियदर्शन यांनी पुस्तकाची माहिती दिली आणि रेव्हरण्ड डी.तिलक यांना पुस्तकाच्या अभिप्रायार्थ बोलण्याची विनंती केली.

पुस्तकातील विचार आणि शैलीबद्दल रेव्हरण्ड तिलक यांनी साररूपाने अतिशय रसाळ विवेचन केले. जगाला प्रेम अर्पण करणे हाच खरा धर्म आहे. प्रकाशाइतकंच

सर्वव्यापी कल्याणकारी असं प्रेमही एक समानधर्मी चिरंतन तत्त्व आहे. जीवनात व धर्म या जीवनशैलीत प्रेमाचं किती महत्त्व आहे याच्या स्पष्टीकरणार्थ पुस्तकातील उतारा त्यांनी वाचून दाखवला.

'Love may provide the comfort zone that help us to come out of existential anxieties and every day fears. If we loss something of love we loss the meaning of life. In order to prevent such a loss love, like religion contains element such as self-sacrifice, devotion, the experience of the sacred and means to attain spiritual perfection.'

असे मौलिक विचार या पुस्तकात ठिकठिकाणी आले आहेत. त्याशिवाय त्यांनी आणखी एक कोटेशन वाचून दाखवलं,

'Religion teaches man to love and keep peace in the entire world. Religion does not cause enemity or fights but on the contrary all the religions teach brotherhood, communal love, peace, service for the poor etc.'

रेव्हरण्ड तिलकांनी माझं पुस्तक मनःपूर्वक वाचलेलं होतं हे त्यांच्या अस्खलित व्याख्यानावरून जाणवत होतं. यातले विचार कसे सर्वव्यापी आहेत. सर्व धर्मांत प्रेमाचा धागा कसा सूत्रबद्धपणे ओवलेला आहे हे त्यांनी चांगले सांगितले. शेवटी रेव्हरण्डच ते. आपल्या भाषणात त्यांनी येशू, प्रेम, क्षमाशीलता याचं सुंदर समालोचनही केलं. ते म्हणाले,

'The crucifixion of Jesus-story is almost unbelievable, for it is hard for us to image such love. 'God so loved the world that He gave His only begotten son' is the message of the golden text of the Bible, John chapter 3, verse 16. Jesus had to love us beyond measure to give Himself willingly to die for our sins. And we must complete the story of love by loving Him in return. 'Thanks you all and God Bless you.'

रेव्हरण्ड डी. तिलक आपलं भाषण संपवून आपल्या ठिकाणी बसले. श्रीप्रियदर्शननी त्यांचे आभार मानले. सभागृह पूर्णपणे भरलेले होते. पाठीमागचे कमलापूरचे खेडूत सोडले तर अन्य श्रोतृवृंदानं भाषणाचं टाळ्या वाजवून कौतुक केलं.

आता माझं भाषण. मी डायसजवळ गेलो. कुतूहल आणि शांततेने सभागृह भारावून गेलं.

प्रथम मी सगळ्यांचे आभार मानले व मनःपूर्वक स्वागत केले. आजचा दिवस माझ्या दृष्टीने आयुष्यातील साफल्याचा दिवस होता. कमलचा मृत्यू ते मेहेरभाभींचा मृत्यू या दोन मृत्यूंमधील कालावधीत प्रचंड उलथापालथ झाली होती. विलक्षण अनुभवांचे चढउतार होते. कमल माझी पत्नी होती; पण या मेहेरभाभींचा आणि माझा कसला ऋणानुबंध होता? मनात विचारांचे काहूर उठले. विचारांच्या गर्दीतून सावरत, वाट काढत मी भाषणास सुरुवात केली,

सर्व उपस्थित महाजन व बंधूभगिनींनो...

लेडी मेहेर कल्याण आश्रम, कमलापूर (लोणावळा) या आश्रम व न्यासाच्या कार्याचा आरंभ आज या उद्घाटन आनंद सोहळ्याने होतो आहे याचं मला विशेष समाधान वाटत आहे. मी चैतन्य आनंद सेवानिवृत्त प्राध्यापक, आश्रमाचा मुख्य असलो तरी मी स्वतःला आचार्य अथवा संन्यासी, मुनिवर, स्वामी वगैरे कसलीही उपाधी लावून घेत नाही. या प्रत्येक उपाधीत विशिष्ट कर्तव्ये, क्रियाकर्म, विधी अंतर्भूत आहेत. त्यास मी पात्र असेन-नसेन, त्यापेक्षा मला गुरुवर्य हे उपपद अधिक सार्थ वाटते. मी आपल्या सर्वांच्या साक्षीने 'गुरुवर्य चैतन्य आनंद' हे पद आजपासून धारण करत आहे. मला नुसतं गुरुजी म्हटलं तरी चालेल.

याआधी श्रीप्रियदर्शन, मिस्टर चोक्शी व श्रीविक्रम सेठना यांनी आश्रमाची पूर्वकल्पना, प्रास्ताविक व प्रयोजन सांगितले आहेच. सर्वधर्मीय सामंजस्य, बंधुता, सकल कल्याणाचा शोध व प्रयत्न, आध्यात्मिक व विज्ञानवादी दृष्टिकोनातून सखोल चिंतन, संशोधन, अभ्यास, बुद्धिप्रामाण्याचा अवलंब, तत्त्वज्ञान, धर्मविचार, आचारधर्म, साहित्य, कला, संस्कृती यांवर चर्चा, परिसंवाद, व्याख्याने या सर्व कार्यांस हा आश्रम सदैव उपलब्ध आहे. त्या दृष्टिकोनातून आश्रमाची रचना, व्यवस्था व सोई योजल्या आहेत. जे उत्कट, भव्य, चांगले, योग्य असेल ते नक्कीच स्वीकार्य असेल. संघर्ष, द्रोह, सक्ती यामुळे काही साधत नाही तर हृदय, विचार-परिवर्तन आम्ही महत्त्वाचे मानतो; त्यामुळे इथे आक्षेपार्ह असं काही घडणार नाही. शरीर, मन, बुद्धी यांच्या संवर्धनाचं, सर्वांगीण उन्नतीचं कार्य आम्ही करत राहू. आम्ही कुठली मर्यादा मानत नाही. कुठलीही कल्याणकारी विधायक सूचना असो तिचा अवश्य विचार करू. आश्रमाचा न्यास सार्वजनिक धर्मकार्याचा आहे. It is a public Trust. त्यामुळे इथले हिशेब, लेखाजोखा कुणीही पाहू शकेल, त्यात सुधारणा सुचवू शकेल. न्यासाच्या नियमानुसार वर्गणी अथवा देणगी अवश्य स्वीकारली जाईल. यासाठी सक्ती, बंधने नाहीत. आपले सहकार्य, आशीर्वाद आमच्या पाठीशी सदैव राहावेत अशी अपेक्षा करतो.

आपण सगळेजण बाबा परमानंदजी 'ब्रह्म' यांचे विचार ऐकायला उत्सुक आहात हे मी जाणतो. शिवाय मला आता आपल्या या आश्रमात इथून पुढे सदैव

निरूपणं, प्रवचनं, व्याख्यानं द्यायची आहेत, तेव्हा मी अधिक वेळ न घेता शेवटचं काही समारोपाचं बोलतो.

आपणही सगळे जाणताच, काळानुसार माणूस प्रगत होत गेला. श्रद्धा-अंधश्रद्धा, सत्य-असत्य, बरे-वाईट, योग्य-अयोग्य त्यास ज्ञात होऊ लागले, कळू लागले. पुढे त्यात तारतम्य येऊ लागले. सूक्ष्मता, भव्यता समजू लागली. इंद्रियसंवेज्ञ, अतिंद्रिय संवेदना, जाणिवांचा तो आपल्या परीने साक्षात्कार घेऊ लागला. सत्याचा शोध, सत्याचा मार्ग त्याला अवगत होऊ लागला.

ऋषिमुनी, तपस्वी, योगी, प्रेषित, देवदूत, नबी, वली, सम्यक बुद्ध, तीर्थंकर आदिरूपाने तो धर्मविषयक विचार मांडू लागला. सर्वव्यापी, सर्वशक्तिमान ईश्वरानेच धर्मस्थापनेचा घाट घातला. माणूस अनिर्बंध उधळू नये म्हणून त्याला धर्माचा लगाम घातला. धर्म या माहुताने त्यावर अंकुश ठेवला; पण माणूस एवढा धूर्त व चलाख की, त्याने लगामच आपल्या हाती घेतला, तो स्वतःच माहूत बनला आणि चतुराईने स्वार्थ साधू लागला. परिणामतः मोह, माया, वासना, लालसा वाढून त्याच्या पदरी दुःख आले. पुन्हा त्यासाठी कुणीतरी यावर शोध, उपाय काढायला हवे होते. मग प्रेषित, सम्यक बुद्ध पुढे सरसावले. भगवान बुद्धाने तर मानवी जीवनातील दुःखाचे मूळ कारण शोधून त्यावर उपायही सांगितला. जगाच्या कल्याणासाठी, मुक्तीसाठी, पैगंबर, जीझस, झरतृष्ट्र; तत्पूर्वी भगवान श्रीकृष्ण, प्रभू रामचंद्र, वेदकालीन ऋषीमुनी धावून आले. त्यांनी शोध घेऊन तत्त्वज्ञान, आचारधर्म मांडला. त्यासाठी विविध धर्ममंदिरे - क्षेत्रे निर्माण झाली. ती अखिल मानवाच्या भव्य कल्याण मंदिराची स्वतंत्र अशी विशाल प्रवेशद्वारेच होती; परंतु ती पुढे कप्पेबंद झाली. सीमित झाली. त्यावर निर्बंध आले. ती जन्माधारित झाली. अनेकदा निर्बंधाने माणसाची प्रगती थांबते. एखाद्या कुंडीत लावलेले वटवृक्षाचे रोप महाकाय होऊ शकत नाही. धर्म हा हवेसारखा मुक्त असावा. प्रकाशासारखा तो सर्वव्यापी, भेदभावरहित, मार्गदर्शक असावा म्हणून माझी विनंती आहे की, भले ज्यांनी त्यांनी आपल्या आपल्या प्रवेशद्वारातून यावे; पण त्यांचे उद्दिष्ट अंतिमतः त्या प्रेममय व सकल मानवी कल्याणप्रद अशा मानवी मंदिराच्या गाभाऱ्यात मुक्तपणे येण्याचे असावे. आपणही विश्वबंधुता साधू या. प्रेमाच्या अखंड छायेत एकत्र राहू या.

यानिमित्ताने माझे एवढे विचार पुरेसे आहेत असे मला वाटते. मी पुन्हा एकदा आपले मनःपूर्वक आभार मानतो व माझे भाषण थांबवतो. सर्व मंगल हो, कल्याण हो, शांती ऽ, शांती ऽ, शांती ऽ...

मी आसनस्थ झालो. टाळ्यांचा गजर चालूच होता.
बराच वेळ थांबतच नव्हता.

मग सभागृह क्षणभर शांत झालं. श्रीप्रियदर्शन यांनी कार्यक्रमाचे प्रमुख अतिथी, उद्‌घाटक व अध्यक्ष बाबा परमानंदजी 'ब्रह्म' यांना अध्यक्षीय भाषणासाठी विनंती केली. ब्रह्माश्रमाचे सचिव श्री. मुकेशजी मेहता बाबांना सोबत करून व्यासपीठावर आले. पुन्हा औत्सुक्य आणि शांतता पसरली. ते बोलू लागले,

नमस्कार... गुरुवर्य चैतन्य आनंदजी, सचिव चोक्शीसाहब, अन्य उपस्थित अतिथी महाजन, सभी श्रोतागण, प्रिय बहनों और भाईयों...

"एक अभिनव विचारधाराओंसे प्रेरित आश्रम उद्‌घाटित करने का मुझे सम्मानपूर्वक अवसर मिला, यह मैं मेरा सौभाग्य समझता हूँ । मैं इस कार्य के लिए शुभकामनाएँ देता हूँ । इतनी बड़ी संख्यामें आपने भिन्नभिन्न विचारधाराओं के होते हुए भी, उपस्थित रहकर इस कार्य के प्रति प्रेम प्रदर्शित किया इसलिए आप सभी को मैं धन्यवाद भी देता हूँ। अध्यात्म ज्ञान का महासागर है । आज के विषय में इस अवसरपर मैं 'आत्मा' इस विषय के बारे में ही मेरे विचार प्रकट करना चाहता हूँ । सीमित समय के अनुसार यह उचित है । इस आश्रम के प्रमुख चैतन्य आनंद है और मैं परम आनंद हूँ । एक है चैतन्य और दूसरे परम । हम दोनो में बस इतना ही फर्क है । दोन्हों जगह पर मात्र आनंद स्थित है। दूसरा फर्क इतनाही है की, मैं 'ब्रह्म' से जुड़ा हुआ हूँ । वैसे तो सृष्टिके सभी चराचर ब्रह्मस्वरूपही है । ब्रह्म का ही अत्यंत सूक्ष्म रूप है । 'ब्रह्म' कोई विशिष्ट धर्म या संप्रदाओं का प्रमाणित या दार्शनिक शब्द नही है। इसी तरह 'आत्मा' भी एक स्वयंपूर्ण संकल्पना है । हम पवित्र आत्मा, शुद्ध आत्मा, शांतस्वरूप आत्मा मानते हैं । स्वयंपूर्ण परम आत्मा भी माना गया है । मैं आत्मस्वरूप हूँ, उस परम आत्मा की मुझे खोज है। आत्मा परम आत्मा में विलीन हो जाना यह अंतिम परिणती है, इसे मोक्ष भी कहा जाता है । परम आत्मा एक विशाल प्रेम और आनंद का सागर है; हम उस बूँद के प्यासे हैं । मैं आत्मा मानता हूँ यद्यपि वह विवाद्य होते हुए भी । संस्कृत 'आत्मन्' शब्द की यह उत्पत्ती है । स्वयं शब्द के लिए भी आत्म शब्द का प्रयोग किया जाता है जैसे आत्मनिर्भर, आत्मसम्मान, आत्मनिष्ठ आदि । माया के प्रभाव से आत्मा मलिन होता है । माया दुःखपूर्ण, मोहमयी वासना से युक्त है अतः आत्मा को पवित्र, प्योर होना ही परम आत्मा की ओर जाना है । यह सत्य की खोज है ।

"जीझस को 'Holy spirit' भी माना गया है । ख्रिश्चियन गॉड द फादर के संबंध में The father eternally breaths the Holy spirit कहा गया है । इस्लाम के कुरआन में भी आत्मा को 'रुह' स्वरूप माना है । 'भगवान गौतम बुद्ध आत्मा को नही मानते । इस बारे में एक अलग सोच दी गयी है । १९२२ में प्रकाशित हुए, डॉ. सर्वपल्ली राधाकृष्णन के 'Indian philosophy' इस प्रथम खण्ड ग्रंथ में, आत्मा के प्रतिपाद्य विषय के सम्बन्ध में दी गयी विचारधारा मननीय

है । मैं उसे उद्घृत करना चाहता हूँ । मूल ग्रंथ के विचार, मैं इस प्रकार अनुवादित रूपसे प्रस्तुत करता हूँ, 'अज्ञान ही मनुष्य के दुःख और क्लेश की जड़ है । सत्य की खोज या निष्ठा से मनुष्य दुःखमुक्त हो सकता है । जब मन सत्य के प्रकाश से परिपूर्ण हो जाता है तब वहाँ स्वार्थपूरक इच्छा का उद्भव नही होता । इसी कारण मुक्त आत्मा को 'बुद्ध' की भी संज्ञा दी गयी है । जिसे हम बुद्धिवादी या ज्ञानवान कहते हैं । आत्मा के लिए 'मुक्त' पर्यायवाचक शब्द भी प्रचलित है एवं ज्ञान के लिए जो शब्दप्रयोग किया गया है वह 'प्रतिबुद्ध' है । धर्मात्मा पुरुष के लिए सदाचार आवश्यक है और सदाचार ज्ञान संवर्धन का कार्य कर सकता है । ज्ञान आत्मा के सन्निकट है ।

"एक सत्य से परिपूर्ण जीवन तब प्राप्त कर सकते हैं जब वासनाओं से परे आत्मा निर्मल बन सकता है ।"

अध्यक्ष महोदयांनी समोरच्या तांब्यातील थोडे पाणी फुलपात्रात घेतले, ते प्याले आणि आपलं भाषण त्यांनी पुढे चालू ठेवलं. ते सांगत होते–

हिंदू धर्म के अनुसार हर चेतन प्राणी में एक अभौतिक आत्मा होती है, जो सनातन, अव्यक्त और विकाररहित है । ऐसा भी माना जाता है की, आत्मा मनुष्य में ही नही, बल्कि हर पशु और पेड़-पौधे, याने की हर जीव में आत्मा होती है । भगवान श्रीकृष्ण, भगवद्गीता में आत्मा के लक्षण बताते हैं ।

न जायते म्रियते वा कदाचिन्नायं भूत्वा भविता वा न भूयः ।
अजो नित्यः शाश्वतोऽयं पुराणो, न हन्यते हन्यमाने शरीरे ।।

अर्थात यह आत्मा किसी काल में भी न तो जन्मता है और न तो मरता ही है तथा न ही यह उत्पन्न होकर फिर हो नही पाता; वह अजन्मा, नित्य सनातन है; शरीर के मर जाने पर भी यह नही मारा जाता ।

हिन्दू कर्म को अधिक महत्त्व देते हैं । उनका मानना है कर्मों के अनुसार आत्मा अलग शरीर धारण करता है । अच्छे-बुरे कर्म के अनुसार पुनर्जन्म प्राप्त हो जाता है । आत्मा और पुनर्जन्म के प्रति यही धारणाएँ सीख धर्म में भी पायी जाती है । यद्यपि आत्मा के विषयमें विविध मतप्रणाली है; मेरा आपसे अनुरोध है, ऐसे विवाद्य विषय का अभ्यास, चिंतन, चर्चा करना यह भी आपका एक कार्य होना चाहिए । इससे आप कुछ नयी खोज कर सकते है । इसिलिए जिज्ञासू की आवश्यकताएँ होती है । आपकी जो कार्य सूची बताई है उसमें कोई नयी पत्रिका, मॅगेझिन्स का उल्लेख नही था । वह भी अच्छा कार्य हो सकता है । कार्यों का वृत्तान्त, नयी खोज, चर्चाएँ, विचार लेख आदीद्वारा प्रस्तृत कर लोगों तक पहुँचाए जा सकते हैं । धर्मयुग, धर्मपत्रिका देखे ।

आत्मा विषय गहन, असीम है जैसा की ब्रह्म विषय भी है । हम ब्रह्माश्रमवासी

हैं। यहाँ कोई मूर्तिपूजा नही की जाती । ब्रह्म निर्गुण निराकार है उसकी कोई प्रतिमा नही होती । वह कणकणमें समाया हुआ है । मुझमें भी वह अंश रूप में है । मैं 'ब्रह्म' नाम धारण करता हूँ । हम उस विशाल सर्वव्यापी ब्रह्म के अनुयायी हैं । कोई धर्म, मजहब, संप्रदाय से वह जुड़ा नही है । लेकिन किसी विचारों का, मतप्रणालीओं का हम अनादर भी करना नही चाहते । विचारों का खण्डन विचारोंसे किया जाना चाहिए ।

अन्तिमतः मैं यह कहना चाहता हूँ । जगत का 'ब्रह्म' ही परम तत्त्व है । वो ही जगत का सार है, जगत की आत्मा है । वो विश्व का आधार है । उसी से विश्व की उत्पत्ति होती है और विश्व नष्ट होने पर उसी में विलीन हो जाता है । ब्रह्म एक ही है । वो विश्वातीत भी है और विश्व के परे भी । वही परम सत्य, सर्वशक्तिमान और सर्वज्ञ है । वो कालातीत, नित्य और शाश्वत है । ब्रह्म ही परम ज्ञान है । उसी की खोज करो । उसमें ही अनंत सत्य अनंत चित् और अनंत आनंद है । खोज करो । इन कार्यों की सफलता के लिए, इस आश्रम की उन्नती के लिए मैं आपको शुभकामनाएँ देता हूँ । मुझे इस कार्य के लिए उद्घाटन करने का अवसर मिला, मुझे इस कार्य के प्रति प्रमुख अतिथि के रूपसे सम्मानित किया, यह मेरा सौभाग्य समझता हूँ । मेरे इस सम्मान के लिए मैं आपका और उपस्थित सभी श्रोतागण का आभार प्रकट करता हूँ । विशेषकर मिस्टर चोक्शीसाहब और गुरुवर्य चैतन्य आनंदजी को धन्यवाद देते हुए मेरे इस विचार को विराम देता हूँ । धन्यवाद ।

बाबा परमानंदजी 'ब्रह्म' यांचं ओजस्वी व अत्यंत विवेचक असं भाषण संपलं. या कार्यक्रमामुळे आश्रमाची जणू प्राणप्रतिष्ठाच झाली. आश्रमात एक प्रकारचे चैतन्य ओतप्रोत भरले गेले. आश्रम अत्यंत मोहक दिसू लागला. सर्वत्र उत्साह आणि उल्हास ओसंडून वाहत होता.

श्रीविजयकुमार यांनी आभाराचं काम केलं. कार्यक्रम संपला. सुमारे अडीच तास कार्यक्रम चाललेला होता. अखेरपर्यंत तो अगदी उत्साहवर्धकच होता. आम्ही पूर्ण समाधानी होतो. श्री. पटवर्धन यांनी सभागृहाला उद्देशून एक सूचना सांगितली. 'अर्ध्या तासानंतर इथेच सर्व श्रोतृगण, अतिथी, आश्रमवासीयांची एकत्र भोजनाची व्यवस्था केली आहे.'

श्री. शाम सारंग यांनी मेहेरभाभींचा पुतळा अत्यंत हुबेहूब व जणू जिवंत मूर्तीच वाटावी असा तयार केलेला होता. इंजिनिअर पडसलगीकरांनी तळ्याकाठी आश्रमाच्या विशिष्ट कोपऱ्यात तो अशा विवक्षित जागी बसवला होता की, संपूर्ण आश्रम मेहेरभाभींच्या नजरेच्या आवाक्यात यावा.

भोजनाच्या पंक्ती सुरू झाल्या. जेवण सुग्रास होते. आम्हीही सगळे याच

पंक्तीत एकत्र बसलो. पंक्तीत मला श्रीप्रियदर्शन मात्र दिसले नाहीत. मी श्रीविजयकुमारांना सांगून त्यांना बोलावून घेतले आणि म्हणालो, 'पाहुण्यांबरोबर आपणही बसावे.' संकोचत श्रीप्रियदर्शन मला सांगू लागले, 'गुरुवर्य, आज विनायक चतुर्थी-तिलकुंद चतुर्थी आहे. आज माझा उपवास आहे.' यावर मी काहीही बोललो नाही.

पानं वाढली गेली. पानावर निरनिराळे पदार्थ ठेवले गेले. भात गरम होता. त्यावर तुपाची धार ओतली. आम्ही सगळ्यांनी भोजनाला सुरुवात केली. सवयीप्रमाणे मी तूप-भात एकत्र मिसळून घेतला. पहिला घास घेतला तर पहिल्याच घासाला गारेचा खडा दातावर कर्कश ओरखडा काढून गेला. अंग शहारलं. तो घास काढून बाजूला ठेवला. श्रीप्रियदर्शन यांनी लगबगीने पेल्यात पाणी ओतून माझ्या हातात दिलं. मी उठून बाहेर चूळ भरली. पुन्हा आलो. प्रो.मित्तल बाजूलाच बसले होते, 'कोई कंकर था?' एवढंच म्हणाले. त्यावर मी फक्त हसलो. मी अन्नाचा अतिशय आदर करतो. शांतपणे जेवण उरकले.

अतिथी निरोप घेऊ लागले. पुन्हा सगळ्यांशी हस्तांदोलन केलं. माउंट अबूचे बाबा परमानंदजी 'ब्रह्म', सचिव श्री. मुकेशजी मेहता, शेठ चोक्शीसाहेब, विक्रम सेठना, रेव्हरण्ड तिलक आणि फादर जोसेफ पीटर एकत्रितपणे मुंबईस गेले. प्रो.मित्तल व स्वामी ब्रजमोहन गोस्वामी यांनी मुक्काम केला. त्यांनी दुसऱ्या दिवशी जायचं ठरवलं.

सूर्य मावळण्यापूर्वीच सगळेजण निघून गेले. आश्रम सुना सुना वाटू लागला.

रात्री हलकंच जेवण घेतलं. नऊ वाजून गेले तरी श्रीप्रियदर्शन अजून जेवायला बसले नव्हते. मी त्यांना बोलावून विचारले, 'आपण दिवसभर उपाशीच आहात, भोजन करून घ्या ना' त्यांनी माहिती दिली, 'गुरुवर्य, चंद्रोदय नऊ वाजून एक्केचाळीस मिनिटांनी आहे. आता थोडाच वेळ उरला आहे. मग सोडतो चतुर्थीचा उपवास. आमच्या श्री अक्षय औदुंबर येथील मठात आम्ही हे कटाक्षाने पाळतो. आम्हाला तर निर्जळी चतुर्थी करावी लागते. सवय आहे.'

एव्हाना पूर्वेस चंद्रकोर झळकू लागली. श्रीप्रियदर्शन यांनी चंद्रकोरीचं मनोभावे दर्शन घेतले व तिळाच्या लाडवाचा नैवेद्य दाखवला. आम्हालाही एक-एक तिळाचा लाडू प्रसाद म्हणून दिला आणि ते चतुर्थीचा उपवास सोडायला गेले.

तळ्याकाठी अलीकडे हिरवळीवर खुर्च्या टाकून मी, प्रो. मित्तल आणि स्वामी ब्रजमोहन गोस्वामी, काही नवंजुनं बोलत बसलो. दिवसभर प्रो. मित्तल व स्वामी ब्रजमोहन तसे अबोलच होते. आश्रमाचा विषय निघाला. प्रो. मित्तल म्हणाले,

''सर, सॉरी! आजसे आपको गुरुवर्य कहना चाहिए। तो गुरुवर्यजी, आपका भाषण मैंने गौरसे सुना, ठीक है। विचार अच्छे हैं, लेकिन ऐसा आश्रम आजकल चल पाएगा या नही, मुझे इस बारेमें आशंका है। मुझे लगता है, अधिक तर यह

एक विद्या का पीठ होगा, जहाँ स्नातकों के लिए विविध शिक्षा या ज्ञान मिल सकता है ।''

मला ऐकणे अवघड वाटू लागले. प्रो.मित्तल मुळातच अत्यंत अभ्यासू, चिकित्सक व मथुराप्रेमी होते. मथुरा, ब्रज जवळजवळ आहेत; त्यामुळे ब्रजधामवासी स्वामी ब्रजमोहन यांना ते बरोबर सोबतीस घेऊन आले. मी प्रो. मित्तलांना 'कबुलीचा' प्रतिसाद दिला आणि स्वामी ब्रजमोहन यांना यावर त्यांनी काही सांगावं म्हणून विनंती केली. मला विवाद नको होता. मग गोस्वामी बोलू लागले,

''यह जगह तो बहुत सुहावनी है । मुझे तो यहाँ ब्रजमंडलकाही अंश प्रतीत होता है । यह कमल तालाब, बस मानस सरोवरही लगता है । इसका पानी निला है । आश्रमके पिछवाड़े यह पर्वतमालाएँ तो बस स्वर्ग लगती है । आपने बड़ी अच्छी खोज की भैया ।''

''स्वामीजी, यह तो बस चोक्शीसाहब की स्वर्गीय पत्नी मेहेरभाभी के कृपाओं का प्रसाद है ।''

''जो भी है बड़ा सौभाग्यपूर्ण है यह सुनिश्चित...''

तेच पुढे सांगू लागले, ''मैं उदाहरण के तौर पे बतलाता हूँ, बुरा मत मानना बेटा, जब तुम्हारे यहाँ बड़ा प्यारासा, दुलारा एक झील है, तो आप एकही नैया से विहार कर सकते हो । वह कोई भी हो । लेकिन एकसाथ दो या अधिक नावों में तो बैठ नही सकते । या एक पैर एक नाव में और दूसरा अलग दूसरी नाव में रख, जलक्रीड़ा तो नही कर सकते फिर ऐसा करोगे तो डूब जाओगे । आश्रम का भी कोई एक धर्म होना चाहिए । एक निश्चित विचारप्रणाली या धारणा होनी चाहिए । कोई दिशा सुनिश्चित करो ।''

या ब्रज व मथुरावासी पंडितांच्या बोलण्यात सूचकता आणि काही मथितार्थ नक्कीच होता. मी चर्चा वाढू दिली नाही. प्रत्त्युत्तर न देता मी चर्चा टाळली.

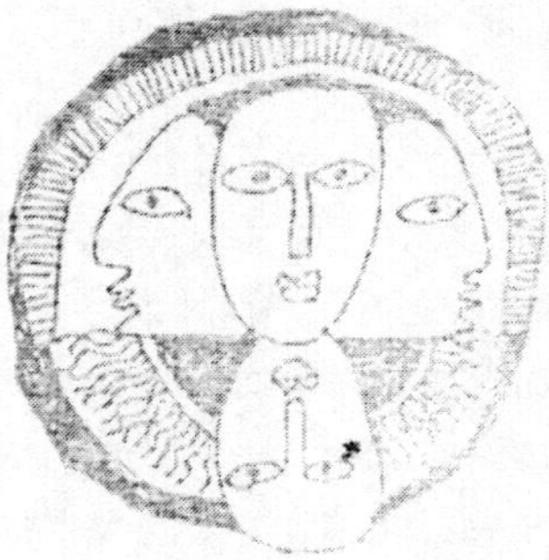

२१

ऋतुचक्र अव्याहत आणि काटेकोर चालूच असतं. कुणी निरोप दिला कोणास ठाऊक! या नव्या आश्रमात पाच-सहा कोकिळांनी येऊन वस्ती केली. शिशिर संपून गेल्याची आणि वसंतागमनाची वर्दी देण्यासाठी त्यांची एकच धांदल उडाली. बाग इतकी बहरली की, रंगीबेरंगी फुले आणि फुलपाखरे यातला फरकच कळेना. डेलनाझचा डेलिया आणि लिली इथं पहिल्यांदाच उमलून आले. कदंबाने वस्त्र बदलावं तसं, सर्व जुनी मळकट पाने टाकून दिली व टवटवीत नवी ताजी कोरी घनदाट पानं अंगभर बदलून घेतली. गडद हिरव्या रंगाने कदंब सजला. आश्रमाच्या आवतीभोवती श्रीपती माळ्याने लावलेली अनेक झाडे लवकर मोठी होण्याची व उंची वाढवण्याची जणू स्पर्धाच करू लागली. बहरून आणि मोहरून गेला निसर्ग.

दोन महिने इथे मुक्काम करून वसंतही हा आश्रम ग्रीष्माच्या हाती सोपवून निघून गेला. ग्रीष्म आला; पण मवाळ होऊनच. इथे लोणावळ्याचा डोंगरगोतावळा ग्रीष्माची काहीही मात्रा चालू देत नाही. ग्रीष्म आपल्यातच आगीने चरफडतो. लोणावळा ग्रीष्माची काहीही दखल घेत नाही. उलट ग्रीष्मच आतुरतेने वर्षा ऋतूची वाट पाहतो आणि आपल्याबरोबर आणलेला सगळा दाह वरच्यावर आकाशातील ढगात सोडून निघून जातो. असं ऋतुचक्र इथे अव्याहत चालू असतं.

आश्रमाने अजून कोणताच नित्यक्रम धारण केलेला नव्हता. अधूनमधून काही चर्चासत्रं व बौद्धिक व्याख्याने आयोजित केली जात. आठवड्यातील दोन दिवस माझ्या निरूपणास ठरवून घेतले होते. गुरुवार व रविवार. पुण्यात ठिकठिकाणी व मुंबईतही महत्त्वाच्या ठिकाणी माहितीचे फलक, पत्रके लावून लोकांना अवगत केले जात असे. निरूपणाचे वृत्तान्त, लेख लिहिले जात. वृत्तपत्रांतूनही जाहिराती दिल्या

जात असत; त्यामुळे लोकांना कळत असे. काही नित्याने येऊ लागले. लोणावळा व पुण्याहून परिवहन व्यवस्थेची वाहने नित्याने येऊ लागली. आश्रमात भाविकांची, कुतूहलाने इच्छुकांची वर्दळ वाढू लागली. अल्पावधीतच आश्रम सर्वदूर प्रसिद्ध होऊ लागला. 'लेडी मेहेर कल्याण आश्रम, कमलापूर (लोणावळा)' हे नाव ख्यात होऊ लागले. आश्रमाच्या आवतीभोवती घरे होऊ लागली. बंगले बांधले जाऊ लागले. निरनिराळी दुकाने सजू लागली. कमलापूर गावाजवळ तर प्लॉटिंग पडू लागलं.

आश्रमाचा सर्व कर्मचारी वर्ग अतिशय मनोभावे काम करत असे. दर शनिवारी सगळे एकत्र बसून चर्चा करून, आढावा घेऊ लागले. काही सूचना, माहिती सांगू लागले. नारोबा अण्णा आपली कारकुनी कामे अत्यंत चोख करत. सीताराम कोकणे शिपाई सदैव माझ्या सेवेला तत्पर असे. विजू सावंत नारोबा अण्णांकडे व अन्य कामे करत. रामलिंग वॉचमन गेट सोडून हलत नसे. मैनू परमार आपलं काम आटोपलं की, आश्रमाची सफाई करून कमलापूर गावाकडे जाई. श्रीपती माळी तर दिवसभर झाडं, वेली, हिरवळ, फुलबाग यांतच रमून जाई. त्याची पत्नी सावूबाई तण काढणं, गवत काढणं, खुरपणं ही कामे करी. या दोघांनी मिळून काही उरलेल्या जागी पावसाळ्याच्या तोंडावर, भाजी मळ्याचे छोटे-छोटे प्लॉटच सजविले होते. मेथी, पालक, कोथिंबीर, वांगी, बेलवांगी, मिरच्या, भेंडी, गवार आदी भाजीपाला यांची लागवड केली होती. माझ्या निवासाच्या परसातही श्रीपतीने भोपळा, दुधी, कारली, घेवडा, पटाडी, घोसावळे यांचे मांडव घालून काही वेली चढवल्या होत्या. बाबूभाई वस्ताद, त्याची बायको लालीबाई आणि जॉन व नायर यांच्यावर अजून भोजनकामाचा फारसा ताण पडला नव्हता.

आश्रम सुरू होऊन सहा महिने होऊन गेले.

पावसाळा आला.

मृगाच्या धुवाधार पावसाने सगळंच विस्कळीत झालं. सततचा पाऊस. हवेत कमालीचा गारवा. नारोबा अण्णा सारखे आजारी पडू लागले. त्यांनाही कमलसारखाच दम्याचा त्रास होता. या वातावरणाशी त्यांची प्रकृती जमवून घेईना.

कधीकधी पाऊस सर्वत्र नासधूस करत उधळत जाई. बेगुमानपणे. एवढे धीराचे डोंगर; पण त्याच्या सततच्या अभिषेकाने हैराण होऊन जात. मग समोरच्या या तळ्यातील नाजूक कमलफुलांची काय वार्ता करावी! पण काहीही असलं तरी पाऊस हा सर्वांना प्रियच असतो. त्याच्या रौद्र रूपापासून आपणच सुरक्षित असावं म्हणजे झालं. तो तर आपल्याला उदंड पाणी देतो. दानशूरच तो. सगळ्यांचं तो जीवनच आहे. मृगापासून आर्द्रा, पुनर्वसु, पुष्य, आश्लेषा, मघा, पूर्वा, उत्तरा, हस्त ही सगळीसगळी नक्षत्रं मनसोक्त बरसली. मी असं पहिल्यांदाच पाहिलं.

अखेर ऑक्टोबर उजाडला.

श्रीप्रियदर्शन व श्रीविजयकुमार जबाबदारीने व्यवस्थापनाचं काम संभाळत होते. विशेषतः श्रीविजयकुमार पडेल ते काम करत. श्रीप्रियदर्शन काहीसे संकोचत. आता चोक्शीसाहेब अधूनमधून येऊ लागले. विक्रम सेठना क्वचितच दर्शन द्यायचे.

मला भरपूर वेळ असायचा. त्याचा विनियोग कसा करायचा हा मला प्रश्न पडला होता. वाचन तर चालू होतेच. निरूपणाची तयारी करण्यात व संदर्भ ग्रंथ पाहण्यात चांगला वेळ जाई. क्वचित बाहेरची व्याख्यानेही असत. विद्यापीठातून, महाविद्यालयांतून विशिष्ट कार्यक्रमाची निमंत्रणे येत. परिचय वाढला. अनेक प्राध्यापक आश्रमात चर्चेस, परिसंवादास आवर्जून येऊ लागले. व्याख्याने झडत. हिरिरीने वादसंवाद घडत. वादविवादात काही नवे मांडले जाई. त्यांचं वृत्तान्त लेखन वृत्तपत्रातही छापून येई.

अशा उत्साहात श्रीप्रियदर्शन मात्र काहीसे अलिप्त वाटत. ते मोजकंच बोलत. सहभागातील कोरडेपणा जाणवत असे. एक दिवस गाठून मीच संध्याकाळी भोजन आटोपल्यावर त्या दोघांना बोलावून घेतले. नारोबा अण्णा यांनाही निरोप दिला. विषय काढून बोलू लागलो,

"हे पाहा श्रीप्रियदर्शन, श्रीविजयकुमार माझी सगळी भिस्त तुम्हा दोघांवर आहे. नारोबा व्यवहाराचं काम चोख बघतात. आता आश्रमाला दहा महिने होत आले. अल्पावधीत आश्रमाची माहिती सर्वदूर गेली आहे; पण आपलं कार्य व धोरण अजून नेमकेपणानं लोकांपर्यंत नीट पोहोचत नाही. आपण निव्वळ निधर्मी नाही. चार्वाक पद्धतीचीही आपली जीवनशैली नाही. सर्वधर्मसमभाव ही आपली मध्यवर्ती कल्पना आहे. इथे आपल्याला सृष्टीच्या शाश्वत तत्त्वाचा काही शोध, अभ्यास करायचा आहे. आपल्या दोघांच्या निवड, मुलाखतीत मी आपणास हेच सांगितलं होतं; पण अद्याप यामध्ये आपला उत्स्फूर्त सहभाग नजरेस येत नाही. कामातलं रुटीन मला अपेक्षित नाही, तेव्हा आपलं यावर काय म्हणणं आहे?"

दोघेही शांतपणे ऐकून घेत होते. श्रीविजयकुमारच बोलले,

"गुरुवर्य, आम्ही अजून स्नातक आहोत. विद्यार्थी आहोत. तुम्ही आम्हाला घडवावं, आकार द्यावा ही अपेक्षा आहे."

"हो, खरं आहे; पण तुम्ही धाडसाने पुढे या ना. तुमच्या मनात बुजरेपणा आहे. संकोच आहे. आपल्याकडे कितीतरी विद्वान, अभ्यासू लोक भेटीस येतात, त्यांची तुम्ही बडदास्त ठेवता हे ठीक आहे; पण केवळ या कामासाठी तुमच्या नेमणुका नाहीत. तुम्ही नुसतं सूत्रसंचालन हाती घेऊ नका. चर्चेत सक्रीय भाग घ्या. हे तर अपेक्षित आहे."

श्रीप्रियदर्शनकडे पाहत मी म्हणालो,

"श्रीप्रियदर्शन, तुम्ही काही बोला ना. मनात कसलाही संकोच ठेवू नका. जे

काही आहे ते स्पष्ट बोला, आपण मोकळेपणाने चर्चा करू.''

''गुरुवर्यजी, मी खूप संभ्रमात आहे. माझी द्विधा मनःस्थिती होते आहे. माझ्यावर लहानपणापासून श्रीदत्तगुरूंविषयीच्या श्रद्धेचे संस्कार आहेत. पिढ्यान्‌पिढ्या आम्ही श्रीदत्ताचे भक्त व अनुयायी आहोत. या संप्रदायातून मला पूर्णपणे मोकळे, अलिप्त होता येत नाही.''

श्रीप्रियदर्शन थोडे थांबले. अजून त्यांच्या मनात विचारांचा गोंधळ होता. मीच त्यांना धीर दिला.

''अहो प्रियदर्शन, आपला आश्रम हा काही संप्रदाय अथवा धर्म बदलाचं काम करणारं केंद्र नाही. तुमचा धर्म, तुमची प्रथा, परंपरा याला मी कधीच विरोध केला नाही. मीही तुमच्यासारखाच आहे. उलट पाहा, ख्रिस्ती धर्माचे फादर जोसेफ पीटर, रेव्हरण्ड डी. तिलक, पारशी झरतुष्ट्रियनचे चोक्शीसाहेब, अजमेर दर्ग्याचे खादिम अवलिया नक्षबंद, वृंदावन मथुराचे प्रो.मित्तल, बौद्ध धर्माचे भिक्षु वज्रबोधी हे सारे माझे जिवलग स्नेहीच आहेत. आपल्या आश्रमाच्या उद्‌घाटनाला या सगळ्यांना आपण आमंत्रित केले होतेच की. प्रत्येक धर्माबाबत आपल्याला आदर असायलाच हवा. धर्मसंकल्पना मर्यादित व साचेबंद न होता ती अधिक विस्तृत, सर्वव्यापी व्हावी हा माझा विचार आहे. ही कल्पना अवास्तव वाटेल याची मला कल्पना आहे. माणसाने आपली बंधुता, प्रेम अधिक व्यापक करावे. एवढंच मी म्हणतो आहे.''

श्रीप्रियदर्शनला हे चांगलेच प्रबोधन वाटले असं प्रथम प्रथम मला भासलं; पण त्यांचे डोळे काही वेगळेच बोलत होते. बहुधा त्यांचं लक्ष नसावं. डोक्यात काही विचार घोळत असावेत. चेहरा स्पष्ट विचारमग्न दिसत होता. मी त्यांना म्हणालो,

''प्रियदर्शन तुमचं लक्ष नाही. डोक्यात काहीतरी विचार चाललेत. स्पष्ट बोला. कळू द्या मला.''

मग कुठे धीटाईने प्रियदर्शन बोलू लागला.

''गुरुवर्यजी, परवा मला वडिलांचं पत्र आलं आहे. तुम्हाला कल्पना आहेच, श्री क्षेत्र अक्षय औदुंबर येथे आमचा मठ आहे. पुढच्या महिन्यात म्हणजे नोव्हेंबरच्या पहिल्या आठवड्यात श्रीदत्तात्रेयाची जयंती आहे. तिथे मोठा उत्सव असतो. शिवाय त्या दिवशीच चंद्रग्रहणही आहे. अशा पौर्णिमेला तिथे अहोरात्र धार्मिक विधी चालतात. भाविकांची प्रचंड गर्दी असते. दुसरं एक सांगायचं म्हणजे माझे चुलते स्वामी पूज्य भागवतजी यांना नोव्हेंबरातील अमावास्येला मार्गशीर्षात ८० वर्षे १० महिने पूर्ण होताहेत. अमावास्येनंतरची पहिली चंद्रकोर दर्शनाचा योग आहे; त्यामुळे मार्गशीर्ष कृष्ण प्रतिपदेला सहस्र चंद्रदर्शन सोहळा अतिशय उत्साहात साजरा करायचा आहे. मला मठात अवश्य यायला सांगितलं आहे; त्यामुळे मला या अवधीत २०-२५ दिवस तिकडेच राहणे जरूर आहे. इथे श्रीविजयकुमार आहेच.

मला जाणे आवश्यक आहे.''

मला सविस्तर कारण कळले. मी यास विरोध काय करणार? श्रीप्रियदर्शन यांचा हा व्यक्तिगत श्रद्धेचा, भावनेचा प्रश्न आहे. मनातली शंका दूर व्हावी म्हणून मीच श्रीप्रियदर्शन यांना विचारले,

''मला आपल्या मठाबद्दल व तिथल्या कार्याबद्दल आदरच आहे. आपला मठ एवढा संपन्न असताना आणि परंपरेनं आपणास तिथं संधी असताना तुम्ही ते सर्व सोडून इकडे का आलात? सहज म्हणून विचारतो.''

''गुरुवर्य, आपलं विचारणं अत्यंत सयुक्तिक आहे. त्याचं असं आहे, माझ्या वडिलांना मी संन्यस्त होणं पसंत नाही. फार तर संसार व प्रपंच करत, मठाचा उत्तराधिकारी व्हावं असं त्यांचं म्हणणं आहे. मी ब्रह्मचर्य स्वीकारण्याच्या व तसंच राहण्याच्या ते अगदी विरोधी आहेत. माझं ते सक्तीनं लग्नही लावून देत होते. म्हणून मी तिथला त्याग करून इथे आलो. मला तुमच्यासारखं आयुष्य व्यतीत करायचं आहे. मी अजून अजाण आहे किंवा परिपक्व नाही; त्यामुळे सतत संभ्रमात असतो. मला इथे आपल्या सान्निध्यात अध्यात्म शिकायचं आहे. जे माझं मी सर्वस्व व जीवन समजतो. आपल्या इथं मला माझा मार्ग सापडेल असा मला पूर्ण विश्वास वाटतो म्हणून मी आपल्या आश्रयाला आलो.''

मला श्रीप्रियदर्शनचं म्हणणं, स्पष्टीकरण तितकंसं योग्य वाटलं नाही. ते तरुण आहेत. त्यांचा निर्णय कठोर आहे. मार्ग तर अत्यंत खडतर आहे. त्यात ते मार्ग शोधताहेत हे सारं खरं आहे; पण ते दृढनिश्चयी नाहीत हे नक्की. आपण या सेवानिवृत्तीच्या काळात आता कुठे एवढा जीवनाचा प्रचंड प्रवास व अभ्यास करून सर्वधर्मसमभावाची कल्पना मांडतो आहोत. ते खूप लहान आहेत, नवखे आहेत. अजून त्यांचे डोळे उमलायचे आहेत; त्यामुळे आताच आपण त्यांच्याकडून परिपूर्णतेची अपेक्षा करणेही योग्य नव्हे. मलाच श्रीप्रियदर्शनची दया आली. मी त्यांच्या पाठीवरून प्रेमाने हात फिरवला. 'जाऊन या' म्हणालो. 'इथला परिसर सदैव तुमची प्रतीक्षा करत असेल, तुम्हाला इथे पूर्ण अभय व स्वातंत्र्य असेल' याचीही मी ग्वाही दिली.

आश्रमात आम्ही लवकरच झोपतो; पण आज उशीर झाला.

नोव्हेंबर महिन्यात पुण्याहून मिलिटरीतल्या वेषात एक अधिकारी भेटण्यास आला. तो माझा निरूपणाचा दिवस होता. ऐन निरूपणाच्या वेळी तो आला. धर्माची उगमस्थानं, परिस्थिती, डोंगर, गुहा, पर्वत, नद्या, निसर्ग हा धर्मस्थापनेस कसा साहाय्यभूत होतो आणि धर्मतत्त्वज्ञान निर्जन, शांत स्थळी कसे निर्माण झाले वगैरेचं सविस्तर कथन मी निरूपणात करत होतो. तो अधिकारी शांत बसून ते ऐकत होता आणि तोही तल्लीन झाल्याचे जाणवत होते. निरूपण संपले.

तो मला कार्यालयात येऊन भेटला. आश्रमाच्या बाजूला दोन एकर जागा मोकळी होती. ती पडीकच होती. त्याची माहिती काढून, त्या संबंधित शेतकऱ्याला भेटून हा गृहस्थ माझ्याकडे आला. त्यांचा एन.सी.सी.चा आठवड्याचा कॅम्प होता. त्यासाठी आमची काही हरकत नाही ना आणि सामूहिक लेक्चरसाठी एखाद-दुसऱ्या दिवशी आश्रमाचं सभागृह त्यांना हवं होतं. त्या संमतीसाठी तो भेटायला आला होता. मी आनंदाने परवानगी दिली.

डिसेंबरातला पहिला आठवडा. एका रविवारी N.C.C. कॅम्पच्या मुलांचा तळ पडला. मिलिटरी वेषातली मुले रानभर वावरू लागली. अंतराअंतरावर ओळीने शिस्तबद्ध तंबू टाकले गेले. आखलेल्या वेळेनुसार एन.सी.सी.चा कार्यक्रम रोज राबवला जात होता. एकंदरीत सैनिकी शिक्षण ते. अतिशय कडक शिस्तीत दिले जाई. चौथ्या दिवशी दिवसभर व्याख्यानांचं सत्र आयोजलं होतं. सायंकाळी तासभर या मुलांना मनोधैर्य, मनोबल यावर काही बोधप्रद माहितीपर व्याख्यान द्यावं अशी विनंती तिथल्या प्रमुख सुभेदारांनी मला भेटून केली. या व्याख्यानास त्यांचे एक मेजरही उपस्थित राहणार आहेत असं त्यांनी मला सांगितलं.

गुरुवारी माझा निरूपणाचा दिवस होता. त्या दिवशी सायंकाळी माझं व्याख्यान ठरवलं गेलं. सभागृहात सर्व कॅडेट्स, लान्स नायक, त्यांचे सुभेदार, मेजर व्याख्यानास आले. मी बोलू लागलो,

''मित्रहो, आपण देशाची फार मोठी सेवा करण्यासाठी हे प्रशिक्षण घेत आहात ही अत्यंत अभिमानाची बाब आहे. संरक्षण ही देशाची फार महत्त्वाची गरज आहे. हे शूर-वीरांचंच काम आहे. सैनिकाला त्यासाठी सन्मान दिला जातो.

प्रत्येक शूर सैनिकाला जसे त्याचे शरीर सुदृढ, निरोगी, तंदुरुस्त व सशक्त ठेवावे लागते तसेच त्याने आणखी एका महत्त्वाच्या गोष्टीकडे लक्ष देण्याची गरज असते. ती म्हणजे त्याचे मनोधैर्य व मनोबल. त्याचा आत्मविश्वास प्रबल असल्याशिवाय तो धीराने कुठल्याही प्रसंगाला, संघर्षाला समर्थपणे तोंड देऊ शकणार नाही. त्याचे मनोबल, मनोधैर्य खचून जाता कामा नये. अन्यथा त्याला पराभूतच व्हावे लागेल. याला इतिहासात प्रमाण आहे. नेपोलियनने, हिटलरने याचा अनेकदा युद्धात वापर केला आहे. हिटलर आपल्या प्रभावी भाषणाने सैनिकांचे मनोधैर्य वाढवत असे.

जीवनातील कोणत्याही संकटसमयी खचून न जाता अतिशय धीराने विशिष्ट उद्दिष्ट साध्य करण्यासाठी निर्धारपूर्वक खंबीरपणे उभे राहणे याला मनोधैर्य किंवा मनोबल म्हणतात. ते साध्य प्राप्त होईपर्यंत अथक, अखंड प्रयत्न करणे गरजेचे असते. नेहमी असे म्हटले जाते की, रणांगणावर केवळ शस्त्रे, बंदुका लढत नसतात तर सैनिकांची धैर्यशील मनेही लढतात.

मित्रहो, मन आणि शरीर हे संलग्नपणे काम करतात. मनोभावाचे शारीरिक

आविष्कारही प्रतीत होत असतात. कुरुक्षेत्रावरील युद्धात अर्जुनाच्या अवस्थेचे, हतबलतेचे वर्णन आले आहे. त्यातल्या महत्त्वाच्या ओळी मी सांगतो.

सीदंति मम गात्राणि, मुखं च परिशुष्यति ।
वेपथुश्च शरीरे मे... भ्रमतीव च मे मनः ॥

अतिशय सोप्या ओळी आहेत. मी गलितगात्र झालो आहे, घसा शुष्क झाला आहे. माझे मन विभ्रम झाले आहे... मी युद्ध करू शकत नाही वगैरे वगैरे...

पुढे यासाठी तर भगवान श्रीकृष्णांनी गीता कथन केले. अगदी अलीकडे तर मनोभाव, मनोविकार यावर विज्ञाननिष्ठ संशोधनही झाले आहे. ते मनाच्या चार अवस्था मानतात. मानस, चित्त, अहंकार आणि बुद्धी. Manas is the direct supervisor of the senses in the inner factory. Chitta is the storage place of the countless latent impressions. Chitta is the memory bank. Ahamkara is the strong wave that declares 'I am' The individual Ego, which feels itself to be a distinct, separate entity. And the forth is Buddhi. Buddhi is cultivated as the decision maker in the factory of life. मित्रांनो, बुद्धीवर भ्रमाचे, संशयाचे, अज्ञानातून निर्माण झालेले ढग, सावट येते, तेव्हा बुद्धिभ्रंश होतो. अशा वेळी ते ज्ञानसाधनेने, योग-प्राणायाम धारणेने, अध्यात्म-चिंतनाने दूर करून बुद्धी निरभ्र करता येते. स्वच्छ करता येते. विषय गहन वाटेल; पण महत्त्वाचा आहे. पाश्चात्त्य संशोधक, मानसतज्ज्ञांनी 'मन' या विषयावर विपुल काम केले आहे. सिग्मंड फ्रॉइड, युंग, कॅनन, ॲडलर, विल्यम मॅक्डूगल, एरिक्सन हे प्रमुख आहेत. फ्रॉइड यांनी मनोविकारांवर मोठे काम केले. मनाच्या कॉन्शस, सब-कॉन्शस भागाबद्दलही या शास्त्रज्ञांनी चांगली चिकित्सा केली. जागृत व सुप्त मनाचे खेळ शरीरात सतत चालू असतात. १९३२ मध्ये मॅक्डूगल यांनी लिहिलेल्या 'एनर्जीज ऑफ मेन' या पुस्तकात मनाच्या प्रेरणा, सहज प्रेरणा यासंबंधी विचार मांडले आहेत. भीती ही प्रेरणा पळून जाण्याशी संबंधित असते. घृणा ही मत्सर, तिरस्कारामुळे निर्माण होते. कोमल भावना ही प्रेम आणि वात्सल्य दाखविते तर क्रोध आक्रमण प्रेरणेशी निगडित असतो.

फ्रॉइड यांनी या क्षेत्रात मोठं काम केलं. त्याचे सिद्धान्त खूप चर्चिले गेले. एके ठिकाणी तो म्हणतो - निसर्गामध्ये, सृष्टीत घडणारी प्रत्येक गोष्ट कारणाशिवाय कधीच घडत नाही. घटना व कारण हे अन्योन्य आहेत. माणूस जी कृती करतो, विचार करतो त्याच्या ज्या काही भावना निर्माण होत असतात, त्याच्या मुळाशी त्याचे विशिष्ट मन अथवा मानसिकता नक्कीच असते.

तेव्हा मित्रहो, हा विषय अतिशय विस्तृत आहे. व्यापक आहे. तुमच्या उमलत्या कोवळ्या वयात हा गहन विषय लादणे हे योग्य होणार नाही. तथापि,

'मन' या संकल्पनेचा परिचय व्हावा, ओळख असावी म्हणून एवढं बौद्धिक पुरेसं आहे. आपल्या संयोजकांनी मला ही संधी दिली त्याबद्दल आभार मानून आणि आपणास धन्यवाद देऊन मी माझे भाषण इथे थांबवतो.''

एक चांगलं बौद्धिक ऐकल्याचं समाधान सगळ्यांना मिळालं.

आश्रमाच्या पाठीमागचा डोंगर फार उंच नसला तरी तो मध्यम उंचीचा व काहीसा अवघडही होता. एन.सी.सी.चे सर्व जवान सकाळीच तिथे गेले. त्यांना त्यांचा कमांडर एक 'टास्क' देत होता. तो त्यांना डोंगरावरील युद्धाची पद्धत समजावून सांगत होता. माझ्या निवासाच्या पश्चिम गॅलरीत मी बसून सहजच ते पाहत होतो. डोंगराचा पायथा माझ्यापासून फार दूर तर नव्हताच; पण मला सर्व काही स्पष्ट दिसत होते. कमांडर त्यांना युद्धाच्या वेळी अत्यंत तातडीचा रस्ता कसा केला जातो व डोंगराच्या कडेने वाहन कसे नेले जाते ते सगळं प्रात्यक्षिक दाखवून सांगत होते. डोंगरापलीकडून दुश्मन वरून कसं फायरिंग करेल व त्यापासून संरक्षण कसे करायचे वगैरे प्रशिक्षण ते देत होते. मोठं प्रेक्षणीय होतं हे सारं. काही जवान ट्रेकिंग करून डोंगरही चढत होते. सर्व जवानांनी मिळून एक-दीड तासाच्या आत तात्पुरता रस्ताही तयार केला. डोंगराच्या पायथ्याशी वळणावळणाने जाणारा रस्ता होता. तिथं एक वाहन आलं. थोडं अंतर ते चालवून पुन्हा रिव्हर्स घेऊन जवानांजवळ थांबवलं. क्षणार्धात, आपापल्या गनसह आणि पाठीवरील इमर्जन्सी लगेज बॅगसह पंधरा-सोळा जवानांची एक फौज त्यात चढली आणि वाहन पुढे जाऊ लागले. ते शंभर मीटरवर जाऊन परत यायचे. लगेच दुसरे जवान त्याच पद्धतीने त्यात चढायचे. हे 'टास्क' चालू झाले. शंभर मीटर रस्ता पार करून परत यायचे हा सिलसिला चालू झाला. जिथे रस्ता संपतो, तिथे एक तात्पुरता बांबूचा अडथळा तयार केलेला होता. ते सुरक्षेचे बॅरियर होते.

पुनःपुन्हा हे पाहत बसण्यापेक्षा मी गॅलरीतून उठून आत गेलो. इतक्यात आरडाओरडा व एकच गोंधळ उडाल्याचे ध्यानी आले. 'कमऑन, कमऑन-हरिअप, हेल्प, हेल्प, अरे जल्दी आओ, ॲक्सिडेंट हो गया' म्हणून काहीजण ओरडत होते. मी लगबगीने बाहेर आलो. वाहन तर दिसत नव्हते. तो तात्पुरता कठडा तोडून ते पुढच्या साधारण वीस फूट खोल डगरीत पडले होते. मी धावत तिथे गेलो. तिथे श्रीविजयकुमार, श्रीपती माळी आणि आमचे अन्य सेवकही धावून आले. आम्ही पाहतो तो वाहन उलटसुलट होत उतारावर घरंगळत जाऊन अडकले होते. एखादं अजस्र धूड चारही पाय वर उलटे होऊन पडावे तसे. मुले आत अडकली होती. ओरडत होती, कण्हत होती, आक्रोश करत होती. एकूण दृश्य भीषणच होते.

काही मिनिटांतच दुसरं वाहन त्या कच्च्या रस्त्यावर आणलं गेलं. दुसरे

अधिकारी, काही मुले खाली उतरली आणि जखमींना बाहेर काढू लागली. रांग करून, त्यांना वर चढवू लागली. त्यांना वाहनात ठेवलं जाऊ लागलं. वेदना, विव्हळणं, रडणं, 'आई गं' 'O my God', 'या अल्ला' सगळंच ओरडणं चालू होतं. अत्यंत तातडीने सर्व मुलांना बाहेर काढण्यात आले. कुणाचे डोके फुटलेले, कुणाचा हात मोडलेला तर कुणाचा पाय फ्रॅक्चर झालेला. सगळेच कळवळत होते. श्रीविजयकुमार व मीही त्या वाहनात पुढे चढलो. त्यांचे काही अधिकारीही त्यात होते. वाहन तातडीने पुण्याकडे निघाले. अल्पावधीतच ससून हॉस्पिटल गाठले. तेथील अधिकाऱ्याने ताबडतोब मुलांना आत दाखल करण्याची व्यवस्था केली. उपचार, तपासणी, एक्स-रे सुरू झाले. जरूर त्यांचे ऑपरेशनही चालू झाले. एक-दोनजणांची अवस्था चिंताजनक होती. बाकीची मुले कमी-अधिक जखमी होती.

मी आणि श्रीविजयकुमार पॅसेजमधील एका बाकावर बसलो होतो. सगळे अधिकारी रिपोर्टिंग, नावे सांगणे वगैरे कामांत गुंतले होते. अचानक एका मुलाला अंगावर घातलेल्या पूर्ण पांढऱ्या कापडासह स्ट्रेचरवरून ढकलत एका केबिनमधून बाहेर आणलं गेलं. माझ्या काळजात चर्रऽऽ झालं. 'यांच्याबरोबर कोण आहे?' एका हिरव्या डगलेधारकांनी मला विचारले. अधिकारी कामात गुंतले होते. नकळत 'मी आहे' म्हणालो. 'चला बरोबर' म्हणून त्यांनी मला नेले ते थेट शवागारातच. तिथे एक डॉक्टर होते. त्यांनी मला काही माहिती विचारली. मी त्यांना 'ही मुले एन.सी.सी.कॅम्पची आहेत; त्यांचे अधिकारी बरोबर आहेत. मी तिथल्या आश्रमाचा प्रमुख आहे.' वगैरे सांगितले- 'तरीही तुम्ही बरोबर आहात ना. काही हरकत नाही. त्यांचे अधिकारी फॉर्म भरतील; पण तुम्ही या प्रेताबरोबर आलात एवढीच साक्ष म्हणून तुम्हाला सही करावी लागेल. तेवढे सहकार्य करा.' मी गप्प होतो.

शवागारात उग्र दर्प जाणवत होता. औषधं व दुर्गंधीमिश्रित असा. आत अनेक प्रेते ओळीने विच्छेदनासाठी जणू रांगेत थांबलेली होती. मला विचित्र वाटले. मी अधिक वेळ आत थांबू शकलो नाही. विचारून बाहेर येऊन समोरच्या एका बेंचवर जाऊन बसलो.

मन सुन्न झाले होते. कोण मुलगा असेल तो? या क्षणी त्याचे आई-वडील कुठे असतील? त्यांना हे कळेल, तेव्हा त्यांची अवस्था काय होईल? या जवानाचा प्रशिक्षण घेताना प्राण गेला. त्याला समर्पण म्हणायचे का? मृत्यूची झडप किती सहज असते. या जीवाचे मोल काय? मृत्यूचा गुंता सहज सुटणारा नाही असेच मला वाटू लागले. अशा अनपेक्षित मृत्यूची घृणा वाटू लागली. चीड वाटू लागली. मीच यांना मनोधैर्य व मनोबल उंचावण्याबद्दल काल ओजस्वी भाषण दिले होते. त्या मुलाचा मृत्यू मला अस्वस्थ करून गेला. कुठल्या 'मनोधैर्याने व मनोबलाने' मी इतका विचारमग्न झालो? 'निर्भय राहा, धीरोदात्त असा' माझे हे शब्दही पोकळ व

अशक्त होते का? विचार आणि वास्तव किती वेगळं असतं. Life is strange!

काही वेळाने एन.सी.सी.चे मेजर पोस्टमॉर्टेम रूमकडे आले. त्यांनी डॉक्टरांना सर्व माहिती दिली. मला बोलावलं गेलं. मी एका फॉर्मवर साक्ष म्हणून सही केली. अशीच एक सही मी गुंटकल येथील रेल्वेच्या शवागारात केली होती. माझ्या अशा विचित्र साक्षीचे कोणते ऋणानुबंध असतील? सगळं सुसंगत तरीही अजब आहे. जीवनच अकल्पित आहे. भविष्यकाळाची उकल न करणारं असं. पुढची सगळी सूत्रं मेजर साहेबांनी हाती घेतली. त्यांनी संबंधितांना कळवण्याची व्यवस्था केली. मेजरसाहेबांनी माझे आभार मानले. मला हे आभार अभद्र वाटले. मी आणि श्रीविजयकुमार परत कमलापूर आश्रमाकडे आलो.

संध्याकाळचा सूर्य केव्हाच अस्ताला गेला होता. तो कशाला आमच्यासाठी तिष्ठत थांबेल? मला अचानक तीव्र भुकेची जाणीव झाली. आपण दिवसभर काहीच खाल्लं नव्हतं. ते योग्यही नव्हतं; पण तरीही अशा अवस्थेत तीव्र भूक लागतेच कशी? सगळंच विचित्र!

पंधरा दिवसांनंतर याच एन.सी.सी. शिबिराचा एक अधिकारी भेटायला आला. त्याने एक बंद पाकीट माझ्या हाती दिलं. उघडून पाहिलं, तेव्हा त्यात आभाराचं व सहकार्याबद्दलचं स्वतंत्र पत्र होतं. आश्रमातील हॉल वापराचे दोन दिवसांचे भाडे व माझ्या व्याख्यानाचे मानधन असा एकूण एक हजार रुपयांचा चेक आणि त्याला जोडून आणखी एक पत्र लिहिलं होतं. सोबतच्या व्हाउचरवर सही करून देण्याची विनंती केली होती. मला एकूणच हा प्रकार अतिशय क्लेशदायक वाटला. मला हे आवडलं नाही. मी त्या अधिकाऱ्याला सगळं काही परत घेऊन जायला सांगितलं. 'असलं काहीही नको' म्हणालो. 'मला हे ठीक नाही वाटलं असं मेजरसाहेबांना सांगा, निरोप द्या.' असं म्हणून 'प्लीज आपण आता यावं' असं निक्षून सांगितलं.

डोळ्यांसमोर तो पांढऱ्याशुभ्र कापडात, शवविच्छेदन करून गुंडाळलेला तरणाबांड बछडा तरळू लागला.

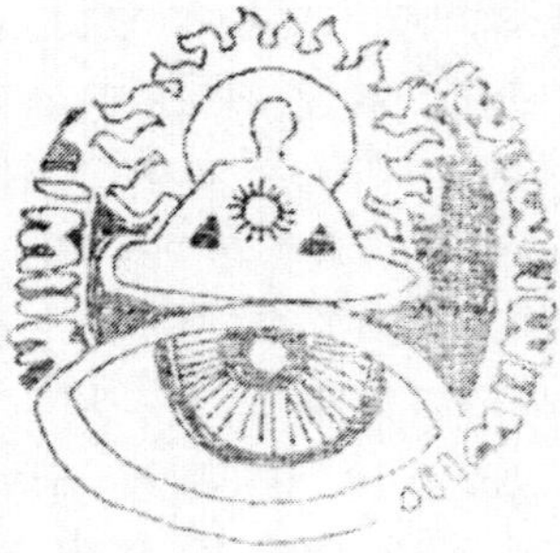

३०

श्रीप्रियदर्शन यांना श्री क्षेत्र अक्षय औदुंबरास जाऊन दोन महिने उलटून गेले. इकडे येण्याविषयीची त्यांची इच्छा कळेना. मात्र, या कालावधीत त्यांनी आवर्जून दोन पत्रं पाठवली होती. पहिल्या पत्रात श्रीदत्तगुरूंच्या जयंतीचं सविस्तर वर्णन केलेलं होतं. दुसऱ्या पत्रात चुलते स्वामी भागवतजींच्या सहस्रचंद्र दर्शनाचा सोहळा वर्णन केलेला. याच पत्रात, त्यांनी जानेवारीमध्ये - नव्या वर्षारंभी येतो असं लिहिलेलं होतं. ९ तारखेला पौष शाकंभरी पौर्णिमा आहे. नंतरचे सगळे दिवस प्रवासाला इष्ट आणि अनुकूल आहेत. पत्र वाचून मी कपाळाला हात लावला. या चिखलाच्या गोळ्याला कसा आकार द्यायचा?

हेमंत ऋतू तळ ठोकून होता. निरनिराळ्या पक्ष्यांच्या राहुट्या वाढू लागल्या. चिमण्या-पक्ष्यांचे थवेच्या थवे आकाशात भरारी मारताना दिसू लागले. या हंगामात शेतातील धान्याला कणसे लागलेली असतात. दाणे टिपायला ते समूहाने त्यावर तुटून पडतात. ज्वारीची कणसे, भाताच्या-गव्हाच्या लोंब्या यांचा कोवळा हुरडा फस्त करायला ही पाखरं अचानक कुठून येतात कुणास ठाऊक? आश्रमाच्या जागी पूर्वी भात शेती, गहू लावला जाई. ही बिचारी पाखरं त्यांच्या इच्छित स्थळी येऊनही इथे कुठंच काही दिसत नाही म्हणून नाराज होऊन आकाशात घिरट्या मारतात की काय कोण जाणे! इथे आश्रमप्रेमींची जशी वर्दळ वाढली तशी पाखरांचीही इथे वाढलेली वर्दळ पाहून मला मनोमन आनंद झाला.

आजच्या टपालात पुन्हा श्रीप्रियदर्शन यांचं एक पत्र आलं. मला श्रीप्रियदर्शन यांचा यात पुन्हा नवा काही बेत आहे की काय कळेना. आधी पत्र वाचून पाहिलं. ठरल्याप्रमाणे येणार असल्याचं लिहिलं होतं. पत्रात आणखीही एक उल्लेख नमूद

केला होता. श्री क्षेत्र अक्षय औदुंबर मठाचे मुख्य, त्यांचे काका स्वामी पूज्य भागवतजींना येथील कमलापूरचा आश्रम पाहायचा आहे; त्यामुळे ते श्रीप्रियदर्शनबरोबर इकडे येणार आहेत. माझीही भेट घ्यायची त्यांची इच्छा आहे. तेव्हा काय करावे, याबद्दल उलटटपाली कळवावे, अशी विनंती केलेली होती. सदर पत्र मी श्रीविजयकुमार यांना दाखवले व सांगितले की, "ताबडतोब पत्राने होकार कळवा व स्वामी पूज्य भागवतजींना सन्मानाने व आदरपूर्वक आपल्या आश्रमात घेऊन यावे असे लिहा. आम्हालाही सेवेची संधी लाभेल. पत्र पाठविण्यापूर्वी लिहिलेले पत्र मला दाखवा आणि त्यावर माझी स्वाक्षरी घ्या."

डिसेंबरच्या अखेरच्या आठवड्यात मला मुंबईतील एस.एन.डी.टी. वुमेन्स युनिव्हर्सिटीत व्याख्यानाला बोलावले होते. चर्चगेटजवळ या विद्यापीठाची भव्य इमारत होती. मी आणि श्रीविजयकुमार तिथे विहित वेळेवर गेलो. आमचं यथोचित स्वागत झालं. प्रवेशद्वाराच्या आत सुसज्ज हॉल होता. तिथे समोर धोंडो केशव कर्वे यांचा अर्धपुतळा बसवलेला होता. भारतातले हे पहिले मुलींचे विद्यापीठ पूर्वाश्रमीच्या गुजरातमधील नाथीबाई ठाकरसी यांच्या सहकार्याने उभं केलं होतं. मोठे काम होते.

काही वेळातच माझं व्याख्यान होतं. कुलगुरूंनी मला आदरपूर्वक व्याख्यानाच्या ठिकाणी नेले. नाट्यगृहासारखा छान हॉल होता. काही मुली आधुनिक तर काही पारंपरिक वेशभूषेत नटूनथटून बसल्या होत्या. एन.सी.सी.मुलांच्या शिबिराच्या वेळी दिलेला विषयच इथेही होता. 'मनोधैर्य व मनोबल : भारतीय मुली' किंचित बदललेला असा.

स्त्री ही मध्यवर्ती कल्पना ठेवून मी बोललो. मुली भारावून गेल्या. नेहमीच्या क्रमिक विषयापेक्षा हे वेगळं बौद्धिक होतं. कुलगुरूही प्रभावित झाले. सगळ्यांना विचार, भूमिका आवडली. या वेळी मी याज्ञवल्क्य - गार्गी यांच्या वादविवादापासून भारतीय साध्वी, विदुषी ते सावित्रीबाई फुले, रमाबाई रानडे इथपर्यंतचा मोठा आढावाही घेतला.

या भाषणाने मलाही समाधान लाभले.

नंतर आम्ही निरोप घेऊन वांद्र्यास फादर जोसेफ पीटर व रेव्हरण्ड डी.तिलक यांना नाताळाच्या शुभेच्छा द्यायला गेलो. फादरना खूप आनंद वाटला.

संध्याकाळी आश्रमाकडे परत जायचे होते; परंतु शेठ चोक्शीसाहेबांच्या भेटीशिवाय ते शक्य नव्हते. आम्ही थेट शेठजींच्या बंगल्याकडे गेलो. आउट हाउसमध्ये तो नायर नावाचा पोऱ्या होता. शेठजी प्रेसवरून अजून आलेले नव्हते. त्या पोऱ्याने फोनवरून शेठजींना निरोप दिला. तोपर्यंत आम्ही रस्ता ओलांडून समुद्रकिनारी येऊन बसलो. आम्ही खूप दिवसांनी पुन्हा भेटीला आलो आहोत याची समुद्राला काहीच कदर नव्हती. बंगल्यासमोर चोक्शीसाहेबांच्या गाडीची चाहूल लागली. हॉर्न वाजवले

जात होते.

आम्ही आल्याचा चोक्शीसाहेबांना खूप आनंद वाटला. हॉलमधील मेहेरभाभींचा हसरा फोटो, आमचं हसून स्वागत करत असल्याचं स्पष्ट जाणवत होतं. चोक्शीसाहेब मला सांगू लागले,

"आनंदजी, दस दिन हुए डेलनाझ का लेटर आया है। She is pressing me hard to come to London. She says that now nobody is there in India to look after me, बेच दे सारा प्रेस और लंडन आजा। बूढ़े दिन में कौन देखेगा यहाँ।"

मी म्हणालो,

"शेठजी, वह आपकी इकलौती बहन है। वह आपकी जरूर फिक्र करेगी। आप क्या सोचते हैं, इसपर सब निर्भर है। कमलापूर का मेहेर आश्रम भी आपका ही है। चाहे तो आप वहाँ भी रह सकते हैं। आपको जो अच्छा लगे वो आपही तय करो।"

मध्येच ते बोलू लागले,

"आनंदजी, मेरे रहने का कोई प्रॉब्लेम नही है। यहाँ फायर टेंपल भी तो मुझे देखना है। I am the president of the Parshi Trust. डेलनाझ यह समझती नही है।"

त्यांनी विषय बदलला,

"अच्छा, रहने दो यह सारी बातें। आप आश्रम का कोई डेव्हलपमेंट बताओ। आज रात यही ठहरो। कल जाईएगा। बहुत दिनसे मिले हो। एक काम करेंगे, आज का डिनर ताज में ले लेंगे। मैं भी बहुत दिनोंसे बाहर गया नही।"

मला काही कळेना काय प्रतिसाद द्यावा. मी अवघडून गेलो. चोक्शीसाहेबांकडे मुक्काम करणे हा मी माझा सन्मानच समजतो; पण 'ताज' हॉटेलमधील जेवण हे माझ्या जीवनशैलीत बसत नव्हते. मला त्याचे अप्रूपही नव्हते; परंतु त्यांचा मान राखणे महत्त्वाचे होते. मी होकार दिला. रात्री आठ वाजता आमची गाडी ताज हॉटेलच्या प्रवेशद्वारात थांबली. उंची तुऱ्याचा, लाल सोनेरी वर्क असलेला, रुबाबदार फेटा घातलेला आणि युवराजाच्या वेशभूषेतला एक चोपदार पायऱ्या उतरून लगबगीने खाली आला व गाडीचे दार उघडून त्याने सॅलूट दिला. तो स्वीकारत आम्ही आत गेलो. डायनिंग हॉल बाजूलाच होता. अत्यंत प्रशस्त. संपूर्ण हॉल काश्मिरी गालिचाने सजविला होता. आत गोल डायनिंग टेबल्स. बाजूला उंची राजेशाही खुर्च्या. आम्ही एका व्ही.आय.पी. कक्षात बसलो. सुटाबुटातला, गळ्यात बो लावलेला एक रिसेप्शनिस्ट आमचं स्वागत करून टेबलावर एक फुलगुच्छ, फुलदाणी ठेवून गेला. दुसरा तसाच एक गृहस्थ आला. त्याने मेनू पुस्तक समोर

ठेवलं. चोक्शीसाहेबांनी ते न पाहताच जेवणाचे पदार्थ सांगितले. 'काश्मिरी नवरतन कुर्मा, दाल ग्रेवी, रोटी, पार्शियन पुलाव और ग्रीन आलुपालक. कर्ड के साथ ग्रीन सॅलड दे दो ।' वेटरने सर्व टिपून घेतले 'Sir any soop' असे विचारले. चोक्शीसाहेबांनी 'टोमॅटो वील डू' एवढंच म्हटलं. काही वेळाने सर्व पदार्थ शिस्तीने दिले गेले. श्रीविजयकुमार आणि मी अशा भोजनात नवखे होतो; त्यामुळे चोक्शीसाहेबांचं अनुकरण करत आम्ही जेवलो. पदार्थांची चव काही अनोखीच होती. सर्वच राजेशाही. चमचेदेखील चांदीचे होते. इथे जेवताना माझ्या आयुष्यातले दोन प्रसंग डोळ्यांपुढे उभे राहिले. एक, काशीतल्या स्मशान घाटावरील श्राद्धविधीत, पितरांना जेवू घालताना पत्रावळीवर दिलेल्या भाताच्या उंड्यातील तो घास अधाशीपणे खाऊन मी माझं पोट शांत केलं होतं तो. आणि दुसरा या इथे मुंबईतील पारशी फायर टेंपलमध्ये रोज संध्याकाळी केल्या जाणाऱ्या मोफत अन्नदानातील भिकाऱ्यांच्या रांगेमध्ये उभं राहून भिक्षापात्रात वाढून घेतलेला दाल-भात व पावाचा तुकडा. त्याच पारशी टेंपल ट्रस्टचे अध्यक्ष शेठ दोराबजी चोक्शी, इथे एवढ्या उंची हॉटेलमध्ये मला आदरपूर्वक आणि सन्मानाने त्यांचा अतिथी म्हणून भोजनास आमंत्रित करतात. काय हा विलक्षण योग! अन्न कुठलंही असो, माणसाची जीवघेणी भूक भागवण्याचे त्यात प्रचंड सामर्थ्य असते हे एक वास्तव आहेच ना. मी बराच वेळ विचारामध्ये गढून गेलेला पाहून चोक्शीसाहेबांनी मला विचारले,

"काय आनंदजी, आज गप्पच आहात. फारसं बोलत नाही."

"तसं काही नाही, होतं असं कधीकधी..."

मग काही इकडचं तिकडचं बोलत तासाभरात जेवण संपलं. एक चांगलं आदरातिथ्य स्वीकारत आम्ही बाहेर पडलो.

रात्री आम्ही बराच वेळ जिव्हाळ्याचं बोलत बसलो.

सकाळी निरोप घेतला.

डिसेंबरातील ३१ तारखेने एकसष्टावं वर्ष समाप्त केलं. उद्या सकाळी बासष्टावा वर्षारंभ.

नेहमीप्रमाणे आश्रम आपल्या दिनक्रमात व्यग्र झाला. आलेली पाखरं निराश होऊन उडून गेली. माझ्या खिडकीतून दिसणाऱ्या कदंबावरची बुलबुल पक्ष्यांची जोडी पुन्हा दिसू लागली. नव्या पक्ष्यांच्या अतिक्रमणाने ही जोडी धास्तावली असेल का? पण आता ती निर्भयपणे वावरू लागली. माझ्या निवासातील वरच्या खोलीच्या उत्तरेकडील खिडकीतून कदंब संपूर्ण दिसे. कदंबाच्या वरच्या उंच सुरक्षित ठिकाणी झुपकेदार पानाच्या फांदीवरील बेचक्यात बुलबुल पक्ष्यांच्या जोडीने घरटे केले होते. घरट्यातील त्यांच्या येरझारा वाढल्या होत्या. चित्त ठिकाणावर नव्हतं. सारखी ये-

जा चालू असे. अलीकडे ते आपल्या चोचीत काही भक्ष्य घेऊन येत आणि घरट्यात क्षणभर थांबून उडून जात, पुन्हा दुसरं भक्ष्य शोधण्यासाठी. मी रोज हे पाहत असे. मी जणू कुतूहलग्रस्त झालो होतो.

एके दिवशी दबक्या पावलाने एक मांजर कदंब वृक्षावर हळूहळू चढताना दिसलं. मांजर वर चढू लागल्याबरोबर बुलबुल पक्षी एकच कलकलाट करू लागले. कदंबावर अन्य कोणतेही पक्षी नव्हते. सगळे पक्षी सकाळीच आपापले भक्ष्य शोधण्याच्या कामावर निघून गेले होते. कुणी तळ्याकाठी तर कुणी समोरच्या डोंगरावर. आता ते सगळे सूर्य मावळतानाच परत येणार; त्यामुळे बुलबुल पक्ष्यांच्या मदतीला धावून यायला कोणीही जवळ नव्हते. मांजर काय करेल हे ध्यानात आले. मीच काळजीत पडलो. लगेच गॅलरीत येऊन श्रीपती माळ्यास हाक मारली. तो घाबरून धावतच आला. त्याला खिडकीतून मांजराची दबा धरलेली स्थिती दाखविली. त्याला कळले. तो लगबगीने खाली गेला व सीताराम कोकणे शिपायाच्या मदतीने वर चढू पाहत असलेल्या मांजरास त्याने शिताफीने पकडले आणि हातातल्या पोत्यातही घातले. जवळपास सोडले तर ते पुन्हा येते म्हणून श्रीपती माळ्याने त्या मांजरास कमलापूर गावातच सोडले. आमचा जीव भांड्यात पडला.

माझ्या आश्रमावरदेखील असा दबा धरून कोणी चतुर मांजरवर्गी बसला असेल काय? अशी विचित्र कल्पना माझ्या डोक्यात उगाचच चमकून गेली. मन काहीही विचार करतं.

नंतर एक-दोन दिवसांनंतरचा प्रसंग; मी नेहमीप्रमाणे त्या घरट्याकडे पाहत होतो. पुन्हा बुलबुल पक्ष्यांचा तो दिनक्रम सुरू झालेला. आज ते बुलबुल पक्ष्याचे पिलू घरट्याच्या थोडे वर आले होते. तेच काळेभोर इवलेइवले कोवळे पंख, डोक्यावर उंचावलेला छानसा, छोटासा शीर्षतुरा. लालचुटूक चोच व पायांच्या दोन लाललाल काड्या. सुंदर निरागस कोवळी प्रतिकृतीच ती. मी त्याला न्याहाळत थांबलो. ते पिलू निळ्या आकाशाकडे हळूच दृष्टिक्षेप टाकायचे. हे प्रचंड निळे आकाश त्या कोवळ्या डोळ्यांत किती मावले असेल कोणास ठाऊक! मी त्याच्याकडे छान निरखून पाहण्याचा आनंद घेत होतो, क्षणार्धात काय घडले ते कळलेच नाही. तीव्र वेगाने भरारी घेत कुणी एक शिकारी पक्षी, डोळ्याचं पातं लवतं न लवतं तोच झपकन खाली आला आणि त्या कोवळ्या सुकुमार पिलावर झडप मारून, त्याच्या दोन मजबूत पायांच्या पंजात पकडून त्याला उचलून घेऊन गेला. ही झडप इतकी भयानक आणि वेगवान होती की, हे माझ्या डोळ्यांसमोर घडतं आहे हे कळलंही नाही. मी थरारून गेलो. सुन्न झालो. क्षणार्धात ते पिलू फांदीवरील घरट्यातून नाहीसं झालं. तो मोठा पक्षी बहिरी ससाणा होता की घार की एखादं गिधाड होतं कोणास ठाऊक? पण मला तो एक थरार वाटला.

ते इवलंसं कोवळं पिलू माझ्या डोळ्यांसमोरून जाईना. काहीसं विचित्र वाटत होतं. जे घडून गेलं ते विसंगत वाटत होतं. दिवसभर कशात लक्ष लागेना.

पुन्हा नेहमीप्रमाणे मी माझ्या कामाला लागलो. ध्यानधारणाही केली; पण त्यातही मन एकाग्र होईना. डोक्यात तेच विचार येत होते. विधात्याने त्या कोवळ्या जीवास कशासाठी जन्म दिला? ते बुलबुल आपल्या बाळाला पुन्हा भक्ष्य घेऊन आले असतील काय? त्यांची अवस्था काय झाली असेल? बरे झाले त्यांच्या समोर ही झडप घडली नाही म्हणून. आपलं बाळ आता स्वतंत्रपणे उडण्याइतकं मोठं झालं असेल आणि ते आपला निरोप न घेता उडून गेलं या भ्रामक आनंदात राहतील का ते बुलबुल? वाट पाहून आणलेलं भक्ष्य बुलबुल ते स्वतःच खातील. अरे! पण ते भक्ष्यही कोणाचं तरी बाळच असेल की, तो कीटक, हाही एक जीवच असतो की. हेसुद्धा 'जीवो जीवस्य जीवनम्'च की. आपण असं भावूक होऊन चालणार नाही. जीव, मुक्ती, मृत्यू, मोक्ष, निर्वाण याचंही इथे चिंतन करायचं आहे.

प्रवासाचा दिवस व मुहूर्त ठरवून श्रीप्रियदर्शन दि. ११ जानेवारीस दुपारनंतर आले. त्यांच्याबरोबर त्यांचे काका पूज्य स्वामी भागवतजी होते. ऐंशी वय ओलांडून गेले तरी ताठ व तरतरीत, तेजस्वी मुद्रा. निश्चिंत! कपाळावर चंदनउटी. दत्तसंप्रदायी वेश. दंडावर ताईत बांधलेले. डाव्या मनगटावर गोंडेदार लाल दोरा बांधलेला. गळ्यात रुद्राक्ष आणि उजव्या हातात सदैव सरकती जपमाळ. आम्ही त्यांचं मनःपूर्वक यथोचित स्वागत केलं. सीतारामाने विश्रांती कक्षात त्यांची सोय केली.

संध्याकाळी आम्ही तळ्याच्या काठी हिरवळीवर नेहमीच्या जागी खुर्च्या टाकून बसलो. सूर्य केव्हाच डोंगराच्या पलीकडे गेला होता. आम्ही बोलत बसलो. स्वामीजी म्हणाले,

"आश्रम छानच आहे. श्रीप्रियदर्शनने सर्व काही फिरून दाखवले. छान रचना केली आहे. परिसर तर अप्रतिम आहे. स्वच्छ व निसर्गरम्य!"

"होय स्वामीजी, ही दोन्ही मुले, आपला श्रीप्रियदर्शन व श्रीविजयकुमार चांगली मनःपूर्वक देखभाल करतात. या २६ जानेवारीला वर्ष होईल."

"अरे वा! चांगलाच वर्धापन दिवस साजरा होईल मग आणि दिवसही चांगला आहे. अधिक मासामुळे येत्या २६ तारखेलाच शाकंभरी पौर्णिमा येते आहे. माघ स्नानारंभाचाही मुहूर्त आहे. पौष शुद्ध पौर्णिमेतील पुष्य नक्षत्रही लाभदायक आहे."

प्रयास न करता मला अधिक माहिती मिळाली; परंतु मला त्याचा उपयोग नव्हता. वर्धापन वगैरे कसलाच सोहळा आम्हाला करायचा नव्हता. जे वर्धिष्णू असेल, जे वृद्धिंगत होणारे असेल ते वाढतच राहील. तसे प्रयास असतील तर... केवळ वर्धापनाच्या स्मृतीने काय होणार? विस्मृतीसाठी स्मृतीची गरज असते. 'अखंड सावधान असावे' हे खरेच की. ते असलं म्हणजे झालं. मग स्वामीच पुन्हा

मला म्हणाले,

"गुरुवर्य, आपण काही बोलत नाही."

मी स्वतःला सावरले. म्हटले,

"तसं नाही स्वामीजी, मुहूर्ताबद्दल मी काय बोलणार? मी दुसरा विचार करत होतो. आमच्या आश्रमात तुमचं काही निरूपण, बौद्धिक प्रवचन ठेवावं असं मनात आहे. तो विचार मी करत होतो. इथे विविध धर्मविषयक अनेक विचार ऐकायला मिळतात. चर्चा होते. धर्माच्या महतीबद्दल व समान तत्त्वांबद्दल आणि बुद्धिप्रामाण्यवादी दृष्टिकोनातून आचरण, परंपरा व कर्मविपाकासंबंधी बरीच विचारसरणी इथे ऐकायला मिळते. सर्वधर्मसमभाव ही जरी इथली मध्यवर्ती कल्पना असली तरी अनेक गूढ आणि अनाकलनीय विषयांबद्दलही विचार, मते ऐकायला आम्ही उत्सुक असतो. या संदर्भात स्वामीजी आपण कोणत्याही विषयावर बोलावं, चर्चा करावी असं वाटतं. आम्हाला ही चांगली संधी आहे."

श्रीप्रियदर्शन काकांशी हळूच काही बोलत होते. विचारविनिमय करून श्रीप्रियदर्शनच सांगू लागले,

"गुरुवर्य, आमच्या मठामध्ये दरवर्षी श्रीसंतश्रेष्ठ निवृत्तीनाथांचा पुण्यदिन साजरा केला जातो. त्याप्रसंगी मोक्ष, निर्वाण यावर स्वामीजींनी निरूपण केले होते. तो विषय ठेवू या."

मला एक वेगळीच कल्पना सुचली.

"स्वामीजी, आपलं उभं आयुष्य भक्तिसाधनेत गेलं. आपला अभ्यास, धार्मिक वाचनही सखोल आहे. श्रीप्रियदर्शन आम्हाला नेहमी त्याविषयी सांगत असतात. माझी आपणास अशी विनंती आहे की, आपण दिवसभर याबाबतीत चर्चा, संवाद आयोजित करू या. आपण मध्यवर्ती सूत्र कथन करा. त्याअनुषंगाने चर्चा करता येईल. दोन सत्रांत हे घेऊ. सकाळी पहिलं सत्र; भोजन आणि विश्रांतीनंतर दुसरं सत्र घेऊ. पहिल्या सत्रात जन्म, पुनर्जन्म हे विषय ठेवू. दुसऱ्या सत्रात मृत्यू, मोक्ष, निर्वाण हे ठेवू. तसे हे सगळेच विषय अज्ञेय स्वरूपाचे आहेत; पण ही चर्चा नक्कीच उद्‌बोधक ठरेल. दोन दिवसांवर सुट्टीचा दिवस - रविवार आहे. तो निश्चित करू."

"छानच! अत्यंत स्तुत्य आहे हे. मला आनंदच होईल." पू.स्वामी भागवतांनी संमती दर्शविली.

अवधी होता; त्यामुळे आश्रमातील रविवारी होणाऱ्या या सत्राची माहिती वृत्तपत्रांत दिली. सुट्टीच्या दिवशी आश्रमात भरपूर इच्छुक येतच असतात. इथे सगळंच उपलब्ध आहे. सोय आहे. प्रेक्षणीय स्थळ व बौद्धिक भूक शमविणारं केंद्र म्हणूनही! अपेक्षेने रसिक येतात. विशेष आकर्षण म्हणून श्री अक्षय औदुंबराचे परमदत्त प्रेमी स्वामी भागवतजी येणार. वृत्तपत्रात दिलेल्या बातमीमुळेही रविवारी

लोकांची रीघच लागली. भाषण, निरूपण, चर्चा ऐकण्याऐवजी श्री क्षेत्र अक्षय औदुंबरचे स्वामी पूज्य भागवतजी इथे आलेत म्हणूनही अनेक दत्तभक्त, दत्तप्रेमी जमा होऊ लागले. स्वामी भागवतजींचं दर्शन घेणाऱ्यांचीच संख्या अधिक होती. काही वेळाने स्वामींचं दर्शन, पदस्पर्श व आशीर्वादासाठी मोठी रांगच लागली. बौद्धिक चर्चेचा कार्यक्रम विस्कळीत झाला. श्रीप्रियदर्शन यांना स्वामी पूज्य भागवतजींना सांभाळणं अवघड होऊन गेलं. स्वामीजींना असंख्य हार घातले जाऊ लागले. हारांचा ढीगच झाला. नंतर नंतर तर स्वामीजी स्वतः तोच हार येणाऱ्यांच्या गळ्यात घालू लागले. मग प्रियदर्शन यांना हेच काम सांभाळावं लागलं. काही भक्त तर स्वामींच्या पुढे दक्षिणा, नोटा ठेवू लागले. पैशाचा ढीग जमू लागला. कुणाला तरी बोलावून तिथे एक दक्षिणापेटीच ठेवली गेली. लोकांच्या भक्तिप्रेमाला आवरच घालता येईना.

क्षणार्धात 'लेडी मेहेर कल्याण आश्रम, कमलापूर (लोणावळा)' याचं श्रीदत्तगुरू मठात रूपांतर झालं. हे कसं थांबवावं, ही गर्दी कशी आवरावी हा प्रश्न निर्माण झाला. शेवटी श्रीप्रियदर्शन यांनी 'पूज्य स्वामी भागवतजी महाराजांची आता विश्रांतीची वेळ झाली आहे, तेव्हा भाविकांनी इथं थांबू नये, सभागृहात बसून घ्यावे.' अशी वारंवार विनंती केली. अखेर स्वतः श्रीप्रियदर्शन यांनी स्वामींना माझ्या विश्रांतिकक्षात आणले, तेव्हा कुठे या भक्तीला आवर घातला गेला.

मी गॅलरीतून हे शांतपणे पाहत होतो. इथे बुद्धीपेक्षा श्रद्धा, भक्ती श्रेष्ठ होती. सकाळचं सत्र सुरू होऊ शकलं नाही. दुपारच्या भोजनाचा मेळ बसणं शक्य नव्हतं. मी श्रीविजयकुमारना बोलावून 'सर्व भाविकांना तातडीने शिरा बनवून तो स्वामीजींचा दत्तप्रसाद म्हणून वाटप करा' म्हणून सांगितले. मग प्रसाद घेऊन लोक परत जाऊ लागले. गर्दी ओसरू लागली. दुपारनंतर मात्र गर्दी बरीचशी आटोक्यात आली.

श्रद्धेला मोल नसते. अनमोलच ती! ती थेट भावनेशी निगडित असते. तिची चिकित्सा कोण करणार?

आम्ही काही मोजकेजण माझ्या निवासात भोजनास बसलो. आज उशीरच झाला होता. अन्य मान्यवर व थांबलेल्या श्रोतृगणासाठी भोजनकक्षात जेवणाची सोय केलेलीच होती. मी, श्री भागवतजी स्वामी, श्रीप्रियदर्शन, श्रीविजयकुमार जेवायला बसलो. मी म्हणालो,

"स्वामीजी, तुमच्यावर श्रीदत्त भाविकांची अपार श्रद्धा आहे; आज त्याचं प्रत्यक्ष दर्शनच आम्हाला पाहायला मिळालं."

स्वामीजी गप्पच होते. निमूट व शांतपणे भोजनात मग्न होते. मग श्रीप्रियदर्शनच म्हणाले,

"गुरुवर्य, भोजनाच्या वेळी स्वामीजी बोलत नाहीत."

आमचं भोजन मूक व अबोल झालं.

भोजन संपल्यावर आम्ही हॉलमध्ये येऊन थांबलो. माझ्या निवासातील बैठकीचा हॉलही प्रशस्त होता. सर्व चौघेजण लोडाला टेकून बसले. मग स्वामीजी मला सांगू लागले,

''गुरुवर्य, ही शेकडो, हजारो वर्षांची परंपरा आहे. ती इतकी भक्कम, मजबूत आहे की, ती सहजासहजी भंग पावणारी नाही. श्रद्धा, भक्ती शक्यतो गर्दीत राहते आणि ज्ञान हे एकान्तात राहते. ते हिमालयात, डोंगर, वृक्षवल्ली या सोयऱ्यांत संत, ऋषिमुनींच्या रूपाने राहणं पसंत करते. उपनिषदाचा तर आरण्यकं हाही अर्थ आहे. ज्ञान एकलकोंडं असतं. ते शांत वनात, शांत मनात निर्माण होतं आणि मगच गर्दीत प्रसार पावतं. तरीही ते पचनी पडावं लागतं. गुरुवर्य, तुमचे विचार चांगले आहेत. ते प्रवर्तक आहेत. ते इतक्या सहजासहजी लोकसमूहात नाही सामील होणार. लोक उत्सवप्रिय असतात. त्यांना आनंद, सुख लगेच आणि झटपट, विनासायास हवे असते. मग ते भ्रामक असो अथवा मृगजळरूपी आभासमय! काहीही असो, लोक त्यामागेच धावत राहणार. हा विषय अत्यंत व्यापक आहे.''

स्वामी भागवतजी एक पारंपरिक सत्य सांगत होते. खरंतर हा एक उत्तम चर्चेचा व प्रबोधनाचा विषय होता. मी उत्तरादाखल म्हणालो,

''स्वामीजी, आपलं बरोबर आहे; पण असं असलं तरी, जीवनाच्या वाटेवर अंधार दाटून आला तर एखादा प्रकाशदीप हवा की नको? तसं पाहिलं तर या विराट ब्रह्मांडाची सर्व मालकी इथल्या विश्वाचा मूलनिवासी अंधाराचीच आहे ना.''

स्वामीजी विषय बदलत विचारू लागले,

''गुरुवर्य, ते सर्व ठीक आहे. आता आपण निदान दुसरं सत्र तरी घेऊ या. फार तर तिथं प्रबोधनाचे विचार मांडू, चर्चा करू. मला एकूणच हे वातावरण, स्थळ खूप उत्तम वाटतं. इथे खूप वाव आहे. आमचा पुतण्या श्रीप्रियदर्शन योग्य ठिकाणी आला आहे; त्याला अध्यात्मात पारंगत होऊ दे.''

श्रीप्रियदर्शन यांनी आम्हा दोघांच्या पायांना स्पर्श करून आशीर्वाद घेतला आणि बाहेर जाऊन 'ठीक चार वाजता सभागृहात निरूपण सुरू होईल' अशी उपस्थित श्रोतृवर्गात सूचना जाहीर केली. सत्रास अजून अर्धा तास अवधी होता.

सभागृह भरले. बरोबर चार वाजता आम्ही सभागृहात पाऊल टाकले. सभागृहातील उपस्थितांची आपसांतील कुजबुज लगेच थांबली. सभागृह एकदम शांत झाले. आज श्रीविजयकुमार डायसवर सूत्र संचालनास थांबले होते. प्रथमच! त्यांनी रुमालाने कपाळावरील घाम पुसला. श्रीप्रियदर्शन यांनी त्यांना सुरू करण्यास खुणावले. दरम्यान, श्रीविजयकुमार यांनी डायसवरील तांब्यातील पाणी फुलपात्रात घेऊन घसा ओला केला. समोर कागद होताच. तो ते नुसता वाचू लागले. स्वागत, आभार

संपवून प्रास्ताविक व पाहुण्यांची ओळख करून देण्याबद्दल श्रीप्रियदर्शन यांना विनंती केल्याच्या ओळी त्यांनी वाचून दाखवल्या. श्रीप्रियदर्शन यांनी सराईतपणे पाच-सात मिनिटांत ते काम आटोपले. द्वितीय सत्रातील विषयाचे बीजभाषण करण्यास त्यांनी मला आमंत्रित केले.

मी डायसवर येऊन उपस्थितांचं, पाहुण्यांचं स्वागत करून व आभाराची औपचारिकता सांभाळून भाषणास सुरुवात केली,

मित्रहो, भाविकांच्या अलोट गर्दीमुळे सकाळचे सत्र होऊ शकले नाही. स्वामी पूज्य भागवतजींच्या दर्शनाचा व जवळून आशीर्वादाचा लाभ भक्तांना झाला हे आपल्या सगळ्यांचे भाग्यच आहे. स्वामी भागवतजींची अमृतवाणी दुपारी तरी आपणा सर्वांना ऐकायला मिळावी, चर्चेचा हा दुर्मीळ योग आपल्या सगळ्यांच्या मनाची आध्यात्मिक व बौद्धिक भूक तृप्त करेल या उद्देशाने निदान दुपारचे तरी सत्र घ्यावे म्हणून आपण योजले आहे. या सत्रात मृत्यू, मोक्ष, निर्वाण, पुनर्जन्म अशा काहीशा वेगळ्या विषयावर इथे विचार मांडले जात आहेत. सृष्टीतील, विश्वातील जीवसृष्टीच्या या अवस्थेची आपण चर्चा करू. यातून बौद्धिक चिकित्सेचा दृष्टिकोन लाभेल. हा गहन विषय आपणास कितपत उलगडता येईल ते पाहू.

जन्मणाऱ्या प्रत्येक जीवाची मृत्यू ही अपरिहार्य नि अंतिम अवस्था आहे. मृत्यू होतो म्हणजे नेमके काय होते? जीव पुन्हा जन्म घेतो का? पुनर्जन्म ही संकल्पना आत्मसंतुष्टतेसाठी आहे काय? जीवाची मुक्ती, मोक्ष याचा अर्थ काय आहे, निर्वाण काय आहे? पाप-पुण्य, कर्मविपाक किंवा कर्मफल यांचे अन्योन्य काय संबंध आहेत? हे इतकं काटेकोर, तंतोतंत तो कुणी अनाम नियंता पाळतो का? याचं सविस्तर, साकल्यानं, यथाशक्य विवेचन इथं करायचा प्रयत्न आहे. ही मुक्त चर्चाही असू शकेल. पूज्य स्वामी भागवतजी यांनी आपलं सर्व आयुष्य श्रीगुरुदत्त सेवेत व्यतीत केले आहे. त्यांचा आध्यात्मिक अभ्यास सखोल आहे. वाचन अफाट आहे. इंग्रजी, मराठी भाषेवरही त्यांचं प्रभुत्व आहे. अन्य धर्मांचा त्यांचा अभ्यासही उत्तम आहे, तेव्हा अशी ही ज्ञानमूर्ती आज इथं आपल्याला लाभली आहे. आम्ही दोघे हा विषय अधूनमधून पुढे नेत राहू. हे सर्व विचाराच्या आवाक्यात यावं म्हणून दोन सत्रांमध्ये याचं आयोजन केलं होतं. एका सत्रात हे आटोपणं शक्य नाही. आपण प्रयत्न करू या. शक्य झालं नाही तर उद्या सकाळी ही चर्चा पुढे चालू ठेवता येईल. असो. तेव्हा मी स्वामी पूज्य भागवतजींना विनंती करतो की, त्यांनी विषय कथन करावा. स्वामीजी डायसऐवजी आपल्या जागेवर बसूनच निरूपण करतील. धन्यवाद!

स्वामीजींसमोर माईक ठेवला गेला. स्वामीजी काही क्षण डोळे मिटून ध्यानस्थ

झाले. श्रीदत्तगुरूंचं स्मरण केलं. मग सगळीकडे हळुवार नजर फिरवली.

दत्त दत्त श्री दिगंबरा । दत्त दत्त श्री विश्वंभरा ।।
अवतीर्ण व्हावे मम अंतरा । बुद्धी दे मज पामरा ।।

गुरुवर्य चैतन्य आनंदजी व उपस्थित सर्व भाविक भक्तगण. श्री क्षेत्र अक्षय औदुंबर येथील मठात मी अनेक निरूपणे केली, करतो आहे. आपल्यातील अनेकांना कदाचित हे माहीत असेल. इथल्या 'मेहेर कल्याण आश्रम, कमलापूर'च्या गुरुवर्यांनी मला या काहीशा वेगळ्या विषयावर बोलावे, चर्चा करावी असा आग्रह धरला; गुरुवर्यांचा दृष्टिकोन व्यापक आहे, सर्वधर्मसमभाव आणि जे जे उत्कट, भव्य, कल्याणकारी असेल त्याचा अधिक अवलंब करावा असा त्यांचा मानस आहे. अर्थात हा एक प्रयोगच आहे. पूर्वी अनेक नवविचारमतवादी, उदारमतवादी, थोरामोठ्यांनी असा प्रयोग करण्याचा, कार्य करण्याचा, प्रबोधन करण्याचा प्रयत्न केला आहे. नाही असं नाही. तरीही मी गुरुवर्यांना त्यांच्या कार्यात सुयश लाभो अशी सदिच्छा व्यक्त करतो आणि आपल्या विषयाकडे वळतो...

मित्रहो, सृष्टीतील सर्व जीव मर्त्य आहेत. मृत्यू, संपणं हे अटळ आहे. ही अपरिहार्य स्थिती आहे हे एक सत्य आहे. चेतनत्व जसं नष्ट पावतं तसं जडतत्त्वही केव्हातरी नष्ट होणार. यात असाही विचार मांडला जातो. जड, चेतन नष्ट पावतं; पण ते कायमचं संपुष्टात येतं असंही नव्हे. ते आपली अवस्था बदलतं, रूपांतरित होतं; पण संपत कधीच नाही. दगड अमर नाही. काहीच तसं अमर नाही. दगड, पाषाण झिजतो, ठिसूळ होतो, भंगतो; पण त्याचं मृत्तिकेत रूपांतर होतं. हा विषय गहन आहे. जसं मरण, मृत्यू अपरिहार्य आहे तसा जन्मही अपरिहार्य आहे. काहीच आपल्या हाती नाही किंबहुना इच्छेनुरूप नाही. मग हे सारं दैवाधीन आहे काय, प्रारब्धाधीन आहे काय? याचा कसा आणि कुठे शोध घ्यावा? आपणास कोण जन्म देतो? आपला जीव कुठून येतो? तो कुठे जातो? मी जो कोणी आहे तो भावरूप कोण आहे? या सगळ्यांचा उलगडा अध्यात्म करू शकेल का? आजची, अगदी अलीकडे केवळ चारशे वर्षांपूर्वी डोळे उमललेली विज्ञानदृष्टी याचा शोध घेऊ शकेल का? मित्रांनो, असा हा सगळा अथांग, अगम्य विषय आहे.

हाती काहीच लागत नाही, तेव्हा आम्ही सरळ श्रीदत्तगुरूंच्या चरणी लीन होऊन विसावतो. श्रीदत्तगुरू यांना सीमित नका करू. तुम्ही पांडुरंग म्हणा, कृष्ण म्हणा, रामावर निष्ठा ठेवा, अल्लावर विश्वास ठेवा, जीझस अलमाईटि गॉड, ग्रंथ साहिब, पारशी खोदायजी, काहीही म्हणा. नदीचं विसर्जन अखेर समुद्रातच होतं. श्रद्धेचं-भक्तीचं विसर्जनही त्या अथांग ब्रह्मतत्त्वातच होतं. ब्रह्म अरूप, असीम, अनंत आहे. आपण प्रत्येकजण त्याचाच अत्यंत क्षुद्र, नगण्य अंश आहोत.

'अणुरेणुया थोकडा' तरीही 'तुका आकाशाएवढा' मानतात ना. तसंच आहे हे सारं. तेव्हा मित्रहो, जीव हा सदैव दुःखग्रस्त असतो. त्याला यातना, वेदना भोगाव्या लागतात. कारणं अनेक आहेत. सुख जवाएवढे, दुःख मात्र पर्वताएवढे असं असतंच असतं. मग यातून सुटका व्हावी असं वाटणं साहजिकच असतं. जीव हा बांधलेला असतो, अविचारानं बद्ध असतो मग यातून तो कसा मोकळा होईल? त्यासाठी निस्सीम भक्ती आणि अखंड ज्ञानसाधना हवी. अविद्येने बद्ध जीवाची मुक्तता होण्यासाठी अशा तपश्चर्येतून त्याला जेव्हा आत्मसाक्षात्कार होतो, तेव्हा तो मोक्ष पावतो. म्हणून मोक्ष म्हणजे दुःखातून आत्मज्ञानाने, श्रद्धेने तसेच अविद्येमुळे बद्ध झालेल्या जीवाची मुक्तता करून घेणे. जीव या अनंत यातनांच्या फेऱ्यातून मुक्त करून घेणे. मुक्ती म्हणजेच मोक्ष!

तो भक्तिसाधना, ज्ञानसाधना न करेल तर या जन्म-मरणाच्या फेऱ्यात अखंड फिरेल. भक्तिसाधनेतून चित्त, मन शुद्ध होते आणि 'ज्ञाना देव तु कैवल्यम्' अर्थात शुद्ध मनाने ज्ञानसाधना केली तर मोक्ष मिळू शकतो. थोडक्यात, अविद्येतून जीवाची सुटका करून घेणे. अविद्या ही लोभ, वासना, लोलुपता, मोह, अहंकार वगैरे अनेक कारणांनी व्याप्त असते. म्हणून माणसाने सद्विचार, सद्वर्तन, सद्भावना याचा अवलंब करायला हवा. याचा अर्थ सत्कर्म हवे तरच मोक्षाचा मार्ग कळू लागतो.

ज्ञानदेवांच्या भावंडांची नावेही त्यांच्या माता-पित्यांनी समर्पक अशी ठेवली होती. बद्ध जीवाची मुक्तता मग ज्ञानप्राप्ती, मोक्षासाठी सोपान आणि अखेर निवृत्ती अशा अर्थाने मुक्ताबाई, ज्ञानेश्वर, सोपानदेव व निवृत्तीनाथ ही नावे आहेत. मोक्ष कल्पना समजून घेणे अवघड आहे. मोजक्या शब्दांत आणि मोजक्या वेळेत हा विषय समजावून सांगणे अवघड आहे. भारतीय तत्त्वचिंतनात यावर सूक्ष्म अभ्यास व विवेचन केले आहे. प्रथम चार मुक्तींतून जावे लागते. सद्योमुक्ती, क्रममुक्ती, सदेह मुक्ती आणि चौथी विदेह मुक्ती. यानंतरची...

कुणीतरी मध्येच ओरडले, "स्वामीजी, निवृत्तीनाथ मोठे ते आधी जन्मले आणि मुक्ताबाई शेवटची. क्रम चुकतो काय?"

स्वामीजींनी क्रम स्पष्ट केला.

ठीक आहे, त्या क्रमाने समजावून सांगतो,

प्रथम संसारातून निवृत्ती मग ज्ञानसाधना, त्यानंतर मुक्तीसाठी सोपान म्हणजे पायऱ्या आणि अखेर शेवटी मुक्ती. झालं समाधान...! तेव्हा मी सांगत होतो चार मुक्ती अवस्था-स्थिती म्हणजे सलोकता, समीपता, सरूपता व सायुज्यता या मुक्तीच्या पायऱ्या आहेत. याची साधना, माहिती व अनुभूती यासाठी आमच्या श्री क्षेत्र अक्षय औदुंबर मठात आम्ही दर महिन्याला अखेरच्या आठवड्यात सहा

दिवसांचा सत्संग आयोजित करतो. ज्या इच्छुकांना लाभ घ्यायचा असेल त्यांनी औदुंबर गावी संपर्क साधावा.

मोक्षाविषयी अनेक दर्शनांतून विचार, कल्पना मांडल्या आहेत. चार्वाक म्हणतो, मोक्ष म्हणजे दुसरं तिसरं काही नसून मरण म्हणजेच मोक्ष आहे. 'मरणमेवापवर्गः' अशी त्याची कल्पना तो सांगतो.

जैनदर्शन वाद्यांची मोक्षकल्पना दोन प्रकारांत मानली जाते. एक भावमोक्ष किंवा जीवमुक्ती आणि दुसरा द्रव्यमोक्ष. जीवमुक्ती ही मोक्षपूर्व अवस्था तर द्रव्यमोक्ष हा अंतिम मोक्ष. सर्व कर्मे व सर्व भाव यातून जीव मुक्त होणे. तो ऊर्ध्व मार्गक्रमण करतो. राग, द्वेष, मोह यांपासून जीव बंधमुक्त करणे, तेव्हाच तो मोक्ष पावतो.

उपनिषदे व वेदान्तात मोक्षासंबंधी विस्ताराने आणि सूक्ष्म विचार आलेले आहेत. न्यायदर्शन, वैशेषिक दर्शन, सांख्यदर्शन, योगदर्शन, मीमांसादर्शन, विशिष्टाद्वैतदर्शन आदी दर्शनांतून विवेचन मांडले गेले आहे. कर्मफलभोग समाप्त होणे, दुःखमुक्त होणे, पुनर्जन्म फेऱ्यातून मुक्त होणे, संचित व प्रारब्ध कर्माचे फल समाप्त होणे. आत्मा अशा दुःखातून जेव्हा मुक्त होतो, तेव्हा त्याला मोक्षप्राप्ती होते. काही दर्शनांतून प्रकृती व पुरुष यांचा जेव्हा वियोग होतो, तेव्हा कैवल्य प्राप्ती होते. थोडक्यात, आत्मज्ञान होणे किंवा 'अहं ब्रह्मास्मि' असे ज्ञान प्राप्त होणे यालाच ते मोक्ष मिळणे म्हणतात. हे केव्हा होते तर आपल्यातील वासनांचा जेव्हा आत्यंतिक विनाश होतो तेव्हाच कैवल्य, मोक्ष मिळतो. यासाठी मन भक्तीत लीन व्हावे लागते. अनन्यभावे देवास शरण जायला हवे. मगच तो भक्ताला अनुग्रह देतो. सत्संगात आम्ही हेच शिकवितो.

ज्या त्या धर्माचे तत्त्वज्ञान, आचरण निरनिराळे आहे. अन्य धर्मीयांचा मोक्षाबाबत काय विचार आहे, काय संकल्पना आहेत याची मला फारशी कल्पना नाही. तो माझा अभ्यास नाही. याबद्दल माझी अशी अपेक्षा आहे की, गुरुवर्यांनी या विषयाचे पुढील विवेचन करावे. त्यांचा विविध धर्मांचा सखोल अभ्यास आहे. मलाही ती संकल्पना समजून घ्यायला आवडेल. म्हणून मी माझे विचार इथे थांबवितो. जय सद्गुरू श्रीदत्त दिगंबर!

सभागृहातील दत्तभक्त श्रोतागण यांनी 'जय सद्गुरू श्री दत्त दिगंबर' असा जयघोष केला. टाळ्यांचा कडकडाट झाला. स्वामी पू. भागवतजी तृप्त, समाधानाने व सस्मित मुद्रेने आसनस्थ झाले.

श्रीविजयकुमार हातात कागद घेऊन डायसवर आले आणि 'गुरुवर्य चैतन्य आनंदजी यांनी पुढील विचार मांडावेत' असे त्यांनी सूचित केले.

सर्व उपस्थितांचे स्वागत करून मी माझे विचार मांडायला सुरुवात केली,

मित्रहो, स्वामी पूज्य भागवत यांनी मोक्षाविषयीचे अतिशय रसाळ निरूपण केले. अवघड, रुक्ष विषय अतिशय सोपा करून, समजावून सांगितला. हे सगळं तात्त्विक विवेचन आहे. आपण जेव्हा आध्यात्मिक तत्त्वज्ञानाचं, आचरणधर्माचं विवेचन ऐकतो, तेव्हा ते समरसून, तादात्म्य पावून ऐकायला हवं. अशा ज्ञानानं आपलं अंतःकरण पवित्र, परमोच्च आनंदानं तृप्त व्हायला हवं.

बौद्ध धर्मास पुनर्जन्म, मोक्ष ही संकल्पना मान्य नाही. प्रत्येक धर्मात आचरण तत्त्वे, धर्मपालनाची, अनुसरणाची पद्धती, मार्ग वेगवेगळे आहेत. बौद्धात भक्तिमार्ग नाही. नामस्मरण नाही. आहे ती ज्ञानसाधना. आचरणाचा अष्टांगिक मार्ग विशद केला आहे. निर्वाण ही संज्ञा मोक्षासाठी आली आहे. 'शान्तं निब्बाणं' असा उल्लेख बौद्ध पिटकात येतो. बौद्धांचा एक पंथ मानवी दुःखाचे तीन क्लेश मानतो. भौतिक, संस्कार व विपरिणाम यातून मुक्तता होण्यासाठी भगवान बुद्धांनी आर्य अष्टांगिक मार्गाचा उपदेश केला आहे. या मार्गाचा अवलंब म्हणजेच क्लेशांतून मुक्तता किंवा निर्वाणपद प्राप्त होणे मानले आहे. इथे थोडक्यात दुःखाचा अंत होणे हेच निर्वाण होय असे म्हटले आहे. निर्वाणानंतर व्यक्तित्वाचा लोप होतो. दीप विझला की, ज्योत संपते ती पुन्हा दाखवता येत नाही. त्यानुसार निर्वाण प्राप्तीनंतर ती विशिष्ट व्यक्ती राहत नाही. म्हणजे निर्वाण हे एका अर्थाने निर्गुण आहे. निर्वाण हे साक्षात्काररूपी आहे. भगवान गौतम बुद्धांना बोधी वृक्षाखाली याच निर्वाणाचा साक्षात्कार झाला. सर्वज्ञतेची प्राप्ती झाली. ही अनुभूती स्वतःस होते ती स्व साधनेनं.

अन्य धर्मीयांपैकी इस्लाम धर्मात याबाबत असा विचार केला आहे की, कियामत अथवा 'कयामत'च्या वेळी मृत माणसांच्या चांगल्या- वाईट कृत्यांचा न्यायनिवाडा होतो. तिथे त्याला सर्व 'हिसाब' द्यावा लागतो. त्याच्या चांगल्या कृत्यानुसार त्याला 'जन्नत'मध्ये प्रवेश मिळतो. तर वाईट कृत्यामुळे 'जहन्नम'मध्ये भोग भोगावे लागतात. जन्नत, जहन्नम ही स्वर्ग आणि नरकाची कल्पना आहे. जन्नत किंवा स्वर्ग हीच इथे मुक्ती मानली गेली आहे. त्यासाठी प्रत्येक मुसलमानाने रोज पाच वेळा नमाज पढणे, मशिदीत जाणे, रमजानचे रोजे करणे, जकात किंवा दान देणे, हज यात्रा, कुराण पठण ही नैमित्तिक कर्मे सांगितली आहेत. हे करणं म्हणजेच मोक्ष!

ख्रिस्ती धर्मात येशू ख्रिस्तावर नितांत श्रद्धा ठेवणे, कन्फेशन, यामुळे पाप-मुक्ती मिळते असे मानले जाते.

झरथ्रुस्ट्रीयनात अहुरमज्दने सांगितलेले उपविधी व नियम पाळावे लागतात. हा धर्म एकेश्वरवादी आहे. सद्वर्तन महत्त्वाचे मानतात; त्यामुळे ज्याच्या सत्कृत्याची संख्या अधिक तो मृत्युनंतर अहुरमज्दस्वरूपी होतो. हे असे लाभणे हाच मोक्ष मानला जातो.

एकंदरीत सर्व धर्मांचे सार पाहता, अंतःकरणशुद्धी, चित्तशुद्धी, ज्ञानसाधना, सद्वर्तन, वासना, लोभ यांचा परित्याग या प्रमुख गोष्टींमुळे मुमुक्षूला मोक्ष, निर्वाण प्राप्त होतो आणि तो दुःखाने व्याप्त अशा जन्म-मरणाच्या फेऱ्यातून मुक्त होतो, बंधमुक्त होतो असेच सांगणे आहे.

मित्रहो, वेळ बराच होतो आहे. एवढ्या अल्पावधीत हे व्यापक विषय मर्यादित शब्दांत, वेळेत सांगता येणं, विशद करणं अवघड आहे. काही अवधान ठेवणं जरूर असतं, तेव्हा मला वाटतं, आजचं हे सत्र इथेच थांबवणं योग्य ठरेल.

माझ्या या भाषणाला फारशा टाळ्या पडत नाहीत. श्रीप्रियदर्शन शेवटचं आभारप्रदर्शन करतात. सत्र संपतं.

'उद्या सकाळी लवकर निघायला हवं,' असं स्वामी भागवतजी यांनी सांगितलं. परवा मकर संक्रांत आहे. या वर्षी १५ तारखेला संक्रांत आली आहे. उत्तररात्री सूर्य मकर राशीत प्रवेश करतो आहे. या वेळी वाहन रेडा आहे आणि उपवाहन उंट आहे. या पर्वकालात दात घासणे, कठोर बोलणे, गाईची धार काढणे करू नये वगैरे वगैरे स्वामीजी सांगू लागले. या चर्चेत मला काहीच स्वारस्य नव्हतं. केवळ ऐकून घेण्याशिवाय मी करणार तरी काय. त्यांना मी 'तुम्ही प्रकृती सांभाळा' एवढं मात्र आपुलकीनं सांगितलं.

माझ्या विचाराचा रथ मी पुढे कसा नेणार असा मला प्रश्न पडला. आपले काम अवघड आहे हे मात्र जाणवले. संघर्ष अटळ आहे. मी प्रकाशगृहाजवळ गेलो. तेथील समई शांतपणे तेवत होती. त्या प्रकाशदीपाला मी मनोभावे नमस्कार केला. हा इवलासा दिवा भविष्यातील वादळाशी कशी झुंज देणार? काही असो, मला निराश होऊन चालणार नाही. I will do, I will do !

३१

पूज्य भागवतजींना श्री क्षेत्र अक्षय औदुंबरास पोहोचतं करून दोन दिवसांनंतर श्रीप्रियदर्शन परत कमलापुरास आले. या वेळी ते अधिक तरतरीत आणि उत्साही दिसत होते. नव्या जोमाने ते आश्रमात कार्यरत झाले. येताना त्यांनी 'गुरुमाहात्म्य', 'गुरुचरित्र' आणि 'दत्तमाहात्म्य' हे ग्रंथ आणले होते. माझ्याकडे येऊन त्यांनी त्या ग्रंथाच्या प्रती दाखवल्या. त्यासोबत 'दत्तात्रेय बाळक्रीडा', 'दत्तात्रेय चरित्र' ही पुस्तकेही आणली होती. 'गुरुचरित्रा'च्या तर त्यांनी दहा प्रती आणल्या होत्या. 'एवढ्या प्रती कशासाठी आणल्यात?' असं मी विचारलं तर 'श्रीदत्तपारायणासाठी या प्रती लागतील' असंही त्यांनी सांगून टाकलं. त्यामध्ये त्यांनी मला आणखी अधिक माहिती दिली, "गुरुवर्य, या प्रती आता दुर्मीळ होत चालल्या आहेत. या प्रती सरस्वती गंगाधरकृत आहेत, मध्वनाथकृत नाहीत; त्यामुळे त्या अधिक मौल्यवान आहेत."

दिवसेंदिवस श्रीप्रियदर्शन अधिकच भाबडे बनत चालले होते. श्रद्धेचा मी विरोधक नव्हतो. जे शब्दांनी कळत नाही, ते श्रद्धेनं अनुभवता येतं हे मला मान्यच होतं; पण श्रद्धेच्या भाबडेपणाचं काय? अपत्यप्रेम हा स्वाभाविक भाव आहे; पण तो धृतराष्ट्र व गांधारीच्या आंधळेपणासारखा असेल तर उपयोग काय? मला श्रीप्रियदर्शनची काळजी वाटू लागली. श्रीदत्तगुरूंच्या आदरभावाबद्दल, श्रद्धेबद्दल मला काहीच वावगे वाटत नव्हते. जाणीवपूर्वक स्वीकारणं आणि अजाणतेपणाने स्वीकारणं यात फरक असतो; निदान तो तरी कळायला हवा ना. श्रद्धा जरूर असू द्या; पण ती डोळस असायला नको का?

दोन दिवस पाहतो आहे, आश्रमात कुणी वैष्णवपंथी बैरागी - जोगी आलेला

होता. नेहमीप्रमाणे मी सकाळी सूर्योदयाचे दर्शन घेऊन दीपगृहाकडे जात होतो, तर हा जोगी कमळतळ्यात स्नान आटोपून बागेत पद्मासन घालून ध्यानस्थ बसला होता. बाजूला कमंडलू ठेवलेला. समोर जमिनीत गोल कड्याचं शूल रोवलेलं आणि दोन पायांत मध्यभागी लाकडी कुबडी ठेवून त्यावर दोन्ही हात ठेवलेले होते. काखेत पोतडी अडकवलेली. अंगाने उघडा बंब, केवळ लंगोटी धारण केलेला असा हा जोगी वयस्कर असूनही सडसडीत व काटक होता. केसांच्या जटा झालेल्या व दाढी आणि मिशांनी भरगच्च असा वाटणारा करारी चेहरा बैराग्याला शोभून दिसत होता. मी त्याच्याकडे टक लावून पाहत असलेला बघून श्रीविजयकुमार माझ्याकडे धावत आले आणि म्हणाले,

"गुरुवर्य काही हवं आहे का?"

"तो जो जोगी आहे, त्याच्याशी मला बोलायचं आहे."

"ठीक आहे गुरुवर्य, मी करतो तशी व्यवस्था."

मी दीपगृहाकडे निघालो.

समईतल्या पाचही ज्योती प्रसन्नपणे तेजाळत होत्या; अखंड! इथल्या या प्रकाशगृहाला ते जन्मल्यापासून अंधार माहीतच नव्हता. रोज सकाळ-संध्याकाळ नियमितपणे समईस चंचुपात्राने तेल घालून तृप्त ठेवले जाई. मी दीपगृहातील ज्योतीला मनोभावे अभिवादन केले. मग नेहमीप्रमाणे प्राणायामगृहाकडे गेलो.

प्राणायाम करून उद्यानातील फुलांच्या भेटी घेतल्या. नवी फुले, नव्या कोमल कळ्या यांना पाहत पाहत तसाच तळ्याकडे गेलो. माझ्या आधी बरेच राजहंस तिथे येऊन कमळफुलांशी हितगुज करत होते. मी रोजच कमळफुले पाहत थांबतो. हिरव्या पानांवर ती मनमुक्तपणे पहुडलेली असतात.

निवासाकडे आलो. श्रीविजयकुमार त्या बैराग्याला घेऊन आले होते आणि माझी प्रतीक्षा करत थांबले होते. मी हॉलमधील माझ्या आसनावर बसलो. ते दोघे आत आले. मी त्यांना बसण्याची विनंती केली. आम्ही औपचारिक बोलू लागलो. बैरागी सांगत होता,

"मुनिवर, मैं..."

मी मध्येच त्यांना म्हणालो,

"नही बाबाजी, मै मुनिवर नही, गुरुवर्य हूँ ।"

"अच्छा! तो गुरुवर्यजी, मुझे नामसे कोई नाता नही, मैं गोपाल कन्हैयाजी का निमानंदी बैरागी हूँ - ब्रजभासी । मथुरावासी । भैया, वैसे तो पीलीभीत का कनौजी हूँ । बचपन तो कनौजी में बिता और पूरी उमर अब तक दरदर घुमता रह्यो हूँ । हमरी कोई आसा नही । रुका हुआ तो रुक गया कुछ दिन, मनमौजी हूँ । हरि जू की बाल छवी कहौ बरानी । हम तो गोपालवाले है भैया । सिर्फ गोपाल, किसन मुरलीवाले

। हम जय गोपालजी ही कहते हैं, लेकिन राधाजी को नही मानते। यहाँ तो दो दिन हुए, कोई भगवानजी के आसारही नही पायो। यहाँ कोई भी मूरत नही या ना कोई मंदिर। यह क्या अनहोनी है? उँची दुकान फिका पकवान।''

जोगी बोलतच होता, बोलतच होता; पावसाच्या संतत धारेसारखा. मी म्हणालो,

''बाबाजी, आपकी कही बात सुनने में बड़ी प्यारी लगती है। आप जितने दिन चाहे रह सकते हो। यहाँ सभी प्रबंध है। कुछ आपका ज्ञान, अनुभव बतलाओ। अच्छा लगेगा।''

''भैया, यहाँ कहाँ नन्दलाल की छवी है? हम किसे देखते रहें। गोपाल कृष्ण बिना हम नाहि न रह्यो मन में ठौर। अबकी बसन्त पंचमी तो दौडाए चलत आवत है। फूल भरे रंग बसन्त में, हमे काहे रुकवाते हो। बसन्त तो राधा जी का महिना है। यमुना में उथलपुथल चल रही होगी, हमें क्या। जोगी को जोगन मिलै, बरबाद करै लोगन। ऐसा न होवे। भैया हम नाही ठहरौ।''

जसे सूरदास बोलावेत तसे हे बैरागी बाबा बोलत होते. हा बाबा आयुष्यभर कुठे कुठे वणवण भटकत होता कोण जाण? बैरागी बाबाचा मला स्नेहच वाटू लागला. दुपारचं भोजन मी त्यांना बरोबर घेऊन केलं. तो जोगी बोलू लागला की, बोलतच राही. इथे पुण्याहून आला होता. हे जोगी क्वचित गरजेनुसार भिक्षा मागतात. वैष्णवी, कपाळावर उभे गंध रेखणारे, सौम्य स्वभावाचे असतात. कुणाशीही उगाचच बोलत राहत नाहीत.

माझ्याशी बोलता बोलता त्याने काही दुखण्याचा त्रास मला सांगितला. पुण्यात डॉक्टरांना दाखवलं होतं म्हणाला. त्याला किडनीचा त्रास होता. डाव्या कमरेत व पोटात खूप वेदना होत होत्या. लघवी अडून राही. अशाही अवस्थेत हे जोगी महाराज फिरत राहतात. उन्हातान्हात चालतात. मिळेल तरच पाणी प्यायचे, नसेल तर पाण्याविना चालतच राहायचे. कमी पाण्याने तो त्रास त्याला होत असावा. पुण्यात कुठे ससूनमध्ये त्याने दाखवलं. डॉक्टरांच्या निदानाचा एक कागद व लिहून दिलेली औषधे त्यात होती; पण औषधाला पैसे नव्हते. त्रास, वेदना सोसत, त्या सोबतीला घेऊनच हा जोगी फिरत होता. त्याला मदत करावी असे मला वाटू लागले. 'तुम्ही ही औषधे का घेतली नाहीत अजून?' असं मी बाबांना म्हटलं तर तो पुन्हा सांगू लागला. 'पैसे मागण्याचं धाडस होत नाही. लोक ती भीक समजतात. चार-दोन आणे हातावर ठेवतात. मग हेच करावं लागतं. हात पसरावे लागतात. काही मागावं तर लोक फक्त जुनेपाने कपडे देतात. लंगोटीशिवाय आम्हाला काय लागतं? मग कपडे नाकारतो' वगैरे वगैरे.

तो मग बाहेर कदंबाच्या ओट्यावर जाऊन बसला. दाढी कुरवाळत. एकाग्र, विचारमग्न; कुठेतरी पाहत. मी विचार करू लागलो. आपणही वर्षभर किंबहुना

अधिक काळ असंच फिरत होतो; पण आपल्यापेक्षा याचं भटकणं खडतर आहे. बरोबर वेदना सोबत घेऊन. त्याच्यासाठी काही करावं असं मला वाटत होतं. इथे इलाजाची साधने नव्हती. याला मुंबईला शेठ चोक्शीसाहेबांकडे पाठविलं तर! कल्पना चांगली आहे. मी हे काम श्रीविजयकुमारांवर सोपवलं. त्याला फायर टेंपलमध्ये मिस्टर चोक्शीसाहेबांकडे वैद्यकीय मदतीसाठी पाठवलं. बैरागी आढेवेढे घेत होता; पण तोही वेदनेपुढे नमला. तो जाताना श्रीविजयकुमारांकडे मी चोक्शीसाहेबांना एक सविस्तर चिट्ठीही दिली.

प्रो.मित्तल कधीकधी स्मरणभूत होऊन माझ्या समोर उभे ठाकतात. ते अजून माझी पाठ सोडत नाहीत. सतत माझ्या तोंडासमोर प्रारब्धाचा आरसा धरून उभे राहतात. मग मी उगाचच घटनांचा, प्रसंगांचा अर्थ धुंडाळत बसतो. हा जोगी-बैरागी माझंच रूप धारण करून फिरतोय की काय असं उगीचच वाटू लागलं; पण हा बैरागी निदान कृष्णभक्त तरी आहे. मी अजून अंधारात चाचपडतोय. माझी अवस्था त्रिशंकूसारखी आहे. मला कृष्ण आवडतो. रामही आदर्श वाटतो. भगवान बुद्ध मला अनुकरणीय वाटतात. जीझससारखं दयासागर व्हावं असं वाटतं. महंमद पैगंबरांची निष्ठा भाळते. झरथ्रुष्ट्रीयनाचा त्याग महान वाटतो. एवढंच काय मेहेरभाभींची दानतही महान वाटते. या सगळ्यांचं सार हेच माझं जीवन. हाच माझा प्रवास, हाच माझा शोध.

एवढ्या सगळ्या पसाऱ्यात विश्वाचे विस्मरण करून कसं चालेल? हजारो वर्षे, लाखो वर्षे उलटली, त्या नियंत्याने या अनंत विश्वाचं रहस्य गुपितच ठेवलं आहे. त्या निराकार ब्रह्मतत्त्वास पाहायचं तरी कसं? त्या अंतिम सूक्ष्मतेस स्पर्श तरी कसा करायचा? का हे काहीच गम्य नाही हाच तो शोध आहे काय? तो जोगी पोटातली ती जीवघेणी वेदना तशीच वागवत तृप्तपणे फिरतोच कसा? त्याला मी म्हटलं, 'इस दर्द पीडा का कोई इलाज क्यों नही करते?' तर प्रथम त्याने वेदनाच धुडकावून लावली आणि 'वह पीडा-दर्द वो शरीर जाने, मुझे क्या?' असं काही विक्षिप्त उत्तर त्याने दिलं. सगळाच गोंधळ आहे, नुसता गोंधळ!

अजून वसंताला अवधी आहे. हा माघातला शिशिर आहे. 'शनिवारी वसंत पंचमी आहे' असं श्रीप्रियदर्शन मला सांगत होते. 'वसंत पंचमी म्हणजे वसंत ऋतू नव्हे. वसंत पंचमी हा विद्यारंभाचा दिवस' असंही श्रीप्रियदर्शन सांगत होते. शनिवार यायला अजून तीन दिवस अवधी आहे. वसंत पंचमीला श्रीगुरुचरित्रापासून वाचन सुरू करतो असा मला त्यांनी, त्यांचा मानस सांगितला.

शनिवार उगवला. सूर्योदयाला श्रीप्रियदर्शन कमळ तलावाच्या घाटावर स्नानास

गेलेले दिसले. अंघोळ झाली. त्यांनी सूर्यास अर्घ्य दिलं. त्यांनी हे मनःपूर्वक करायचं असं ठरवलं असावं. नेहमीप्रमाणे मी गॅलरीत येऊन सूर्यास नमस्कार केला. इतक्यात श्रीप्रियदर्शन माझ्याकडे हातवारे करून मला 'धावा, इकडे या' असं नुसतं मूकपणे खुणावत होते. मला काही कळेना. श्रीप्रियदर्शन बरेच घाबरलेले होते. काहीतरी घडलं असावं. श्रीप्रियदर्शनच्या स्वभावाचा काही थांगपत्ताच लागत नाही. हा गृहस्थ स्पष्टपणे कळतच नाही. मी लगबगीने तिकडे गेलो. मला असं जाताना पाहून श्रीपती माळीही धावतच आला. तळ्यात कुणी बुडाले की काय काही कळेना. मी श्रीप्रियदर्शनजवळ पोहोचलो. पाहतो तो आश्रमाबाहेर तळ्याकाठी सुमारे ४० फुटांवर एका गर्द झुडपाशेजारी काळ्याभोर सर्पयुगुलांचा बेधुंद शृंगार चाललेला होता. एकमेकांना बिलगलेले आणि केकताडी वाखाचा दोर नागमोडी गोल गुंफावा तसा त्यांचा विळखा होता. एक-दीड फूट उंच उभे राहून ते मैथुनमग्न होते. सृष्टीचं हेही एक सौंदर्यसत्यच आहे ना! आम्हाला श्रीपती माळी म्हणाला, "चला गुरुजी, दर्शन सायब आता थांबू नका हिथं, चला. त्यांचा राग लय भयानक आसतू. बघू नका आसलं काही." आम्ही आश्रमवासीयांनी हा अंगसंग पाहू नये हे श्रीपती माळीलाही कळत होतं.

पण हा व्यभिचार तर नव्हताच. हे सर्पमीलनदेखील एक नैसर्गिक संस्कारविधीच नव्हता काय? सृष्टिचक्राचाच एक अपरिहार्य भाग.

मी प्रकाशगृहाकडे आलो. ज्योती मंद झाल्या होत्या. समईतल्या काही वाती जळून संपत आल्या होत्या. तिथे आता नव्या वाती टाकणं जरूर होतं. बाजूलाच ठेवलेल्या वाती मी समईत बदलल्या. चंचुपात्राने त्यात थोडं तेल घातलं. जुनी वात बाजूला काढली, नव्या वातीने आता तिथली जागा घेतली. ती नव्या जोमाने जळू लागली. प्रकाशाच्या अव्याहत जिवंतपणाचं सातत्य टिकवण्यासाठी हाही एक संस्कारविधीच होता.

आज अचानक चोक्शीसाहेब आश्रमात आले. त्यांच्याबरोबर विक्रम सेठनाही आले होते. या उभयतांचा माझा संपर्क होता; पण प्रत्यक्ष गाठीभेटी आता कमी झाल्या होत्या. आज इथेच मुक्काम करण्याच्या बेताने ते आले होते. रात्रीचं भोजन आटोपून आम्ही, तळ्याकाठच्या हिरवळीवर खुर्च्या टाकून बसलो. मी आश्रमाच्या कार्याचा आढावा सांगितला. अल्पावधीतच आश्रमाच्या कार्याचा लौकिक सर्वदूर पसरला आहे. दूरदूरचे विद्वान, पंडित, बौद्धिक, तत्त्वज्ञानपर, आध्यात्मिक आदी विषयांवर चर्चा करण्यास, विचार मांडण्यास आवर्जून येतात. धर्मविषयक संवाद घडतात. आश्रमाच्या परिसराविषयी व इथल्या सोईविषयी विशेष करून खूपच कौतुक केले जाते. वगैरे बोलता बोलता मी माहिती दिली. चोक्शीसाहेबांना काही बोलायचे होते. ते सांगू लागले,

"गुरुवर्य, खरंच तुम्ही हे जे सगळं सांगता आहात ते ऐकून आम्हाला आनंदच होतो आहे. आश्रमात आल्यावर मी दुपारी मेहेरच्या स्टॅच्यूजवळ नेहमीप्रमाणे गेलो. फायर प्लेस पाहिलं. Burning of fire is still continued. It is appreciated. I was very much satisfied to see it. The peepal tree is also growing fast."

"चोक्शीसाहब, इस काम के लिए रॉबर्ट लडका - जो वस्तादजी को हेल्प करता है, उसीपर यह काम सौंप दिया है । वह बड़ी इमानदारी से और लगन से काम करता है ।"

"अच्छा है । फायर को जारी रखना बड़ा मेहनतवाला काम होता है । मुझे तो आपको दूसरी बात, जो अत्यंत महत्त्वपूर्ण है, वह बताने और डिस्कस करने हम आए हैं । हमारे सी.ए.ने बताया इन्कम-टॅक्स का नया रुल इस सालसे ट्रस्ट को भी कम्पल्सरी बनाया गया है । कोई नयी विवरणों में, फार्म में ट्रस्ट के इन्कम और एक्सपेन्डिचर की जानकारी देनी है । The C.A. Mr. Doshi will come here. आप सभी इन्फर्मेशन उसे प्रोड्यूस करो, क्लार्क को कहना ।"

"जरूर, I will personally look into the matter. कुछ चिंता मत करो । सब रेकॉर्ड अपडेट है । अपने नारोबा तो यह सभी काम देखते हैं ।"

एक महत्त्वाचा विषय सांगून झाला. ते दुसरं एक सांगू लागले. माउंट अबूवरून त्यांना एक पत्र आल्याचं. माउंट अबू येथील ब्रह्माश्रमात एप्रिलमध्ये एक धर्मपरिषद आयोजित केली आहे. बाबा परमानंदजी 'ब्रह्म' यांचं पत्र आहे. त्यांच्या संस्थेच्या वतीने आमच्याकडेही विनंती केली आहे. झरथ्रुष्ट्रीयन पारशी धर्माचा प्रतिनिधी पाठवण्याबद्दल. 'We have discussed the matter in our meeting but nobody is interested to go Mount Abu because of their problems.' चोक्शीसाहेबांनी याविषयी त्यांच्यात चर्चा झाल्याचे आणि फायर टेंपल ट्रस्टतर्फे चैतन्य आनंदजींना म्हणजे मला पाठवण्याबद्दल ठरले आहे. त्या चर्चेसाठी आम्ही आलो आहोत असं त्यांचं सांगून झाल्यावर मी तर विचारातच पडलो. मला हे एक धर्मसंकटच होते. 'तुम्ही विचार करा, सकाळी आपण बोलू' असं मला चोक्शीसाहेब म्हणाले आणि मग आम्ही सगळेजण उठलो.

निरोप घेऊन मी माझ्या निवासात विश्रांतासाठी गेलो. आता माझ्यासमोर हे निर्णयाचं नवीनच आव्हान उभं ठाकलं होतं आणि मी चोक्शीसाहेबांना नकार देणंही अवघड होतं.

सकाळ झाली. चोक्शीसाहेब आणि श्री. विक्रम सेठना तळ्याकाठी फिरून आले. त्यांना मुंबईस लवकर परत जायचं होतं; त्यामुळे 'पुन्हा विचार करून कळवा' असं सांगून ते निघूनही गेले. मला तेवढीच सवड मिळाली.

संन्यासी व्रताच्या वेळी कमलापूरमला मी मुंडण करायच्या आधीच तिथून पळून गेलो होतो. जन्माने जे जे प्राप्त होते, त्याची कुणी चिकित्सा करत नाही कधी. आपण सगळेच परंपराप्रिय असतो. यात काही वावगेही नसते; पण श्रद्धा, बुद्धी आणि विवेक हे नीट समजून तरी घेतले पाहिजेत. चोक्शीसाहेबांचा शब्द पाळणे हे माझे नैतिक कर्तव्यच आहे; पण मी त्या शब्दास प्रामाणिक न्याय देऊ शकेन का? हा माझ्यापुढे प्रश्न होता.

इथे मेहेरभाभीने आपणास आश्रय दिला. किती उदार, थोर माणसे ही. चोक्शीसाहेबांनी कसलाही लोभ न ठेवता, अगदी विश्वासाने मेहेरची सारी संपत्ती या कल्याण आश्रमाला बहाल केली. आता त्यांच्या विनंतीनुसार माउंट अबूला प्रतिनिधी म्हणून जाताना मन असे का संकोच पावावे? विचार करण्यासाठी, त्यांना का मला अवधी मागावा लागला? आपण लगेच होकार का दिला नाही? आपणास हे धर्मसंकट का वाटावे? मग आपण आजवर आपली दिशा का नक्की केली नाही? सर्वधर्मसमभाव हे बोलायला गोड, गोंडस आहे. गुळमुळीत असेल; पण नेमकं काय आहे ते? ते का आपण अजून निश्चित केलं नाही. स्पष्ट केलं नाही. केवळ निरूपणं करत आलो, व्याख्यानं देत आलो; पण नक्की कोणता विचार, दिशा सांगणार आहोत आपण समाजाला. श्रीप्रियदर्शन आणि त्यांचे काका स्वामी पूज्य भागवतजी श्रीदत्तगुरूंचे निस्सीम भक्त आहेत. ते आपल्या भक्तीशी तरी निदान एकनिष्ठ आहेत. प्रो.मित्तल येऊन गेले. फारसे बोलले नाहीत. त्यांच्या बरोबर आलेले आचार्य, 'बेटा, कोई एक ध्यान निश्चित करो। एक ही समय पर दो या अधिक नैय्या में आप नही बैठ सकतें। एक पैर एक नैय्या में और दूसरा पैर दूसरी नैय्या में रखोगे तो डूब जाओगे।' असं का म्हणाले? परवाच ब्रजवासी जोगी बैरागी हेच तर बोलला. 'हम तो गोपालवाले है भैया, यहाँ तो कोई मूरत नही या कोई मंदिर, यहाँ हम का ठहरै?'

आपली ही संभ्रमावस्था. नंतर तरी काय उत्तर द्यायचे चोक्शीसाहेबांना?

आपण खडकाळ रस्ता पत्करून चाललो हे का आपल्या लक्षात आले नाही? खडकांतील अणकुचीदार छोटे छोटे कातळ आपले पाय रक्तबंबाळ करतात. निश्चित विचार नसेल तर त्या विचारचक्राचा परीघ वाढतच जातो तरंगासारखा आणि शेवटी विसर्जित होतो आपल्यातच. त्याचं अस्तित्वच उरत नाही अखेर. आपण जर निमूटपणे साधे, सरळ वास्तव स्वीकारून तशी वाटचाल करू लागलो तर कदाचित यशस्वीही होऊ शकतो. आत्मनिग्रह करणार तरी कधी? सूर्य मावळायला आला. केवळ फसव्या लाटांवर तर आपण हिंदकळत नाही ना?

झोप येईना. रात्र होत आली. सगळीकडे नीरव शांतता पसरल्याचं स्पष्ट जाणवत होतं. मात्र, रातकिडे तळ्याजवळ रात्र जागवण्याचं आपलं काम करत होते. मी बाहेर गॅलरीत आलो. आश्रमावर वटवाघळांचा वावर दिसला. पक्षी उडताना

त्यांची फडफड स्पष्ट ऐकू येत होती. कमलापूर खेडेगाव दोन मैलांवर तरी होतं, तेही शांत झोपलेलं; पण तरीही एखाद्या कुत्र्याच्या भुंकण्याचा आवाज इथपर्यंत ऐकू यायचा. कुठे मांजर किंवा कुत्रं रड काढून ओरडत नाही, हे तरी बरं आहे. नाहीतर मनाच्या या बेचैनीत तो आवाज अधिकच भेसूर वाटला असता.

आकाश भरगच्च चांदण्यांनी फुललं होतं. अष्टमीचा चंद्र बराच वर आलेला. आकाशातील अगणित चांदण्या आणि अर्धचंद्र पाहून प्रसन्न वाटू लागलं. अस्वस्थता खूपच कमी झाली. मी डोळे भरून पूर्वेस पाहत होतो, तर एक उल्का अचानक आश्रमाच्या दिशेने झेपावली. जळता तेजस्वी निखाराच तो. कुणीतरी प्रकाशकण फेकावा तशी ती उल्का वाटत होती. विलोभनीयच होतं पाहणं. श्रीप्रियदर्शन असते तर त्याचा अर्थ शोधत किंवा स्पष्ट करत बसले असते. बरीच रात्र होत आली. आता झोपावंसं वाटू लागलं. झोपलो.

सकाळी-सकाळी सूर्योदयालाच श्रीप्रियदर्शन आले. त्यांच्या हाती पंचांग होते. ते सांगू लागले, ‘‘गुरुवर्य, आज भीष्माष्टमी आहे. तुम्ही भीष्म तर्पण विधी करावा असं मला वाटतं, म्हणून मी आलो. मी तिळाची व्यवस्था केली आहे. तीलोदक सोडून तर्पण दान करू या.’’ श्रीप्रियदर्शन यांची समजूत घालून मी त्यांना परत पाठवलं. श्रीप्रियदर्शन यांचा पीळ खूपच घट्ट आहे.

नारोबा अण्णा आणि श्रीपती माळी अधूनमधून मला भेटून काही काही सांगत असत. श्रीप्रियदर्शन व श्रीविजयकुमार यांच्या रात्री सतत भेटी असतात. रूममध्ये ते बरीच रात्र, उशीर होईपर्यंत बोलत बसतात. मध्येच दुसऱ्याला ऐकू येऊ नये म्हणून, त्या पद्धतीनेही हळूच बोलतात. मला माझ्या अपेक्षेनुसार यांचा नीट सहयोग लाभेना. पवित्र धार्मिक स्थळाच्या ठिकाणीही माणूस कारस्थानाची भाषा का कुजबुजतो? इथे तर निदान मन, चित्त, बुद्धी यांचं अधिकाधिक शुद्धीकरण करायचं असतं. मनाचं परिष्करण करायला याहून अन्य कुठलं योग्य स्थळ असेल?

असू देत. विचार करावा तेवढा थोडाच आहे. मला वेध लागलेत ते चोक्शीसाहेबांच्या पत्रास मी काय उत्तर पाठवावं त्याचे.

जाताना चोक्शीसाहेबांनी मला निर्णयाचं काही दडपण घेऊ नका असं सांगितलं होतं, तरीही मला आयोजकांना काहीतरी कळवणं जरूर होतंच. चोक्शी शेठ स्वभावाने कनवाळू होते. ते मुळीच हट्टी नव्हते; त्यामुळे मी काहीसा निर्धास्तही होतो. शिवाय मला पुरेसा अवधी होता.

एक-दोन दिवस गेले. नेहमीप्रमाणे नारोबा अण्णा पोस्टातून आलेले टपाल आणि पाकिटातून आलेली पत्रे माझ्यासमोर ठेवत होते. त्यात अचानक एक पत्र हाती लागलं. माउंट अबूवरून आलेलं. ब्रह्माश्रमाचे प्रमुख बाबा परमानंदजी ‘ब्रह्म’ यांचं पत्र होतं. तोच मजकूर असलेलं. माउंट अबू येथे सर्वधर्मसमभावाच्या विचार

सभेचं आयोजन केलेलं होतं आणि मला या धर्मसभेच्या समारोपाचा प्रमुख म्हणून आमंत्रित केलेलं होतं. मला हे सन्मानाचं वाटलं. आता या व्यासपीठावर आपल्याला आजवर आपण केलेलं वाचन, चिंतन यातून तयार झालेली आपली विचारसरणी मांडता येईल, याचाही मनस्वी आनंद झाला. आता चोक्शीसाहेबांना भेटून हे सांगायला हवं. एका धर्मसंकटातून मी आपसूक मोकळा झालो. माझा प्रश्न आपोआप सुटला.

मी दुसऱ्याच दिवशी ते पत्र घेऊन चोक्शीसाहेबांकडे गेलो. संध्याकाळी बंगल्यावर भेट झाली. सविस्तर बोलणं झालं. ते पत्र पाहून आणि मला एक महत्त्वाचा अतिथी म्हणून बोलावल्याचा त्यांना आनंदच झाला. 'मेहेर कल्याण आश्रमा'चा असा नावलौकिक होतोय याबद्दल त्यांना धन्यता वाटली. तसं त्यांनी मला बोलूनही दाखवलं. मी चोक्शीसाहेबांना 'तुम्हीही या' म्हणून आग्रहाचं बोलू लागलो, तेव्हा त्यांनी शांतपणे स्पष्ट केले,

"काय आहे आनंदजी, डेलनाझचा मला लंडनला येण्याचा आग्रह कायम आहे. She is not at all ready to accept any reasons given by me. लास्ट विंटर सीझन में She was suffering from cold and fever. Her husband Parvez is always on business tour. So she is alone there… Nobody is looking after her. तो मैंने लंडन जानेका पक्का किया है । प्रेस का भी मुझे जल्दही सोचना है । Whether to be sold or let out to somebody…"

चोक्शीसाहेब पक्क्या निर्धाराने बोलत होते. त्यांना आता कन्व्हिन्स करणं अवघड होतं आणि तसं तरी आपण का करावं? त्यांचे-त्यांचे काही वैयक्तिक निर्णय असणारच की. आता मी काही बोलावं असं राहिलंच नव्हतं. मीही मग त्यांना साथ देत म्हणालो,

"पण शेठजी, तुमच्या अनुपस्थितीनं आम्ही इथं सगळे असहाय होऊ. संपर्क राहीलच; पण भेटी दुरापास्त होतील. जाण्याचं कसं प्लॅनिंग आहे?"

"As early as possible. At any cost I will leave India before the month of April आणि हो, आपल्या मेहेर आश्रमाचे अकाउंट्स आणि एफ.डी.जवरचं माझं नाव बदलणं, मोड ऑफ ऑपरेशन द अकाउंटबद्दलही जरूर ते फॉर्म्स व ॲथॉरिटी, ॲग्रिमेंट्स मी ॲड. विराणी आणि सी.ए. दोशींकडून पूर्ण करून घेतले आहेत. त्यांच्या मदतीने तुम्ही बँकेतील कामे मी जाण्यापूर्वी पूर्ण करून घ्या. माझ्या ठिकाणी कोणाला नेमायचं ते तुम्हीच ठरवा; पण काळजी घ्या. व्यवहार जॉइंटली ऑपरेटेड असू द्या."

हे सगळंच निर्वाणीचं झालं. मला कसंतरीच वाटू लागलं. एकाएकी परकं वाटू लागलं. अचानक डोक्यावरचं छत्रच उडून गेल्यासारखं! मनावर मळभ आलं. मी

गप्प झालो. चोक्शीसाहेबांच्या हे ध्यानात आलं. तेच म्हणाले,

"आनंदजी, तुम्ही असे इमोशनल होऊ नका. Be strong हे खरंतर तुमच्यासारख्या आचार्यस्वरूप विद्वानास मी सांगायला नको. Take it as it is. No alternative."

मी तिथून काहीशा उदास मनाने उठलो. निघताना चोक्शीसाहेबांना कडकडून मिठी मारली. मी अस्फुट एवढंच बोललो,

'Sir, I am not competent to run our Ashram.'

बाहेर पडलो, तेव्हा बराच अंधार पडला होता. समुद्रकिनाऱ्यावर गेलो. काही वेळ शांत बसलो. मन लागेना. विशाल समुद्र नेहमीचाच; पण तोही मला प्रभावित करेना. आता इतक्या उशिरा कमलापूर आश्रमाकडे जाणे सोईचे नव्हते. मी विचार बदलला. रात्र फायर टेंपलमध्येच काढायची आणि सकाळी निघायचे म्हणून.

३२

बाबा परमानंदजी 'ब्रह्म' यांना पत्राने होकार कळवला. निवडीबद्दल मी त्यांचे मनःपूर्वक आभार मानले. माझ्या या गौरवाने मी आनंदित झालो असं कळवलं. दुसरं एक पत्र पारशी फायर टेंपलबद्दलचे. मी माझ्या समारोपाच्या भाषणात पारशी झरथ्रुस्ट्रीयनबद्दलचे विचार स्वतंत्रपणे मांडणार आहे ते पारशी धर्माचा प्रतिनिधिक विचार म्हणून; हेही कळवले.

मेहेर कल्याण आश्रमाच्या सर्व सेवेकरी व प्रमुखांची एक स्वतंत्र मीटिंगही बोलावली. त्यात त्यांना, माउंट अबू परिषदेची माहिती दिली. मि. चोक्शीसाहेब हे लंडनला कायमचे वास्तव्यास जाणार असल्याचे आणि आपल्या आश्रमाच्या उद्दिष्टांच्या नेमक्या अपेक्षा काय वगैरे संबंधीचे विषय सांगितले. अन्य कामे नियमित होतील; पण मुख्यतः श्रीप्रियदर्शन व श्रीविजयकुमारांना त्यांची यापुढील भूमिका, कामे व जबाबदारीच्या अपेक्षेबद्दल कल्पना दिली. इतरांना सूचना, अपेक्षा विचारल्या, तेव्हा ते काहीसे दबकत बोलू लागले.

आश्रमाच्या सोई, गैरसोई, सुविधा, धान्यसाठा सर्व बाबतींत चर्चा झाली. नारोबा अण्णांनी आश्रमाच्या शेजारचा शेतकरी भेटून गेल्याचं सांगितलं. त्याची दोन एकर जमीन आश्रमाला लागूनच आहे. ती आता आपल्या आश्रमाला विकावी असा त्याचा विचार असल्याचे अण्णांनी सांगितले. नंतर श्रीपती माळी म्हणाला, "ज्येष्टात डोंगरावरनं वारं वाहतंय, आसरमाच्या मागच्या बाजूला निसीगंदाची रोपं लावावी म्हनतुया. चार-पाच म्हैन्यात रोपं जोरदार येत्यात. तवर ज्येष्ट यितुया, बगा काय करताव ते. आसरम नुसता वासानं दरवळंल. माझं आयका." या अशा चर्चेत श्रीप्रियदर्शन मागे कसे राहतील? त्यांनीही सूचना केली, "गुरुवर्य, आपण आश्रमात

एवढा सुंदर हिरवळीचा परिसर केला आहे; पण या परिसरात कुठेही चतुर्थीसाठी दुर्वा, हरळी अथवा आघाडा मिळत नाही. मी श्रीपतीला सांगितलं; पण तो गुरुजींना सांगा म्हणतो. विविध पूजेला निरनिराळी फुलं लागतात; पण श्रीपती फुलं तोडू देत नाहीत. जास्वंदीचं तर एकही झाड नाही.''

आणखी काही चर्चा करताना तासभर झाला. सर्वजण पहिल्यांदाच मनमोकळं करून बोलले. मी सगळ्यांचं शांतपणे ऐकून घेत होतो. नारोबा अण्णा टिपण करून ठेवत होते. मी सगळ्यांना उद्देशून म्हणालो,

''हे पाहा, आपल्या आश्रमाला आता वर्ष झालं. त्यामानानं आपण भरपूर काम आणि प्रगती केली आहे. मी आपल्या सगळ्यांचं कौतुकच करतो. इथे अनेक व्याख्यानं झाली. चर्चासत्रे झाली. माझं निरूपण तर नित्यानं आणि नियमित असतंच. आपला नावलौकिक, प्रसिद्धीही चांगली झाली. दूरदूरची पत्रे येतात. भेटीला लोक नेहमीच येतात; पण आपल्या आश्रमाजवळ असलेलं कमलापूर खेडेगाव. तिथले गावकरी मात्र फ़ारसे फिरकत नाहीत...''

मी बोलत असताना श्रीविजयकुमार मध्येच 'मी बोलू का' म्हणाले, मी परवानगी दिली.

''गुरुवर्य, मी श्रीप्रियदर्शनबरोबर अधूनमधून गावात जात असतो. बोलतो. सीताराम कोकणेही तिथलाच रहिवासी आहे. लोक बोलताना मी ऐकले. 'या मठात काय चालते ते कळतच नाही, इथे अजून कसला देव नाही, मूर्ती नाही, कसलं मंदिर तर नाहीच. कुणी म्हणतं, ही इंग्रजी शाळा आहे; पण शाळेतली मुलं कशी नाहीत. काय भानगड आहे ते कळतच नाही वगैरे वगैरे.' तर मला वाटतं, तिथे आपण संपर्क ठेवायला हवा. प्रबोधन करू, गैरसमज दूर करू म्हणजे त्यांना आपल्याबद्दल आपुलकी वाटेल. गावाच्या विकासाचाही काही विचार करू. सुशिक्षितांना सहज कळेल; पण अडाणी लोकांचं काय?''

मला श्रीविजयकुमारांचा मुद्दा ठीक वाटत होता. श्रीप्रियदर्शन यांनी पुस्ती जोडली.

''गुरुवर्य, आपण इथे रामनवमी, जन्माष्टमी, दुर्गाष्टमी, दत्तजयंती, संकष्टी, एकादशीदेखील का साजरी करू नये? असं केल्याने लोकांचा ओघ वाढेल. काही धार्मिक उत्सवांमुळे वातावरणही श्रद्धा व भक्तिमय होईल.''

श्रीविजयकुमार श्रीप्रियदर्शनकडे पाहत म्हणाले, ''मग वैशाखी बुद्ध पौर्णिमा का नको?''

''मग पारशी दिवस, नाताळही करावा साजरा लागेल.'' श्रीप्रियदर्शनही हिरिरीने बोलू लागले.

आता हा संवाद वादग्रस्त दिशेने जाऊ लागला. मीच म्हणालो,

"मित्रांनो, आपण मुक्त चर्चा करतो आहोत. मात्र, हा विषय वादाचा होऊ नये. आपण बुद्धिवादी आणि सर्वसमावेशक विचारसरणीचे आहोत. विज्ञाननिष्ठ भूमिकेतून आपणास खूप काम करायचं आहे. हा संवाद भलतीकडेच जाऊ नये. एकमेकांत आकस नको निर्माण व्हायला."

मग मीटिंग संपवली.

धर्मपरिषदेतील माझ्या भाषणाच्या तयारीची माझी तशी काही अडचण नव्हती. माझा सर्व धर्मांचा अभ्यास पुरेसा व चांगला झालेला होता. आयुष्यभर संस्कृती व प्राचीन इतिहासाचे अध्यापन केलेलेच होते. अनेक संदर्भ जवळजवळ मुखोद्‌गत होते. हाती वेळही पुरेसा आहे. यानिमित्ताने मला नव्याने काही चिंतन करता येण्यासारखं आहे. माझी वैचारिक भूमिका मला मुद्देसूद व बांधीव करायची आहे. विस्कळीतपणा व पाल्हाळ येऊ नये याची मला पुरेपूर काळजी घ्यायची आहे. काही घवघवीत व सघन भूमिका मांडण्याचा प्रयत्न व्हायला हवा. तरच माझ्या आजवरच्या परिश्रमांचं, वाचनाचं व तपश्चर्येचं सार्थक होईल. तरीही मला अजून खूप मोठा पल्ला गाठायचा आहे. ब्रह्म, उत्पत्ती, तथाकथित आत्मा, पवित्र आत्मा, परम आत्मा, बद्ध जीव, जन्म-पुनर्जन्म, मिथ, अनाकलनीय सृष्टी अथवा विश्वाचं रहस्य, प्रयोजन, लाखो वर्षांपासून अव्याहत, अनाहत चालत आलेलं दुःख, वेदना, भय, माणसाचं अपुरेपण, शापदग्ध जगणं याचं काहीच अजून नीट आकलन होत नाही. वयाच्या साठ-बासष्टाव्या वर्षी हा इतका पसारा आपणास ध्यानी आला आहे. आता हा शोध - प्रवास जमेल उरलेल्या अवधीत? कित्येकांना अशी मोहीम अर्ध्यावरच सोडून द्यावी लागली. या धांडोळ्यात, पसाऱ्यात लागेल एखादं सूत्र आपल्या हाती? सॉक्रेटिस, प्लेटो, ॲरिस्टॉटल, कोपर्निकस, केप्लर, देकार्त, न्यूटन, डार्विन, ब्रुनो, आदी पाश्चात्त्य तत्त्ववेत्ते यांनी यावर शोध व संशोधन केलं आहेच. तर भारतातले उपनिषदकर्ते, वेदान्तवादी, श्रुतिपुराणकार, दर्शनवादी या अनेक तत्त्ववेत्त्यांनीही या ज्ञान-महासागराचं मंथन करून ज्ञानाची अनेक रत्ने, अमृतकलश, प्रभावी मंत्र वगैरे भांडाराची कोठारं भरभरून ठेवली आहेत. आपलं काम पूर्वसुरींनी खूप सोईचं आणि सोपं करून ठेवलं आहे.

आपल्याला फक्त या भवसागरात आपली होडी धाडसाने सोडायची आहे. तुफानाला तोंड देत शिडाचे दोर फक्त आपल्या कौशल्याने हाताळायचे आहेत. योग्य दिशेच्या शोधात फक्त आपल्याला जायचे आहे. निर्भयपणे. रवींद्रनाथ टागोरांच्या भाषणातला एक उतारा मी आजच सकाळी टिपून घेतला. त्यात एक वाक्य होतं. 'Let us not pray to be sheltered from dangers but to be fearless when facing them.' एवढं ध्यानात घेतलं म्हणजे झालं. 'एकला चलो रे' तर आहेच!

नेहमीच्या दिनक्रमाने व नियोजित कार्यक्रमानुसार फेब्रुवारी व मार्च महिना संपला. दरम्यान, माउंट अबू येथील धर्मपरिषदेची तारीख निश्चित झाल्याचं पत्र आलं. मध्यंतरी ब्रह्माश्रमाचे सचिव श्री.मुकेश मेहता प्रत्यक्ष भेटून गेले. ओळख व चर्चा झाली. मला न्यायला इथे पुन्हा येणार असल्याचं त्यांनी सांगितलं. एप्रिल ५,६,७ धर्मपरिषदेचे दिवस. मला इथून २ तारखेलाच निघायचं होतं.

चोक्शी शेठजींची २२ मार्च ही लंडनच्या प्रस्थानाची तारीख होती. ब्रिटिश एअरवेजचं त्यांचं एअर टिकीट होतं. सांताक्रूज एअरपोर्टवरून फ्लाइट जाणार. आम्ही त्यांना निरोप द्यायला एअरपोर्टवर गेलो होतो. व्हिजिटर्स गॅलरी लाँजमधून आम्ही त्यांना ते फ्लाइट टेक ऑफ घेईपर्यंत उंच हातवारे करत बायबाय केलं. चोक्शीसाहेब आता परदेशस्थ झाले.

बरोबर एक तारखेला सचिव श्री. मुकेशजी कमलापुरास आले. दुसऱ्या दिवशी पहाटेच आम्हाला निघायचं होतं. मी माझ्या सोबतीला श्रीविजयकुमारांना घेतलं. निवासातील माझी देखभाल आणि सर्व सेवा करणारा सीताराम कोकणे यालाही बरोबर घेतलं. अर्थातच सगळा आश्रम निदान आठवडाभर तरी आता श्रीप्रियदर्शन यांच्या आधिपत्याखाली राहणार होता. मेहेर कल्याण आश्रमाचे ते पहिले पर्यायी सर्वेसर्वा असतील. आश्रमाचा कार्यभार पेलेल की नाही याची यत्किंचितही काळजी, चिंता त्यांच्या चेहऱ्यावर नव्हती. श्री क्षेत्र अक्षय औदुंबराच्या मठाचा त्यांना अनुभव होताच. उलट श्रीप्रियदर्शन आनंदी व उत्साहीच वाटत होते.

येताना मुकेशजींनी फोर्ड कार आणलेली असल्याने प्रवासाची धावपळ नव्हती. फक्त प्रवास लांबचा होता; त्यामुळे एक-दोन ठिकाणी थांबावं तर लागणारच होतं. आम्ही इथून मुंबई, सुरत, वडोदरा, अहमदाबादमार्गे माउंट अबू रोडला पोहोचलो, तेव्हा संध्याकाळ झाली. मुक्काम करून पुढे दुसऱ्या दिवशी सकाळी आम्ही डोंगरावरील माउंट अबूकडे निघालो. हे राजस्थानमधील मरुस्थलातील एक थंड हवेचे उंच ठिकाण; हिल स्टेशन. अत्यंत रमणीय असा स्वर्गच! आता हा दहा-बारा मैलांचा डोंगरातील चढणीचा प्रवास होता. रस्ता अत्यंत वळणावळणाचा. आवतीभोवती मोठमोठे पाषाण लागतात. त्यातून मार्गक्रमण करत जावं लागते. वनश्रीने व झाडीने व्याप्त असा थंड सावलीचा रस्ता. क्वचित सूचीपर्णी वृक्षही दर्शन देत. डोंगर चढू लागलो तसतसा आमच्या वाहनास वाऱ्याच्या प्रचंड झोताचा भरार येऊन अडवत असे. खिडकीच्या उघड्या काचा दिसल्या की, तो बेदरकारपणे आत घुसे. वारा जणू ओंजळीत धरावा इतका तो सहज जाणवे. मला गंमतच वाटली. वाहन जवळ आले की, रस्त्याच्या कडेच्या झाडावरचे पक्षी घाबरून उडून जात. किती विविध रंगीत पक्षी. काय नावे असतील त्यांची कोणास ठाऊक? जसजसं उंच जाऊ तसतसं

खाली वसलेलं माउंट अबू रोड शहर खेळण्यातल्या घरासारखं वाटू लागलं. राजस्थानच्या शुष्क आणि रणरणत्या वाळवंटात हे इतकं रमणीय, सदाबहार असं हिरवं ओयासिस सृष्टीनं इथे कसं निर्माण केलं हे आश्चर्यच आहे!

डोंगर संपला तसा अर्धगोल वळणाचा एक थेट सरळ रस्ता लागला. श्री मुकेश मेहता संपूर्ण रस्ता संपेपर्यंत आम्हाला काही ना काही माहिती सांगत होते. एखाद्या टुरिस्ट गाइडने सांगावी तशी. डोंगराच्या मध्यभागी स्थित असलेले अत्यंत सुंदर आणि रमणीय ठिकाण म्हणून माउंट अबू हे ओळखले जाते. अरवली पर्वतरांगेतील उंचावरचे हे एक गजबजलेले ठिकाण.

लवकरच आम्ही ब्रह्माश्रमात पोहोचलो. बाबा परमानंदजी 'ब्रह्म' यांनी माझं पुष्पगुच्छ देऊन स्वागत केलं. आश्रमाच्या विस्तीर्ण अंगणात एक स्वतंत्र शामियाना उभा केला जात होता. आश्रमातील मठाच्या खोल्या बाजूलाच होत्या. माझी स्वतंत्र सोय होती. श्रीविजयकुमार आणि सीताराम बाजूलाच होते. सामान व्यवस्थित ठेवलं गेलं. तासभर मी विश्रांती घेतली. नंतर श्रीमुकेशजी आले. आम्ही सगळेजण बाबांच्या कक्षामध्ये गेलो. तिथे भोजन आटोपलं. कुशलमंगल झालं. काही वेळ बोलत बसलो.

मी पोहोचल्याचा दुसरा दिवस ४ तारखेचा. त्या दिवशी आम्ही ब्रह्माश्रमाला लागून असलेलं एक सुंदर सरोवर पाहिलं. देवांनी आपल्या नखांनी खोदलं म्हणून या सरोवरास 'नखी तलाव' असंही म्हटलं जातं. आवतीभोवती काळे खडक, काळेभोर पाषाण; त्यामध्ये त्या नखी तलावातील निळ्याभोर पाण्यात सगळीकडे काळे बगळे, तळ्यात रंगीबेरंगी मासे अन् सर्वत्र हिरव्या पानांवर सुंदर छोटी छोटी कमळे उमललेली दिसली. तळ्यात नौकाविहार करता येतो. ग्रीष्म ऋतूतही तलावात विपुल पाणी होतं. आवतीभोवती सर्वत्र अरवली डोंगर आणि बरोबर मध्यभागी हे माउंट अबू गाव 'स्वर्गादपि गरियसी' असेच होते.

ब्रह्माश्रम मठाची जागादेखील प्रसन्न आहे. नैर्ऋत्येकडील थंडगार वारे इकडे वाहत येते. डोंगर व तळ्यावरून झुळझुळणारे हे शीतल वारे म्हणजे ग्रीष्मात मनाला आल्हाददायक असा थंडावा देणारा शिडकावाच होता. बाजूलाच प्रजापिता ब्रह्मकुमारी यांचा 'मधुबन' आश्रम आहे. पांढऱ्याशुभ्र अंगभर साडीत इथे अनेक योगिनी वावरतात. या केंद्राचे प्रमुख दादा श्रीशिवबाबा आहेत. प्रमुख योगिनीस राजयोगिनी दादी माँ संबोधतात. दादी भगवती माँ या तिथे प्रमुख होत्या. अध्यात्म साधना, मेडिटेशन सातत्याने केलं जातं. लाल रंगाच्या पट्ट्यातून सूर्यकिरणांची प्रभा दाखवणारा पिवळा ध्वज मधुबनावर डौलाने फडकतो. या नखी तलावाशेजारीच काही अंतरावर जैनांचं एक अतिशय सुंदर मंदिर आहे. संगमरवरी दगडांनी, अत्यंत सुरेख नक्षीकाम करून बांधलेलं एक मंदिर.

संध्याकाळी अनेकांची रीघ लागली. आमंत्रित व भाविक येऊ लागले. आयोजकांची धांदल उडू लागली. ब्रह्माश्रमवासीयांकडे तसं भरपूर मनुष्यबळ होतं. मला एक दिवस आधीच धर्मपरिषदेच्या कार्यक्रमाची रूपरेषा-पत्रिका व निमंत्रितांची यादी मिळाली. तीन दिवसांचं छान नियोजन होतं. पहिल्या दिवशी दुपारी उद्घाटन होतं आणि तिसऱ्या दिवशी सकाळी लवकर समारोपाचा कार्यक्रम आखलेला होता. त्या दिवशी माझं एकमेव भाषण.

मी परिषदेच्या निमंत्रितांच्या यादीवरून नजर फिरवली. हिंदू धर्माचे प्रवक्ते वाराणसीचे ज्येष्ठ आचार्य स्वामी सदानंदतीर्थ गुरू, बौद्ध धर्माचे भन्ते पुष्पमित्र बुद्धघोष, मद्रासहून येणारे ख्रिस्त धर्माचे फादर सॉलोमन एन्जेलो, जैन प्रतिनिधी मुनिश्री पार्श्वनाथ बाहुबली - श्रवणबेळगोळ, इस्लामचे उलेमा मौलवी मौलाना अ.गनी कुरेशी हे जामिया मसजिद त्रिचनापल्लीहून येणार होते. अमृतसर पंजाब इथून शीख गुरू स्वरूपसिंग, झरथुस्ट्रियन धर्म प्रतिनिधी - मुंबई अग्यारी टेंपलचे फारुक खोदायजी, जुडाइझमचे तोरो रुसी विराणी, तर बहाई धर्म पुरस्कर्ते लाला फ्रामरोज अशी ही दिग्गज मंडळी.

उद्घाटनप्रसंगी राजस्थानचे मुख्यमंत्री येणार होते;

त्यामुळे कार्यक्रम भारदस्त होणार.

धर्मपरिषदेचा पहिला दिवस उगवला. शामियाना छान सजवलेला होता. सर्वत्र फुलांचे हार, रांगोळी, निरनिराळे फलक, विविध धर्मांचे नामनिर्देश फलक हे अत्यंत शिस्तीने योजले होते. गर्दी ओसंडून वाहत होती. शामियान्यात आणि व्यासपीठावर कार्यक्रमाच्या आखणीनुसार मान्यवरांची सोय केलेली होती. मा. मुख्यमंत्री येणार म्हणून सुरक्षा व्यवस्थाही होती. कार्यक्रम वेळेवर सुरू झाला.

मी व्यासपीठावर होतो. बाजूला मध्यभागी मा. मुख्यमंत्री होते. त्यांच्या बाजूला बाबा परमानंदजी 'ब्रह्म' बसलेले. सचिव श्री. मुकेशजी मेहता सूत्रसंचालन करत होते. ब्रह्माश्रमाचे आणखी एक प्रमुख कार्यवाह श्री. सुखचंदजी सारडा होते.

सुखचंदजी सारडा यांनी प्रास्ताविक आणि धर्मपरिषदेचे प्रयोजन थोडक्यात विशद केले. तत्पूर्वी सर्व उपस्थितांचे आणि मा. मुख्यमंत्र्यांचे स्वागत, सत्कार केला गेला. श्री. मुकेशजी यांनीच नंतर परिचय करून दिला. संस्थेचा, ब्रह्माश्रम न्यासाच्या कार्याचा आढावा घेतला.

व्यासपीठाच्या एका बाजूला सर्व धर्मग्रंथ छान मांडून ठेवले होते आणि ते रेशमी वस्त्राच्या आवरणाने आकर्षकरित्या सजवले होते. नाट्यगृहाचा पडदा सरकता करावा तसे त्या आवरणाचे सूत्र ओढून प्रथम मा. मुख्यमंत्री यांनी उद्घाटन केलं आणि तसं जाहीरही केलं. हे अभिनव उद्घाटन होतं. मुख्यमंत्र्यांनी अत्यंत मोजक्या शब्दांमध्ये उद्घाटनपर भाषण करून, सगळ्यांचे आभार मानले आणि अन्य

कार्यक्रमाचे कारण सांगून ते त्वरेने निघून गेले. एकापाठोपाठ एक गाड्या भराभर वेगाने अदृश्य झाल्या.

त्यानंतर परिषदेचे प्रयोजन व अपेक्षांसंबंधी बाबा परमानंदजी 'ब्रह्म' यांनी सुरुवातीचे स्वागतपर भाषण केले.

ब्रह्माश्रम हा प्रथम ५० वर्षांपूर्वी आनंदस्वरूप मूर्तीजी यांनी हिमालयातील दुर्गम मानससरोवर परिसरात स्थापन केला होता. आश्रमाचा हा सुवर्ण महोत्सव. मागील १० वर्षांपासून मी इथे आश्रमाचा प्रमुख म्हणून काम करतो. भारतभर काही मोजक्या ठिकाणी शाखा आहेत. आमच्या ब्रह्माश्रमातील शब्द 'ब्रह्म' हा तीन देवतांपैकी नसून या सृष्टीचे आद्यरूप आणि तत्त्व जे 'ब्रह्म' त्या अर्थी आहे. ते कळले की, लोक साशंक होतात. लोक अत्यंत कट्टर परंपरावादी असल्याने आमच्या ध्येय-धोरणाचा फारसा प्रसार झाला नाही. रशियातील शहर लेनिनग्राड, स्पेनमधील माद्रिद आणि कॅनडातील शिकागो या तीनच ठिकाणी आमच्या शाखा आहेत. तिथेही हिंदुस्थानातील एक 'कल्ट' म्हणून पाहिले जाते. विरोध होतो. उद्देश पटत नाही लोकांना.

आज इथे सर्व धर्मीयांचा एवढा भावपूर्ण सोहळा होतो आहे. सर्वधर्मीय आमच्या विनंतीला मान देऊन देशातील दूरदूरच्या ठिकाणाहून आले आहेत हे अत्यंत आनंददायी व गौरवाचे आहे. जुडाइझमचे तोरो रुसी आणि झरथुस्ट्रीयनचे खोदायजी फक्त येऊ शकले नाहीत. त्यांचे अभिनंदनाचे टेलिग्राम मात्र मिळाले आहेत. प्रत्येक धर्माविषयी आम्हाला आदर आहे. प्रत्येक धर्म हा आपापल्या ठिकाणी श्रेष्ठच आहे. मानवी कल्याण या एकमेव उद्दिष्टातूनच सर्व धर्म निर्माण झाले. त्यानुसार प्रत्येकाचे तत्त्वज्ञान व विचारसरणी तयार झाली. स्वतंत्र धर्माचरण, प्रथा, परंपरा निर्माण झाली. श्रेष्ठ-कनिष्ठत्वाच्या कल्पनेतून मग संघर्ष निर्माण झाला. एक सारख्याच अवयवाचा, मन, भावना, हृदय असलेला माणूस विभागला गेला. त्याला आपण पुन्हा सकल कल्याणासाठी प्रेम, सलोखा, बंधुत्व या त्रिसूत्रीने एकत्र बांधून ठेवायचं आहे. तोच विचार इथे आपण करू आणि काही मार्ग स्वीकारू. सर्व धर्मांच्या विविधतेत आपणास एकता साधायची आहे. सुदैवाने आजच्या या धर्मपरिषदेचे प्रमुख अतिथी व समारोपाचे अध्यक्ष गुरुवर्य चैतन्य आनंदजी त्याच उदात्त हेतूने प्रेरित आहेत आणि ते महाराष्ट्रात लोणावळा येथील कमलापूर ग्रामवस्तीत 'लेडी मेहेर कल्याण आश्रम' स्थापन करून मोठे काम करताहेत.

मी आपणा सर्व उपस्थितांचे मनःपूर्वक स्वागत करतो. अभिनंदन करतो. आभार मानतो. दुपारच्या भोजनानंतर दुसऱ्या सत्रात धर्ममहतीची भाषणे संबंधित निमंत्रित महाजन करतील. आपण आता दीड तासानंतर जमू या. धन्यवाद !

बाबा परमानंदजींच्या स्वागतपर भाषणानंतर उद्‌घाटन कार्यक्रम संपला. आता भोजन प्रपंच. सगळेजण भोजन कक्षाकडे निघालो.

आम्ही भोजनास बसलो. सगळेजण एकत्रच. दृश्य अत्यंत भारावून टाकणारे होते. सगळेजण एकाच सुग्रास जेवणाचा अत्यंत आवडीने आस्वाद घेत होते.

श्रीविजयकुमार माझ्या सोबतीस होते. त्यांना मी 'सर्व भाषणे व्यवस्थित लिहून घे,' असं एकदा स्मरण दिलं. मला समारोपाच्या वेळी त्या टिपणाचा उपयोग होईल म्हणून आठवण करून दिली.

दुपारचं सत्र सुरू झालं. वाराणसीचे ज्येष्ठ आचार्य स्वामी सदानंद तीर्थ गुरू यांनी हिंदू धर्म हा सनातन व सर्व धर्मांत पुरातन धर्म असल्याचं सांगून अध्यात्म क्षेत्रातले प्रचंड कार्य, परंपरा यांचा मोठा आढावा घेतला. श्रुति, पुराणे, उपनिषदं, वेदान्त, रामायण, महाभारत, गीता वगैरे सर्वांचा अत्यंत बारकाईने साक्षेपी विचार मांडला व श्रेष्ठत्व कथन केलं. त्यांच्या भाषणानंतर बौद्ध धर्मीयांचे प्रतिनिधी म्हणून बुद्धगयेहून आलेले भदन्त/भिक्षू पुष्पमित्र बुद्धघोष यांनी अतिशय ओजस्वी भाषेत बौद्ध धर्माचे वेगळेपण, सर्वसमावेशकता, प्रमाणनिष्ठ भूमिका आणि वास्तव आचार धर्माचं अतिशय वेगळं असं विवरण केलं. ही दोन्ही भाषणं उद्‌बोधक होती.

पहिला दिवस यशस्वी झाला. दिवसभर नुसता उत्सवच होता. दुसरा पूर्ण दिवस धर्मभाषणांनी गाजला. ख्रिस्ती धर्माचे मद्रासहून आलेले फादर सॉलोमन एन्जेलो यांनी जीझस, आकाशातील देव, रोमन सत्ताधीशांचा काळ, येशूचं क्रुसिफिकेशन, ओल्ड व न्यू टेस्टामेंट, गॉस्पेल, ख्रिस्तधर्माची दयाशीलता, पापक्षालनाचं कन्फेशन आदी गोष्टींचं सविस्तर कथन केलंच; पण जगातील सर्वश्रेष्ठ व विपुल अनुयायांचा धर्म म्हणून महतीही सांगितली. नंतर आले इस्लाम धर्माचे मौलवी मौलाना अ.गनी कुरेशी. त्यांनी महंमद पैगंबराचं हिरा टेकडीवरील धर्मज्ञान, कुराणाची सविस्तर माहिती देताना त्यातले पारे, सूरते, रुकूअ व आयते यांचीही माहिती सांगितली. मक्का-मदिनेची ओळख, ऐतिहासिक महत्त्व सांगितलं; इस्लाम धर्मीयांचा आचरणधर्म, कर्तव्ये सांगितली. इस्लाम फक्त 'अल्ला' सर्वश्रेष्ठ मानतो, हे ठासून सांगितलं.

काल संध्याकाळी मुंबईहून उशिरा आलेले झरथुस्ट्रीयनचे प्रतिनिधी फारुख खोदायजी यांचे वेगळं स्वागत करून त्यांना दुपारच्या सत्रात त्यांचे विचार मांडायला संधी दिली गेली. जैन धर्मीय मुनिश्री पार्श्वनाथ बाहुबली आणि नंतर शीख धर्माचे गुरू स्वरूपसिंग यांनीही आपापल्या धर्माचं श्रेष्ठत्व, महत्त्व, वेगळेपण विशद केले. जवळच असलेल्या उदयपूर येथील एका दर्ग्याचे सुफी अवलिया निजामुद्दीन हेही आले होते. त्यांनी दोन शब्द बोलण्यासाठी परवानगी मागितली. आता जवळजवळ सर्व प्रतिनिधींची भाषणं संपली होती. तरी त्यांनाही संधी देण्यात आली. सुफी

संप्रदाय इस्लामचाच भाग आहे. त्यांनी काही नवा विचार मांडण्याचा प्रयत्न केला असला तरी सुफीही 'अल्ला' सर्वश्रेष्ठच मानतात. 'कुराण ए पाक'वर त्यांची नितांत श्रद्धा आहे. काही द्वैती-अद्वैती विचाराचा कुठे मागोवा घेण्याचा काहींनी प्रयत्न केला एवढंच! सुफी अवलियाच्या मृत्यूनंतर जिथे देह दफन केला जातो तिथे दर्गा बांधून त्याची लोक आराधना करतात. नवस-सायास केले जातात आणि तिथे येणाऱ्यांची 'मन्नते' पूर्ण होतात असा विश्वास असतो. उरुसासारखे उत्सव केले जातात. ते विशेष करून प्रेमाचा संदेश देतात. असे बरेच काही अवलिया निजामुद्दीन यांनी त्यांचे विचार मांडताना सांगितले.

परिषदेच्या दुसऱ्या दिवसाचीही समाधानकारक प्रचिती आली. गेले दोन दिवस प्रत्येक धर्मप्रतिनिधींनी आपलाच धर्म कसा श्रेष्ठ हे मांडण्याचे सूत्र धरले होते. आपले धर्मविषयक विचार मांडताना अन्य धर्मीयांचे संदर्भ व उल्लेख कटाक्षाने टाळले होते; त्यामुळे विसंवाद निर्माण झाला नाही. एकाच व्यासपीठावर सर्व धर्मीयांचे विचार, तत्त्वज्ञान, धमसंकल्पना, इतिहास ऐकण्याची एक उत्तम पर्वणीच होती. लोकांचा, धर्मप्रेमिकांचा उत्साह उत्तरोत्तर वृद्धिंगतच होत गेला. अभ्यासकाला तर ही सुवर्णसंधीच होती.

संध्याकाळी आम्ही व ब्रह्मानंद आश्रमाचे विश्वस्त एकत्र बसून चर्चा करत होतो. बाबा परमानंदजी 'ब्रह्म' अत्यंत समाधानी दिसत होते. या धर्मपरिषदेस एवढा प्रचंड प्रतिसाद मिळेल असे कुणालाच वाटले नव्हते; असे असले तरी प्रत्येकाला आपली धर्ममातृभूमीच प्रिय होती, हे मात्र प्रकर्षाने जाणवत होते. सगळ्यांनाच प्रेम प्रिय होतं; पण ते प्रेमच सीमित होतं. आपापल्या कक्षेपुरतं. सूर्य प्रकाशाचं किती उदंड दान देतो. वारा कसा सगळीकडे मुक्तपणे, मनमोकळेपणे वाहतो. पाऊस बरसताना त्याच्याकडे कसलाच दुजाभाव नसतो. तोही मुक्तपणे कोसळतो. फुलांचा सुगंध कधीच स्वतःला आक्रसून घेत नाही. हे आपण नित्य पाहतो. मग यात काहीच कसे अनुकरणीय नाही? मला विचारमग्न पाहून बाबा परमानंदजी म्हणाले,

"काय गुरुवर्य, काय विचार करता आहात का?"

"तसं काही नाही, बाबाजी. एवढं मोठं नियोजन आपल्या संस्थेने उत्तम सांभाळलं. उद्या माझे समारोपाचे भाषण आहे. सांगताही समाधानकारक व्हावी असं मला वाटतं."

"तसंच होईल. चिंता करू नका. मुळातच आपला सर्व धर्मांचा सखोल अभ्यास आहे आणि दृष्टिकोनही सर्वसमावेशक व साक्षेपी आहे. तुमचे विचार नक्कीच मननीय असतील असा मला विश्वास आहे."

परिषदेचा तिसरा दिवस. समारोपाचा. शामियाना अपेक्षेप्रमाणे भरला होता. उसळती गर्दी मात्र नव्हती.

व्यासपीठावर आज माझ्या सोबत आणखी एका विशेष अतिथींना आमंत्रित केले होते. माउंट अबूवरील मधुबनाच्या प्रजापिता ब्रह्माकुमारी ईश्वरीय विश्वविद्यालयाच्या राजयोगिनी दादी माँ भगवतीजी. बाबा 'ब्रह्म' आणि दादी माँ यांच्या हस्ते प्रथम सर्व धर्म प्रतिनिधींना परिषद उपस्थिती व आपल्या धर्माविषयी वैचारिक भूमिका मांडल्याबद्दलचे मानपत्र सन्मानपूर्वक प्रदान केले गेले. मानपत्रासोबत या परिषदेची ओळख चिन्हांकित केलेली सुवर्णमुद्राही दिली गेली. शिवाय धर्मग्रंथांचा एकेक संच दिला.

माझ्या समारोपाच्या भाषणापूर्वी दादी माँ भगवतीजी यांना यानिमित्ताने त्यांचे विचार मांडण्यास बाबा परमानंदजी 'ब्रह्म' यांनी विनंती केली. त्या बोलू लागल्या,

I Thanks all of you, my brotherme and sisters… Also I welcome and give the honors to all of you… on this occasion. I would like to introduce our Brahmakumari Spiritual cult in brief…

Prajapita Brahmakumaries Ishwariya Vishwa Vidyalaya originally was established in sindha Hydrabad, now in Pakistan, in the year 1937. The institution has a very unique and interesting beginning in an atmosphere of incredible divinity. Ours is the Spiritual Trust, of nine young women. Shiv Baba is our head. The meaning of Shiva, we belive in Holy spirit,

प्यार आत्मा, जिसका स्थान अपनी भृकुटीके बीच On the forehead में है। It is not belonging to shiva the Mahadeva… हम परमात्मा मानते हैं।

We belive spiritual value and also teach theory and practice of Rajyoga meditation, so that man's mind becomes free from tension, bias, prejudices, jealousy, hatred, ego and such negative tendencies. It is wellknown saying that 'if character is lost everything is lost.' Hence, the institution gives atmost importance to character formation and for maintaining peace. It is run mostly by women with a spirit of dedication, devotion and sacrifice for the welfare of the society as a whole.

Thank you, Om Shanti.

दादी माँ भगवती एवढेच बोलल्या. ते अस्खलित आणि प्रभावी होतं. मग मी बोलायला डायसजवळ गेलो. माझ्या भाषणाच्या इंग्रजी व हिंदी भाषांतरित प्रती तयार होत्या. त्या सगळ्यांना दिल्या गेल्या.

My dear friends,

Every impulse of my existence will shower my love towards you and I will honour your religion from the bottom of my heart. Let us get enlightened walk towards the loving God or Almighty spirit with love in heart to find the final welfare of the entire human race.

I hearby sincerely welcome to all…

सर्वप्रथम मी या धर्मपरिषदेचे आयोजन करणारे ब्रह्माश्रमाचे बाबा परमानंदजी 'ब्रह्म' आणि विश्वस्त यांचे मनःपूर्वक अभिनंदन करतो आणि आभार मानतो. एका व्यापक कामाचा भार या संस्थेने उचलला व अतिशय यशस्वीपणे पार पाडला. ही त्यांची फार मोठी जमेची बाजू आहे. या निसर्गरम्य डोंगराळ भागात सगळे धर्मप्रेमी अत्यंत आपुलकीने आले, त्यांनी आपले धर्मविषयक विचार श्रद्धेने मांडले. मला एक गोष्ट विशेषत्वाने जाणवली की, त्यांनी व्यक्त केलेल्या भावनेत प्रेमच होतं. कुणाविषयीही आकस नव्हता. असे बंधुत्व व सलोखा पाहण्याचे भाग्य मला लाभले हे मी कधीही विसरू शकणार नाही. त्यासाठी सर्व धर्मीयांचेही मी अभिनंदन करतो आणि मनःपूर्वक आभार मानतो.

व्यक्तिगत उन्नतीसाठी, सुखासाठी जशी धर्माची गरज निर्माण झाली आणि ती असू शकते तशीच ती सकल मानवासाठी समूहा- समूहाच्या सलोख्यासाठी, शांतीसाठी आणि सुखी सहजीवनासाठीही धर्माची निकड असू शकते. 'सर्वेऽपि सुखिनः सन्तु' याचं केवळ उच्चारण करून मानव सुखी होऊ शकणार नाही तर मानवाचं दुःख, चिंता, वेदना, क्लेश दूर होण्यासाठी धर्माचं शुद्धाचरण महत्त्वाचं व आवश्यक आहे. त्याचबरोबर आपण हेही ध्यानात घ्यायला हवं की, जे स्वीकार्य आहे, इष्ट आहे, विवेकाच्या कसोटीवर उतरणारं आहे, सर्वसमावेशक आहे, ते सगळं डोळसपणे तपासून घ्यायला हवं. केवळ भाबडेपणा उपयोगाचा नसतो. सत्याचा शोध, सत्याचा मार्ग आपणास कळला पाहिजे. अन्यथा दिशाहीन होडीसारखं होऊ लागेल.

सर्व धर्मांचं सार तटस्थपणे सांगणं ही गोष्ट अवघडच आहे. अभिव्यक्तीचं साक्षेपी प्रकटीकरण हे शब्दांचा निर्मोह सांभाळून करावं लागतं. सातत्याने सुप्त संस्कारांचं अवधान ठेवूनच विचार मांडावे लागतात. हेच तर अवघड काम आहे. माझ्यासमोर आपण सगळे बसलेले मान्यवर, आचार्य, विद्वान, पंडित, मुनिवर, फादर सर्व आपापल्या धर्माचे ज्येष्ठ आणि श्रेष्ठ प्रतिनिधी आहात. आपण आपापल्या धर्माची महती उत्तमपणे सांगितली आहे. इथे आपण तत्त्वज्ञानाच्या, वैचारिक भूमिकेच्या अथवा विद्वत्ता प्रदर्शनाच्या स्पर्धेसाठी जमलेलो नाही. सर्वांभूती समभाव मानणारे व भगवान बुद्धांची सम्यक दृष्टी राखणारे, त्यांच्या अष्टांगिक मार्गाचं महत्त्व

जाणणारे, येशू ख्रिस्ताचं बलिदान व अद्वितीय क्षमाशीलता याबद्दल सदैव आदरभाव बाळगणारे, महंमद पैगंबरांच्या धर्मनिष्ठेबद्दल व कर्तव्यपालनाचं महत्त्व समजून घेणारे, मायेने व्याप्त अशा ऐहिक जीवनापेक्षा श्रेष्ठतम अशा आध्यात्मिक जीवनाच्या स्वरूपाचा शोध घेणारे व जन्म-मृत्यूच्या फेऱ्यांतून मुक्त होऊन मोक्ष प्राप्त करून घेण्याची साधना करणारे तत्त्वज्ञान मांडणारे हिंदू-वैदिक धर्माचे दर्शन, जैन तीर्थंकरांची अहिंसा आणि तपश्चर्येचं मोल जाणणारे असे आपण सगळेजण आहोत. मतमतांतरे असू शकतात; पण आकस, दुराग्रह व द्वेष कधीच असू नये. सर्व धर्म आपणास प्रेमच शिकवतात. दुरावा नाही. सर्व धर्म आपणास बंधुभाव शिकवतात, दुजाभाव कधीच नाही. लोभ, वासना ही दुःखाची कारणं आहेत, त्यांचं निराकरण आपण इच्छितो; पण मन आपल्या ताब्यात नसतं कधी. ते इतकं चंचल आणि अनावर असतं की, ते नेहमीच आपल्यावर नियंत्रण ठेवून त्याच्याच तंत्रावर सतत खेळवत राहतं.

मी जेव्हा सर्व धर्मांचा अभ्यास करत होतो, तेव्हा मला एक गोष्ट समाईक असल्याचं लक्षात आलं. मोझेस, जीझस, महंमद पैगंबर, सिद्धार्थ गौतम बुद्ध किंवा अनेक हिंदू ऋषिमुनी, आचार्य यांनी आपले धर्मशास्त्र, तत्त्वज्ञान, प्रवचन, चिंतन प्रामुख्याने डोंगरावर, पर्वतावर, वनश्रीच्या शांत रम्य परिसरात अथवा विजनवासात केलेले आहे. मक्केजवळील हिरा टेकडी आणि पायथ्याशी असलेल्या गुहेत महंमद पैगंबरांनी कुराण पठण केले. ज्यू लोकांचा यहुदी प्रेषित मोझेस याने इस्त्रायलच्या सिनाई डोंगरावरून धर्मशास्त्र कथन केले. जीझस येशूने कॉकर्णहूम येथील टेकडीवर चिंतन करून प्रवचन केले. टेकडीवरील येशूच्या प्रवचनांना 'Sermon on the mount' म्हणूनच जेरुसलेमपर्यंत ओळखले जायचे. सिद्धार्थ गौतमाने जंबू वनातील बोधगयेच्या निरांजन नदीच्या काठी बोधीवृक्षाखाली सम्यक बुद्धत्व प्राप्त केले. विस्तीर्ण हिमालय पर्वत, गंगा नदीचा प्रदीर्घ परिसर इथेच तर हिंदू-वैदिक धर्मग्रंथ, महाकाव्ये निर्माण झाली. आज आपण सर्व धर्मीय जे इथे समभावाने जमलो आहोत, तो माउंट अबू पर्वत तर वैराण वाळवंट प्रदेशातील निसर्गाचं एक अलौकिक रम्य रूपच आहे.

पृथ्वीभर विखुरलेल्या मानवाच्या समूहाप्रमाणे त्या त्या ठिकाणी धर्माची निर्मिती झाली हे सर्वश्रुत आहे. धर्म ही जगण्याची, जीवनाची एक शैलीच आहे. जगभर अनेक धर्म नांदत आहेत. प्रत्येकाचे स्वतंत्र तत्त्वज्ञान, आचरण धर्म, प्रथा, परंपरा आहे. ती खोलवर रुजलेली आहे; त्यामुळे आपण उगाचच भ्रामक सक्तीच्या धर्म एकीकरणाची कल्पना बाळगणे वृथा आहे. प्रत्येकाच्या स्वातंत्र्याची, विचारांची आपण कदर आणि सन्मानच करायला हवा. फक्त आपण एकच अपेक्षा करायला हवी असे मला वाटते. मनामनांतली कटुता आपण दूर करायला हवी आणि

आपापल्या धर्माचा पाया विशाल, उदात्त व मजबूत करण्यासाठी सर्वव्यापी प्रेमाने भारलेले विश्वबंधुत्व कसे निर्माण होईल याचा आपण प्रयत्न करायला हवा.''

ईश्वर, विश्व किंवा ब्रह्म याचं नेमकं स्वरूप अद्याप आपणास कळलेलंच नाही. आपले सिद्धान्त हे अनुमान, तर्कावर आधारित आहेत. ते अद्याप संदिग्धच आहेत. धूसर आहेत. दाट धुक्यात आपण दिशा शोधतो आणि थकतो आहोत. मग अनादी, अनंत, असीम, अव्यक्त, अरूप, निर्गुण-निराकार, अननुभूत, अस्पर्श वगैरे शब्दांची रूपे देऊन मोकळे होतो. फार तर 'नेति नेति' म्हणून त्याची संभावना करतो. हे नेमके काय आहे ते सांगताच येत नाही. 'ते तसं आहेही आणि नाहीही' असं काही सांगून भलावण करतो. हे अद्याप आपले अपुरेपण आहे असं मला वाटतं. या अखंड वृद्धिंगत होणाऱ्या तरंगरूपी शून्याला आपण व्यर्थ शब्दांत पकडत बसतो. मुळात शब्दच मर्यादित आहेत; त्यामुळे त्यांच्या क्षमतेनुसार सगळंच काही शब्दांत व्यक्त होऊ शकत नाही. म्हणून ब्रह्म काय, विश्व काय किंवा सर्वशक्तिमान नियंता काय हे कदाचित शब्दाचे विषय नसतीलही; ते अनुभूतीचे, आत्मसाक्षात्काराचे विषयही असू शकतील. आपला देह आपण त्या ब्रह्माचा अंश, अत्यल्प कण मानतो आणि मन हा त्याचा नियंत्रक मानतो, नियंता मानतो; पण शरीरासारखं मन आपल्याला पाहता येत नाही. ते दाखवता येत नाही. त्याचं रूप, अस्तित्व कोणास ठाऊक? कदाचित या अफाट विश्वाचं तसंच नसेल कशावरून? आपण हे आकाश, अवकाश, सृष्टी त्याचे अवयव पाहतो; पण ते नियंत्रित करणारं ब्रह्मतत्त्व कोण उलगडून दाखवेल? आपण पाहतो, अनुभवतो ते विराट विश्व जर महाकाय शरीर असेल तर त्यावर नियंत्रण ठेवणारं परब्रह्मतत्त्व हे 'मन' स्वरूप नसेल कशावरून? हेच ब्रह्म काय आहे म्हणून कठोपनिषदातील नचिकेताने थेट यमालाच हा प्रश्न विचारला होता. 'तुला अमरत्व देईन; पण बाळा, हा प्रश्न मला तू विचारू नकोस. नाही सांगता येणार मला ते! या रहस्याचा मालक मी नाही. मीच जिथे मर्त्य होतो, तिथे तुमची काय कथा?' असं दिलेलं उत्तर आपणास काय ध्वनित करतं? थोडक्यात, हे जे अगम्य, अस्पर्श ब्रह्म आहे, त्यास कोण बांधून ठेवणार? शून्यास कसे धरून ठेवणार? जे परिशुद्ध, चित्तशुद्ध आत्मज्ञान आहे ते प्राप्त करून बुद्ध होता येईल आणि केवळ बुद्ध होणं हे मुक्त होणं आहे, दुःखापासून आणि वेदनेपासून. तेव्हा मित्रांनो, आपण आपापल्या धर्माचरणातून हे करू, जन्माने सृष्टीत फक्त एक जीवरूप अवतरतं. ते आपल्या जीवद्रव्यात कसलीही जात अथवा धर्म धारण करून येत नाही. आनुवंशिकतेमुळे त्यात पूर्व संस्कार, स्वभावधर्म, गुणदोष समुच्चय यांचं कदाचित संक्रमण होतही असेल; पण नेमकेपणाने आपणास कशाचाही नीट बोध नाही. धर्म मानवासाठी बंधनकारकच आहे; त्यामुळे तो एकसंध तरी राहील. त्याच्यातल्या स्वार्थलोलुप व स्वैर वृत्तीला तरी आवर बसू शकेल. तो

अनिर्बंध राहिला तर अनर्थ होईल. त्याला नैतिक मूल्याची वेसण हवीच. यातच सकल मानवाचं कल्याण आहे.

तेव्हा इह सृष्टी प्रचंड आहे. विपुल आहे. ती भरपूर देते, पुनःपुन्हा हवे तेवढे निर्माण करते. ती अनंताचे चैतन्यरूपच आहे. चंद्र, सूर्य, तारे, आकाश, पाणी, वारे हे सारे सगळ्यांचेच आहे. भूमीवर उगवून आलेले धान्य, फुलांचा परिमळ, मकरंद हे सारे सर्व प्राणिमात्रांच्या हक्काचे आहे. त्या अनंत विधात्याची ही सारी संपत्ती आहे. मधमाशा फुलांतील मधुरस किती महत्प्रयासाने गोळा करतात. तीही एक अखंड साधनाच आहे. त्यातला हवा तेवढा मध घ्या; पण मधमाशांना हुसकावून लावून सगळाच मध गिळंकृत करू नका.

धर्म हा मानवाच्या कल्याणासाठीच निर्माण झाला आहे. त्याचे आपण श्रद्धेने, डोळसपणे परिशीलन करायला हवे. त्याचा विपर्यास होऊ नये याची दक्षता घ्यायला हवी. धर्माचा स्वार्थी व संकुचित अर्थ लावून, कुणीही त्याचा सहेतुक वापर करून घ्यायला नको.

मित्रहो, वेळेचं भान ठेवून मला माझं भाषण आटोपतं घ्यायला हवं, याची मला कल्पना आहे. विषय तत्त्वज्ञानाचा, संस्कृतीचा, रुक्ष वाटेल असा आहे; परंतु विषयात रंजकतेऐवजी उद्‌बोधन महत्त्वाचे आहे. समारोप करताना मी एवढंच सांगेन, बदल आणि विकसन ही प्रक्रिया अव्याहत चालू असते; म्हणून तर आपण आज आदिमानवापासून या सुविद्य, बुद्धिनिष्ठ व विज्ञाननिष्ठ स्थितीपर्यंत पोहोचलो आहोत. अश्म, लोह, ताम्र, विज्ञान ही युगे काय स्थित्यंतरे दर्शवितात? अनेक जुन्या संस्कृती, प्रथा, परंपरा काळाच्या प्रवाहात लुप्त झाल्या, नव्या निर्माण झाल्या. माणसाच्या अखंड विकास स्थितीबरोबर आपण जे जे उत्तम, नवं व हितकारक असेल ते स्वीकारलं पाहिजे. दुराग्रहाचा त्याग हेदेखील समंजसपणाचं लक्षण असतं. तर्कनिष्ठ व बुद्धिनिष्ठ कसोट्यांवर आपण ते नवं जोखलं पाहिजे, पारखलं पाहिजे आणि त्याचं यथोचित स्वागतही केलं पाहिजे. अर्वाचीन विज्ञान हे सप्रमाणवादी कठोर शास्त्र आहे. ते परखड, निष्पक्षपाती आहे. ते अत्यंत निर्दोष, तंतोतंत व काटेकोर सिद्धान्ताचे सत्य स्वरूप सांगत असते. मानवी जीवनाला हितप्रद, कल्याणकारक, उन्नत करणारं ते सारं स्वीकारलं पाहिजे. जे अनिष्ट, विध्वंसक आहे त्याचा त्याग केला पाहिजे.

शेवटी मी भगवान बुद्धांचं एक सुंदर वचन सांगतो-

सं गच्छध्वम् सं वदध्वम्, सं वो मनांसि जानताम् ।

म्हणून आपण सारे मिळून जाऊ, सुसंवाद करू आणि एकमेकांना समजून घेऊन एका मनाने, दिलाने वागू.

हेच सार आहे माझ्या समारोपाचं. माझे विचार परिपूर्ण नसतील. त्यात काही

दोषही असतील; परंतु माझी भावना शुद्ध आहे, ती गोड मानून घ्या. मला ही अत्यंत सन्मानाची संधी दिली त्याबद्दल मी ब्रह्माश्रम संस्थेच्या सर्व आयोजकांचे मनःपूर्वक आभार मानतो. आपल्या सगळ्यांचे मी आभार मानतो आणि माझे विचार येथेच थांबवितो. धन्यवाद !

भाषण संपवून मी व्यासपीठावर बसलो. टाळ्यांचा प्रतिसाद उत्तमच होता.

आज मी आयुष्याच्या एका महत्त्वाच्या टप्प्यावर उभा होतो. परिषद संपून तिला परतीचे वेध लागले.

मी माझ्या भाषणाने तृप्त नव्हतो. माझ्या भाषणात मला बरीच कसरत करावी लागली. ओढाताण जाणवत होती. नेत्रदीपक असं स्फुल्लिंग मलाच कुठे हाती लागलं नाही. भाषण आवडलं असेल. ते सगळ्यांना बरोबर घेऊन जाणारं होतं म्हणून; पण नेमकेपणाने व परखड असं मी आज काय सांगितलं? तटस्थपणा सोपा असतो. तो मुळातच बोथट असतो. शब्दांचे रंगीत काचमणी जुळवून हाती लागणार काय? पण असं का वाटावं आपल्याला? आपल्या परीने आपण आज इथे निदान एक तरी समन्वयाचं रोप लावलं ना!

आज रात्री थांबून, उद्या सकाळी परत निघायचं आहे.

परिषदेच्या संध्याकाळी सरोवराच्या काठी फिरत फिरत खूप दूरवर गेलो. श्रीविजयकुमार नुसते बरोबर चालत होते. हा तसा अबोलच गृहस्थ आहे; त्यामुळे याच्याही मनाचा थांग लागत नाही. प्रतिक्रिया म्हणून काहीच कधी बोलत नसतो. निःशब्द चालायचे तरी किती? परत आलो.

रात्रीचे खास भोजन बाबा परमानंदजी 'ब्रह्म' आणि सचिव मुकेशजी यांच्याबरोबर झाले. परिषदेच्या सफलतेची, समाधान व्यक्त करणारी चर्चा करण्यात आम्ही आनंद घेतला. बंधुत्व व सर्वभूती प्रेम हाच सकल मानवाच्या उन्नतीचा आणि कल्याणाचा खरा मार्ग आहे हे धर्मसूत्र निदान चर्चेत तरी बोलले गेले. हे परिषदेच्या यशस्वीतेचे तेच फलित होते.

३३

अबूवरून निरोप घेऊन निघालो. पुन्हा बायरोड परत जाणे आले. अहमदाबादपर्यंत येताना दिवस मावळला. अहमदाबादला रात्रीचा मुक्काम करून सकाळी निघालो. दुपारपर्यंत रस्ता चांगला होता. पुढे अत्यंत खराब रस्ता लागला. रस्ता परिचित नव्हता. दोन तासांपर्यंत ओबडधोबड आणि कच्चा रस्ता; त्यामुळे मध्येच गाडीचे चाक पंक्चर झाले. अजून भडोचचा पत्ता नव्हता. भर उन्हात गाडी थांबवावी लागली. अंग करपून टाकणारं दुपारचं ऊन. नुसता माळ. आवतीभोवती कुठे एखादं झाडही नाही; त्यामुळे आमची सावलीदेखील आमच्या पायाचा आधार घेत स्वतःलाच उन्हापासून सुरक्षित करत होती.

सीतारामाच्या मदतीने ड्रायव्हरने गाडीचे चाक बदलले. तो आम्हाला म्हणाला, 'शायद रास्ता गलत है । वापस जाना पडेगा.' त्याने त्याचा निर्णय घेऊन गाडी परत वळवली. नीट चौकशी करत गेलो, मग कुठे आम्ही एक-दीड तासानंतर योग्य दिशेने निघालो. कुठलाही रस्ता चुकणे हे धोक्याचे व त्रासाचे असते!

भडोचवरून सुरतला आलो, तेव्हा मावळू लागले होते. साहजिकच पुन्हा सुरतला मुक्काम केला.

सुरतहून उगवत्या सूर्याच्या साक्षीनेच निघालो. सिल्वासामार्गे मुंबईस पोहोचलो आणि न थांबता तिथून थेट लोणावळ्याकडे निघालो. आता आश्रमाकडे पोहोचण्याची ओढ लागली. आम्ही खोपोलीजवळ आलो. डोंगराचा चढ-उताराचा रस्ता लागला. एकाएकी गाडी डगमगू लागली. वेडीवाकडी वळणं घेत चक्क बाजूच्या डोंगरखडकावर आदळली. गाडीचे चाक पुन्हा पंक्चर झाले. खडकावर एवढ्या जोरात गाडी धडकली की, मी गाडीतच वर उचलला जाऊन खाली आदळलो. कमरेला मोठा

हिसका बसला. मणका तुटलाच असावा. पाठीत जीवघेणी कळ आली. डोळ्यांपुढे अंधारी आली. मागेही एकदा काशी येथे गंगा घाटावरील पायरीवरून मी असाच अचानक घसरून पाठीवर आदळलो होतो.

खोपोली येथे पुन्हा तासभर खोळंबलो. खूप थकलो. पाठ चांगलीच ठणकू लागली. ड्रायव्हरने पुन्हा पंक्चरचे काम पूर्ण केले आणि मग आम्ही निघालो. अखेर एकदाचे आम्ही आश्रमात पोहोचलो.

श्रीप्रियदर्शन यांनी विचारपूस केली. मीही आस्थेवाईकपणे त्यांच्याशी बोललो. मला विश्रांतीची गरज होती. खूप थकवा वाटत होता. तरीही श्रीप्रियदर्शन यांनी आठवडाभराचा वृत्तान्त मला सांगून टाकला; माझं लक्ष नसलं तरी.

सकाळ झाली. मला लवकर उठावंसं वाटेना. पूर्वेचा सूर्य कदाचित रोजच्याप्रमाणे माझी वाट पाहून मग भरभर आकाश चढू लागला असावा. नेहमीप्रमाणे आश्रम आपल्या दिनक्रमात व्यग्र होऊ लागला. मी अजून पडूनच होतो. थोड्या वेळाने श्रीविजयकुमार आले. त्यांना सीतारामाने कल्पना दिली असावी. श्रीविजयकुमार माझी चौकशी करू लागले.

''गुरुवर्य, काय झालं? अजून झोपूनच आहात.''

''थोडी कणकण वाटते, पाठही ठणकते आहे; वेदना होताहेत.''

श्रीविजयकुमारने माझ्या कपाळावर हात ठेवून पाहिलं. लगेच घाबरून सांगू लागले,

''गुरुवर्य, अहो ताप खूपच आहे. चटके बसताहेत.''

मला मळमळल्यासारखे वाटत होते आणि उलटीची भावनाही होत होती. श्रीप्रियदर्शन व नारोबा अण्णाही आले. श्रीपती माळी दाराच्या चौकटीजवळ थांबला होता. सगळेजण आपापसांत कुजबुजत होते. 'ताप खूपच आहे', 'प्रवासाची खूपच दगदग झाली हो,' 'पाणी बदललं की, असं होतंच,' वगैरे वगैरे. श्रीविजयकुमार सगळ्यांना सांगत होते, 'भडोच येण्यापूर्वी आमचा रस्ता चुकला होता, मध्येच कुठल्या तरी ठिकाणी गाडी पंक्चर झाली व किरकोळ अपघातही! भर दुपारी आम्ही जवळजवळ अर्धा तास तरी तळपत्या उन्हात थांबलो. जॅक लावून गाडीचे चाक काढून दुसरे बदलले. बोल्ट्स जाम झाले होते. निघता निघत नव्हते. मला वाटतं, त्या ठिकाणी उन्हाची तिरीप बाधली असावी.' 'लगेच येतो' म्हणून श्रीप्रियदर्शन त्यांच्या खोलीकडे गेले व एक पुडी घेऊन आले. माझ्या कपाळाला पुडीतला अंगारा लावला आणि त्यातली राख एका फुलपात्रात थोडे पाणी ओतून ती घोळवून मला प्यायला दिली. माझ्या उशाजवळ 'गुरुचरित्र' ग्रंथही ठेवला. काही बाधा असेल तर त्याने उपद्रव देऊ नये म्हणून. मी त्यातूनही क्षीण आवाजात त्यांना म्हटलं,

"श्रीप्रियदर्शन काय हा भाबडेपणा? दिवसेंदिवस तुमचं हे असलं वागणं वाढतच चाललं आहे."

श्रीविजयकुमार यांनीही श्रीप्रियदर्शन यास दटावले,

"श्रीप्रियदर्शन, जर गुरुवर्यांना असलं काही आवडत नाही तर कशाला करता असल्या गोष्टी पुनःपुन्हा?"

"तसं नाही हो, ते तापात बरळताहेत म्हणून..."

नारोबा अण्णांनी मध्येच समजावले.

"श्रीविजयकुमार, त्यांची श्रद्धा आहे तर करू द्या ना त्यांच्या मनाप्रमाणे. गुरुवर्यांना लवकर बरे वाटावे हीच त्यांची इच्छा आहे ना."

मग सगळे गप्प झाले.

दोन दिवस झाले तरी प्रकृतीत काहीच फरक पडला नाही. पुण्याहून डॉ. जोग येऊन औषधं देऊन गेले; पण उपयोग झाला नाही. सगळीकडे वार्ता पसरली. गुरुवर्य अचानक इतके आजारी कसे पडले, कुणाला काही कळेना. मुंबईहून त्यांच्या त्यांच्या वेळेनुसार डॉ.सकलातवाला, डॉ.जसावाला आणि डॉ.होमजीदेखील येऊन गेले. आजारपणास आठवडा उलटला. वांद्र्याचे फादर जोसेफ पीटर आले. बरोबर एक डॉक्टरही होते. त्यांनी त्यांच्या पद्धतीने तपासणी केली. मला काही विचारले. मी माझा त्रास सांगितला. औषधे घेतली की, ताप तात्पुरता कमी होतो, पुन्हा तो सणसणून भरतो, अधूनमधून डावा पाय बधीर वाटायला लागतो, मुंग्या येत राहतात, पाठ प्रचंड ठणकते, पायाचा डावा अंगठा दुखतो, वगैरे वगैरे. डॉक्टर शांतपणे ऐकतात आणि ते फादर जोसेफ पीटरना बाजूला घेऊन काही सांगतात. नंतर फादर जोसेफ बोलू लागतात,

"सर, हे डॉक्टर ऑर्थो.स्पेशालिस्ट आहेत. प्रसिद्ध डॉक्टर डॅनियल डिमेलो. त्यांचा असा ॲडव्हाइस आहे की, काही टेस्ट व ट्रीटमेंटसाठी मुंबईस शिफ्ट करणे जरूर आहे. अंधेरीला ख्रिस्ती न्यासाचं नव्यानेच एक, सर्व आधुनिक सोईंनी युक्त असं चॅरिटी हॉस्पिटल सुरू झालेलं आहे."

येताना फादरनी गाडी आणलेली होती; त्यातून मला नेण्याविषयीही सुचवले. तयारी करण्यासंबंधी श्रीविजयकुमार व श्रीप्रियदर्शन यांना सांगितले; पण श्रीप्रियदर्शन त्यात नवा खोडा घालतात. ते सांगू लागतात,

"आज नको, आज चंद्र वृश्चिक राशीत प्रवेश करतो आहे. उद्या संकष्टी आहे. २४ तारखेला गुरूचं पूर्व दर्शन सुरू होतं आहे. तो दिवस चांगला आहे."

हे ऐकून श्रीविजयकुमार श्रीप्रियदर्शनवर ओरडलेच.

"काय लावलंय हे तुम्ही श्रीप्रियदर्शन? वेडेपणाची हद्द झाली. तुम्ही प्लीज गप्प बसाल का? काही मदत करू नका; पण निदान असलं काही बडबडू नका."

श्रीविजयकुमारांना राग अनावर झाला.

शेवटी त्याच दिवशी फादर जोसेफ पीटर यांच्या गाडीतून अंधेरीला शिफ्ट करण्याचं ठरलं गेलं. बरोबर श्रीविजयकुमार निघाले. सीताराम व श्रीपती मागून निघतात.

कुर्ल्याहून गाडी अंधेरी ईस्टच्या दिशेने गेली. काही वेळातच आम्ही हॉस्पिटलच्या गेटवर येऊन थांबलो. प्रवेशद्वारावर भव्य फलक होते. 'माता मरिया रुग्णालय' आणि बाजूला इंग्रजीत 'मदर मेरी हॉस्पिटल.' आम्ही ओ.पी.डी.मध्ये प्रवेश केला. बरोबर फादर आणि डॉ.डिमेलोच असल्याने कर्मचाऱ्यांची धावपळ चाललेली जाणवली. कॅज्युअल्टी विभागात प्राथमिक तपासणी करून मला न्युरो व अर्थो. विभागात स्वतंत्र रूम दिली गेली.

श्रीविजयकुमार माझी सर्वतोपरी काळजी घेत होते. त्यांचा चेहरा चिंताग्रस्त असल्याचे मला स्पष्ट जाणवत होते. कोण कुठला हा मुलगा, माझ्यासाठी एवढा कसा राबतो आहे याचं मला कौतुक वाटत होतं.

लगेच माझ्या विविध तपासण्या, चाचण्या सुरू झाल्या. रक्त तपासणी, एक्स- रे, बी.पी., शुगर वगैरे सर्व काही. तासातासाला ताप पाहून नोंद केली जाऊ लागली. औषधं दिली गेली. मी फादरना म्हणालो,

"फादर, आपण आता निघायला हरकत नाही. श्रीप्रियदर्शन येऊन जाईल. आता श्रीविजयकुमार बरोबर आहेच. माझ्यासाठी आपण फार कष्ट घेतलेत."

"फादरचं हेच तर काम आहे, हीच तर सेवा आहे."

असं म्हणून त्यांनी मला उलट दिलासाच दिला. ते मला पुढे आणखी सांगू लागले,

"इथं डॉ. डॅनियल डिमेलो आहेतच. ते तुमची काळजी घेतीलच. ते इथं मोठे सीनिअर डॉक्टर आहेत. मीही नंतर येऊन जाईन."

असं बोलून फादरनी निरोप घेतला. संध्याकाळी आणखी काही औषधं देण्यात आली. उद्या सकाळी तपासण्याचे सर्व रिपोर्ट्स येणार. रिपोर्ट काय येतील त्याची उत्सुकता होती; पण काळजी मात्र मुळीच वाटत नव्हती. रात्री शांत झोपही लागली.

दुसऱ्या दिवशी डॉ. डिमेलो सर्व रिपोर्ट्स, एक्स-रे वगैरे घेऊन आले.

"Good morning, Sir."

"Good moring, Doctor."

"How are you?"

"I am fine."

"सर, तुमचे सर्व रिपोर्ट्स आले आहेत. तुमचा ताप आता कसा आहे?"

"कमी आहे. Now I am feeling well, आता फक्त इथं कमरेत मात्र

ठणकतं आहे. झोपून राहिल्यावर जरा कमी वाटतं.''

''ठीक आहे. Sir, shall I explain the report in English?''

''Will do?''

डॉक्टरांनी थोडा विचार केला आणि म्हणाले,

''सर, आपण असं करू, आपण माझ्या केबिनमध्ये बसू. तिथे तुम्हाला लाइट बोर्डवर एक्स-रे ही दाखवता येईल.''

''ठीक आहे,''

मी एका वॉर्डबॉयने आणलेल्या व्हीलचेअरवर बसलो. त्याने मला डॉक्टरांच्या केबिनकडे नेलं. सोबत एक नर्स होती. श्रीविजयकुमारही बरोबर आले.

''या, बसा सर.''

''थँक्यू.''

''असं आहे सर, जनरली आम्ही इतकं सगळं डिटेल्समध्ये पेशंटला सांगत नसतो; पण फादर जोसेफ सरांची तुमची फ्रेन्डशिप, I know very well, so I shall explain it in detail. It is better you know all these things…''

''Tell me in detail, Doctor, I don't have any problem.''

डॉ.डिमेलोंच्या शेजारी आणखी एक डॉक्टर बसलेले होते.

''सर, मी यांची ओळख करून देतो. हे डॉक्टर कानिटकर, न्युरॉलॉजिस्ट आहेत. मी स्वतः ऑर्थो. स्पेशालिस्ट आहे.''

मी डॉक्टर कानिटकरांना नमस्कार केला.

''तर सर, You have the problem of spinal cord injury, which is a medical emergency, requiring immediate attention. याला फिजिकल व न्युरॉलॉजिकल एक्झामचा गरज असते.''

त्यांनी स्पाइन एक्स-रे लाइट बोर्डवर ठेवून लाइट ऑन केला आणि कमरेवरचे दोन मणके बोटाने दाखवले.

''It shows fracture or damage to the bones of the spine.''

डॉ.डिमेलो डॉ.कानिटकरांना पुढील खुलासा करण्यास सांगतात.

''सर, सध्या तसं घाबरण्यासारखं काही नाही. आपण पुढची प्रीकॉशन म्हणून एवढा बारीक विचार करतोय. Spinal cord is the part of nervous system that relays messages to and from brain to the whole body. It might include messages of pain, numbness, loss of sensation and muscle weakness. It can occur in the areas such as arms and legs. Spinal cord can develop Tumors and inflammatory diseases.

''बाकी थोडं बी.पी.वाढलेलं आहे. शुगरही डिटेक्ट झालीय. ते आपण औषध-

गोळ्यांनी कंट्रोलमध्ये आणू. ESR फारसा वाढलेला नाही.''

हेही डॉ.डिमेलोंनी सांगून टाकले.

मी काहीसा काळजीत पडलो होतो; पण सांगणार कसं? आश्रमाचा धीरोदात्त गुरुवर्य जो झालोय! कोणती शक्ती हा माझा असा पाठलाग करते आणि परीक्षा घेत राहते सतत, कळत नाही. शेवटी मीही माणूसच आहे. अखेर हे सारंच नश्वर आहे हे मला माहीत आहे. डॉक्टरांचं हे सारं ऐकून मी अंतर्मुख झालो एवढंच. मी काहीसा गप्प झालो हे बघून डॉ.डिमेलोच मला दिलासा देत म्हणाले,

''सर, आपण पाहू या काय काय करता येईल ते. ट्रीटमेंट आपल्या हातात आहे. आम्ही हॅण्डल केल्या आहेत अशा अनेक केसेस. ऑपरेशनची गरज पडली तर पाहू. फक्त मनाची तयारी ठेवा. आपल्याकडे एक्स्पर्ट टीम आहे. उत्तम सर्जन आहेत. मी तर आहेच.''

मी त्यांचे आभार मानले. मग वॉर्डबॉयने मला माझ्या बेडकडे नेले. डोळे मिटून मी शांत पडून राहिलो. एवढ्या आजाराने सगळे मनसुबे कसे ढासळू लागले. गुरुवर्यपदाची आपलीच अपात्रता आत काळजात सुयांसारखी बोचू लागली. शब्दांचा अभ्यास करून जीवन, तत्त्व कळत नाही. फक्त माहिती होते. ती आपण प्रभावी निरूपणाने लोकांना सांगून चकित, मोहित करून टाकतो एवढंच! आपण शब्दातून अर्थाचे फक्त भास निर्माण करू शकतो; पण सत्य त्याहून काही वेगळेच असते. क्रुसावर येशूच्या हातापायांत आरपार ठोकलेले खिळे यांचं वर्णन वाचून त्या वेदना कधीच कळणार नाहीत. त्या अनुभवाव्या लागतात. भगवान गौतम बुद्धांनी दुःख आणि वेदना यावरच्या उपायांचा शोध घेऊन अडीच हजार वर्षांपूर्वीच अष्टांगिक मार्ग सांगून ठेवला होता. माझं विचारचक्र असं चालू होतं. इतक्यात एक नर्स अतिशय प्रसन्न व हसरा चेहरा घेऊन समोर आली. तिने गोळ्यांचा डोस दिला. पेल्यातून आपुलकीने मला पाणी दिले आणि निघून गेलीही. ही सेवा ती किती मनोभावे करते आहे! हीसुद्धा ईशसेवाच की! समोरच्या एका अपंग व अर्धांगवायूने ग्रस्त झालेल्या पेशंटचं मल-मूत्रविसर्जन वगैरे सारे काही बेडवरच होत असे. ती त्यातही मदत करून विनासंकोच सारी स्वच्छता करत होती. एखाद्या निरागस बाळाच्या निरपेक्ष शुश्रूषेसारखं. जणू सार्वजनिक आईच ती!

दहा दिवसांनंतर माझ्या पुन्हा तपासण्या होत्या. तोपर्यंत मला काही महत्त्वाची औषधं दिलेली होती. या मधल्या काळात श्रीविजयकुमार कमलापूरला आश्रमात जाऊन आले. येताना काही महत्त्वाची पत्रे घेऊन आले. त्यात लंडनहून आलेलं शेठ दोराबजी चोक्शीसाहेबांचं एक पत्र होतं. मी अधीरतेने वाचलं. त्यांचं आता लंडनमध्ये ठीक चाललं होतं. मला बरं वाटलं. डेलनाझने तिथे दोराबजींना एक 'पॉन शॉप-Pawn-shop' टाकून दिलं होतं. लोक आपल्या संग्रही असलेल्या घरातील अत्यंत

जुन्या वस्तू विकायला वा गहाण ठेवायला येत. त्या संस्मरणीय अशा अँटिक वस्तू असत. दोन-तीनशे वर्षांपूर्वीच्यासुद्धा! त्यातल्या त्यांना ज्या नको असत त्या ते विकत असत. जुनी गन, नाणी, राजघराण्यातल्या भेटवस्तू, अत्यंत जुनी घड्याळं, युद्धातल्या, तसेच मूकपटातील तलवारी, जुने हंटर्स, राणीचे शुभ्र झगे अशा कितीतरी वस्तू. या वस्तू दुर्मीळ तर असत; पण मौल्यवानही असत. त्या विकायला वा गहाण ठेवायला लोक येत असत. त्याचे मोलभाव केले जाई आणि त्या पुन्हा नव्या हौशी संग्राहकाला विकल्या जात. यात मोठा नफा होत असे. शिवाय चांगला वेळ जाई. या अभिनव दुकानामध्ये चोक्शीसाहेब चांगलेच रमले होते. हा सगळा सविस्तर वृत्तान्त त्यांनी पत्रात लिहिला होता. पत्र चांगलेच वाटले. श्रीविजयकुमारना मीही इथल्या वृत्तान्तासंबंधी पत्र लिहायला सुचवले.

आश्रमाच्या चालू घडामोडी, कामकाजासंबंधी श्रीविजयकुमारांनी मला माहिती दिली. श्रीप्रियदर्शन यांनी माझी विचारपूस केल्याचेही सांगितले. काही धार्मिक विधी करण्यात ते व्यग्र होते.

श्रीविजयकुमारांच्या पाठोपाठ दुसऱ्याच दिवशी श्रीप्रियदर्शन हॉस्पिटलात आले. बरोबर नारोबा अण्णाही होते. हे दोघे भेटीला आल्याचे पाहून मला समाधान वाटले. श्रीप्रियदर्शन यांनी येताना काही वस्तू आणल्या होत्या. एका लहानशा सोवळ्यात बांधून. माझी विचारपूस, चौकशी केली. श्रीप्रियदर्शन खूप भावुक झाले होते. प्रथम त्यांनी माझ्या पायांना स्पर्श करून दर्शन घेतले. 'अहो, हे काय प्रियदर्शन!' म्हणून मी लगेच पाय आवरून घेतले. माझी अवस्था त्यांना बघवत नव्हती. ते मला म्हणाले,

"गुरुवर्य, आता तुम्ही काहीही बोलू नका, विरोध करू नका. मला श्रीगुरूंची सेवा घडू द्या."

मग त्यांनी ते सोवळ्यातलं सामान बाहेर काढलं. एक लाल रेशमी गोंडेदार दोर त्यांनी माझ्या उजव्या मनगटाला बांधला. नेहमीप्रमाणे पुडीतला अंगारा माझ्या ललाटी रेखला. हे करताना ओठातल्या ओठात ते काहीतरी पुटपुटत होते. मी शांत होतो. त्यांना विरोध करणे मला अवघड वाटू लागले. तळहाताएवढा श्रीदत्तगुरूंचा फोटो त्यांनी माझ्या उशाशी ठेवून दिला. एवढं झाल्यावर ते मला सांगू लागले,

"गुरुवर्य, आपल्या मेष राशीस पुढील पंधरा दिवस अतिशय खडतर आहेत. साडेसातीच्या सावल्या अधिक व्यापू लागतील. मंगळाची स्थिती राहूच्या प्रवेशभ्रमणावर अवलंबून असल्याने अनारोग्य व अनपेक्षित दुर्घटना संभवतात. वक्री शनी आहे. मंगळभ्रमणात ज्वरपीडा सतावते. अतिशय परस्परविरोधी ग्रहमान आहे. म्हणून मी आपल्या आश्रमात निरनिराळे विधी करण्यात गुंतलो होतो.

"भरीस भर म्हणून विशाखा, अनुराधा ही दुष्ट नक्षत्रे एकत्र आली आहेत. मी

हे सारं पाहून चक्रावून गेलो. मला काही सुचेना. गणपती बाप्पाला पाण्यात ठेवून श्रीपती माळ्यास पळी पळी पाण्याने अभिषेक करायला बसवले आहे.''

''परवा गुरूपूर्वदर्शन पूजा करून घेतली आणि काल नवग्रह शांती आटोपली. तुमच्या उपस्थितीत करायचे होते; पण तो योग नाही. नवग्रहाचे स्तोत्र त्यासाठी मी अर्धवट ठेवलंय. शेवटच्या श्लोकाच्या ओळी मी आता इथेच पूर्ण करतो.''

ग्रहनक्षत्रजाः पीडास्तस्कराग्निसमुद्भवाः ।

ताः सर्वाः प्रशमं यान्ति व्यासो ब्रूते न संशयः ॥

इतिश्री व्यासविरचितम् ।

आदित्यादिनवग्रहस्तोत्रं संपूर्णम् ॥

स्तोत्र संपवून माझ्यावर ते फुलांचा व तांदूळ अक्षता टाकून अभिषेक पूर्ण करतात. श्रीप्रियदर्शन माझ्या पायाजवळ बसून डोळे पुसू लागतात. मीच त्यांचं सांत्वन करतो.

''अहो, श्रीप्रियदर्शन, मी आता ठीक आहे. असं भावनाविवश होऊ नका. मी ठणठणीत होऊन आपल्या आश्रमात येईन. काळजी करू नका.''

''श्रीदत्तकृपेकरून असंच होईल. श्री विघ्नहर्ता आहेच पाठीशी.''

मग कुणीच काही बोललं नाही. श्रीविजयकुमार हे सारं शांतपणे पाहत होते. श्रीप्रियदर्शन यांच्या श्रद्धेला विरोध करणं त्यांनाही अवघड वाटत असावं.

दहा दिवसांनंतर पुन्हा माझ्या सर्व चाचण्या घेण्यात आल्या. रिपोर्ट्स आले. प्रथम, डॉक्टर्सनी एकत्र बसून चर्चा केली. एक दिवस यातच गेला. वॉर्ड बॉय पुन्हा मला व्हीलचेअरवर बसवून डॉ. डॅनियल डिमेलो यांच्या केबिनमध्ये घेऊन गेला. डॉक्टरसाहेब मला शांतपणे सांगू लागले,

''सर, अलीकडे कुठे तुम्ही अपघातात जखमी झाला होतात का? मणक्याला गंभीर इजा झाल्याचे दिसते आहे.''

''माउंट अबूवरून येताना खोपोलीजवळ डोंगररस्त्याला गाडी पुन्हा पंक्चर झाली होती आणि बाजूच्या डोंगरावर आदळली होती. त्या वेळी लागलं असेल.''

''सर, त्या वेळी तुम्हाला काही ॲबनॉर्मल वाटलं नाही?''

''गाडी वेडीवाकडी धावत क्षणार्धात बाजूच्या खडकाला धडकली. जोरात धक्का होता. मला तर अंधारूनच आलं होतं. नीट पाहू लागलो तर पाठीवर चांगलाच प्रहार झाला होता. वेदनेने मी विव्हळलो; पण नंतर थोडं बरं वाटू लागलं. ठणकत मात्र होतं. पूर्वी काशीला असताना गंगा घाटावरही घसरून पाठीवर आदळलो होतो.''

प्रकार डॉक्टरांच्या ध्यानात आला. त्याआधारे ते स्पष्ट करून सांगू लागले,

''Sir, your spine X-rays still show the fracture to the bones of spine. D11th and 12th Thoracic vertebrae. अब वहाँ कुछ सुजनभी है। शायद पस भी होगा। हम सभी डॉक्टरोंने इसपर बहुत चर्चा की। We have come to a conclusion, that a bone surgery may be needed in such a case.''

डॉक्टर डिमेलो थोडं थांबले. माझा अंदाज घेत पुन्हा बोलू लागले. मी ऐकून गप्पच बसलो.

''सर, तुमचं काय मत आहे?''

''मी त्यावर काय बोलणार? हे सर्वस्वी तुमचे क्षेत्र आहे; पण हे सगळं मला अनपेक्षित वाटतं.''

''सर, शरीराचं काही सांगता येत नाही. God is great तो यातून चांगलंही घडवू शकेल. त्याची लीला अगाध आहे.''

''डॉक्टरसाहेब हे तुम्ही सांगता?''

''हे पाहा, शेवटी आम्हीही माणसंच आहोत. प्रयत्न करणं एवढं आमचं काम आहे. Result will be given only by God. We trust in God.''

मला डॉक्टरसाहेबांचं बोलणं संदिग्ध वाटू लागलं. ते नेमकेपणाने बोलतच नव्हते. मीच त्यांना धीटपणे म्हणालो,

''डॉक्टरसाहेब, जे असेल ते मला स्पष्ट सांगा. मी जाणकार आहे. काही लपवू नका. वेदना-जरा-मरण या अपरिहार्य अवस्था आहेत. त्या कधीच कुणाला चुकल्या नाहीत, चुकणार नाहीत हेच तर आम्ही नित्य कथन करत असतो. शरीरातील जो दोष असेल त्याचे परिणाम भोगावेच लागतील आणि माझी त्याला तयारी आहे.''

''Thank you sir, उलट तुम्ही आमचाच धीर वाढवलात. आता मला कसलंही दडपण वाटत नाही. सांगतो.''

पुन्हा त्यांनी एक्स-रे फोटो लाइटच्या बोर्डवर ठेवून बटण ऑन केलं. दोन्ही मणक्यांचे भंगलेले व झिजलेले भाग बोटाने दाखवत ते म्हणाले,

''Sir, It is better to operate these bone fragmentsdisk fragments that press on the spinal cord. सर, आम्ही Spinal cord जपतो. त्याची काळजी घ्यावी लागते. Because spinal cord is the part of your nervous system that relays messages from your brain; that should be safe. काळजीचं कारण एवढंच आहे. त्या दोन डॅमेज्ड मणक्याच्या तुकड्यांमुळे हातापायास इजा पोहोचू शकते. कमरेखाली लुळेपण येऊ शकतं. म्हणून त्यांचं लवकरात लवकर ऑपरेशन करणं गरजेचं आहे. फारतर आम्ही अजून आठ दिवस थांबू शकतो.''

डॉक्टरसाहेबांनी मला अगदी सविस्तर सांगून टाकलं. ते ऐकून मला आवतीभोवतीच्या

भिंती धडाधड कोसळताहेत असं वाटू लागलं; पण मी क्षणार्धात स्वत:ला सावरलं. माझ्यातला प्रज्ञावंत जागा झाला. शरीराच्या नियंत्रक मनालाही त्याने बाजूला सारले व माझ्या संपूर्ण देहाचा त्याने जणू ताबा घेतला. तो आता अधिपती झाला. मला काही आंतरिक बळ आल्यासारखं वाटू लागलं. त्याने जणू माझ्या पेशीन्पेशी नियंत्रणात ठेवायला सुरुवात केली. आजवरच्या चिंतनातून मला गवसलेल्या निग्रहाची आता कसोटी होती. मी डॉक्टरांना होकार दिला. फक्त मी दोन दिवसांची सवलत मागितली. त्यांचे आभार मानले आणि व्हीलचेअरवर बसून श्रीविजयकुमारांबरोबर बेडकडे निघालो.

मी पुन्हा शांतपणे बेडवर पडून राहिलो. श्रीविजयकुमार भीतभीत मला केविलवाणा दिलासा देत होते. डॉक्टर डिमेलो मला जेव्हा रिपोर्ट्सचं गांभीर्य सांगत होते, तेव्हा माझ्यातला प्रोफेसर चैतन्य आनंद ऐकत होता; पण मी लगेचच गांभीर्य ओळखलं. अरे, मी एका आश्रमाचा गुरुवर्य आहे, कुणी देहाच्या मोहात अडकलेला सुखलोलुप संसारप्रेमी नाही. मी क्षणार्धात त्या प्राध्यापकाला मनातून हुसकावून लावलं. आपलं अर्धच तर शरीर निकामी होतंय. त्यात काय एवढं! कदाचित होणारही नाही, तेव्हा हा तरी विचार का करायचा?

मी श्रीविजयकुमारवर एक काम सोपवले. पारशी फायर टेंपलवर फोनवरून निरोप ठेवायचा, विक्रम सेठना आणि ॲड.विराणी यांनी तातडीने भेटून जाण्यासंबंधी. श्रीविजयकुमार यांनी त्याप्रमाणे निरोप दिला. सायंकाळी विक्रम सेठना आले. ॲड. विराणी यांना संध्याकाळी एका क्लायंटबरोबर अपॉइंटमेन्ट होती; त्यामुळे ते येऊ शकले नाहीत. परंतु ते उद्या सवडीने हॉस्पिटलमध्ये येऊन भेटून जातील असा निरोप मिळाला.

विक्रम सेठना यांना माझ्या आजारपणाची काहीच कल्पना नव्हती. ते हळहळ व्यक्त करू लागले. मी मुख्य कारणाकडे वळलो आणि त्यांना माझं मनोगत सांगू लागलो,

"विक्रमजी, चोक्शीसाहेबांना भेटणं आता अवघड झालं आहे. पत्रव्यवहार होतो; पण त्यात खूप विलंबही होतो. आश्रमात फोन नसल्याने तसा संपर्कही होत नाही. आता मी असा परावलंबी होऊन बसलो आहे. आता माझंच भवितव्य अगदी अंधारमय होऊन गेलं आहे असं मला वाटू लागलं आहे. मी माझ्या आजारपणाला घाबरत नाही; पण मेहेरभाभी व चोक्शीसाहेब यांनी जी मोलाची ठेव माझ्याकडे दिली आहे, त्याबद्दल काळजी वाटते; त्यामुळे ती आता त्यांना परत करावी असं मला वाटत आहे. याबाबत चोक्शीसाहेबांशी बोलावं म्हणतो."

"पण सर, आता तुम्हाला प्रत्यक्ष प्रॉब्लेम काय आहे? Why you are thinking it, in negative direction?"

“त्याचं असं आहे विक्रमजी, माझं हे मणक्याचं ऑपरेशन तसं क्रिटिकल आहे. तितकंच ते तातडीचं आहे. नाहीतर माझा कमरेखालचा भाग केव्हा पॅरॅलाइज्ड होईल हे सांगता येत नाही. मी मनाची तयारी केली आहे. आता जे होईल ते होईल. मी त्याची नाही चिंता करत. तुम्हाला व अॅड. विराणी यांना भेटून मला काही सांगायचं आहे म्हणून मी दोन दिवस ऑपरेशन पुढे ढकललं.”

हे ऐकून विक्रमजी सुन्न झाले.

“My God! It’s Horrible, मी इतका गंभीर नव्हतो. बरं काय म्हणता सांगा? What can I do for you?”

“चोक्शीसाहेबांना हे सगळं कळवा. तुमच्या सर्व एफ.डी.कुठे ट्रान्स्फर करू आणि बँक बॅलन्सचं काय करू? मला आर्थिक व्यवहारातून मुक्त व्हायचं आहे. एवढंच!”

“ओके, मी आजच ट्रंक बुकिंग करून त्यांच्याशी बोलतो. And I will convey his message to you tomorrow only.”

काही औपचारिक बोलून विक्रमजींनी निरोप घेतला. मला हलकं हलकं वाटू लागलं. थोड्याच वेळात सस्मित चेहऱ्याची ती नर्स समोर आली आणि ‘Hallo sir, how are you?’ म्हणाली. मी ‘फाइन’ असं उत्तरादाखल म्हणालो. बोलत बोलत तिने संध्याकाळचं कडू औषध क्षणात गोड करून दिलं. मीही कडवट चेहरा गोड केला.

दुसऱ्या दिवशी अॅड.विराणी आणि विक्रम सेठना मिळूनच आले. झालेली चर्चा मला सांगितली. रात्रीच चोक्शीसाहेबांशी बोलणं झालं होतं. मेसेज असा होता, ‘बँक अकाउंट तसंच चालू ठेवावं. चोक्शींच्या ऐवजी विक्रमजींचं नाव टाकावं. शेजारची जमीन त्यातल्या पैशातून विकत घ्यावी. तिथं धान्य पिकवावं म्हणजे मेहेर आश्रमातील अन्नछत्रास त्याची मदत होईल. सर्व एफ.डीं.पैकी निम्मी रक्कम कॅन्सर हॉस्पिटलला आणि निम्मी रक्कम अंधेरीच्या मदर मेरी हॉस्पिटलला डोनेट करावी. त्यातून गरीब व गरजू रुग्णांवर वैद्यकीय उपचार व्हावेत.’ मी अॅडव्होकेट विराणी यांना याबद्दलच्या कायदेशीर कार्यवाहीबाबत सल्ला विचारला.

त्यावर ते म्हणाले,

“हे सगळं करता येईल. संस्थेचे ठराव, अॅथॉरिटी पत्रं लागतील आणि या फंड्स ट्रान्स्फरसाठी मुंबईच्या चॅरिटी कमिशनरांची पूर्व मंजुरी घ्यावी लागेल.”

“ठीक आहे,” मी म्हणालो.

आमचा निर्णय झाला.

इन्जुअर्ड दोन मणके D11th and 12th Thoracic vertebrae चे ऑपरेशन

करायचे होते. ठरल्याप्रमाणे दहाव्या दिवशी माझे ऑपरेशन झाले, ऑपरेशन मेजर व नाजूक होते. मला चार तास शुद्धच नव्हती. दिलेली भूल हळूहळू उतरली आणि तितक्याच हळुवार वेदनाही आक्रमक होऊ लागल्या. रात्री पाठीत जणू वेदनेचा प्रचंड जाळ उठला. अंगाअंगात होरपळ पसरू लागली. उभा देह वणव्यात जळावा तसं वाटू लागलं. वेदना इतक्या भयानक असतात हे कधी कळलेच नव्हते. संपूर्ण पाठीच्या पेशीन्पेशी ठणकू लागल्या. याच शरीराला आपण आजवर तुच्छ समजत होतो. मिथ्या समजत होतो. शरीर हे मायारूपी आहे म्हणून त्याची अवहेलना करत होतो. आत्मा अमर तोच ब्रह्मस्वरूपी, तत्त्वरूप आहे. पवित्र आहे, चित् आहे; आनंदसागर आहे. जे कधी अनुभवलेच नाही त्याचेच आजवर कौतुक, गुणगान करत आलो आणि शरीर हे त्याचे बदल करायचे वस्त्र मानत आलो. मग त्याच शरीराच्या या जीवघेण्या वेदनांचे काय? त्या वृथा आहेत, खोट्या आहेत, भ्रामक आहेत? वेदना हेही एक निर्विवाद सत्य नाही का? माझ्या मेंदूत एकापाठोपाठ एक तीक्ष्ण बाण घुसू लागले. मी जणू पुन्हा मूर्च्छित होऊ लागलो. श्रीविजयकुमारांना सांगून डॉक्टरांना बोलावून घेतले. 'असह्य त्रास होतोय' हे सांगितलं. मग त्यांनी बाजूला उभ्या असलेल्या नर्सला मला काही इंजेक्शनं द्यायला सांगितली. नर्स स्टोअरमध्ये जाऊन लगेच इंजेक्शन्स घेऊन आली. त्यात छोट्या बाटलीतील औषध ओढून घेतले आणि मला एकापाठोपाठ एक अशी दोन वेगवेगळी इंजेक्शन्स सस्मित चेहऱ्याने दिली. आता मात्र तिचं स्मित भेसूर आणि विकट वाटत होतं. उगाचच, त्यात माझा पुरेपूर उपहास जाणवत होता.

काही वेळातच मला झोप लागली.

पुन्हा तिसरा दिवस वेदनांनी कहर केला. दिवसभर तळमळत होतो. कण्हत होतो. आता वेदना ऑपरेशनच्या मणक्याजवळ केंद्रित झाल्या होत्या. वेदनेने मी एवढा ग्रस्त झालो होतो की, आश्रमातलं कोण कोण येऊन, भेटून जायचं हे मला कळतही नव्हतं. मी पूर्णपणे एका स्थितीत झोपूनच होतो. ऑपरेशनमुळे तशी स्थिती आवश्यक होती. ॲनेस्थेशियामुळे जाणिवा चांगल्याच बधिर झाल्या होत्या. पाठीचा मध्यभाग ऑपरेशनचा होता. D11th and 12th Thoracic spine चे फ्रॅक्चरचे ठिकाण, प्रचंड वेदनेने ग्रासले होते. दोन्ही पाय अजूनही चांगलेच बधिर वाटत होते.

दुपारी डॉ.डॅनियल डिमेलो आले. प्रकृतीबद्दल बोलू लागले. मी माझा त्रास सांगितला.

''पाठीत अजूनही ठणकतं आहे. दोन्ही पायांत संवेदना नाही. पूर्वी मुंग्या आलेल्या कळायच्या; आता मात्र मुंग्या येत नाहीत.''

डॉक्टरांना ऑपरेशनचा रिझल्ट पूर्ण माहीत होता; पण ते अजूनही काही स्पष्ट सांगत नव्हते. मी आग्रह केला, तेव्हा त्यानी सांगायला सुरुवात केली.

"सर, तुम्हाला आधी कल्पना दिलेली होती. ऑपरेशन तुमच्या फ्रॅक्चर मणक्यासंबंधीचे होते. D11th and 12th दोन्ही मणके पूर्ण डॅमेज झालेले होते; त्यामुळे तुम्हाला त्या वेदना होत होत्या. We have given you Botox injections and some analgesies pain killers also to control pains. पण त्याचा उपयोग झाला नाही; तात्पुरता उपाय असतो तो. तुम्ही हॉस्पिटलकडे यायला उशीरच केला. You have informed us after fifteen days. If you would have approached us earlier, then there was a possibility to save the paraplegia. उशिरा ट्रीटमेंटमुळे आम्ही तुमचे दोन्ही पाय पॅरालाइज होण्यापासून वाचवू शकलो नाही. Any way. This complication was inevitable."

मी गप्प गप्प होतो.

डॉक्टर डिमेलो पुढे व्हिजिट देण्यासाठी निघून गेले.

आठवडा होऊन गेला. एक-दोनदा पाठीचे ड्रेसिंग करणे झाले. ऑपरेशनचे टाके चांगले सुकल्याने ते सळकन निघाले. देहाची अर्धी काळजी आता मिटली. वाटा सरळ काय, वळणावळणाच्या आणि काट्याकुट्याच्या काय, आता सगळेच रस्ते आपल्याला आंधळे. या अशा आंधळ्या रस्त्यांची आता आपण आयुष्यात सजावट ती काय करायची? माझ्या पदस्पर्शाने माझा कोण अनुयायी पुनीत होईल? बरे झाले आपण सैनिक नाही ते, अन्यथा आपल्या भारदस्त पावलांचा दबदबा आपण कसा अनुभवू शकलो असतो?

ठीक आहे. जे नाही ते आता नाही. जे असेल ते स्वीकारलेच पाहिजे. प्रो.मित्तल हेच तर सांगत होते. म्हणूनच नियती सर्वश्रेष्ठ आहे. आपण कपाळ पाहू शकतो. नशीब कसं पाहणार?

मी व्यवस्थित होत चाललो. पाठीच्या वेदना थांबल्या होत्या. विशिष्ट स्थितीत फक्त झोपून राहणे. सुरुवातीस एक महिना कालावधी सांगितला गेला. नंतर प्रकृतीच्या स्थितीनुसार कालावधी ठरवण्यात येणार होता. इथे किती दिवसांचे वास्तव्य? ते माहीत नव्हते. माझ्यापेक्षा श्रीविजयकुमारच अधिक भयभीत झाले होते. एखादा पुतळा जमिनीवर आडवा ठेवून द्यावा तसा मी निश्चल पडून असायचो. सर्व काही त्या स्थितीत उरकायचे. सगळ्यात वाईट वाटायचे ते मल-मूत्र विसर्जनाची माझी संवेदनाच नष्ट झाली याचे. हे लज्जास्पद व किळसवाणे वाटे.

अशा अवस्थेत आज आपल्याजवळ नात्याचं व जिवाभावाचं कुणीच नाही याचं राहून राहून खूप दुःख वाटू लागलं. आपल्यासाठी गलबलून जाणारं, कळवळणारं आज कुणीही रक्ताच्या नात्याचं नाही हे जाणवू लागलं. असं कुणी असतं तर मायेने दिलासा दिला असता. आधार दिला असता. नियतीने आपल्याला असं निर्जन, वैराण वाळवंटात का सोडून दिलं? हे तळपतं भयाण वाळवंट आता तुडवत पुढेही

जायचं नाही आणि मागेही परतायचं नाही. भक्ष्य असेल तरच उंचावरचं एखादं गिधाड इकडे फिरकतं. मन अशी चित्रं का रंगवू लागलं आहे?

आता अशा विचाराशिवाय माझ्याजवळ काहीही नव्हतं. मी मधूनच चाचपडत पायांना स्पर्श करायचा प्रयत्न करी. पायांना कमरेजवळ हात लावून पाहत असे. हाताला स्पर्श जाणवे; पण पाय ठार बधिरच. पायांना कसलीही संवेदना होत नसे. हातांना जो स्पर्श जाणवे तो जणू प्रेताचा थंडगार स्पर्श, अभद्रच!

अचानक मला दुर्गंधी येऊ लागली. मी श्रीविजयकुमारांना खुणावले. ते माझ्याजवळ आले; पण लगेच त्यांनी नाकाला हात लावला. त्यांच्या ध्यानात आले असावे. त्यांनी नर्सना निरोप दिला. लगेच बरोबर एक आया घेऊन नर्स, सॅनिटरी क्लिनिंग सामानासह आली. नेहमीप्रमाणे सस्मित चेहऱ्याने 'हॅलो सर' म्हणत तिने तिचे काम सुरूही केले. तोपर्यंत श्रीविजयकुमार रूमच्या बाहेर गेले. त्या तरुण नर्सच्या चेहऱ्यावर मात्र कसलाही किळसवाणा भाव नव्हता. तिने मला स्वच्छ केले. डेटॉलच्या पाण्याने पुसून घेतले. आवश्यक ते पॅडिंग केले. संबंधित कपडे बदलले. सगळं काही न लाजता मनोभावे. आपल्या बाळाला आईने स्वच्छ करावे तशीच ही सेवा होती. मला त्या माउलीची धन्यता वाटली. आता तिचं 'सस्मित' हास्य मला आईसारखंच वाटलं. मघाशी मी रक्ताच्या नात्याच्या अभावाने व्याकूळ झालो होतो. मग हे या माउलीचं आणि माझं नातं ते कोणतं असेल! या नात्याची व रक्ताच्या नात्याची तुलना कशी करायची?

जवळजवळ दोन महिने मी अशा स्थितीत हॉस्पिटलमध्ये होतो. मधल्या काळात श्रीविजयकुमार दहा-दहा दिवस आश्रमाकडे निघून जायचे. अशा वेळी माझ्याजवळ सोबतीला शिपाई सीताराम कोकणे असायचा. अशा निद्रावस्थेत पडून राहणे पुढेपुढे अवघड वाटू लागले; पण ही एक ट्रीटमेंट होती; त्यामुळे आता इथे काहीही इलाज नव्हता. खूप कंटाळा येई. विचार, नुसता विचार करत पडणे. कारावासापेक्षा ही अवस्था भयानक होती. हा नियतीने दिलेल्या शिक्षेचा प्रकार होता. इथे कोणी जेलर नव्हता. इथे कसल्या जखडून ठेवणाऱ्या मजबूत पाषाणाच्या भिंती नव्हत्या. कसलेही गज नव्हते. शृंखला नव्हत्या. तरीही गुन्हेगार इथून पळून जाऊ शकत नव्हता. हा कारावास कोणत्या गुन्ह्यासाठी, हेही माहीत नव्हते. अजबच होता हा विधात्याचा तुरुंग.

दोन महिन्यांनंतर डॉक्टर डिमेलो यांनी माझी तपासणी केली आणि आता यापुढे अशी विश्रांती आश्रमात चालू ठेवता येईल; त्यामुळे ते डिस्चार्जबाबत ते सांगू लागले. काही गोळ्या नियमित घ्यायच्या व पडून राहायचे. नंतर व्हीलचेअर केव्हा वापरता येईल ते ठरवू असंही ते म्हणाले.

अशाही अवस्थेत मला आश्रमाची ओढ लागली. निजधामासारखी.

सर्व सोपस्कार पूर्ण करून एक दिवस मला हॉस्पिटलमधून डिस्चार्ज मिळाला. स्ट्रेचरची व्यवस्था असलेली एक रुग्णवाहिका निश्चित केली. एके दिवशी दुपारपर्यंत मी सुखरूप आश्रमात पोहोचलो. सगळ्यात पुढे श्रीपती माळी व त्याची बायको धावून आली. नारोबा अण्णाही वाहनाजवळ येऊन थांबले. लगबगीने बिचाऱ्या श्रीपती माळ्याच्या पत्नीने माझ्यावरून एक भाकरीचा तुकडा व लिंबू उतरून आल्या वाटेला टाकला. स्ट्रेचरवरून मला माझ्या निवासात बेडवर आणून ठेवले गेले. निवासाजवळ येताना मला माझ्या निवासाच्या उत्तरेकडील कदंबाचे झाड क्षणभर अदृश्य झाल्यासारखेच वाटले. निवासात श्रीप्रियदर्शन, श्रीविजयकुमार समोर येऊन बसले. सर्वजण माझी आस्थेने विचारपूस करू लागले.

३४

दोन दिवसांनंतरची दुपारची निवांत वेळ. श्रीपती माळी आणि त्याची बायको सावूबाई, माझ्याकडे येऊन बोलत बसले होते.

“गुरुजी, तुमी न्हवता तर हितं आसरमात आमचा अज्याबात जीव लागत नव्हता. तुमचं आसलं दुकनं आयकून आमाला दोगालाबी आन गोड लागत न्हवतं.”

“चालायचंच, विधिलिखित असतं; भोग कुणाला चुकलेत?” मी म्हणालो.

“पर गुरुजी, तुमी तर देवमानूस, तुमालाच कशापायी हे भोग. धा जनाचे पोशिंदे तुमी. आमाला देवानं आसली येळ आनायची. आमच्यासाठीच त्यो नेमका कसा इसरला?”

मध्येच श्रीपतीला थांबवत त्याची बायको बोलली,

“गप्प बसा की, गुरुजीसमूर आता आसं येडं वंगाळ बोलू नगा, गुरुजींना इसरांती घिऊ द्या, उठा.”

मी श्रीपतीला विचारले,

“अरे, बाजूचे ते कदंबाचे झाड दिसत नाही?”

“व्हय गुरुजी, दरशन सायबांनी मला ते तोडायलाच लावले. त्या झाडामुळे तुमाला ह्यो आजार झाला म्हनून. त्येंचं म्हननं व्हतं या झाडावर रातच्याला लय वटवागळं येत्याती. घुबडं बी लय ऱ्हात हुती. तुमी गेल्यापास्नं टिटव्याबी लय वरडत व्हत्या. काय त्येंचा वयसगून हाय की पर वरडत व्हत्या म्हातूर. हा गुरुजी, आजुन येक सांगायचं हाय. दरशन सायबांनी येकदा आकरा बामन बोलावून हितं लय मोठा इधि केला. दिसभर पूजा व्हती. नुसता घुरुंधुळा व्हता बगा.”

'ठीक आहे', 'ठीक आहे' म्हणत मी त्यांना 'तुम्ही जेवण केलंत का?' वगैरे म्हणत त्यांचा निरोप घेतला. जाताना श्रीप्रियदर्शन व श्रीविजयकुमारांना माझ्याकडे पाठवून द्या असंही सांगितलं.

आता माझ्या वेगळ्या विश्रांतीची मला गरजच उरली नव्हती. सीतारामाने लगबगीने खिडक्या बंद करून घेतल्या आणि मला म्हणाला,

"गुरुजी, आभाळ फार आलंय. लय मोट्ठा पाऊस येईल बघा. आता तर चार वाजलेत आन् आंदार गुडुप पडलाय."

नुसतंच अंधारून आलेलं होतं. पाऊस केव्हा कोसळेल याचा मात्र नेम नव्हता. साधारणपणे अर्ध्या तासानंतर श्रीप्रियदर्शन व श्रीविजयकुमार आले. माझ्या निर्जीव पायांचं त्यांनी स्पर्श करून दर्शन घेतलं. माझ्या एका पायावर लाल मुंगी चालताना श्रीविजयकुमारांनी पाहिली. तिला ते झटकू लागले. मीच त्यांना म्हणालो,

"राहू द्यात विजयकुमार, ती थोडाच दंश करणार आहे? आणि केला तरी मला कसली वेदना होणार? संवेदना असताना आधी या पायाला मुंग्या येत होत्या आणि मग पाय बधिर व्हायचा. आता पायच बधिर झालाय, तेव्हा त्यावर मुंग्या आल्या म्हणून बिघडलं कुठे?"

"गुरुवर्य, असं का बोलता?" श्रीविजयकुमार.

"श्रीप्रियदर्शन, तुम्ही हॉस्पिटलकडे फारसे आला नाहीत."

"गुरुवर्य, एक तर श्रीविजयकुमार तुमच्याकडे काळजी घ्यायला सदैव होताच. मी इथे थांबून इथली व्यवस्था पाहत होतो. त्याचबरोबर आपल्यासाठी मी अखंड काही प्रार्थना, विधी, ग्रहशांती करतच होतो. तुमचं ऑपरेशन ठरल्याचं कळलं, तेव्हा मी आपल्या आश्रमात प्रथमच काही प्रमुख ब्रह्मवृंदाकरवी नवग्रह स्तोत्र म्हणवून ग्रहशांती करून घेतली. ही सूर्य व नवग्रहाची उपासना आहे. शिवाय महामृत्युंजय मंत्रजपही केला."

"पण श्रीप्रियदर्शन या बाबतीत तुम्ही मला निदान विचारायचं तरी..."

"गुरुवर्य, ही मंत्र उपासना ज्याच्यासाठी करतो, त्याला विचारण्यासाठी नसते तर त्याच्या रोगमुक्तीसाठी असते."

हा गृहस्थ आपला हेका सोडत नव्हता. श्रीविजयकुमार मध्येच बोलू लागले, "गुरुवर्य, त्याची भावना, श्रद्धा आहे तर त्याला करू दे ना. त्याचं ऐकून तर घ्या पूर्णपणे."

मग प्रियदर्शन विस्ताराने सांगू लागले,

"गुरुवर्य, तुमचं क्रिटिकल ऑपरेशन आहे हे कळल्यावर आम्ही आश्रमात सगळेच हवालदिल झालो. सगळ्या आश्रमावर अवकळा पसरली. एक दिवस तर कुणीही अन्नाला हातदेखील लावला नाही. शेवटी मीच पुढाकार घेतला. सगळ्यांना

धीर दिला आणि आपल्या रोगमुक्तीचं वचन दिलं. मी तीन दिवस सलग उपवास केला. दुधात शिजवलेल्या भाताच्या शंभर आहुती महामृत्युंजयाचा जप करत शिवार्पण केल्या. गुरुवर्य, हा मंत्र फार प्रभावी आहे. रोगमुक्ती तर होतेच; पण या मंत्रोच्चाराने अपमृत्यू येत नाही.

ॐ हौं जूं सः भूर्भुवः स्वः त्र्यम्बकं यजामहे सुगन्धिं पुष्टिवर्धनम् ।
उर्वारुकमिव बन्धनान्मृत्योर्मुक्षीय मामृतात् ।।
स्वःभूर्भुवः भूः सः जूं हौं ॐ

असा हा वैदिक मंत्र आहे. मंत्राचा एक लक्ष जप करावा लागतो आणि काही पदार्थ तसंच समिधांचं हवन करावं लागतं. ते सर्व मी यथासांग केलं. गुरुवर्य, आम्ही जे काही केलं ते तुमच्यासाठी. केवळ तुमच्या पीडामुक्तीसाठी.''

मला आता काय बोलावं समजेना. मी रुक्ष बुद्धिवादी होतो. त्याचाच आता फेरविचार करण्याची वेळ येते काय, असं वाटू लागलं. त्या काळी भगवान बुद्धांचा निग्रह किती महान असेल याची पुसटशी कल्पना येऊ लागली. सम्यक बुद्धत्व कळणं तर हजारो योजने दूर. अंधेरी हॉस्पिटलमध्ये डॉ. डॅनियल डिमेलो 'प्रयत्न करणं आपल्या हाती आहे. यश देणं शेवटी त्या अल्माइटी गॉडच्या हाती असतं.' असंच म्हणाले होते. इथं प्रत्येक रोमारोमांत पूर्ण भिनलेली ही श्रद्धा श्रीप्रियदर्शन तर जगत होते. तीच त्यांची ऊर्जा होती. शेवटी मीच त्यांना म्हणालो,

''ठीक आहे बाबांनो, तुमची श्रद्धाच एवढी गाढ आहे, दृढ आहे. तिच्या आड येणं योग्य नाही. हा तुमचा हक्क आहे; पण आश्रमाचेही काही संकेत पाळत जा. जे कराल ते निदान मला सांगून करा. माझ्या निवासालगतचं कदंबाचं झाड तोडायला नको होतं. आपण निसर्गही जपायला हवा. तो काही बोलू शकत नाही. म्हणून त्याच्या हक्काचं महत्त्वही आपण जाणलं पाहिजे.''

श्री प्रियदर्शन खुलासा करू लागले,

''गुरुवर्य, काही ब्राह्मणांनी आपल्या आश्रमास पाच गाईंचं दान केलं आहे. त्यासाठी व्यवस्था करायची होती. मला गोशालेची कल्पना सुचली. ते कदंबाचं झाड अडचणीचं वाटू लागलं म्हणून मीच ते तोडायला सांगितलं. गुरुवर्य, आपल्याकडे आता सहा गायी जमल्या आहेत. तिथे मी एक दानपेटीही ठेवली आहे. गायींना लोक भक्तिभावानं चारा घालून पुण्य मिळवतात आणि दानपेटीत दक्षिणाही अर्पण करतात. त्यातल्याच निधीतून गायींची देखभाल, पशुखाद्य खर्च भागतो. गोमूत्र, पंचगव्यही मिळतं.''

श्रीप्रियदर्शन यांना समजावण्यात मला रस वाटेना.

आश्रमाची काही दिशा ठरवावी. काही भूमिका निश्चित करून सतत वैचारिक प्रबोधन करत राहावं. विचारवंत, तत्त्ववेत्ते घडवावेत असं मला वाटत असायचं;

पण सगळेच मनोरे कोसळून पडले. दुभंगलेल्या केवळ दोनच मणक्यांनी असा दणका दिला की, पुन्हा उभारी घेणं शक्यच नाही. आपण फार लवकर पराभूत झालो याचं वाईट वाटू लागलं.

झोपून विश्रांती घेत राहण्याचा तिसरा महिना होता. १७ ऑगस्टला बरोबर तीन महिने पूर्ण होणार. माझी फाइल घेऊन पाच दिवस आधीच श्रीविजयकुमारांना मुंबईस हॉस्पिटलकडे पाठवले. डॉ. डिमेलो यांची भेट घेऊन वृत्तान्त सांगितला आणि ते निरोप घेऊन परत आले. डॉक्टरांच्या डायरीमध्ये आधीच नोटिंग होतं, ते येणार म्हणून निरोप होता.

डॉ. डिमेलो वेळेवर आले. त्यांनी माझी तपासणी केली आणि आता अधूनमधून बसायला व बसल्याबसल्या काही हालचाल करायला सांगितले. कमरेखालचा प्रश्नच नव्हता. बसताना एक विशिष्ट प्रकारचा बेल्ट लावायचंही कम्पलशन केलं. बेल्ट पुण्यात तयार करून मिळतो म्हणाले. एका सर्जिकल गुड्स विक्रेत्याचं नाव, पत्ता दिला. मला डॉक्टरांनी काही वेळ बसवून पाहिलं. त्रास होत नव्हता. 'Very good, very fine, best improvement' वगैरेची कौतुकसुमनं वाहिली.

डॉ. डिमेलो यांनी मुंबईहून एक आया-कम-नर्स माझ्या सेवेला पाठवली होती. तिला आता परत न्यायला हरकत नाही असं मी डॉक्टरांना सुचवलं. आश्रमातील आमचा परमार मेहतर हे काम करायला तयार आहे; त्यामुळे माझी काही गैरसोय होत नाही हे त्यांना सांगितलं. त्या आया-कम-नर्स मुलीला आम्ही साडी-चोळी तसेच मेहनताना म्हणून अपेक्षेपेक्षा अधिकच रक्कम दिली. तिलाही आनंद वाटला. डॉक्टरांनी मला पुढील कालावधीसाठी काही औषधे लिहून दिली. काही सूचना दिल्या व तीन महिन्यांनंतर पुन्हा परत येण्याचं आश्वासन देऊन निरोप घेतला.

माझी स्वतःची कामे आता मीच करायला हवीत, त्याप्रमाणे डॉक्टरसाहेबांनी काही सोई सांगितल्या. कमरेला सतत एक युरिनल कलेक्शन बॅग तर होतीच; पण त्याचबरोबर काही सतत वापरायच्या व बदलायच्या सॅनिटरी नॅपकिन्सही सांगितल्या. माझी आता बरीच सोय झाली. मी ही कामे स्वतः करण्यास शिकलो. मदत लागलीच तर सीताराम होताच. बघता बघता तीन महिने संपून गेले.

लोणावळा परिसरात भरपूर पाऊस असतो आणि तोही सतत पडत राहतो; त्यामुळे आश्रमाचं कामकाजही काहीसं थंडावतं. मी चोक्शीसाहेबांना पत्र लिहून सतत इकडील वर्तमान कळवत होतो. परवा त्यांचं पत्र आलं की, त्यांनी लंडनहून एक छानपैकी स्वयंचलित व्हीलचेअर पाठवली आहे. 'कस्टम भरून ती सोडवून घेण्यास विक्रमजींना कळवलं आहे, संपर्क करा' असंही त्यात लिहिलं होतं.

दुसऱ्याच आठवड्यात विक्रम शेठ त्यांची गाडी घेऊन आश्रमात आले. येताना गाडीच्या डिक्कीत चोक्शीसाहेबांनी पाठवलेली नवी कोरी व्हीलचेअर आणली होती.

माझ्या निवासात ती अनमोल भेट आणली गेली. विक्रम शेठ मला ती दाखवत होते. ती पाहताक्षणी मी त्यांना म्हणालो,

"Should I be happy or feel sorry to see this valuable Gift, Mr.Vikram sheth?"

"Sir, don't be nervous. Everything will be all right."

आम्ही बोलत बसलो. विक्रम शेठ म्हणाले,

"गुरुवर्य, तुम्ही निराश झाला आहात. असं होऊन कसं चालेल? मेहेरभाभींच्या इच्छेखातर हे जागृतीचं कार्य तुम्ही पुढे चालू ठेवायलाच हवं."

"विक्रमजी, मी एकटा काय करणार? त्यात अपंग झालो. चोक्शीसाहेबही निघून गेले, आपण कुणी इकडे फिरकत नाही."

"गुरुवर्य, ट्रस्टची एक मीटिंग घ्यावी लागेल. ट्रस्टच्या पदाधिकाऱ्यांची तीन वर्षांची मुदत संपते आहे. चोक्शीसाहेबांच्या जागी नवी नेमणूक करावी लागेल. वासुदेव पटवर्धन सेवानिवृत्त झालेत. ते परत आपल्या गावी, कोकणात जाणार आहेत. कायमचे. त्यांनी राजीनामा दिला आहे. त्यांच्या जागीही नवीन विश्वस्त नेमावा लागेल. ॲड. विराणी येणार होते; पण त्यांनीच मला निरोप दिला आहे. नवा बदल अहवाल दाखल करायचा आहे."

दुपारनंतर विक्रम शेठ मुंबईला परत गेले.

नारोबा अण्णांना बोलावून मी ट्रस्टची ही सर्व कामे सांगितली. दहा दिवसांनंतर म्हणजे पाच डिसेंबर रोजी विश्वस्त सभा आयोजित केली होती. दरम्यान, आम्ही आश्रमाचे इथले प्रमुख एकदा एकत्र जमून चर्चाही केली. दोन नवे विश्वस्त घ्यायचे, तेव्हा इच्छुकात दोघेजण महत्त्वाचे होते, बाकीचे कर्मचारी. श्रीप्रियदर्शन व श्रीविजयकुमार यांना ही जणू सुवर्णसंधीच होती. त्यांचा उत्साह व उत्कट इच्छा लपून राहिली नाही. माझ्याकडे अन्य पर्याय नव्हता. मला अडचण होती ती या दोघांच्या विचारसरणीची. ते आत्यंतिक श्रद्धाळू होते. मी कधीच श्रद्धेचा विरोधक नव्हतो. उलट जिथे शब्दांची, बुद्धीची मर्यादा संपते, तिथून पुढे श्रद्धेचा प्रांत सुरू होतो. श्रद्धा हा अनुभवाचा, आत्मसाक्षात्काराचाही एक विषय आहे असे मी मानत होतो; पण हे दोघेही श्रद्धेच्या विस्तीर्ण आकाशात फार घाईने झेप घेताहेत आणि त्यांच्या पंखांत अजून बळ आलेले नाही हेच यांना प्रतीत होत नव्हते.

ब्रह्म हे केवळ शब्दार्थाने कळणार नाही. ते शब्दातीत तत्त्व आहे. त्यासाठी श्रद्धेच्या, साधनेच्या, तपश्चर्येच्या दालनाचीही दारे उघडावी लागतात. केवळ शब्दप्रयोगाने बुद्धत्वाची प्रचिती कशी येईल? त्यासाठीच तर साक्षात्कार व्हावा लागतो. आश्रमात मला या कार्याची अपेक्षा होती; पण तसे अनुयायी लाभत नाहीत. हे दोघेही फक्त प्रतिमापूजक आहेत; परंतु प्रतिमेतील प्राणतत्त्वच यांना कळतच

नाही ही तर खंत आहे.

ठरल्याप्रमाणे ५ डिसेंबर रोजी न्यासाची सभा झाली. कोरम नव्हता; पण अर्ध्या तासानंतर कोरमशिवाय अधिकारात सभा उरकली. दोन रिक्त जागी श्रीप्रियदर्शन व श्रीविजयकुमार यांना घेतले. नवे विश्वस्त मंडळ तयार केले. मी अध्यक्ष, श्रीविजयकुमार उपाध्यक्ष, श्रीप्रियदर्शन सचिव, विक्रम शेठ कोषाध्यक्ष, श्री. डॉ. सकलातवाला, डॉ.जसावाला व ॲड.विराणी हे सर्व सदस्य, पुढील तीन वर्ष कालावधीसाठी ही कार्यकारिणी मंजूर झाली. बदल अहवाल दाखल करण्यासाठी ॲड. विराणी यांना संबंधित ती आवश्यक कागदपत्रे दिली.

दुसऱ्या दिवशी दुपारी श्रीपती माळी येऊन गेला. ट्रस्टच्या कालच्या मीटिंगनंतर रात्री जवळजवळ दोन वाजेपर्यंत श्रीप्रियदर्शन व श्रीविजयकुमार हे गुप्त खलबतं करत होते, असं श्रीपतीने सांगितलं.

आता ते दोघे माझ्याकडे क्वचितच येऊ लागले. गेले कित्येक दिवस आश्रमात भाषणं, चर्चा, परिसंवाद असे काहीच उपक्रम झाले नव्हते. बौद्धिक चर्चेसही कुणी फिरकेना. माझ्याविषयी गैरसमज पसरू लागले. आवई उठू लागली. मी ख्रिस्ती व पारशी धर्मधार्जिणे विचार पसरवतो आणि तसं गुप्त काम करतो असं बोललं जाऊ लागलं. लोक मला भेटून जाब विचारत असत. हे नवंच अरिष्ट निर्माण झालं. माझा आश्रम पारशी फंडातून उभा राहिला आहे आणि माझ्या दुखण्याचा सगळा खर्च, ख्रिश्चनाच्या मदर मेरी हॉस्पिटलमध्ये मोफत केला गेला अशी पुष्टी जोडण्यात येऊ लागली. हे सगळं अलीकडेच घडू लागलं. मुळात मी एक पापभीरू प्राध्यापक. बौद्धिक मतभेदाला, आव्हानाला बुद्धिनिष्ठ भूमिकेतून उत्तरं देणारा व तशीच अपेक्षा बाळगणारा. कारस्थानं, कुटिल डाव, आक्रमकता, दबावतंत्र या जगाचा आपणास कधीच परिचय नव्हता. तरीही जीवनात यालाही आपणास सामोरं जावं लागतं आहे, आपला संबंध असो नसो; हा अनुभवच नव्हता. हे जग माहीतच नव्हतं. परंतु ते आता कळू लागलं.

आपणास अपेक्षित होतं ते जग साधं-सरळ होतं. निर्मळ, निर्दोष असं ते का असू नये? पण असत नाही, याची खंत वाटू लागते. निसर्गालाच विषमता मान्य असावी काय कोण जाणे? आपण पाहतोच सुकुमार कोमल व सुंदर फुलांबरोबर धारदार, तीक्ष्ण काटेही असतात सृष्टीत. तसेच अल्पजीवि नाजूक फुलपाखरांबरोबर दीर्घायुषी विषारी आणि ओंगळवाणे विंचू, सापही असतात सर्वत्र. देव-दानवाच्या प्रयत्नांतून झालेल्या समुद्रमंथनात अमृताबरोबर हलाहल विषाचा कुंभही वर आलाच होता ना! हेच जर सत्य असेल तर ते आपल्याला स्वीकारावेच लागेल. निसर्गाच्या विविध रूपांना सामोरं जावंच लागेल. विचारांचा नुसता गोंधळ आहे सारा. अनेक प्रश्नांचा वर्षाव मती गुंग करतो अखेर.

श्रीप्रियदर्शन व श्रीविजयकुमार सध्या अधिकच कार्यप्रवण झाले होते. त्यांचा आश्रमाच्या कामासाठी वाजवीपेक्षा अधिकच उत्साह वाढला होता. पंचांगानुसार ते रोजचे कार्यक्रम आखत होते. दर्शीपिठोरी अमावास्या आली की, दर्भाहरण, वृषभपूजन करत. कधी सोमप्रदोष असला की, जवसाची शिमुष्टी प्रदान करणे, भाविकांना मौन व्रतारंभाचा मुहूर्त काढून देणे अशी कामे करत. कार्तिकेय दर्शनाने पापनाश होतो म्हणून स्वतः सूर्यषष्टी पाळत. भाद्रपदातील भौमप्रदोषासाठी दधिदान व क्षीरव्रत सांगत. यमघंट, घबाड, अभ्यंगस्नान, इष्टि, दवणा वाहणे, भद्रा, अन्वाधान, कूळकर्म वगैरे सर्व काही. अगम्य, अपरिचित, न कळणारं असं काहीही पंचांगातून सांगत असत. आश्रम हा बघता बघता मठ होऊन गेला. नारोबा अण्णा मला हे सर्व काही सविस्तर कळवत. त्यांनाही पटत नसे. मी सांगूनही ते आता मला न जुमानता हे सारं बिनधास्त करू लागले.

ते दोघे अधूनमधून कमलापूर खेडेगावातही जात असत. गावकऱ्यांना भेटत व हितगुज करत असत. आता मेहेर कल्याण आश्रम हे एक बुद्धिवादी, विचारमंथन करणारं केंद्र ही प्रतिमा जाऊन एक श्रद्धास्थळ आणि कर्मकांडाचं प्राबल्य असणारं माहिती केंद्र म्हणून ओळखलं जाऊ लागलं. श्रीप्रियदर्शन यांच्याकडे अनेक लोक मार्गदर्शन, सल्ल्यासाठी येत. श्राद्ध, पिंडदान, अस्थिविसर्जनातल्या शंका दूर करून घेत. नवी चूल असेल तर कोणत्या शुभदिनी चुलीत अग्नी पेटवावा हेदेखील विचारत. नव्या इमारतीच्या दाराची चौकट केव्हा बसवावी त्याचा मुहूर्त काढून घेत, काळराहू, काळसर्पयोग निवारण, विषारी नक्षत्रे कोणती, रोग्याची बाधा कशी दूर करायची, नवग्रहशांती अशा असंख्य कारणांसाठी आणि त्याच्या पूर्ततेसाठी लोक लांबून लांबून येऊ लागले.

शेवटी श्रीप्रियदर्शन यांना जे हवे होते, तेच त्यांनी केले. माझी कसलीही मात्रा चालेना. मी माझ्या त्रासातून अजून पूर्ण बाहेर आलोच नव्हतो. मी अपंग, लुळा झाल्याने मनामध्ये प्रचंड नैराश्य आलेले. खरंतर मुळात माझा संन्यासी अथवा आचार्याचा पिंडच नव्हता हे मी जाणत होतो. मी स्वभावतःच एक पापभीरू; त्यामुळे मी माझ्यात उसने बळ कुठून आणू? आपल्याला सर्व ज्ञान होणं, वाचन-चिंतनाने नवं ज्ञान प्राप्त होणं, त्यापासून नवं नवं स्फुरण होणं हे सर्वस्वी वेगळंच आहे; परंतु स्पष्टपणे, परखडपणे, निःस्पृहपणे वागणं-बोलणं किंवा कुशल नियंत्रण ठेवता येणं हेही मुळात असावं लागतं. ते नक्कीच माझ्यात नव्हतं. अन्यथा श्रीप्रियदर्शन व श्रीविजयकुमार यांनी हा आश्रम इतक्या सहज काबीज केलाच नसता.

मग प्रश्न उरतो तो माझ्या व्यक्तिमत्त्वाचा. मी कोणता आदर्श घेऊन लोकांना उपदेश, निरूपण करायचे? लोकांपुढे नुसता गंधहीन शब्दांचा फुलोरा मांडून त्यातून त्यांना घवघवीत, रसरशीत आणि सघन असं काय विचारधन मी देणार होतो. असा

विचार करता करता अचानक मेहेरभाभीच माझ्या डोळ्यांसमोर तरळू लागल्या. मृत्यूशी झुंज देणाऱ्या मेहेरभाभी साक्षात मृत्यू दारात येऊन उभा ठाकला तरी अत्यंत निग्रहाने मृत्यूलाही 'तिथेच थांबायचं, मी बोलावल्याशिवाय आत पाऊल टाकायचं नाही.' असं जणू त्यांनी बजावून ठेवलं होतं. मला बोलावून आपल्या आयुष्यातली सारी मिळकत त्यांनी माझ्या हाती सुपूर्द केली आणि 'लोककल्याणासाठी वापरा, तुमच्या कल्पनेतला आश्रम साकार करा' म्हणून सांगितले. माझ्यावर त्यांचा कोणता दृढ विश्वास होता? या साऱ्या पवित्र फंडातून, त्यागातून उभा राहिलेला हा आश्रम इतक्या सहजासहजी अशा स्वतःचीच स्वतंत्र दिशा नसलेल्या आणि केवळ स्वहितासाठी धडपडणाऱ्या स्वार्थी लोकांच्या हाती कसा सुपूर्द करायचा. हे तर अजाण आणि धर्मभोळ्या लोकांची उघडउघड दिशाभूल करताहेत. हे आपल्या डोळ्यांसमक्ष कसं होऊ देत राहायचं?

आपण आजवर एवढं प्रचंड वाचन, चिंतन केलं त्याचा अखेर काय उपयोग झाला. ते असं व्यर्थ वाया जाऊ द्यायचं? जे बुद्धिनिष्ठ आहे, प्रामाणिक, सत्य आहे, विज्ञाननिष्ठ आहे ते तरी यापुढे आपण सांगत राहू. शरीरास लुळेपण आलेलं आहे; बुद्धीस, विचारास, मनास तर आले नाही ना? एवढ्यात खचून जायचं नाही. संघर्ष असणार. संघर्ष, अडथळे, अडचणी तर निसर्गमान्यच आहेत. त्या येणारच. त्यांनाच तर ओलांडून पुढे जायचे आहे. हाच तर पुरुषार्थ आहे.

मला आज नवी उभारी आली.

मी व्हीलचेअरची सवय वाढवली. सकाळ/संध्याकाळ मी आश्रमात फिरू लागलो. आवश्यक तिथे रॅम्प्स करवून घेतले. श्रीप्रियदर्शन व श्रीविजयकुमार यांना प्रत्यक्ष बोलावून स्पष्ट बजावले. "माझ्या संमतीशिवाय परस्पर कसलेही विधी, कार्यक्रम आश्रमात करायचे नाहीत, आश्रम स्थापनेची मूळ घटना नीट वाचून पाहा. हा मेहेर आश्रम पूर्णतः निधर्मी विचार जोपासणारा आहे, कुठल्याही एका विशिष्ट धर्माचा इथे पुरस्कार केला जात नाही. सर्वधर्मसमभाव हा आश्रमाचा मूळ हेतू आहे. सर्व धर्मीयांविषयी समान भाव व समान आदर राखेल. कुठल्याही धर्माची मानहानी, बदनामी वा अवहेलना कदापि केली जाणार नाही याची पुरेपूर काळजी घेण्यात येईल. असे घटनेत स्पष्ट नमूद आहे; तेव्हा मित्रांनो, त्याचे भान ठेवा. कुठल्याही विभूती वा धर्मपंथाचा आपण कधीच अनादर करायचा नाही हेही ध्यानात ठेवा. थोडक्यात, हा आश्रम एक सर्वधर्म अध्यासनपीठ आहे हे ध्यानात घ्या."

एवढं सांगूनही श्रीप्रियदर्शन यांना काहीतरी वाद घालायचा होता, हे मला स्पष्ट जाणवत होतं; पण त्यांनी त्यांचं बोलणं आतल्याआत दाबून ठेवलं. दोघेही ओशाळे होऊन गेले. त्यांच्याबरोबर नारोबा अण्णा येऊन बसले होते. ते मला म्हणू लागले,

"हे बरं केलंत गुरुवर्य, अखेर या दोघांना असं कधीतरी ठणकावयाचं होतंच.

श्री औदुंबराहून आल्यापासून श्रीप्रियदर्शन जास्तच ॲक्टिव्ह झाला होता. ते बिचारं श्रीविजयकुमार मुकंच आहे. ते त्याला निमूटपणे मेंढरासारखं साथ देतं.''

''नारोबा अण्णा, मला त्यांचा हेतू चांगला वाटत नव्हता. माझ्या या अपंग अवस्थेमुळे यांचे डोळे विस्फारले हो! आता आपल्याशिवाय इथे पाहणारं आहेच कोण ही यांची भावना दृढ होत गेली. अहो, मुलाखतीत मी यांना स्पष्ट सांगितलं होतं. बिचारे लहान आहेत. अजून अनुभव नाही. ज्ञानलालसेसाठी व अध्यात्मप्रेमासाठी आपला वेळ, आयुष्य सत्कारणी लावतील असं वाटलं होतं; पण ते नाहीच हो, काय ही तरुण पिढी इतक्या सहज कशी प्रवाहपतित होते हो?''

नारोबा अण्णा माझ्याजवळ येऊन, मला दिलासा देत 'मी आहे तुमच्याबरोबर' असा विश्वास देऊ लागले. मला बरं वाटलं.

हेमंत ऋतूने या वेळी आपल्याबरोबर भरपूर थंडी आणली होती. कमळतळ्याच्या दक्षिण भागात काही नव्या पक्ष्यांच्या झुंडी येऊन दाखल झाल्या होत्या. हे श्रीपती माळ्याने मला सांगितलं. त्याला त्या पक्ष्यांची नावं मात्र माहीत नव्हती.

हा मार्गशीर्षातील शुक्ल पक्षाचा पंधरवडा होता. श्रीप्रियदर्शन यांची काहीतरी गडबड, धांदल चाललेली होती. मध्येच ते श्री क्षेत्र अक्षय औदुंबरासही जाऊन आले, म्हणून पुन्हा नारोबा अण्णा माझ्याजवळ येऊन सांगत होते. नारोबा अण्णांना आणखी काही सांगायचे असावे, ते घुटमळत होते. मीच त्यांना विचारले,

''काय नारोबा अण्णा, काही सांगायचे आहे का? बोला.''

मी नारोबा अण्णा यांना असं विचारत होतो तोच श्रीप्रियदर्शन आत आले आणि त्यांनी नारोबा अण्णांकडे कुत्सितपणे पाहत नमस्कार केला. नारोबा अण्णा निष्कारण गांगरले. श्रीप्रियदर्शन धीटपणे बोलत होते,

''काय, काय चाललं आहे; कसली चर्चा रंगली आहे? आम्हालाही कळू द्या.''

मी म्हणालो,

''श्रीप्रियदर्शन, तुम्ही गुरुवर्यांसमोर बोलता आहात याचं भान ठेवा. नारोबा अण्णा वयस्कर आहेत. कदाचित तुमच्या वडिलांपेक्षाही वयाने मोठे असावेत. त्यांना असं खोचकपणे बोलणं योग्य नव्हे.''

''सॉरी, सॉरी! सॉरी गुरुवर्य, माझं चुकलं. मी सहज बोलून गेलो. खोचकपणे वगैरे काही नाही. मला माफ करावं. नारोबा अण्णा मला क्षमा करा.''

मला श्रीप्रियदर्शनचं आश्चर्य वाटलं. किती सहज ते नरमले आणि माफी मागून मोकळेही झाले. हे खरं होतं का? की त्यांचा हाही अभिनय होता कोण जाणे? आपल्याही हे ध्यानात येऊ नये इतकं हे अनाकलनीय व्यक्तिमत्त्व आहे. गंमतच आहे सारी!

“जाऊ द्या श्रीप्रियदर्शन. ठीक आहे. बोला, का येणं केलंत?”

“गुरुवर्य, येण्याचं पहिलं कारण म्हणजे, त्या दिवशी तुम्ही आमची चांगलीच कानउघाडणी केलीत, एकूण ते बरंच झालं. आम्ही आता कुठं वयाची तिशी ओलांडली आहे. त्यामानाने आम्ही म्हणजे मी खूपच धिटाईनं बोललो.”

“धिटाई ठीक आहे; पण त्यात उद्धटपणा असू नये एवढीच अपेक्षा आहे. ते जाऊ द्या. मुद्द्याचं बोला ना.”

“मला आपण संस्थेचा सचिव केलेत, तेव्हा मला आपल्या न्यासाची घटना, बायलॉज वाचायला पाहिजे. संस्थेची उद्दिष्टे, कार्यपद्धती, सचिवाची कामे, जबाबदारी घटनेत काय नमूद आहे ते मुळातून वाचायला हवे ना. मी नारोबा अण्णांना त्याची प्रत मागितली तर ते गुरुवर्यांना विचारावे लागेल म्हणाले.”

मला श्रीप्रियदर्शनांचा हेतू ध्यानात आला नाही. कुणीतरी यास पढवलं असावं; पण मुद्दा रास्त आहे, तेव्हा मी म्हणालो,

“बरं ठीक आहे. तुमचं म्हणणं योग्य आहे. घटना सविस्तर वाचा. त्यावर मुद्दे, टिपण तयार करा. आपण चर्चाही करू. न्यासाची घटना प्रत्येकाला नीट माहीत असायला हवी. नारोबा अण्णा, द्या त्यांना ट्रस्टची फाइल. वाचू द्या. अभ्यास करू द्या.”

नारोबा अण्णा ‘ठीक आहे, देतो’ म्हणाले. मग श्रीप्रियदर्शन आणखी सांगू लागले,

“गुरुवर्य, दुसरं असं, प्लीज रागावू नका; पण विचारतो. हा मार्गशीर्ष शुक्ल पक्ष चालू आहे. पौर्णिमेच्या दिवशी श्री दत्तात्रेयांची जयंती येते. गाणगापूर क्षेत्री आणि आमच्या श्री क्षेत्र औदुंबरास हा जयंती उत्सव मोठ्या थाटात साजरा केला जातो. कमलापूरचे काही गावकरी मला भेटून गेले. या गावी बरेच श्रीदत्तभक्त आहेत. सगळ्यांची इच्छा आहे. आपणही इथे आश्रमात श्रीदत्त जयंती उत्सव साजरा करावा. आपली संमती असेल तर गावाची इच्छा पूर्ण करू शकू. मी स्वतः सगळी जबाबदारी उचलतो. माझी नम्र विनंती आहे, कृपया आपण परवानगी द्यावी. गावकरी खूश होतील आणि सगळ्यांनाच आनंद होईल. आपल्याबद्दल लोकांचा झालेला गैरसमजही दूर होईल.”

“कसला गैरसमज?” मी.

“आपल्या आश्रमात हिंदू धर्म पद्धतीने काहीच सण, उत्सव साजरे केले जात नाहीत. इथे कोणाची मूर्ती नाही, प्रतिमा, फोटो नाही; याबद्दल लोक बोलतात.”

“श्रीप्रियदर्शन, किती वेळा सांगायचे तुम्हाला? अहो, मी कुणाचा विरोधक नाही. माझीही तुमच्यासारखीच श्रद्धा आहे. फरक एवढाच की, माझ्या श्रद्धेला दृष्टी आहे. ती योग्य - अयोग्य पारखते. तुमच्यासारखी अंधारात चाचपडत नाही.

आपल्या अंतर्मनालाही डोळे आहेत, आधी ते शोधा. ज्याला आपण अंतश्चक्षू म्हणतो ना ते तरी जाणा.''

मी नको तेवढ्या आवेशात बोलत होतो. लगेच स्वतःला सावरलं.

''श्रीप्रियदर्शन, मला एक सांगा, येत्या २५ तारखेला येणाऱ्या नाताळबद्दल संबंधित लोक आग्रह धरतील. वैशाखी पौर्णिमेला बुद्ध जयंतीही का साजरी करू नये? आपणास सर्व धर्मांबद्दल प्रेमच आहे. आदरच आहे. श्रीदत्तगुरू हे थोर अवतार आहेत याबद्दल मीही सश्रद्ध आहे.''

''गुरुवर्य, आपलं म्हणणं बरोबर आहे, मग गावकऱ्यांना काय सांगू?''

''एक करू या; श्रीदत्तात्रेयांचा जयंती उत्सव आपण गावातच साजरा करू. आपण सर्वजण कमलापूर गावात जाऊ. आश्रमातर्फे समस्त गावकऱ्यांना दोन काहिली खिरीच्या प्रसादाचं वाटप करू. आपलाही सक्रिय सहभाग त्यांना आवडेल, बघा कसं वाटतं ते.''

माझ्या या उत्तराने मात्र श्रीप्रियदर्शन निरुत्तर झाले. पुन्हा मीच त्यांना विचारले,

''माझ्या कानावर आणखी एक आले आहे. आश्रमांना भेट देणाऱ्या भक्त-भाविकांना आपण पंचांग मांडून ते सांगत बसता. लग्न जुळवणे, मंगळाची कुंडली जमवणे, शुभाशुभ ग्रह, ग्रहदशा, शनिउपासना, गुरू, शनि पालट, ग्रहणाचे शुभाशुभ, राशिभविष्य, जन्मकुंडली वगैरे वगैरे काहीबाही सांगत बसता म्हणे. हे काय चालवलं आहे. या शास्त्राविषयी मला काही बोलायचं नाही. ज्याच्या त्याच्या विश्वासाचा हा भाग आहे; पण आपल्या न्यासात या कार्याचा कुठेच अंतर्भाव नाही. मग हे का करता? माझ्या बोलण्याचा विपर्यास करू नका आणि लोकांमध्ये पुन्हा माझ्याबद्दल काही गैरसमज पसरवू नका.''

श्रीप्रियदर्शन चांगलेच वरमले. त्यांना काय स्पष्टीकरण द्यावे, कळेना. या अशा शास्त्रार्थ सांगण्याच्या कामाबद्दल त्यांना चांगले पैसेही मिळत होते. त्यांची पंचाईत झाली. ते गप्पच बसले. थोडा वेळ बसून अपराधी भावनेने उठून गेले. नारोबा अण्णांना हे ऐकून बरं वाटलं असावं असा त्यांचा भाव दिसत होता. ते हसत हसत निघून गेले.

३५

मार्गशीर्षातील हेमंत ऋतूने शेवटी-शेवटी थंडीचं अधिकच रौद्ररूप धारण केलं. थंडीपासून पायांचं संरक्षण करायचा प्रश्नच नव्हता. थंडी जाणवायची ती कमरेवरील शरीरास. काळीज गारठून जावं अशी थंडी. सीतारामाने मला उबदार स्वेटर काढून दिला; पण त्यातूनही थंडी काही थांबेना. मणक्यात कळ येऊ लागली. मधूनच पाठ ठणकत होती. डॉक्टर डिमेलो यांनी अशा वेळी घ्यायच्या गोळ्या दिलेल्या होत्या. त्या घेतल्या, तेव्हा काहीसं दुखायचं थांबलं. एकाएकी मला तो मथुरेचा निमानंदी बैरागी जोगी आठवला. त्यालाही पोटाची तीव्र वेदना होती. 'ही वेदना घेऊन तुम्ही कसे काय फिरत राहता?' म्हणून विचारले तर त्यांनी मला विक्षिप्तच उत्तर दिलं. 'वह पीडा, उससे मेरा क्या लेना-देना? वह जो पीडा, दर्द है, वह दर्द और वो शरीर जाने.' मला हे उत्तर आगळंवेगळंच वाटलं. असं कसं तो जोगी म्हणू शकतो? वेदनेबद्दल एवढी विरक्ती कशी येऊ शकते? मग मी असा का हताश, निराश होतो आहे? दोनच मणक्यांच्या वेदनेने मला ब्रह्मांड आठवलं होतं. वेदना ही मिथ्या कशी असू शकते? मेहेरभाभीने शेवटच्या क्षणापर्यंत भयानक वेदनेशी झुंज दिली होती. सर्व आशा संपल्या होत्या, तेव्हा त्यांना स्वतंत्र केअर युनिटमध्ये ठेवलं होतं. त्यांच्या रूममध्ये एक छानसा, फुलांनी सजवून भिंतीवर लावलेला एक बोर्ड होता. त्यावर लिहिलेल्या रवींद्रनाथ टागोरांच्या ओळी माझ्या मनावर कायमच्या कोरल्या गेल्या होत्या. 'The most important lesson that man can learn from his life is not that there is 'pain' in this world, but… that it is possible for him to transmute it into 'joy.'' वेदनेचाही आनंद कसा अनुभवायचा? मनाची ही कोणती

अवस्था असेल बोधिसत्त्व गौतम बुद्धांची?

पौर्णिमा आली. श्रीप्रियदर्शन यांच्या इच्छेनुसार श्रीदत्त जयंती कार्यक्रम कमलापूर गावात उत्साहाने साजरा केला गेला. खिरीच्या प्रसादाचं गावजेवण झालं. गावकऱ्यांनी आम्हा सर्व आश्रमवासीयांना धन्यवाद दिले. या कार्यक्रमानंतर श्रीप्रियदर्शन कमलापूर गावास रोज भेट देऊ लागले. ते तिथे का जातात, काय करतात याचा ते अजिबात थांगपत्ता लागू देत नव्हते. श्रीदत्त जयंतीनंतर काही दिवसांतच ते पुन्हा श्री क्षेत्र अक्षय औदुंबरास चार दिवस जाऊन राहून आले. जाण्याचे प्रयोजन मात्र ते कधीच सांगत नसत. औदुंबराहून आल्याबरोबर प्रथम त्यांनी न्यासाच्या नव्या कार्यकारी मंडळाच्या नावाचा फलक पदांसह ठळक अक्षरांत तयार करून दर्शनी भागात लावला. सचिव म्हणून श्रीप्रियदर्शन यांचं नाव आश्रमावर झळकू लागलं.

एक महिन्यानंतर मी परत आश्रमवासीयांना एकत्र बोलावून चर्चा केली. जानेवारी सव्वीस तारखेला ही सहचर्चा सभा झाली. अडी-अडचणी ऐकून घेतल्या. आश्रमात अलीकडे फारसे कार्यक्रम, व्याख्याने, चर्चासत्रे होत नाहीत याची खंत मी बोलून दाखवली. आश्रमाला एक विचित्र मरगळ आली आहे. आश्रमात काही कार्यक्रम घेऊ असं मी बोललो. श्रीप्रियदर्शन व श्रीविजयकुमार खाली माना घालून शांतपणे बसले होते. मीच मग एक कल्पना सुचवली. वसंतोत्सवाच्या कालावधीत दहा व्याख्यानं आयोजित करू. श्रीप्रियदर्शन अगदी थंडपणे 'हो' म्हणाले. व्याख्यानमालेस 'मेहेर व्याख्यानमाला' असं नाव सुचवलं. त्याचबरोबर याच मुहूर्तावर एक त्रैमासिक सुरू करण्याविषयी बोललो. या व्याख्यानमालेतील पहिले पुष्प गुंफताना पहिला अंक प्रसिद्ध करू असे म्हटल्यावर कधी न बोलणारे श्रीविजयकुमार सांगू लागले,

"गुरुवर्य, अंक काढणे सोपे नाही. ठिकठिकाणाहून लेख मिळवणे वगैरे अत्यंत जिकिरीचे काम असते. आपल्याला तर हे जमणार नाही."

त्यांचीच री ओढत श्रीप्रियदर्शनही खुलासा करू लागले. "सर, सॉरी गुरुवर्य, हे तज्ज्ञ संपादक मंडळाचं काम आहे. आपल्याकडे तशी यंत्रणाच नाही. छपाईचं काम पुण्यात होईल; पण अंकाचं संपादन कोण करणार?"

ही नकारघंटा ऐकून अंकाच्या कामाचा विचार तात्पुरता थांबवला. तेच मला श्रेयस्कर वाटलं; पण असं थांबून मला चालणार नव्हतं. मी अन्य पर्याय निर्माण करायला हवेत याचा विचार करू लागलो. या उभयतांचा हेतू सहकार्याचा नाही म्हणून काय झालं? अन्य अनेक पर्याय आहेत. आता आपण ते पाहायला हवेत असं वाटायला लागलं. यांना ट्रस्टी करून घेण्याची घाईच झाली. ही चूक आता कशी दुरुस्त होणार?

नंतर पंधरा दिवस उलटून गेले. या अवधीमध्ये मेहेर व्याख्यानमालेसंबंधी कुणी चकार शब्दही काढला नाही. नियोजनाचं काहीच बोलणं झालं नाही. विषय,

व्याख्याने ठरवणे, त्यांचा संपर्क, जाहिराती काही काही नाही. श्रीप्रियदर्शन तर रोज कमलापूर गावाकडे जाण्याची संधीच साधत होते. ते काहीही कारण सांगत; पण रोज जात असत.

एक दिवस सीताराम कोकणे यांचे वडील दबकत दबकतच मला भेटायला आले. यापूर्वी ते कधीच आले नव्हते. कमलापूरला त्यांची दोन एकर जमीन होती. त्यात ते प्रामुख्याने भातशेती करत होते. ते भेटीस आल्याने मला काहीसं कुतूहल वाटलं. काय कारण असावं? सीतारामानं मला कल्पना दिली. ते आल्यावर मी त्यांना विचारलं,

''बोला, कोकणे भाऊ काय काम काढलं?''

''गुरुजी, खरं म्हंजे आपुन लई मोठी मानसं. आमचं पोरगं आपली सेवा करतंय हे आमचं लय मोटं भाग्य हाय बगा.''

''हो, खरंय. सीताराम खूपच गुणी मुलगा आहे, तो माझी चांगली सेवा करतो.''

''ठीक हाय, सांबाळून घ्या. तुमच्या पदरात टाकलाय त्येला. मी आलुया एका दुसऱ्या कामासाठी बगा. आपलं दरशान का कोन तरी सायब आमच्या कमलापूर गावाकडं रोज येत्याती बगा. लोकास्नी भेटत्यात. पंचांना काय तरी सांगत्यात.''

श्रीप्रियदर्शन यांच्या कारवायांचा मला अंदाज येत होता. हा माणूस भलताच हट्टी आणि एककल्ली आहे. त्याला एवढं सांगूनही तो पुन्हा पूर्ववत आपल्याच जागी स्थिरावला. मी सीतारामाच्या वडिलांना समजावले,

''काहीतरी गावाच्या हिताचं असेल. धार्मिक उत्सव वगैरे साजरे करण्यासंबंधी चर्चा वगैरे असेल. त्यांना ती आवडच आहे.''

''तसं न्हाय गुरुजी, आता सपस्टच सांगतू, हिथं आपल्या आसरमात त्यास्नी एक हानुमानाचं देऊळ बांदायचं हाय बगा. हितं कुंचाच देव न्हाय म्हंत्यात. कसलं देऊळबी न्हाय. खरंतर दरशन सायब दत्ताचं मंदिर बांदायचं बोलत हुते पन गावकऱ्यांनीच त्येला इरोद केला आन सांगिटलं हानुमानाचं देऊळच बांदाया फायजे. मंग हानुमानाचं तर हानुमानाचं म्हून ठरलं बगा. मिळून लोकांनी आर्ज बी तयार केला. तुमास्नी भेटाया येणार हायती. तुमी कसं बांदत न्हाय ते बगतूच म्हनत्यात. हुमरीतुमरीवर येत्याती. न्हाय तर धिंगाना घालतू म्हंत्यात. म्याच घाबरून तुमास्नी सांगाया आलु लगुलग. दरशन सायब आता हायती बगा गावात. मला जायाला फायजे त्ये येन्याच्या आत.''

हे सगळं ऐकून मला धक्काच बसला. काय करायचं आता या गृहस्थाचं? इतकं सांगून तो माझ्याशी काहीच बोलत नाही आणि माझ्या परस्पर अशी कारस्थाने रचतो. काय म्हणावं या स्वभावाला? सीतारामाचे वडील एवढी बातमी देऊन लगेच

गडबडीने निघून गेले.

माझ्या विरोधात जी काही आवई उठायची ती याच गृहस्थाच्या कारवाईमुळे; पारशी फंडातून हा आश्रम बांधला. इथे पारशी, ख्रिस्ती धर्मधार्जिणं काम केलं जातं. ख्रिस्ती लोकांनी माझा फुकट औषधोपचार केला वगैरे सर्व बातम्या याच माणसाने उठवल्या हे आता उघडच झाले. तरी माझ्यासमोर नम्रतेने हा गृहस्थ उभा राहतो. माझ्यासाठी नवग्रहशांती करतो, उपवास करतो, अंगारा कपाळी लावतो, आपण स्वतः लहान आहोत, आम्हाला तुम्हीच घडवा अशी विनंती करतो. एवढ्या लहान वयात किती हा दुटप्पीपणा? मला कमालच वाटली. आता पुन्हा श्रीप्रियदर्शन यांना बोलावून तीच ती शहानिशा करण्यात काही स्वारस्य वाटेना. हा मुलगा एकूणच चलाख आहे. अलीकडे त्याचं माझ्याकडं येणं-जाणंही त्याने जाणीवपूर्वक बंदच केलं. तो चलाख खेळी खेळतो. तरबेज बुद्धिबळपटूसारख्या त्याच्या चाली धूर्त असतात. त्याला ओळखण्यात व निवड करण्यात आपण फार मोठी चूक केली. सगळंच जर सामंजस्याने मिटत गेलं असतं तर लढा उभा करण्याचा कधी प्रसंग आला नसता. माणूस संघर्षप्रियही आहे. प्राणीही कधीकधी स्वकीयांवर हल्ले करताना दिसतात. आपलं वर्चस्व टिकवून ठेवण्यासाठी तर ते आपलं बलप्रदर्शन करतात. एखाद्या जमावात, टोळीत दुसऱ्या आगंतुकास ते कधीच स्वीकारत नाहीत. माणसातही असा समान प्राणिस्वभाव असतोच की. हेच थोडं प्रगत, बुद्धिवादी तंत्रातून, पद्धतीतून अवलंबलेलं असतं. श्रीप्रियदर्शन ही निसर्गाने जाणीवपूर्वक जन्म दिलेली प्रवृत्ती असेल काय?

शरीरात कसल्याही विषाणूने प्रवेश केलेला असला तरी ते शरीरास चालत नाही. त्रास होतो. व्याधींचा प्रादुर्भाव होतो. मी असाच काहीसा विचार करण्यात मग्न होतो, तर दारात समोर कित्येक दिवसांनंतर प्रत्यक्ष श्रीप्रियदर्शन उभा होता. त्याने मला अत्यंत विनयाने नमस्कार केला व म्हटलं,

"गुरुवर्य, आत येऊ का?"

"अहो या ना, आपण आश्रमात केव्हाच आलेले आहात. तुम्हाला अशी वेगळी परवानगी घ्यायची गरजच नाही."

"थँक्यू" म्हणून ते समोर बसले. थोडा वेळ थांबून बोलू लागले,

"गुरुवर्य, मी आपल्या न्यासाची सगळी घटना पूर्ण वाचून पाहिली. सचिवावर फार मोठी जबाबदारी आहे. सचिवाला तितकेच अधिकारही आहेत. मला वाटते, घटनेप्रमाणे मला अधिकार द्यावेत. आश्रमाचा कारभार पूर्णपणे माझ्यावर सोपवावा. मी आपल्या मार्गदर्शनाखाली आणि सल्ल्यानुसार काम करीन. मी आपले नक्कीच समाधान करीन."

"श्रीप्रियदर्शन आपणास एवढी घाई का झाली आहे?" मी विचारले.

"तसं नाही गुरुवर्य, कृपया आपण काही गैरसमज करून घेऊ नका. हे पाहा, घटनेनुसार मी सचिव आहे; त्यामुळे माझ्यावर अकारण कुठलं बालंट वगैरे येऊ नये. नुसत्या सह्या करणं वेगळं आणि आपल्या स्वतःच्या जबाबदारीनं काम करणं वेगळं. कर्तव्यकठोर राहण्यासाठी इमोशनल होणं दूर ठेवावं लागतं."

"तुम्हाला आता नेमकं काय हवंय?"

"सर, सॉरी गुरुवर्य, सगळे बँकेचे अकाउंट्स माझ्या सहीने लगेच सुरू होणे माझ्या दृष्टीने व्यवहार्य वाटते. आधी चोक्शीसाहेब सचिव असल्यामुळे बँक अकाउंट्स ते पाहत होते. आता ते विक्रम सेठनासाहेबांच्या सहीने चालतात; पण ते घटनाबाह्य व बेकायदेशीर होतात. म्हणून हे मी सांगत आहे."

श्रीप्रियदर्शन यांचा मुद्दा नियमाने व धोरणाने बरोबर होता; परंतु हा संवादच मला अप्रस्तुत वाटत होता. त्यांची घाई मला पटत नव्हती. जे करायचे ते नियमाप्रमाणे होणारच. नव्या कार्यकारिणीचा चेंज रिपोर्ट (बदल अहवाल) अजून चॅरिटी कमिशनरांनी मंजूर करायचा होता. रीतसर होईलच सारे. आता श्रीप्रियदर्शनशी काही बोलावं तर वादावादी होणार, मला ती नको होती. मीच सबुरीने घ्यायला हवं. मी श्रीप्रियदर्शनला काही सांगणार होतो, तोच जवळजवळ २५-३० गावकरी जमावाने येऊन माझ्या निवासाच्या बाहेर थांबले. सीतारामाने आत येऊन मला माहिती दिली. त्यांना माझ्याशी काही बोलायचे आहे म्हणून. मी श्रीप्रियदर्शन यांना सांगितले. 'बघा बरं, काय प्रकार आहे तो.' चेहऱ्यावर अनभिज्ञता दाखवत ते बाहेर गेले आणि लगेच त्यातल्या काही १०-१५ प्रमुखांना आत घेऊन आले. म्हणाले,

"गुरुवर्य, यांना तुम्हाला एक निवेदन द्यायचे आहे."

त्यांनी त्यांचं निवेदन मला दिलं. मी सगळ्यांना खाली बसायला सांगितलं. त्यातले काही बसले, काहीजण तसेच उभे राहिले. मी मंडळींना विचारले,

"बोला मंडळी, काय काम घेऊन आलात?"

"निवेदन दिलंय ते आधी वाचा. मग बोला." एकजण म्हणाला.

"ठीक आहे वाचतो; पण बोलू, चर्चा तर करू."

मग एकदम सर्वचजण बोलू लागले.

"येत्या चैत्रात रामनवमीच्या आधी हितं हनुमंताचं देऊळ बांधलं पाहिजे."

"आजून हानुमान देवाच्या मंदिराबरुबर एक तालीम पन बांदा. कारन शेवतीसाठी कुठंच म्हारुतीचं देऊळ न्हायी. तालमीचीबी लय गरज हाय. गावातल्या पोरास्नी व्यायामासाठी, कुस्ती फडासाठी लागती बगा."

"आसरमातला मोठा हाल लगीनयेवाला बी द्या."

"आसरमात शाळा चालवा. गावात शाळा बी न्हाय."

''आसली कामं न्हायती तर काय करायचाय हा आसरम. नुस्त्या सबा घेत बसा. त्येनं काय पोट भरतं का?''

गावकऱ्यांनी प्रश्नांचा भडिमार केला. सगळे एकदम आरडाओरडा करत गोंधळ घालू लागले. मला गोंधळ सोसवेना. मी 'शांत राहा', 'शांत राहा' म्हणत होतो; पण ऐकतो कोण? तावातावाने अंगावर धावून यावं तसं चाललं होतं हे. गोंधळ घालायचा हे जणू ठरवूनच आले होते सारे. पूर्वनियोजितच असल्यासारखं. एवढ्या गोंधळातही प्रियदर्शन अगदी शांत बसले होते. मी त्यांच्या गोंधळाकडे लक्ष न देता निवेदन पाहू लागलो. त्याची एक प्रत पुणे कलेक्टरांना आणि आणखी एक प्रत जिल्हा पोलीस प्रमुखास दिली होती. शेवटच्या मजकुरात आंदोलनाची भाषा वापरली होती. गाव तर जवळजवळ निरक्षर होतं. इतकी आक्रमक भाषा लिहिणारं गावात कुणी नव्हतंच. मला हा श्रीप्रियदर्शन यांचाच डाव वाटू लागला. 'मला तुम्हाला काही सांगायचं आहे, कृपा करून शांत व्हा.' असं मी वारंवार सांगितलं. मग मी गप्पच बसलो. काही वेळ ओरडून ओरडून गावकरी आपोआप शांत होऊ लागले. कुणीतरी सांगत होते, 'अरे, गुरुजी काय म्हंत्यात ते ऐका तरी ना, काय हा गैराद्यासारखा कालवा लावलाय.' मग हळूहळू बडबड, गोंधळ पूर्णपणे थांबला. मग मी त्यांना सांगू लागलो,

''हे पाहा मंडळी, हा आश्रम चॅरिटी कमिशनर यांच्या कायद्यानुसार नोंदणी झालेला आहे आणि त्या कायद्यानुसार चालतो. आश्रमाची एक 'उद्देश, घटना व नियमावली' आहे. तिचे काही ट्रस्टी आहेत. मला त्यांची तातडीची मीटिंग बोलवावी लागेल. मी स्वतः तिथं मीटिंगमध्ये तुमच्या मागणीचं निवेदन ठेवतो. सर्व ट्रस्टी त्यावर चर्चा करून नियमाप्रमाणे निर्णय घेतील, काहीतरी तोडगा निघेल. माझ्यावर विश्वास ठेवा; पण मी आत्ता यावर एकटा काही निर्णय घेऊ शकत नाही.''

असं म्हटल्याबरोबर त्यांनी पुन्हा गोंधळ व आरडाओरडा सुरू केला. ते काहीही बडबडू लागले. त्यांच्यातला एकजण जोरजोरात म्हणू लागला, ''दरशनसायब म्हनत्यात ते बरुबर हाय. गुरुजींच्याच अंगात खोड हाय.'' मला हा गोंधळ नकोसा वाटू लागला. लोक भडकलेले होते. 'ते आम्हाला काय म्हाईत न्हाय, आत्ताच काय तो तोडगा सांगा.' असं तावातावाने म्हणू लागले. गोंधळ थांबण्याचं चिन्ह दिसेना म्हणून मी सीतारामाला व्हीलचेअर आणायला सांगितली. त्याने ती लगेच आणली. जवळच श्रीपती माळी, नारोबा होते. त्या तिघांनी मला व्यवस्थित उचलून व्हीलचेअरवर बसवले. मी बाजूच्या बेडरूमकडे गेलो आणि पलंगावर शांत पडून राहिलो.

नारोबा बाहेर जाऊन हा प्रकार पाहू लागले. काही वेळ गेला. नारोबा आत आले आणि मला सांगू लागले,

"बघा गुरुवर्य, हा सगळा उपद्व्याप आपल्या थोर श्रीप्रियदर्शन यांचाच आहे. त्या सर्व गावकऱ्यांना काहीतरी सांगत ते प्रवेशद्वारापर्यंत गेले. गुरुवर्य, तुम्ही काही मनाला लावून घेऊ नका. तुम्ही शांत राहा."

सीतारामाने मला थोडं पाणी दिलं. मग नारोबा अण्णा बराच वेळ माझ्याजवळ बसून राहिले.

मला अस्वस्थ वाटू लागल्याने मी श्रीविजयकुमारांना पुण्याच्या डॉ.जोगांना घेऊन या, असं सांगितलं. तो तातडीने निघाला आणि संध्याकाळच्या सुमारास डॉ.जोगांना घेऊनही आला. डॉक्टर जोग यांनी माझी विचारपूस केली. मी त्रास सांगितला. मग त्यांनी माझे बी.पी. तपासून पाहिले आणि काळजीच्या सुरातच ते मला सांगू लागले, 'गुरुवर्य, तुमचं बी.पी. खूपच वाढलं आहे. कसला स्ट्रेस घेता आहात? तुम्ही आश्रमप्रमुख आहात; पण शरीर आहे, होतं असं. सध्याची तुमची औषधं दाखवा बरं.'

सीतारामाने गोळ्या दाखवल्या.

"सर, या तर पेन किलर्स आणि Spinal cord संबंधीच्या गोळ्या आहेत. यात बी.पी.संबंधीची एकही गोळी नाही. ठीक आहे, तूर्त माझ्याजवळची एक गोळी देतो आणि बी.पी.संबंधी गोळ्या लिहून देतो. रोज सकाळी ती घ्या. ठीक होऊन जाईल. पंधरा दिवसांनंतर पुन्हा बी.पी. पाहू. हा विजय येईल माझ्याबरोबर आता, त्याला पुण्यातून गोळ्या देतो."

डॉ. जोग आणि श्रीविजयकुमार पुण्यास गेले.

चार दिवसांनंतर मी श्रीप्रियदर्शन यांना बोलावणे पाठवले. नारोबा अण्णा त्यांना निरोप द्यायला गेले, तेव्हा 'मी झोपलो आहे असे सांगा' असा त्यांनी निरोप दिला. मला पुन्हा काय करावे कळेना. शेवटी ते आलेच नाहीत. दुसऱ्या दिवशी सकाळी ते श्रीक्षेत्र औदुंबरास निघून गेले, न सांगता.

मेहेर आश्रमाचं काम थंडावलं होतं. खरं म्हणजे मी केवळ या दोघांवर इतका विश्वास टाकून, अवलंबून राहायला नको होतं. अनुयायी वाढवायला पाहिजे होते. अधिक माणसे गोळा करायला हवी होती. ते न केल्यामुळे यांचे फावले. हा इतका विस्तीर्ण धनाढ्य आश्रम आपल्या सहज ताब्यात येतो आहे ही भावना दृढ होत गेली म्हणून कारवायांना ऊत आला.

मी जर या व्याधीने पछाडलो गेलो नसतो आणि असा विकलांग झालो नसतो तर यांना असं धाडस करता आलं नसतं. माझ्या अपंगत्वामुळे यांना हा लोभ निर्माण झाला. कधीकधी सहज संधी उपलब्ध होणेदेखील माणसाला दुर्वर्तनाची बुद्धी सुचवते.

वसंतोत्सवातील व्याख्यानाचं कुणी मनावर घेतलं नाही म्हणून ती योजना बारगळली. त्रैमासिकाचं असंच झालं. आश्रम माझ्यासारखाच विकलांग वाटू

लागला. एखादी पडकी धर्मशाळा बरी. कसंही असलं तरी तिथं निदान बैरागी, जोगी तरी येऊन वास्तव्य करतात. इथे तर कुणीही फिरकेना. अपप्रचार केला गेला होता. पद्धतशीरपणे लोकांमध्ये गैरसमज पसरवले होते. 'हा पारशी लोकांचा टेंपल आहे', 'इथे ख्रिस्ती धर्म विचारांची चर्चा व प्रसार केला जातो', 'हिंदू धर्माच्या कसल्याही खुणा इथे नाहीत', 'इथे पूजा नसते, प्रार्थना नसते; त्यामुळे काहीतरी गौडबंगाल चालते', 'विश्वउत्पत्ती, ब्रह्म, आकाश, तारे, जीव, मन, आत्मा यांचा इथे अभ्यास चालतो म्हणे; त्यामुळे हे एक संशोधन केंद्र आहे, दुसरे काही नाही' वगैरे काहीही विकृत मते सर्वत्र पसरवून दिली होती. इतक्या अल्पावधीत हे कसं केलं असेल? मला मोठं हे कोडंच वाटू लागलं. मी तर आठ महिनेच आजाराने ग्रस्त होतो. त्यातले तीन-चार महिने मदर मेरी हॉस्पिटल, अंधेरी येथे गेले. एवढ्या अल्प कालावधीत हे काम कसं कुशलतेने केलं असेल. आश्चर्यच आहे.

मला माझ्या गुरुवर्यपदाचं पराभूत रूप पाहवेना. 'एक कारस्थान' माणसाला एवढं जेरीस आणू शकतं? श्रीप्रियदर्शनचा एक सुहास्य व विनम्र चेहरा; परंतु अंतर्यामी धगधगता ज्वालामुखी. कसं हे रूप पेलवत असेल त्यांना? हे रूप स्वयंभूच असलं पाहिजे. नारोबा अण्णा एकदा मला चर्चेत म्हणाले होते, 'गुरुवर्य, एखादा नाठाळ घोडा भल्याभल्या तरबेज घोडेस्वारालाही नामोहरम करतोच की; पण अशा नाठाळ घोड्यालाच वठणीस आणणं हे खऱ्या योद्ध्याचं काम असतं.'

गावकऱ्यांनी दिलेल्या निवेदनात पंधरा दिवसांत आश्रमाकडून निर्णय कळवा असे नमूद केले होते. उद्या पंधरा दिवस पूर्ण होतात. श्रीप्रियदर्शन तर अद्याप अक्षय औदुंबरासच राहिलेले होते. मला जाणूनबुजून अडचणीत आणण्याची चलाख खेळी हा गृहस्थ मुद्दाम खेळतो आहे; परंतु असं का करतो आहे श्रीप्रियदर्शन? त्याच्या अर्थहीन कर्मकांडास मी रोखलं होतं म्हणून? उलट जे करायचं ते मुळातून जाणून घ्या, समजून घ्या, त्यामागचं मर्म नीट अभ्यासून मग ते करा असं शिकवलं, यात काय चुकलं होतं? बुद्धिवादी व्हा, विवेकदृष्टी ठेवा, कसोटीवर तपासून पाहा; त्यात काही विज्ञाननिष्ठ असू शकतं हेही पाहायला शिका. हेच तर मी पुनःपुन्हा शिकवत होतो. मी स्वतः कशाचाही विरोधक नाही. फक्त डोळसपणे त्याकडे पाहा व करा, असं माझं म्हणणं. हे का पटू नये?

या आश्रमाचं बौद्धिक व्यासपीठ इतकं स्वातंत्र्यपूर्ण आणि मनमोकळं ठेवलं गेलं आहे की, कुणीही इथे यावं आणि तत्त्वचिंतनात्मक अभ्यास, चर्चा, परिसंवाद करावा असंच तर माझं आवाहन होतं. सर्व धर्मांचा समभाव याच दृष्टीने अभ्यासावा असाही माझा आग्रह होता; पण माझे हे दोघे सहकारी त्यांनी यात कसलाही रस दाखवला नाही. स्वतः कर्तव्यशून्यच राहिले आणि त्या दृष्टीने काही प्रयत्नही केले

नाहीत. उलट आता ते इथल्या वास्तव्याबाबत निश्चिंत झाल्यामुळे वेगळ्याच अभिलाषेने आपलं इथे वर्चस्व स्थापन करण्याचा प्रयत्न करताहेत. आता तर मलाही उपद्रव देण्याचा घाट घालताहेत. दोघेही चाणाक्ष आहेत. एक उघडपणे करतो आणि दुसरा त्यास मूक संमती देतो.

काही असले तरी मीही माझे प्रयत्न करतच राहणार. मी सहजासहजी नाही पराभूत होणार.

त्या घटनेनंतरच्या बरोबर सोळाव्या दिवशी श्रीप्रियदर्शन महोदय आश्रमात प्रकट झाले. श्रीविजयकुमार, नारोबा अण्णा, श्रीप्रियदर्शन, श्रीपती माळी एकत्र बसून चर्चा करत होते. सीतारामाला चर्चा कळली नाही; पण ते काहीतरी बोलत, चर्चा करत बसलेत एवढं त्याने मला येऊन सांगितलं.

काही वेळानंतर ते सर्वजण एकत्र मिळून माझ्याकडे आले. सगळेजण येऊन समोर चटईवर बसले. श्रीप्रियदर्शन यांनी सुरुवात केली,

''बोला गुरुवर्य, काय खुलासा करू?''

''प्रथम तिरकस बोलणं बंद करा. हे असं बोलणं शोभत नाही. तुम्ही स्वामी भागवतांचे पुतणे आहात. यापूर्वी तुमचं वास्तव्य श्रद्धेचे संस्कार घडवणाऱ्या एका प्रसिद्ध मठात होतं. तिथंच तुम्ही लहानाचे मोठे झालात.''

नारोबा अण्णादेखील म्हणाले,

''अहो दर्शनसाहेब, आपण मघाशी एवढं बोलून पुन्हा तेच का?''

मग मीच पुढे सांगू लागलो,

''आपण सुशिक्षित आहात, धर्मशास्त्राचे अभ्यासक म्हणून इथे आलात. मुळात ती आवड आहे. ती का दडपून ठेवता आणि हे भलतेच उद्योग करता आहात. आपण आपल्या अज्ञान, अजाण, अशिक्षित समाजास चांगलं शिकवायला पाहिजे. त्यांना बंधुत्वाचा, सद्धर्माचा, कल्याणाचा मार्ग दाखवण्यास इथे आश्रमात आलो आहोत. आपल्या गुरूसमान आणि वडीलधाऱ्या आश्रम प्रमुखास असं विनाकारण वाकडं बोलणं योग्य नव्हे. थोडं शांत व्हा. मनातलं किल्मिष काढून टाका. मी कधीच तुम्हाला धारेवर धरलेलं नव्हतं. तुम्ही कितीतरी चुका केल्यात. अजूनही तुम्ही परस्पर काहीबाही सांगता, बोलता, लोकांना भडकवता. असं का वागता तुम्हा? पवित्र, धार्मिक विचारसरणीच्या स्थळी आपण शुचिता पाळायला हवी. लोकांना आत्मशुद्धी तर आपणच शिकवायची आहे आणि आपणच अशी मलिन प्रवृत्ती बाळगली तर उपयोग काय? यामुळे आपलंच अधःपतन होणार. किती समजावून सांगायचं तुम्हाला? तुम्ही तरुण आहात, हे चुकून होत असेल असंच मी अजूनही समजतो.''

मी माझं प्रदीर्घ म्हणणं मांडल्यावर मग कुठे हे महोदय वरमले. चेहऱ्यावर तरी

अपराधी भाव उमटला. स्वतःला सावरत ते माफीच्या आविर्भावात बोलू लागले,

"गुरुवर्य, मी सहज कमलापूर गावात गेलो होतो. गावकऱ्यांचा आपल्या आश्रमात सहभाग वाढावा म्हणून; पण त्यांनीच मला वेढले व हनुमान मंदिराचा आग्रह धरला. यात माझा काहीही दोष नाही. मी आपलं त्यांना सहज सांगितलं. याबाबत गुरुवर्यांना भेटा, अर्ज द्या म्हणून; परंतु ते इथं येऊन असा गोंधळ घालतील असं मलाही वाटलं नव्हतं. तुम्हाला विनाकारण त्रास झाला. मी तुमची माफी मागतो. तुमचं बी.पी.वाढल्याचं मला श्रीविजयकुमारांनी सांगितलं. मी काळजीत पडलो होतो."

आता काय बोलावं! मी समजुतीने त्यांना सांगितलं,

"ठीक आहे, आता आपल्या कामाला लागा."

कमलापूरच्या गावकऱ्यांनी अर्जात दिलेली पंधरा दिवसांची मुदत केव्हाच संपून गेली होती. पुण्याच्या कलेक्टर कार्यालयातून कुणी एक अधिकारी आश्रमाची माहिती घ्यायला आला. त्याला जरूर ती माहिती दिली. न्यासाच्या घटनेची माहिती दिली. घटनेत अशी तरतूद नाही आणि आश्रम वैयक्तिक निधीतून उभा राहिला आहे. पारशी कुटुंबाचा एकट्याचा निधी आहे. जनतेचा एकही पैसा घेतला जात नाही. गावकऱ्यांची मागणी घटनाबाह्य आहे. त्यांना तसे समजून सांगावयास पाहिजे अशी सविस्तर कल्पनाही त्या अधिकाऱ्याला दिली. त्यांनी घटनेची प्रत फक्त माहितीसाठी घेतली व निवेदनास योग्य ते उत्तर देऊ असे सांगून निघून गेले.

पुण्याचे अधिकारी निघून गेले आणि दुसऱ्याच दिवशी सात-आठ लोकांचे शिष्टमंडळ मला भेटायला आले. सगळी तरुण मंडळी. हे सगळेजण पुण्याहून आले होते. त्यातल्या म्होरक्याने ओळख करून दिली. 'आम्ही वैदिक धर्मप्रेमी मंडळी आहोत. हिंदू धर्माचं पुनरुज्जीवन हे आमचं प्रमुख ध्येय आहे. आमची 'वैदिक विचार मंच' नावाची संस्था आहे. आमच्याकडे कमलापूर गावाचं विनंतीपत्र आलं आहे. इथं आश्रमात हनुमंतरायाचं मंदिर बांधायला तुम्ही टाळाटाळ करता असं आम्हाला समजलं आहे. आपल्या आश्रमाचं काम पारशी फंडातून आणि ख्रिस्ती लोकांच्या मदतीने चालतं असं आम्हास कळलं आहे. आम्हाला याचा सविस्तर खुलासा पाहिजे.' असं एकूण त्यांनी माझ्याशी तावातावानेच बोलायला सुरुवात केली. मी त्यांना शांत व्हायला सांगितले व म्हणालो,

"बाळांनो, प्रथम तुम्ही कुणाशी बोलता आहात याचं भान ठेवा. हे काही सरकारी अथवा निमसरकारी सेवेचं सार्वजनिक कार्यालय नाही. हा आश्रम खासगी आहे. एका पारशी कुटुंबाच्या फंडातून उभा राहिलेला आहे. वैयक्तिक पैसा वापरून या आश्रमाची उभारणी केली आहे. यात जनतेचा एकही पैसा कधी वापरला वा

घेतला नाही आणि तरीही इथे हिंदूच नव्हे तर अन्य सर्व धर्म - पंथियांना मुक्त प्रवेश आहे. इथे ते राहू शकतात. त्यांची सर्व सोय इथे विनामूल्य केली जाते. ते इथल्या व्यासपीठावर आपले विचार मुक्तपणे मांडू शकतात. सगळ्यांनी इथे येऊन धर्मतत्त्वाचा अभ्यास, चिंतन करावे अशी आमची अपेक्षा आहे. हिंदू धर्माविषयी कसलाही विरोधी विचार इथे मांडला जात नाही. आम्हाला सर्व धर्म समान आहेत. सर्व धर्मीयांतील आपसांतील तेढ, वैर कमी व्हावे व परस्पर सामंजस्य, सलोखा व बंधुता वाढावी हा उदात्त हेतू बाळगून आश्रमाचं काम केलं जातं. एकाच धर्माच्या संबंधाने कार्य करण्याची आश्रमाच्या न्यासाच्या घटनेत तरतूद नाही. उलट व्यापक दृष्टिकोन ठेवला आहे. यात चुकलं कुठे?''

त्यांच्यातला एकजण म्हणाला,

''अहो, इथे प्रार्थनेला, पूजेला, धर्म उत्सव साजरा करायला मूर्ती वगैरे काहीतरी ठेवा ना, वाटल्यास तो खर्च आम्ही करतो.''

लगेच दुसरा बोलला,

''कुठल्याच देवाची आराधना नसणारा असला कसला तुमचा आश्रम आहे जगावेगळा? काय भानगड काय आहे ते तरी कळू द्या.''

तिसरा तर जोरजोरात ओरडत बोलू लागला,

''जाऊ दे रे, असं गुळमुळीत काय बोलतोस, रोख सवाल कर ना.''

मी त्याला म्हणालो,

''महाशय, हे हळू बोलून सांगता येतं ना, एवढं का ओरडताय?''

''माझा आवाजच तसा आहे.'' माझ्याकडे पाहत तो बोलू लागला,

''गुरुजी, आम्हाला एक सांगा, इथं येत्या हनुमान जयंतीच्या आत मंदिर बांधणार आहात की नाही? नसेल तर आमचं आम्ही बघतो पुढं काय करायचं ते. करणार नसाल तर कोर्टात खेचू आम्ही तुम्हाला.''

मी पुन्हा शांतपणे त्यांना समजावू लागलो,

''अहो मंडळी, आम्हाला न्यासाच्या कार्यकारिणीची सभा घ्यावी लागेल. त्यात हा विषय मांडून आम्ही चर्चा करू आणि योग्य तो निर्णय घेऊ ना. या विषयाला चॅरिटी कमिशनरांची परवानगीदेखील घ्यावी लागते. काही नियम आहेत, कायदे आहेत. असं सहज बोलून चालत नसतं. आम्हीही प्रभू रामचंद्राचे, हनुमंताचे भक्त आहोत. कृष्णावरही आमची भक्ती आहे.''

जमावातला एकजण खोचकपणे म्हणाला,

''आणि येशूवर, भगवान गौतम बुद्धावर, अल्लावर आहे, तेही तेवढं सांगून टाका ना.''

''होय बाबा, हे सगळेच मला आदर्श आहेत, प्रिय आहेत. त्यांच्यावरही माझी

श्रद्धा आहे, भक्ती आहे. त्या सगळ्यांनी जगाची, सर्व लोकांच्या कल्याणाची चिंताच वाहिली आहे ना. अरे बाबा, 'हे विश्वचि माझे घर' हे कुणी म्हटले आहे हे तरी तुम्हाला माहीत आहे का?''

माझं बोलणं या तरुणांच्या काही पचनी पडेना. मलाही त्यांच्याशी वाद घालून म्हणणं पटवून देणं निरर्थक वाटू लागलं. मग मी गप्पच बसलो. या वेळी मात्र श्रीप्रियदर्शन यांनी पुढाकार घेतला. श्रीविजयकुमारही त्यांच्या मदतीला आला. दोघेही मिळून 'चला, आपण बाहेर बोलू, गुरुवर्यांना बी.पी.चा व मणक्यांचा त्रास आहे, झाली ही चर्चा पुरेशी झाली.' असे म्हणत शिष्टमंडळास समजावून बाहेर घेऊन जाऊ लागले. त्या तरुणांबरोबर श्रीप्रियदर्शन हातवारे करून काहीतरी बोलत होते. अखेर ते सर्व तरुण शांत झाले आणि 'अच्छा, पुन्हा भेटू' असे हात वर करत ते श्रीप्रियदर्शन यांचा निरोप घेऊन निघून गेले.

मग सोईचा रविवार पाहून न्यासाची मीटिंग भरवली गेली. डॉ.जसावाला सोडून सगळे उपस्थित होते. गावकऱ्यांच्या अर्जावर सविस्तर चर्चा झाली. मंदिर बांधणे, तालीम बांधणे हे न्यासाच्या घटना व नियमावलीतच बसत नसल्याने असा ठराव करून उपयोग नव्हता. त्यास चॅरिटी कमिशनरांची मान्यता मिळणे तर दुरापास्तच होते; पण स्पष्ट नकारात्मक निर्णय घेण्याने नवाच नाजूक प्रश्न निर्माण होणार होता. लोकांच्या भूमिकेचा आदर राखणे जरूर असले तरी यातून धार्मिक विवादही उत्पन्न होणार आणि गुंता वाढेल असे सभेस वाटत होते. घटनेत बदल करणे, नवे उपविधी किंवा बायलॉज तयार करून त्यासही चॅरिटी कमिशनरांची मंजुरी घेणे आलेच. बरे, ही गोष्ट काही लवकर व सहज होत नाही. नव्या उपविधीस मान्यता मिळाल्यानंतर प्रस्तुतचा विषय पुन्हा सभेत ठेवून, मंजुरी घेणे जरूर होते. तो बदल अहवाल दाखल करून त्यासही परत मान्यता घेणे. इतकी ही उठाठेव होती. हनुमान जयंतीच्या आत तर हे शक्यच नव्हते.

सभा बराच वेळ चालली. उलटसुलट चर्चा झाली. शेवटी विक्रम सेठना यांनी एक तोडगा सुचवला. शेजारचा शेतकरी त्याची दोन एकर जमीन आश्रमास विकत द्यायला तयार होता. त्याप्रमाणे त्याने संपर्कही केला होता; तेव्हा नारोबा अण्णांवर हे काम सोपवून त्या शेतकऱ्याकडून ती जमीन विकत घ्यावी आणि तिथे नवा प्लॅन व नकाशा तयार करून हनुमानाचे प्रशस्त मंदिर बांधावे. बाजूला योग्य ठिकाणी तालीम बांधावी आणि हे सर्व लोकांना उपलब्ध करून द्यावे असे सुचवले. ॲडव्होकेट विराणी सभेस आले होते. त्यांना याबाबत कायदेशीर मार्गदर्शन करण्याची विनंती केली. ॲड.विराणींनी मुद्दे सांगितले.

''गुरुवर्य, काय आहे, आपल्या न्यासातर्फे सदर जागा विकत घेऊन उपयोग नाही; कारण त्या जागेतही काही करता येणार नाही. त्यासाठी आपल्याला असं

करावं लागेल. एक नवा 'हनुमान देवस्थान ट्रस्ट' स्थापन करून तो रजिस्टर्ड करावा लागेल. 'मेहेर कल्याण आश्रमा'चे ट्रस्टी तिथेही नेमता येतील. याला आम्ही सिस्टर कन्सर्न ट्रस्ट म्हणतो. मेहेर कल्याण आश्रम ट्रस्टने या नव्या 'हनुमान देवस्थान ट्रस्ट'ला लागणारी रक्कम डोनेशन म्हणून द्यावी आणि नव्या ट्रस्टच्या नावाने जागा खरेदी करावी आणि मंदिर बांधावे. याला काही कायद्याची अडचण येणार नाही. अशा रीतीने मंदिराचे काम होऊ शकेल.''

ॲड.विराणी यांनी नेमकेपणाने प्रश्न सोडवला आणि हा तोडगा गावकऱ्यांना व्यवस्थित समजावून सांगता येईल. हे काम श्रीप्रियदर्शन यांच्यावर सोपवले.

संबंधित चर्चेनुसार जरूर ते ठराव एकमताने संमत करण्यात आले. नवीन 'हनुमान देवस्थान ट्रस्ट'चे सभासदही ठरवण्यात आले. श्रीप्रियदर्शन अध्यक्ष, श्रीविजयकुमार सचिव, श्री नारोबा अण्णा उपाध्यक्ष, विक्रम सेठना कोषाध्यक्ष, मी सदस्य, गावकऱ्यांपैकी दोन सदस्य घ्यावेत. तेही काम श्रीप्रियदर्शन यांनी करायचे असे ठरले. एकूण गुंता सुटल्याने मला समाधान वाटले. मी विक्रम सेठना यांचे खास कौतुक केले आणि सगळ्यांच्या वतीने आभार मानले. सभा संपली.

श्रीप्रियदर्शन आणि मंडळी अतिशय जोमाने नव्या हनुमान मंदिराच्या कामाला लागली. आता कशाचीच अडचण नव्हती. श्रीप्रियदर्शनाच्या उत्साहाला उधाणच आले. सर्व कामे पटापट होऊ लागली. अल्पावधीतच मंदिराचे बांधकामही सुरू झाले. रात्रंदिवस काम चालू होते. गावकऱ्यांचा आनंद गगनात मावेना. ते विजयाने धुंद होते. मेहेर कल्याण आश्रमावर मात्र अवकळा पसरली. तो एखाद्या उद्ध्वस्त धर्मशाळेसारखा दिसू लागला.

माघातली एक संध्याकाळ. मी व्हीलचेअरवर बसून सीतारामाच्या मदतीने कमळतळ्याच्या काठी येऊन एकटाच बसलो. हेमंत जाण्याची शिशिर वाट पाहत होता. आल्याबरोबर शिशिराने प्रथम निसर्गाची झाडाझडती सुरू केली. एक-एक जीर्ण पानाला तो निरोप देऊ लागला. पाने गळून गळून खाली त्यांचा पाचोळा होऊ लागला. अशी जीर्ण पाने वारा बेदरकारपणे इतस्ततः उधळू लागला. आश्रमाच्या पाठीमागच्या डोंगरामुळे आम्हाला सूर्यास्त कधीच पाहायला मिळत नसे; पण सूर्य मात्र क्षणाक्षणाला डोंगराआडून रंगीत लाल केशरी रंगाचे झोत वेगवेगळे करून दाखवत असे. मौज वाटे. आकाशाचे हे रूप मनोहर असे.

मी शांतपणे तळ्याकडे पाहत बसलो. कमळाची फुले उमलत होती. तळ्यातले राजहंस आज रात्री कुठे विसावा घ्यायचा या विचारात मग्न असल्यासारखे वाटत होते. राजहंस आपली मान चौफेर फिरवत. निसर्गाचं रूप पाहण्यात, न्याहाळण्यात मला नेहमी आनंद वाटत असे. माझी नजर सतत आवतीभोवती भिरभिरत असते. वारा छान खेळू लागला की, मला मौज वाटे. वारा मुळात उनाडच असतो. मी

त्याच्यावर चांगलीच नजर ठेवून आहे. माझ्या निर्जीव पायाजवळ, गळून पडलेली काही जीर्ण पानं आत्मीयतेने जवळ आली होती, तर त्यांना हा उगाचच भरकटत इकडे तिकडे खेळवत होता. पूर्ण हेमंत ऋतूभर याच वाऱ्याने त्या हिरवट पानांना सुगंधी झोके दिलेच होते की. गळून पडलेल्या पानांशी याचं काय वैर आहे कुणास ठाऊक! आता वसंत येईतो वाऱ्याचं हे असं सैरभैर वागणं निमूट पाहत राहायचं. शिशिरात सगळी झाडं फक्त आपली त्वचा सांभाळतील. बाकी सर्व गळून जाईल. सर्व झाडं ओकीबोकी दिसतील. पाहवत नाही, अल्पकाळ का असेना झाडांचं असं उद्‌ध्वस्त होणं. जेव्हा चैत्र येईल, तेव्हा कुठे तो लालपिंगट, कोवळी पानं आपल्याबरोबर घेऊन येईल. तोपर्यंत काय! ही अस्थिपंजर झाडं शिशिरभर पाहत राहायचं. पक्षीदेखील आपला हिरवा संसार मोडून जगायला कुठे दूरदूर जातात. उंच पर्णहीन फांदीवर एखाद-दुसरं गिधाड किंवा घार बसलेली दिसते, तेव्हा उदासीन वाटू लागतं. शिशिर नकोसा वाटतो.

मेहेरभाभींच्या पुतळ्याच्या पाठीमागे असलेला पिंपळ आता कुठे दोन वर्षांचा झाला आहे; पण इतर झाडांपेक्षा हा चांगलाच झरझर वाढतोय. हा खूप अजस्र, अवाढव्य होईल, तेव्हा मी या जगात नसेन. या आश्रमाची दशा, दिशा, उत्कर्ष, ऱ्हास सर्व काही पाहणारा हा एकमेव साक्षीदार असेल. मला या अश्वत्थास स्पर्श करावा असं उत्कटपणे वाटू लागलं. या वृक्षाची मला प्रथमपासूनच अनिवार ओढ आहे. आता तर कातरवेळ. जीवाची घालमेल करणारी वेळ. मला राहवेना, मी सीतारामाला त्या पिंपळ वृक्षापर्यंत न्यायला सांगितले. मी त्याच्या जवळ गेलो. थोडीफार पानं जीर्ण झालेली होती; पण अजूनही टिकून होती. माझ्यासारखीच! मी त्यांना हळुवार स्पर्श केला. क्षणभर मला पिंपळ शहारल्याचाच भास झाला. 'आठवण ठेव रे बाबा' म्हणून मी त्याला नमस्कार केला. साक्षात हा बोधीवृक्षच आहे ना! याच्याच छायेत ज्ञानगंगा पाझरते.

आता घनदाट अंधार, धुक्यासारखा हळुवारपणे आश्रमावर पसरू लागला. सीताराम शांतपणे मला माझ्या निवासाकडे नेत होता. दीपगृहाच्या प्रवेशद्वारापाशी आलो. उनाड वाऱ्याचा पाचोळा सैरभैर उधळण्याचा खेळ अजूनही चालूच होता. दीपगृहातील दिवाही वाऱ्याशी झुंज देत होता. दिवसभर स्वतःला उलटे टांगून घेतलेल्या बैरागी वटवाघळांचा एक थवा दीपगृहातून फडफडत थेट माझ्या अंगावरून आकाशात उडून गेला.

मी निवासाजवळ आलो. रॅम्पवरून खोलीत पोहोचलो. माझ्या निद्राकक्षाच्या खिडकीतील वरच्या झरोक्यात अलीकडे एक पारवा बसून राहायचा. त्याने नव्यानेच इथे वास्तव्य केलेले होते. त्याला पाहिले की, मला उद्‌ध्वस्त धर्मशाळेची का आठवण व्हावी? जुन्या पडक्या, उद्‌ध्वस्त धर्मशाळेच्या कौलारूमध्ये बसून हा

खिन्न निरस एकान्त-गीत गात असतो, म्हणून का? मी आत आलो आणि पाहतो तो हा माझ्या आधीच वर झरोक्याच्या कोपऱ्यात येऊन शांतपणे बसला आहे. याला तो कोपरा उद्ध्वस्त धर्मशाळेचं कौलारू वास्तव्य स्थान तर वाटत नाही ना? काय सांगावे! तसंच असेल.

३६

फाल्गुन आला. पाहता पाहता फाल्गुन पौर्णिमेपर्यंत हनुमान मंदिराचं बांधकाम पूर्ण झालं. कळसारोहण, फरशीकरण, मूर्तीच्या चबुतऱ्यास राजस्थानकडील ग्रॅनाइट बसवणे, मार्बल बसवणे, कोटाहून आलेली पॉलिश फरशी बसवणे यासाठी राजस्थानहून आलेले कारागीर रात्रंदिवस काम करू लागले. घडाई, कटाई सुबकपणे केली जाऊ लागली. मेहेर आश्रमात काहीच काम उरलेलं नसल्याने इथले कर्मचारी मौज म्हणून ही फिनिशिंगची कामं दिवसभर तिथे पाहत बसत. नारोबा अण्णा मला गरज नसतानाही या कामाचा वृत्तान्त रोज येऊन सांगत असत.

चैत्र महिना सुरू होण्याच्या आतच काम पूर्ण झाले. त्या दोन एकर पडीक रानाचा जणू कायापालटच झाला. मला निवासाच्या ओट्यावरून सर्व स्पष्ट दिसायचं. काम उत्तम झालं होतं. प्रभू रामभक्त हनुमंताचं अप्रतिम मंदिर बांधण्यात आलं. समोर मध्यभागी कारंजे, भक्तांसाठी निवास, पुजारी निवास, तालीम सर्व काही सोई झाल्या. समोर मेहेर आश्रमाच्या प्रवेशद्वारापेक्षा उंच व प्रशस्त, भव्य प्रवेशद्वार बांधले गेले. त्यावर 'श्री हनुमान मंदिर' असा ठळक नावाचा बोर्ड लावला. मंदिरावर पितळेचा कळस. त्यावर मारुतीरायाची भगवी ध्वजा फडकू लागली. सर्व सिद्धता झाली. चैत्रातला शुक्ल पक्ष, गुरुवारी रामनवमी, त्याच दिवशी गुरुपुष्यामृत योग होता. चैत्र पौर्णिमेला भल्या सकाळी सूर्योदयाला हनुमानाचा जन्म. हे सगळं साजरं झालं. हनुमान जयंतीचा उत्सव अत्यंत थाटात साजरा झाला. मूर्तीची प्राणप्रतिष्ठा स्वामी भागवतांच्या हस्तेच केली गेली. श्रीप्रियदर्शन हे मंदिराचे प्रमुख पुजारी झाले. तीन काहिली खिरीच्या प्रसादाचे वाटप झाले. सर्वत्र भाविकांची गर्दीच गर्दी! दुपारनंतर कुस्त्यांचा फड, तालमीचे उद्‌घाटन हे सगळे एकट्या श्रीप्रियदर्शननी

समर्थपणे व उदंड उत्साहात पार पाडले.

मेहेर कल्याण आश्रमाकडे कुणीही फिरकले नाही. अक्षय औदुंबराचे मठाधिपती स्वामी भागवत महाराज हे एवढे व्यग्र होते की, त्यांना साधी माझी भेट घेण्याचीदेखील आठवण झाली नाही. श्रीप्रियदर्शनकडून काय अपेक्षा करावी? ही माणसे माझ्याशी अशी का वागली?

मी दुःखी झालो नाही. निराश तर नाहीच नाही. माणसांची रंगभूमी इतकी विस्तृत, व्यापक आहे की, आपल्या एखाद्या अभिनव विचारासाठी लगेच त्यांना आपण आपलेसे करू शकत नाही. नवा विचार सहज स्वीकारला जातच नाही. असे प्रयत्न आजवर खूप झाले. माझ्या विचारात तसा काहीही चमत्कार वा नावीन्य नव्हते. मी फक्त सर्व धर्मांतील समान तत्त्वांवर भर दिला होता आणि म्हणून आपण सारे सर्वधर्मसमभावाची भावना जपू, एकदिलाने राहू, तेही आपापला धर्म अबाधित राखून; एवढंच अपेक्षित केलं होतं या आश्रमात. त्यावर विचारविनिमय, चर्चा, नवा चिंतनविचार करावा असंच आवाहन केलं होतं.

यानिमित्ताने मला एवढं मात्र उमगलं. माणसाला सहज उपलब्ध होईल तेच हवं असतं. बुद्धीला ताण देणं तर त्याला रुचतच नाही. चिकित्सा करणं, तथ्य-तथ्यहीनता याची उकल करण्याची तर त्याची मानसिकताच नसते. तो नेहमी सहज, सोपे जीवन जगणे पसंत करतो. सण, उत्सव साजरे करणं, त्यातून आनंद घेणं त्याला अतिप्रिय वाटतं. त्यातल्या हेतू वा कारणमीमांसेशी त्याला काही देणं-घेणं नसतं. जे चलाख असतात, ते इतरांना आपल्यासाठी राबवतात. धन मिळवतात. धनाचा संग्रह करतात. आपल्या वर्चस्वासाठी झगडत राहतात. त्यांना पराभव, माघार कबूल नसते. धनाची, सत्तेची नशा मेंदूत भिनलेली असते. मग कारस्थाने जन्म घेतात. कुस्तीतल्या डावपेचासारखे प्रतिस्पर्ध्यास नामोहरम करण्यासाठी सर्वस्व पणाला लावले जाते. हे चालतच राहणार.

प्राण्यातही संघर्ष उपजतच आहे. तो थेट असतो. कुटिल कारस्थानाचा नसतो. प्रथम स्वतःसाठी जगणं. अडथळा असेल तर तो हुसकावून लावणं. मोठं झाड लहानाची वाढ गिळंकृत करतं. सबल कमजोरास अंकित ठेवतं. सर्व सृष्टीभर विविध रूपांमध्ये हेच चालू आहे.

मग धर्माच्या भिंती अभेद्यच राहणार; नाहीतर काय होणार?

संध्याकाळ झाली. आता हनुमंतरायाच्या भाविकांचा पूर काहीसा ओसरला. भाविकांनी प्रसादाचा लाभ घेतला आणि जेवलेल्या पत्रावळी मेहेर आश्रमाच्या बाजूच्या अंगणात टाकून दिल्या. श्रीपती माळ्याने व सावूबाईने दिवसभर त्या उष्ट्या पत्रावळी गोळा केल्या; पण तरीही भाविकांनी पत्रावळी टाकायचं थांबवलं नाही. मेहेर कल्याण आश्रम शिळा वाटू लागला. प्रसाद खाऊन फेकून दिलेल्या पत्रावळीसारखा.

शेजारच्या प्रसादयोजनेमुळे आश्रमामध्ये आज अन्न शिजवलं नव्हतं. सीतारामाने मारुतीरायाचा प्रसाद-लाभ घेऊन, एका पत्रावळीवर मलाही खीर आणून दिली. मी अन्नाचा आदरच करतो. अन्न हे ब्रह्मतत्त्वाचं सगुण रूपच मी मानतो. मी मनोभावे ती सर्व खीर खाऊन घेतली.

रात्री हनुमान मंदिराच्या अंगणात भजनाचा कार्यक्रम झाला. दोन-तीन भजनी मंडळं आली होती. काहीजण एकतारीवर गात होते. भजन सुरेलच होतं.

मी माझ्या निवासात शांत पडून ते ऐकत होतो. नंतरनंतर मला माझ्या विचाराच्या आवर्तानं घेरलं. खिडकीच्या झरोक्याकडे माझं लक्ष गेलं. तो पारवा शांत झोपला होता. उद्ध्वस्त धर्मशाळा सोडून तो नेमका इथंच का आला? यापूर्वी हा कुठे वास्तव्य करत असेल?

मी विचारात मग्न झालो. मला माझ्या गतकाळातलं सारं आठवू लागलं. आपण किती दूर आलो ते आपल्याला कळलंच नाही. प्रो.मित्तलांबरोबर आलेले ब्रजवासी आचार्य गोस्वामी वारंवार सांगत होते. 'जब आप कोई प्रयोजनमूलक सोचोगे नही तो अंतिमतः आपको कहाँ जाना है यह कैसा तय करोगे? आपकी कोई मंजिल ही नही अबतक! तो आप कुछ नही कर पाओगे ।' मी त्या वेळी त्यांना कोणतंही उत्तर दिलं नाही.

माझा प्रवास नक्कीच दिशाहीन होता. अंतिम साध्य, आपलं ठिकाण असं काही मी ठरवलं नव्हतं. आपण तसं काहीतरी ठरवावं असं मला कधी वाटलंच नव्हतं. मला आखलेले मार्ग चोखाळायचेच नव्हते. पूर्वसुरींनी विचाराचं जे गूढ धन शब्दांत साठवून ठेवलं आहे, त्याचं आपण फक्त उत्खनन करत राहायचं. मुळात मला हेच मान्य नव्हतं. पटत नव्हतं. अर्थात मला त्याची कधी गरजही वाटली नाही. या असीम, अथांग, शब्दातीत ब्रह्मांडाचं गूढ कसं शोधायचं हाच तर माझा प्रश्न होता; पण सगळ्यांनाच हा प्रश्न चमत्कारिक वाटला. कुणी धर्मामध्ये बघ म्हटलं, कुणी श्रद्धेत अनुभव म्हणून सांगितलं, कुणी तत्त्वचिंतनातून मिळव म्हटलं; पण शोधाचे हे सारे मार्गच भ्रामक होते, दृष्टिहीन अश्व चौफेर उधळावेत तसे... आणि उधळून उपयोग काय!

या शोधासाठी अनेकजण हजारो वर्षे भटकंती करतच होते. कुणी कठोर, घोर आणि उग्र तपश्चर्येच्या मार्गाने गेले तर कुणी साधा, सोपा नामस्मरणाचा मंत्र जपण्याचा उपाय पत्करला. माझ्या आश्रमात यापैकी काहीच नव्हते. मला चिंतन अपेक्षित होते. विवेक आणि विज्ञाननिष्ठ कसोटी अभिप्रेत होती. मनाची चित्तशुद्धी मान्य होती. प्रेम, सलोखा, बंधुता यांवर माझा विश्वास होता. लोभ, मोह, वासना यांचा त्याग हेही मला मान्य होते; परंतु पापक्षालनासाठी कुंभयोग स्नान, संगमावरचं स्नान किंवा स्वर्गप्राप्तीसाठी अमुक पिंडदान, अमुक ठिकाणी मृत्यू, दहन वा

अस्थिविसर्जन हे कसं विश्वासार्ह असू शकतं? हा माझा प्रश्न होता. पुण्यप्राप्ती आपल्या विचारात, शुद्ध आचरणात, सर्वभूती प्रेमात तर अंतर्भूत असते. यासाठी कशाला लागते प्रतिमा, प्रतीकपूजन, कर्मविपाक, असंख्य विधी, उपासतापास, नवससायास. अनैतिक मार्गाने मिळवलेल्या प्रचंड संपत्तीतून काही अंश दान दिले म्हणून पाप उणे होत नसते. अशा दानधर्मातून आपण त्या पवित्र देवालाही बंधक म्हणून ठेवतो. त्याच्याच अस्तित्वाबद्दल अटी घालतो. शंका उपस्थित करतो. ब्रह्म, विश्व, देव भाजीपाल्यासारखी सहज उपलब्ध होणारी वस्तू आहे का? हेच तर आम्हाला कळत नाही. मला यातल्या सत्याचाच तर शोध घ्यायचा आहे. या साऱ्या प्रथा, परंपरेचा चिकित्सक पुनर्विचार करायचा आहे हे माझे सांगणे, यात माझे चुकले कुठे? यासाठी आपण काही नवा मार्ग शोधू, विचारमंथन करू, धर्मतत्त्वचिंतनात्मक काही संशोधन हाती लागते का ते पाहू. निदान यासाठी प्रयत्न तरी सुरू करू अशी मी अपेक्षा केली तर माझे सारे सोबती पराङ्मुखच झाले. पुन्हा आपापल्या पारंपरिक, विहित कर्तव्यामध्ये रममाण झाले. जमावात मिसळून गेले. उत्सवामध्ये देहभान हरपून गेले.

खिडकीतून एकाएकी थंडगार वाऱ्याचा झोत अंगावर आला आणि माझी समाधी भंग पावली. वर झरोक्यातला पारवाही जागा झाला. त्याने तिथल्या तिथे पंख फडफडवले. या विचार आवर्तातून मला माझा निर्धार पुन्हा गवसला. मला माझं क्षितिज पुन्हा खुणावू लागलं, 'तुला तिथे यावंच लागेल' म्हणून. कुणी बरोबर असू देत अथवा नसू देत. मला माझं विस्तीर्ण आकाश साद घालू लागलं. मनाने पुन्हा भरारी घेतली. मला माझा मार्ग आक्रमायलाच हवा. मला तिथे जायलाच हवं. मी गुदमरतो आहे. माझे विचार आत कोंडले जाताहेत. त्यांना बाहेर यायचं आहे. त्यांना पुन्हा मोकळा श्वास हवा आहे. मी त्यांना असं दडपून ठेवू शकणार नाही.

मी सीतारामाला हाक मारली. तो जागा झाला. मी त्याला सांगितलं, 'नारोबा अण्णांना बोलाव.' बरीच रात्र झाली असावी. हनुमान मंदिराच्या अंगणातलं भजन संपलं होतं. सगळीकडे इतकी भयाण सामसूम आणि शांतता केव्हा पसरली ते कळलंच नाही. सीताराम डोळे चोळत नारोबा अण्णांकडे गेला. नारोबा अण्णा घाबरून धावतच आले.

"काय गुरुवर्य, काही त्रास होतो आहे का? असं अचानक मध्यरात्री मला उठवलंत. काय हवं आहे?"

मी त्यांना समोर बसायला सांगितले.

"नारोबा अण्णा, आता रात्र उलटली आहे. कालचा दिवस संपला. आज नवा कोवळा दिवस सुरू झाला आहे. सकाळी या दिवसाचा नवा सूर्य उगवेल. या सूर्याच्या दर्शनासाठी मी आतुर आहे. मला पुन्हा नव्याने माझ्या उरलेल्या कामाला

लागायचं आहे. माझं हे ज्ञानपीठ पुन्हा नव्या जोमाने सुरू करायचं आहे. समृद्ध करायचं आहे. अजून खूप प्रवास आहे. निबिड अरण्य संपलेलं नाही. उद्याच पुन्हा नवी जाहिरात द्या.

'मेहेर कल्याण आश्रम, कमलापूर (लोणावळा)' या आश्रमास दोन नव्या उमेदवारांची तातडीने गरज आहे. सर्वधर्मसमभाव विचाराच्या अभ्यासकांची व अध्यात्म विषयाची आवड असणाऱ्या इच्छुकांनी समक्ष भेटावे.' या जाहिरातीसोबत माझा आश्रमाच्या कल्पनेचा लेख पुन्हा जाहिरात म्हणून छापायला द्या. पुन्हा कुणी नवे इच्छुक संपर्क करतील. मी आशावादी आहे. या धर्मशाळेचा जीर्णोद्धार करू...''

नारोबा अण्णांनी तशी जाहिरात दिली.

श्रीप्रियदर्शन आणि श्रीविजयकुमार आता प्रस्थापित मठाधिपती झाले. माझ्या हतबलतेचा त्यांनी अचूक लाभ घेतला. मी सौजन्यशीलता आणि त्यातून माणसाचे होणारे परिवर्तन याचा नेहमीच आदर राखणारा होतो. मतं, विचार, चिंतन कुणावर सक्तीने लादून त्याचा अवलंब करण्यास भाग पाडणं हे कधीच धर्मकार्य म्हणून मानता येत नाही. मी माझ्या मार्गाचा प्रवासी असतो. माझ्याबरोबर येणारे माझे सहयोगी असतात. न येणाऱ्याला प्रलोभने दाखवणं मला मान्य नाही. म्हणून मी 'उत्पत्स्यते हि मम कोऽपि समानधर्मा' यावर विश्वास ठेवून आहे, कारण मला माझा आत्मविश्वास बळ देतो आहे. 'कालोह्ययं निरवधिर्विपुला च पृथ्वी' याचा.

पंधरवडा सरून गेला.

दरम्यान, नवा टेलिफोन आला. आता संपर्काची खूपच चांगली सुविधा उपलब्ध झाली.

जाहिरातीच्या मुदतीनंतर एके दिवशी नारोबा अण्णा बरीच कागदपत्रे घेऊन आले. मी एडवर्ड गिबन यांचं 'The History of the Decline and Fall of the Roman Empire'हे पुस्तक वाचण्यात मग्न होतो. रोमन साम्राज्याचा इतिहास मला नेहमीच रोमहर्षक असा वाटत होता. अनेक दिवसांनंतर हे पुस्तक मी पुन्हा हाती घेतलं होतं. नारोबा अण्णा आलेले मला जाणवले. मी पुस्तकात रेशमी दोरीची खूण घालून पुस्तक बाजूला टेबलावर ठेवलं,

''बोला नारोबा अण्णा, काय काय घेऊन आलात?''

''गुरुवर्य, ट्रस्टची काही कागदपत्रे, चेंज रिपोर्ट, या वर्षीचा ऑडिट-रिपोर्ट आणि आपल्या जाहिरातीनुसार आलेले अर्ज.''

''बसा समोर, तुमच्याशी चर्चाही करायची आहे.'' मी सीतारामला हाक मारली. तो दरवाजाच्या बाजूला स्टूलावर बसलेला होता. लगेच 'आलो' म्हणून येऊन

थांबला. त्याला सांगितलं,

"सीताराम, अरे श्रीपती आणि सावूबाईकडे जा. छानपैकी पोहे आणि चहाही करून आणायला सांग आपल्या सगळ्यांसाठी"

सीताराम 'जी' म्हणून लगबगीने गेला.

"बोला, नारोबा अण्णा, प्रथम किती अर्ज आलेत ते सांगा."

"होय सांगतो. गुरुवर्य, खूप चांगला प्रतिसाद आहे. बरेच अर्ज आलेत. विशेषतः आपल्याच विचारसरणीनुसार कार्य करणारे एक फाउंडेशन आहे." अर्जांच्या गठ्ठ्यातून फाउंडेशनचा तो अर्ज धुंडाळून काढून नारोबांनी माझ्यासमोर ठेवला.

"हे पाहा, हे ठाण्याचे एक साने गुरुजी फाउंडेशन आहे. पत्ता बघा,"

मी ते पत्र हातात घेऊन लेटरहेडवरील पत्ता वाचला.

"तर, विनोबा भावे मार्ग, क्रांती आश्रम, ठाणे (पश्चिम) असा पत्ता आहे. फोन नंबर आहे आणि खाली सहीही स्पष्ट देवनागरी लिपीत, रवींद्र पेंडसे अशी आहे. ते सचिव आहेत. हा अर्ज नसून हे पत्र आहे. उजव्या बाजूला फाउंडेशनतर्फे कार्यान्वित स्कीमही दिल्या आहेत. एक वृद्धाश्रम, दोन साने गुरुजी व्याख्यानमाला, तीन निवासी आश्रमशाळाही आहेत. वा! छानच प्रतिसाद आहे. बाकीचे अर्ज बघू."

एकेक करून नारोबा अण्णा अर्ज चाळू लागतात. त्यातले चार-पाच अर्ज त्याच वेळी बाजूला काढून ठेवतात.

"नारोबा अण्णा असं करू, येत्या पंधरा तारखेला सगळ्यांना बोलावू, सगळ्यांना म्हणजे फाउंडेशनचे ऑफिस बेअरर्स आणि वैयक्तिकरीत्या आलेल्या अर्जातील पाच व्यक्ती. तसं ठरवा. फाउंडेशनशी शक्यतो फोनवर बोला, ठीक आहे?"

पंधरा तारखेला खूप छान चर्चा घडून आली. मुलाखतीदेखील अप्रतिम झाल्या. ही सगळी मंडळी मेहेर कल्याण आश्रमाचे कार्य, ध्येय-उद्देश जाणून होती. आलेली मंडळी काही विधायक करू इच्छिणाऱ्यांपैकी होती. नवविचार-मतवादी. जुन्या-नव्याचा समन्वय साधून अधिक निर्दोष, कल्याणकारी व सगळ्यांच्या हिताचं काही करू इच्छिणारी होती. दिवसभर खूप छान चर्चा व विचारविनिमय झाला. साने गुरुजी फाउंडेशनचे सचिव रवींद्र पेंडसे सरांना एकूणच इथला आश्रमाचा परिसर, संकल्पना, उद्दिष्टे खूपच आवडली. साने गुरुजी फाउंडेशनच्या विचारसरणीशी जुळणारा प्रकल्प इथेही राबवण्याची उत्तम संधीच जणू इथे लाभते आहे याचा त्यांना विशेष आनंद झाला. तसं त्यांनी मला स्पष्ट सांगितलं.

प्राथमिक बोलणी झाल्यानंतर दुपारचं भोजन आम्ही सगळ्यांनी मिळून केलं. नंतर दुपारच्या सत्रात प्रत्यक्ष कार्याची रूपरेषा ठरविण्यासाठी जमू, असं मी सांगितलं. सगळ्यांनी मिळून आश्रमाचा परिसर फिरून पाहिला. मुख्य सभागृहातील दीपगृहाजवळ

सगळे थांबले. दीप शांतपणे तेवत होता. नारोबांनी बाजूचं तेल चंचुपात्रात घेऊन थोडी धार टाकली आणि वात पुढे सरकवली.

पुन्हा सगळे माझ्या निवासकक्षात आले. काही वेळ शांतता. मी सुरुवात केली,

"रवींद्र पेंडसे सर, आता आपल्यासह सगळ्या नव्या कार्यकर्त्यांच्या ओळखी करून घेऊ. प्रत्येकाने आपली ओळख व विचार सांगावेत."

"गुरुवर्य, मी रवींद्र पेंडसे. साने गुरुजी या फाउंडेशनचा सचिव, फाउंडर ट्रस्टी. आम्ही आमच्या कार्याची व्याप्ती वाढविण्यासंबंधी नुकतेच विचारात होतो. मागील आठवड्यात आमच्या कार्यकारिणीच्या सभेत याबाबत विचार करत असताना आपली सदरची जाहिरात पाहण्यात आली. आमच्या सभेत सविस्तर चर्चाही झाली. गुरुवर्य, आपला फोन आला, तेव्हा आम्ही तुम्हाला कल्पनाही दिली होती. आपण आम्हाला आश्वासितही केले की, आपण आम्हाला सर्वतोपरी सहकार्य करू म्हणून. तेव्हा मी, आपल्या मेहेर कल्याण आश्रमात ज्या काही योजना आम्हाला फिजिबल व लोकांच्या हिताच्या दृष्टीने चालवायच्या म्हणून चांगल्या वाटतात त्यांचा उल्लेख या पत्रात केला आहे." रवींद्र पेंडसे यांनी ते पत्र मला दिले व पुढे सांगू लागले,

"तर गुरुवर्य, तुम्ही पत्र नंतर निवांत पाहा, तरीसुद्धा आता मी कल्पना देतो. एक तर हा निसर्गरम्य आणि आरोग्यास पोषक असा हवेशीर परिसर आहे. इथे आम्ही वृद्धाश्रमाची एक नवी शाखा सुरू करू इच्छितो. सर्व खर्च आमचे फाउंडेशन करेल. इथे पाऊस चांगला असतो, तेव्हा तळ्याच्या बाजूला मोठी रोपवाटिका सुरू करू. जलपर्णीने बुजत चाललेलं कमलतळं श्रमदानातून पुन्हा छान सुंदर सरोवर करू. आमचे फाउंडेशन संचालित एक आयुर्वेद कॉलेज व आरोग्यनिदान केंद्र आहे. तेथील तज्ज्ञ, वैद्य, अनेक विद्यार्थी अधूनमधून इथल्या आश्रमास भेट देतील. शिवाय आयुर्वेदावर निदान व चर्चा शिबिरं, परिसंवाद भरवू. आपला आश्रम हा पुणे - मुंबई, पनवेल मार्गावर असल्याने अनेक गरजूंना या उपक्रमाचा लाभ घेता येईल. म्हणून आपणास विनंती की, आपण या विधायक व लोककल्याणकारी कामास, उपक्रमास अनुमती द्यावी. शेवटी आपल्या सगळ्यांचे आभार मानून मी थांबतो." रवींद्र पेंडसे यांनी छान विवेचन केले. मला त्यांचे खूप कौतुक वाटू लागले. मेहेर कल्याण आश्रम हा पुन्हा नव्या जोमाने उभा राहील असा विश्वास वाटू लागला. मला खूप समाधान वाटू लागले.

मग दुसरे एक सेवानिवृत्त गृहस्थ उभे राहून ओळख सांगू लागले.

"गुरुवर्य, आय ॲम ॲस्ट्रॉफिजिसिस्ट डॉ. अविनाश गोखले, मुंबई विद्यापीठात ॲस्ट्रॉफिजिक्स विषय शिकवत होतो. जस्ट रिटायर्ड झालो."

"यू मीन यू वेअर टीचिंग द ब्रान्च ऑफ ॲस्ट्रॉनॉमी."

“यस, सर.”

“इट इज इंटरेस्टिंग,” मला या माणसाचं कौतुक वाटलं.

“बोला, डॉ. गोखले सर... गो ऑन... प्लीज!”

“तुमच्या आश्रमात यापूर्वी मी एकदा खगोलशास्त्रावरील सेमिनारमध्ये भाग घेतला होता. गुरुवर्य, मी आणि मिसेस सध्या परळमध्ये राहतो. जुनी चाळ आहे. ती पाडून नवीन बांधकाम चालू केलं जाणार आहे. आम्हाला मूलबाळ नाही. पुन्हा परळमध्ये राहण्यापेक्षा मिळतील तेवढे पैसे घेतले आणि साने गुरुजी फाउंडेशनच्या वृद्धाश्रमात राहायचे ठरविले. सचिव श्री. रवींद्र पेंडसेसाहेबांना भेटलो, त्यांच्याबरोबरच इथं राहावं म्हणून विचार करून मीही आज त्यांच्याबरोबर आलो आहे. तुमच्या आश्रमात मलाही काही काम करावे वाटते. संशोधन, त्या संदर्भात लेखन करावे, ग्रंथ लिहावे म्हणतो.”

“वा, वा, खूपच छान! मलाही आपल्या विषयात इंटरेस्ट आहे. आपण यातून नवीन काही सेमिनार अरेंज करू. अनेकांना बोलावू. धर्म, अध्यात्म आणि माणसाच्या जगण्याच्या, आचरण धर्माच्या बाबतीत काही विचार मांडू. आय हार्टली वेलकम टू यू सर.”

“थॅंक्यू !”

ओळखीपाळखी झाल्या. नंतर बराच वेळ अशी चर्चा झाली. आज मला खूप समाधान वाटत होते. जणू आश्रमाची पुनर्निमितीच घडत होती आणि एक प्रकारे जीर्णोद्धार किंवा त्यास उर्जितावस्था प्राप्त होत होती. या दिवशी रवींद्र पेंडसे, डॉ. गोखले, रघुनाथ, अरविंद पानसे, प्रा. बी. पी. जोशी, भाऊसाहेब तर्खडकर आणि मामा गुरव इतके नवीन उत्साही आश्रमवासी सहकारी लाभले. शिवाय साने गुरुजी फाउंडेशन पाठीशी उभे राहिले ते वेगळेच! मी अर्ध्या अंगाने अपंग झालो होतो. माझ्या या स्थितीचा गैरफायदा श्रीप्रियदर्शन व श्रीविजयकुमार या माझ्याच सहकाऱ्यांनी घेतला होता. मी शरीराने दुबळा झालो होतो; पण मनाने केव्हाच नव्हतो. माझ्या ध्येयाने, माझ्या चिंतन-विचारांतून मी माझी जी भूमिका बांधली होती ती अढळ होती.

नंतर पुढील कार्याचे नियोजन आखले.

काही दिवसांतच मेहर कल्याण आश्रमात पुन्हा नव्याने वर्दळ सुरू झाली. अनेक विद्वानांची व्याख्याने झडू लागली. तज्ज्ञ मंडळींचा मुक्काम पडू लागला. अध्यात्माची चिकित्सा मांडली जाऊ लागली. धर्मांवर अनेक धर्मपंथीय आपापल्या धर्माचं महत्त्व हिरिरीने पटवून देऊ लागले. कर्मकांडावर विभिन्न मते व्यक्त होऊ लागली. श्रद्धा, भाव, भक्ती यावर प्रत्यही वादविवाद होत गेले. बुद्धिप्रामाण्यवादी आणि सश्रद्ध पारमार्थिक यांच्यातील मतमतांवर दिवसदिवस चर्चा घडू लागली. आता विज्ञान, भौतिक, ऐहिक, वैश्विक यांच्यावर पूर्वीसारखे परिसंवाद होत असत.

एकूणच मानवी जीवन, धर्म, जीवनशैली, व्यवस्था, रीत, रूढी-परंपरा आणि नवविचार यांचं जणू सदैव मंथनच होऊ लागलं. अनेक वृत्तपत्रं, मासिकं, पुस्तकं, ग्रंथनिर्मितीत यासंबंधीचे वृतान्त, संदर्भ येणं नित्याचं होत गेलं.

मधल्या काळात एक छानसा उद्‌बोधक व्याख्यानमालेचा पंधरवडा साजरा झाला.

डॉ. गोखले यांनी तर खगोलशास्त्र व ग्रह, तारे, नक्षत्र, सूर्यमंडल, आकाशगंगा, गॅलक्सी यावर संदर्भासह, वैज्ञानिक सिद्धान्त आणि एकूणच अथांग, असीम ब्रह्मांड, वैश्विक निर्मितीवर सलग सहा दिवस अत्यंत सखोल, अभ्यासपूर्ण व संशोधनात्मक व्याख्यान दिले. हा पंधरवडा म्हणजे बौद्धिक सोहळाच होता. श्रोते, जाणकार, विचारवंत, रसिक यांची मांदियाळीच जमू लागली. अधूनमधून श्रीप्रियदर्शन व श्रीविजयकुमार अशा कार्यक्रमास मेहेर कल्याण आश्रमात येऊ लागले. माझ्याजवळ येऊन सोबत करू लागले. या उत्साहवर्धक पुनरुज्जीवनाने मला जो विचार, जे तत्त्व, जी भूमिका अभिप्रेत होती, ती दृष्टिपथात येत असल्याची प्रकर्षाने जाणीव होत होती. मी चैतन्यमय, आनंदमय होऊन गेलो. भरून पावलो. आपण राग, लोभ, असूया यांच्या अथांग समुद्रापलीकडे पोहोचलो असंही उत्कटतेने वाटत होतं. या विश्वात नक्कीच काहीतरी अनाम, अज्ञेय भरून राहिलंय असं प्रतीत होत होतं.

डॉ. गोखले यांच्या पंधरवडा सोहळ्याच्या प्रसंगी मला समारोपाचे विचार मांडायचे होते. मेहेर कल्याण आश्रमाचं मुख्य सभागृह श्रोतृगणांच्या प्रचंड गर्दीनं ओसंडून गेलं होतं. मी व्हीलचेअरवर बसून चौफेर नजर टाकली. अत्यंत तृप्त शांतता हॉलभर पसरली होती. वर लोखंडी गजांच्या आडोशाला बसलेल्या एक-दोन चिमण्यांचा मधूनच 'चिव चिव' आवाज स्पष्ट कानात घुमला.

सांगता समारोहाची औपचारिकता झाली आणि मी माझं समारोपाचं भाषण सुरू केलं. सर्व आढावा घेत गेलो. सृष्टी, निसर्ग, व्योम, अवकाश, सर्वधर्म, बंधुत्व, प्रेम, सुख सापेक्षता, तृष्णा, दुःखाची कारणं, मूळ, मीमांसा अशा सगळ्या विविध परिघाला स्पर्श करत, एका ठिकाणी मी क्षणभर थांबलो. काळ, अनादि अनंत काळ, अव्याहत काळ, प्रवाहित काळ, काळाचं स्वरूप, काळाची व्याप्ती, काळाची महती हे सर्व सांगत सांगत अथातो 'धर्म' जिज्ञासेतून 'ब्रह्म' जिज्ञासेत विषयाचं समापन करायचं होतं. जणू धर्मवेधच हा! मी बोलत गेलो, सांगत गेलो; प्रदीर्घ आणि सविस्तर. मी शांतपणे निरूपणच करत होतो. ज्ञानदेवांनी महती सांगितल्याप्रमाणे जणू शारदीय चंद्रकळेतील चकोरतलगे अमृतकण कोवळ्या मनाने, तृप्त कानाने ऐकत श्रोतृगण वेचत होते. एकाएकी मध्येच समाधी भंग व्हावी तसे घडले. अचानक श्रीप्रियदर्शन उठून उभा राहिला. त्याने हात वर केला. सर्वजण श्रीप्रियदर्शनकडे

उत्कंठेने पाहत होते, मी श्रीप्रियदर्शनास विचारलं,

"बोला, काय हवं आहे?"

"एका प्रश्नाचं उत्तर" श्रीप्रियदर्शन.

"विचारा."

"गुरुवर्य, आपण आणि डॉ. गोखले यांनी खूप खोलवर, सविस्तर विवेचन केलं..." मी मध्येच श्रीप्रियदर्शन यांना रोखलं,

"प्रश्न?"

"ठीक आहे गुरुवर्य, या विश्वाचं, ब्रह्मांडाचं अचूक वय काय?"

श्रोतृगणात काहीशी कुजबुज जाणवली... तेही प्रश्नांकित.

शांतपणे, मी श्रीप्रियदर्शन यांना "ठीक आहे बसा, सांगतो" म्हणालो.

पुन्हा नितांत शांतता... जलतरंग विरल्याची.

"मित्रहो, डॉ. गोखले हे खगोलशास्त्रज्ञ आहेत. त्यांनी मागील दिवसांत सूर्य, तारे, ग्रहगोल, गती यावर विस्तृत विवेचन केलं आहे. आम्ही वैज्ञानिक कसोटीवर जरी भर देत असलो तरी, आम्ही मानतो की, विज्ञान किंवा अध्यात्म अद्यापही पूर्णावस्थेस पोहोचलेलं नाही. ही सातत्यपूर्ण प्रक्रिया आहे. अजून खूप प्रदीर्घ प्रवास आहे. कालसमुद्राचा पैलतीर अजून आपल्या यत्किंचितही दृष्टिपथात नाही हेही मी मानतो. विचार, भावना, मन हे आपण हातात वस्तू धरून ठेवल्यासारख्या दाखवू शकत नाही. बरंच काही अनुभूतीने जाणून घ्यावं लागतं. म्हटलं तर ते प्रमाण असतं, म्हटलं तर ते प्रमाण नसतंही; परंतु तरीही जीवनाचा प्रवास आपण प्रत्यही अनुभवतो. प्रत्येक क्षण क्षणोक्षणी भूतकाळ गिळंकृत करतो. माणसाच्या हातात काहीच नसतं. मूर्त स्पर्श करता येतं. अमूर्त कसं स्पर्श करायचं? काळ हा या ब्रह्मांडाच्या कालावधीचं प्रमाण आहे. ब्रह्मांडाचं काल हे मापन आहे. हे इतकं अद्भुत आहे की, आपण ते जाणून घेण्याचा प्रयत्न केला तर केवळ थक्क व्हायला लागतो. मी नेहमीच माझा धर्मविषयक व्यापक विचार आजवर तुमच्यापुढे मांडला आहे. जाणून घ्या, समजून घ्या, त्यामागची भूमिका तुम्हाला कळली पाहिजे, कारणमीमांसा समजली पाहिजे. तेव्हा कोणतंही काम, कार्य, कर्म तुम्ही करावं एवढंच माझं सांगणं असतं. प्रेम सर्वव्यापी आहे. सद्गुण सर्वत्र अंगीकारले पाहिजेत. धर्म ही मानवी कल्याणकारी संकल्पना व जीवनशैली आहे. आपले विचार सदैव सकस ते घ्यावे, निकृष्ट अवघेचि टाकावे असे असायला हवेत, वर्तणूक असायला हवी, तेव्हाच सर्वसमावेशकतेचा पुरस्कार होऊ शकेल. कलह, भेद, द्वेष अव्हेरला पाहिजे. आपण जेव्हा सकल बंधुत्वाचा स्वीकार करू, तेव्हाच धर्म ही कल्याणकारी संकल्पना प्रत्यक्षात अनुभूत होऊ शकेल. माझी हीच ती अथा तो धर्मजिज्ञासा आहे. त्या अनुषंगाने धर्मवेध हे धर्माचं अंतरंग अंतर्बाह्य जाणून घेणं, समजून घेणं आहे.

म्हणून हेच कार्य, हेच विधायक, नवनव्या कल्पनेचा, कृतीचा जाणीवपूर्वक स्वीकार हे आपलं उद्दिष्ट असावं, असं मला वाटतं.

मी आता उपस्थित केलेल्या प्रश्नाचं सविस्तर स्पष्टीकरण देतो. विचारलेला प्रश्न आहे ब्रह्मांडाचं वय काय? वय हा कालनिदर्शक आहे. कालावधी दिसत नाही, अमूर्त आहे तरी तो क्षणोक्षणी मूर्त जाणीव देतो. आपला श्वास आपण घेतो आणि घेतलेला प्राणवायू उच्छ्वासावाटे उपयोगात आणून सोडतो. इथे वैज्ञानिकदृष्ट्या काय क्रिया घडते. शरीर जिवंत राहण्यासाठी लागणारा ऑक्सिजन आपण याच सृष्टिब्रह्मांडातून प्रत्यही घेतो व उत्सर्जित म्हणून कार्बन सोडतो. वनस्पती कार्बन घेतात आणि ऑक्सिजन सोडतात याचा अर्थ वैश्विक ऊर्जा ही परस्परावलंबी असूनही ती नित्य निर्माण होते व नित्य संपुष्टात येते. हा क्रम सातत्याने चालू आहे. सातत्य हेही कालनिदर्शक आहे. अवघी सृष्टी कालक्रमणा करत प्रवास करत आहे. आपण मानतो ते ब्रह्मांड कसे निर्माण झाले. त्याचेही जगभर, अनेक धर्मानुरोधाने विविध सिद्धान्त आहेत. कालगणनाही वेगवेगळी आहे. विश्वाचं, ब्रह्मांडाचं आयुर्मानदेखील खगोलशास्त्र मानतं. ग्रहांचे भ्रमण, अंतर, दिनमान, सगळं अत्यंत अचूक असं नियमित आहे. पुढील शंभर वर्षांतील सूर्यग्रहणे, चंद्रग्रहणे शास्त्राधारे आज आता कोणत्या दिवशी, कोणत्या वेळी, घटिका, पळे यांसह सांगू शकतात, तेही अत्यंत अचूक! तेव्हा या संकल्पनेवर आक्षेप घेण्याचा प्रश्नच उद्‌भवत नाही. आदि आहे तसा अंत आहे. म्हणजेच मधल्या अवधीचं काही विशिष्ट आयुर्मान आहे. बरोबर आहे ना? तेव्हा शास्त्र असं सांगतं की, सूर्य सिद्धान्ताच्या मतानुसार जगाच्या उत्पत्ती, संवर्धन व लय या अवस्थेनुसार आज आपण जे विश्व, ब्रह्मांड गृहित धरतो त्यास आपण क्षणभर ब्रह्मांचे आयुष्य किंवा वय मानू. तर या ब्रह्माचे आयुष्य १०० वर्षे मानले आहे. म्हणजे खगोलशास्त्र, पंचांग शास्त्राधारे गृहीत धरलं तर हे शास्त्र आजच्या स्थितीस, घटकेस आकडेशास्त्रानुसारही असं सांगतं, स्पष्ट करतं की, पाहा लक्ष देऊन ऐका, समजून घ्या. आता शंभर वर्षांपैकी ५० वर्षे होऊन गेलीत. सध्या एक्कावनावे वर्ष चालू आहे. त्यातीलही आज घडीस २ महिने १० दिवस, १४ तास व काही मिनिटे होऊन गेलीत. आता तुम्हास मी काय सांगितले पुन्हा सांगतो. ब्रह्मांडाचे आयुष्य १०० वर्षे आहे. तेव्हा ब्रह्मांडाचेही महिने, दिवस असतात... बरोबर? तर ब्रह्मांडाचा एक दिवस होतो. असे ब्रह्मांडाचे एका वर्षात ३६५ दिवस आणि अशी १०० वर्षे. पुन्हा सांगतो, नीट लक्ष देऊन ऐका... आता तुम्हास युगाची वर्षे सांगतो. एक युग हे ४३ लक्ष २० हजार वर्षांचे असते. गोंधळ करून घेऊ नका पुन्हा विवरण करून सांगतो. ४३ लाख २० हजार वर्षांचे एक युग अशी चार युगे एक हजार वेळा येऊन गेली म्हणजे आत्ताच

सांगितल्याप्रमाणे ब्रह्मांडाचा एक दिवस होतो. म्हणजे गणितानुसार, असा एक ब्रह्म दिवस = ४३ लाख २० हजार चार इतकी वर्षे होतात. तेव्हा याचा अर्थ असा की, आता ५० ब्रह्म वर्षे होऊन गेलीत म्हणजेच अजून ब्रह्मांडाची ५० वर्षे अशा कालगणनेनुसार शिल्लक आहेत. अद्याप दोन युगे दोन हजार वेळा येऊन जायची आहेत. कृतयुग, त्रेतायुग, द्वापारयुग आणि कलियुग अशी चार युगे; त्यांची त्यांची ठरलेली वर्षे हे सारे सांख्यिकी शास्त्र सांगते. इथे अनुमान, शक्यता, अंदाज नाहीत हे स्पष्ट ध्यानात घ्या. म्हणून तर 'अथातो ब्रह्मजिज्ञासा' असंही हे सर्व शास्त्राधारे जाणून घेण्याचा प्रयत्न आजही चालू आहे. या अथांग, प्रचंड वैश्विक रचनेतील, ब्रह्मांडातील माणूसही एक अंश आहे. याबाबत 'पिंडी ते ब्रह्मांडी' असाही उल्लेख करतात. हाही धर्मवेधच!

मित्रहो, हे आणखी खूप विस्तृत शास्त्र आहे. मला समारोपाचं बोलायचं आहे. तेव्हा एवढंच सांगतो, अनेक विद्वज्जनांनी याचा शोध घेऊन सिद्धान्त मांडले आहेत. ही संकल्पना नाही. फक्त हे अतिप्रचंड, महाकाय असं आकलनाचं संख्याशास्त्रीय स्वरूप आहे. त्यासाठी समजून घेण्याचा हा प्रयत्न. म्हणून माझी धर्म ही कल्पना भव्य आहे. सर्वसमावेशक आहे. चिद्‌आनंद आकलन आणि निर्वाण प्राप्ती, बुद्धत्वप्राप्ती यासाठी हा विस्तृत धर्मसंकल्पनेतील प्रयत्न आहे. इथे या दृष्टीने आपण सारे प्रयत्न करू. या सगळ्याचे सार एकच आहे ते म्हणजे प्रेम, सर्वांभूती प्रेम, अनंत प्रेम, असीम प्रेम, निर्मल प्रेम, प्रेम, प्रेम, प्रेम. धन्यवाद...!

सभागृहातील दीपगृहात तेवत असलेला अखंड दीप अधिकच प्रज्वलित होऊन तेजाळत होता. मी या अखंड बोधिदीपास मनोमन नमन करत होतो. आता मला माझ्या व्हीलचेअरचेही भान उरले नव्हते.

श्रीप्रियदर्शन आणि श्रीविजयकुमार माझं भाषण चालू असताना मध्येच उठून गेले. मग त्यांनी प्रश्न का विचारला?

मेहेर आश्रमाचं काम पुन्हा नव्याने आणि जोमाने सुरू झालेलं पाहून श्रीप्रियदर्शन आणि श्रीविजयकुमार पुन्हा काही नवे डावपेच आखू लागले. नारोबा, श्रीपती रोज त्यांचं नवं नवं काही कारस्थान मला सांगू लागले. एक मात्र कळून चुकलं, हे दोघेही खूप पाताळयंत्री होते. इथे स्पर्धा, विजय, पराजय याच्याशी माझा लढा नव्हता, तो कधीच नव्हता. माझ्या मर्यादाही मला पूर्ण ज्ञात होत्या. तरीही माझ्या मूल्यांवर मी अढळ होतो; परंतु हा लढा जुना आहे हेही मला ठाऊक होतं. त्यामुळे श्रीप्रियदर्शन यांच्या कार्यात मी अडथळे आणणे शक्यच नव्हतं. मला ती पद्धत, तो मार्ग कधीच मान्य नव्हता किंबहुना सक्तीने काही लादून परिवर्तन घडत नसतं. हे मी माझ्या

व्याख्यानातून अनेकदा सांगत असे.

जे व्हायचे तेच पुन्हा घडत गेले.

कारस्थाने पुनःपुन्हा चेहरे बदलत असतात. रूपं बदलत असतात. लवकर हार पत्करत नाहीत. पुन्हा नव्याने कामाला लागतात. मला ते प्रकर्षाने जाणवू लागलं.

दुपारची वेळ होती. नारोबा अण्णा लगबगीने माझ्याकडे येत होते. त्यांच्याबरोबर पोस्टमनही होता. पोस्टमनकडे पाहत नारोबा म्हणाले, "हे आहेत गुरुवर्य, चैतन्य आनंद, मेहेर कल्याण आश्रमाचे अध्यक्ष."

पोस्टमनने एक पाकीट काढले आणि मला दिले. "साहेब, या पोच पावतीवर आणि या यादीवर तुमच्या नावासमोर सही करा." मला प्रकार कळेना. मी विचारले, "काय आहे हे?" पोस्टमन सांगू लागला, "साहेब, बघा पाकीट की, वकिलाची नोटिस आहे." मी सही करून पाकीट घेतलं आणि नारोबा अण्णांकडे दिलं. पोस्टमन नमस्कार करून निघून गेला. नारोबांनी खाली पाकिटावरील पाठविणाऱ्याचे नाव वाचले. 'ॲड. व्ही. व्ही. जोशी, पुणे.' पाकीट फोडून आतले पाच-सहा पानांचे बाड बाहेर काढले. नारोबांनी पहिलं पान पाहून वाचून सांगायला सुरुवात केली.

"गुरुवर्य, अहो ही ट्रस्टसाठी नोटिस आहे. वाचतो."

मा. जॉइंट चॅरिटी कमिशनर, पुणे यांच्यासमोर
पिटिशन के.नं. ७२/१९६५
१) केशव भिकाजी साठे
ट्रस्टी, हनुमान मंदिर ट्रस्ट, कमलापूर. वय - ५० वादी
विरुद्ध
१) चैतन्य आनंदजी,
अध्यक्ष, मेहेर कल्याण आश्रम, कमलापूर. वय-७०
ट्रस्ट नं. ९५/१९६० व अन्य ६ विश्वस्त.
२) रवींद्र पेंडसे प्रतिवादी
सचिव, साने गुरुजी फाउंडेशन, ठाणे

आमचे अशिलाचे सांगणेवरून व दिलेल्या माहितीवरून तुम्हास या नोटिसीद्वारे कळविण्यात येते की, आपले मेहेर कल्याण आश्रमाचे काम ट्रस्टच्या अधिनियम व मेमोरँडमप्रमाणे अजिबात चालत नसून खालील त्रुटी दर्शविल्या आहेत; त्यामुळे आपल्या ट्रस्टने सार्वजनिक न्यास नोंदणी कायदा कलम ४१ऊ प्रमाणे भंग केलेला असल्याने आपल्या

ट्रस्ट कायद्याप्रमाणे, प्रशासक नेमणे, नवीन ट्रस्टी नेमणे वा हस्तांतरण करणे या कारणासाठी ट्रस्टची सखोल चौकशी करण्यात येत आहे; त्यामुळे आपण स्वतः अगर आपले कायदेशीर प्रतिनिधी यांनी मे.जॉइंट चॅरिटी कमिशनर, पुणे यांच्या कार्यालयात दि. ५/५/१९६५ रोजी सकाळी ठीक ११ वाजता उपस्थित राहावे. अन्यथा आपणास याबाबत काहीही सांगावयाचे नाही असे समजून पुढील कायदेशीर कारवाई करण्यात येईल.

कळावे,

दि. २०/४/१९६५ ही नोटिस दिली.

नोटिशीची कारणे वाचून पाहिली तर तीच छापील, ठोकळेबाज, ठरावीक; ट्रस्टचा कारभार नियमाप्रमाणे चालत नाही, नीट हिशेब ठेवून ऑडिट करून घेतले जात नाही, दरवर्षी सहायक धर्मादाय आयुक्त यांच्याकडे वेळेत ऑडिट रिपोर्ट सादर केला जात नाही, ट्रस्टच्या सभा वेळेवर घेतल्या जात नाहीत, ट्रस्टचे अजेंडाबुक, प्रोसीडिंग वेळेवर लिहिले जात नाही, ट्रस्टच्या हिताचा दुरुपयोग केला जातो, वैयक्तिक स्वार्थासाठी ट्रस्टचा वापर होतो, परदेशी फंड स्वीकारले जातात, ख्रिश्चन व पारशी धर्मासाठी ट्रस्टचा वापर करण्याचा हेतू दिसून येतो इत्यादी.

नारोबा तर हसूच लागले. ''काय हे गुरुवर्य, यातलं एक तरी कारण खरं आहे का? उलट आपल्या ट्रस्टचं सगळं रेकॉर्ड चोख आहे. मीच तर ते सर्व लिहितो ना. आपल्या ट्रस्टमध्ये कसलाही गैरप्रकार नाही. कशासाठी ही नोटिस देण्यात आली हे कळत नाही.''

''नारोबा, हा उद्योग कोणाचा लक्षात आलं असेलच. असू द्या. असं करू, आपल्या ॲड. विराणी यांना फोन लावा, त्यांना कळवू.''

फोन लावला.

''हॅलो, ॲड. विराणीसाहेब नमस्कार, मी चैतन्य आनंद बोलतो आहे.''

''हो, हो. गुरुवर्य, आलं लक्षात, अहो, ते नोटिस ना? मला पण एक कॉपी आला. ते ट्रस्टची चौकशी असता. असू दे. घाबरायचा कारण नाही. मी नोटिशीला उत्तर देते. काय नसतं त्यात. तारखा अटेंड करू. पाच-सहा वर्षे हे असाच चालेल; पण हे केशव भिकाजी साठे कोन छे?''

''अहो, हे शेजारचे आपले बांधवच. मी प्रियदर्शनशी बोलून बघतो.''

''नको नको, तेनला बोलू नको, आता कायद्याने होऊन जाऊ दे. आपणास चिंता नाही. एवरीथिंग इज ओके, देअर इज नो एनी ट्रस्ट डिस्पुट. आय नो दॅट

४१ऊ इज अ सिरिअस मॅटर. चॅरिटी कमिशनर कॅन सो मोटो टेक द डिसिजन अबाउट द ट्रस्ट.''

ॲड. विराणी यांनी फोन बंद केला.

मी नारोबांना म्हणालो, ''नारोबा, या चौकशीत साने गुरुजी फाउंडेशनचे रवींद्र पेंडसे यांचा अर्थाअर्थी काय संबंध? त्यांना का उगाच यात गोवले?''

''गुरुवर्य, हा त्रास देण्याचा हेतू. कोर्टाचे हेलपाटे घालायला लावून हैराण करायचे, दुसरं काय? अशा केसेसमध्ये लगेच निर्णय होत नाही. बरीच वर्षे हा प्रश्न रेंगाळत राहतो. पण मला एक वाटते, आपल्या मेहेर ट्रस्टवर आता त्यांची नजर आहे असे दिसते. आपली जागा, ट्रस्ट बळकावून घ्यायचा तर विचार नसेल ना?''

मी गप्प बसलो. काय चर्चा करायची. असल्या विषयावरचे सगळेच हेतू स्पष्ट होत चालले होते.

ठाण्याच्या 'साने गुरुजी फाउंडेशनची' मंडळी आता क्वचितच येऊ लागली. काय घडले माहीत नव्हते. नंतरनंतर तर, रवींद्र पेंडसे, डॉ. गोखले या मंडळींनी इकडे फिरकायचंच बंद केलं. मला सगळं काही ध्यानात येत गेलं.

पुन्हा मेहेर आश्रम ओस पडू लागला.

मधल्या काळात श्रीप्रियदर्शन यांनी श्रीहनुमान मंदिराचा नुसता कायापालट केला. सगळी धामधूम उडवून दिली. रोज काही ना काही कार्यक्रम असायचे. सर्वत्र ठेवलेल्या दानपेट्या तुडुंब भरत. संपत्तीचा ओघ सुरू झाला. माझ्या निवासालगत त्यांनी बांधलेल्या गोठ्यातील सर्व गाईही ते घेऊन गेले आणि तिथे 'गाईला चारा द्या रे, पुण्य पदरी घ्या रे' असा बोर्ड लावून धर्मकार्य सुरू केलं. आता रोज कोणत्या तरी मोठ्या व्यक्तीच्या हस्ते हनुमंतरायाची पूजा केली जायची. मंदिराबाहेर बोर्डावर इच्छुकांची नावे आणि पूजेच्या तारखा लिहून ठेवल्या जायच्या. पूजेच्या तारखांचं रिझर्व्हेशनसुद्धा फुल्ल व्हायचं.

शनिवार हा तर हनुमंतरायाचा दिवस. या दिवसाला विशेष महत्त्व असे. शनिवारी तिथे प्रचंड गर्दी होत असे. कधीकधी शनिवारी हनुमानाची मूर्ती नव्या शेंदुराने माखली जायची. रुईच्या पानांची मोठी माळ गुंफून मारुतीरायास चढविली जायची. पूजा, धूप, आरती यांची धामधूम चालायची. नारळ वाहणे, तो बाहेर पायरीवर वाढवणे, मारुतीस हार-फुले वाहणे, खडीसाखर, खोबरे ठेवणे सर्वकाही होई. सकाळपासून रात्री खूप उशिरापर्यंत मंदिराची घंटा क्षणभरही उसंत न घेता घणघणत राही. दर्शनासाठी भाविकांची रांगच रांग तिष्ठत असे.

मंदिराकडे जाणाऱ्या रस्त्याच्या दुतर्फा अनेक दुकाने थाटली गेली. हार, फुले,

रुईची पाने, प्रसाद पुडे, नारळ, पेढे तसेच गुलाल, गंध, अरगजा, बुक्का, मारुतीरायाचे फोटो, ताईत, काळे दोरे सर्व काही विक्रीसाठी दुकानेच दुकाने होती. नुसती भरभराट होती. थाटमाट होता. सगळीकडे वर्दळच वर्दळ!

श्रीप्रियदर्शन हे मंदिराच्या न्यासाचे प्रमुख, अध्यक्ष आणि हनुमंतरायाचे मुख्य पुजारी होते. त्यांचं दर्शनही मारुतीरायाइतकंच दुर्लभ झालं होतं. श्रीविजयकुमार हे त्यांचे सचिव, मुनीम झाले. श्रीप्रियदर्शन आता 'महंतदर्शन स्वामी' या नव्या नावानं संबोधित होत होते; त्यामुळे परमपूज्य महंतदर्शन स्वामींची प्रत्यक्ष भेट हवी असेल तर ती सचिव श्रीविजयकुमार यांच्या परवानगीशिवाय होत नसे.

पुन्हा मेहेर कल्याण आश्रम पूर्ण ओस पडला. इथले बरेच कर्मचारी आता हनुमंत मंदिराच्या न्यासात काम करू लागले होते. माझ्याजवळ फक्त नारोबा अण्णा, सीताराम व श्रीपती माळी पत्नीसह एवढेच उरले होते. आमची भोजनव्यवस्थाही आता श्रीपती माळी व त्याची पत्नी सावूबाईच पाहत होती.

बघताबघता सहा महिने उलटले. पुण्यातील जॉइंट चॅरिटी कमिशनर यांच्यापुढे चालू असलेले ट्रस्टच्या चौकशीचे काम चालूच होते. सतत तारखा पडत.

मधल्या काळातील पावसाळ्यात इथे इतका पाऊस झाला की, सगळा मेहेर आश्रम पावसाने जणू निर्दयपणे झोडपून काढला. ढगफुटीच ती. सगळीकडे पाणीच पाणी झाले. पाणी ओसरायला आठवडा तरी लागला. निसर्गातही मूलतःच क्रोधाची भावना असते की काय कोण जाणे? पण आश्रम सारा विस्कटून गेला. फुलझाडे, लहानसहान झुडपे, रोपे, गवत, तण पार खरवड काढावी तसे उखडून गेले. श्रीपती माळ्यालाही आता आश्रमातील बागेबाबत फारसा उत्साह राहिला नाही.

आश्रमात सुरुवातीस लावलेली वड, पिंपळ, चिंच, लिंब, गुलमोहर ही झाडे मात्र जोमाने वाढली होती. या झाडांमुळे इथे तेवढाच निसर्गाचा रागरंग दिसत होता. बाकी सगळीकडे आश्रमाला उजाड माळाचं रूप आलं होतं. कमळतळ्यातले राजहंसही केव्हाच स्थलांतरित झाले होते. उरली केवळ बदके. तळ्यात कुठेतरी एखाद-दुसरं कमळाचं फूल दृष्टीस पडे, बाकी सर्व तळं जलपर्णीने व्यापून गेलं होतं. तळ्यात कुठेही पाणी म्हणून दृष्टीस पडत नव्हतं. जलपर्णी इतकी पसरली होती की, तळ्यातील पाण्यावर हिरव्या पानांची जणू ओली जखम धरावी. एकूणच तळं विद्रूप दिसत होतं. त्यातच अधूनमधून कुणी गावकरी तळ्याच्या काठी पिंडदान-विधी, मुंडण वगैरे किंवा अस्थिविसर्जन करायला बेधडक येऊ लागले.

आश्रमाची देखभाल केली जात नव्हती. आता कुणी इकडे फिरकतही नसे,

साहजिकच आश्रम बंद पडला अशीच वदंता सगळीकडे पसरत गेली. खोल्या, अभ्यासिका, कार्यशाळा, लायब्ररी धूळ खात पडली. काहींना कुलपे लावली गेली. स्वयंपाक विभाग प्रशस्त होता; तोही एखाद्या पडक्या वाड्यासारखा दिसू लागला. सभागृहात तर आतल्या सर्व वळचणींत, आडोशाला, उभ्या-आडव्या लोखंडी कैंच्याला वटवाघळांच्या असंख्य छत्र्याच लोंबकळत होत्या. सर्वत्र जाळी, जळमटं, कोळिष्टकं तरंगत होती. खिडकीच्या काचा फुटलेल्या. सभागृहात खाली सर्वत्र पक्ष्यांनी शीट केल्यामुळे पांढरा चुना फेकावा तसं दिसत होतं. गेले कित्येक दिवस इथे एकही व्याख्यान अथवा परिसंवाद झडला नव्हता. सभागृहाच्या नीरव शांततेत पक्ष्यांचा चिवचिवाट मात्र स्पष्ट जाणवत असे.

मी माझ्या निवासात एकटाच शांतपणे विचार करत पडलेला असे. आश्रमाची अवस्था मला बघवत नव्हती. आता मीच एक अडगळ झालो होतो. माझं एकटेपण मला खायला उठे. नैराश्य वाढतच होतं. सतत अस्वस्थ वाटत असे. आपण फार सहज आणि लवकर हतबल झालो ही खंत मनाला सतत डाचत असे. शरीर तर लुळं झालंच, आत्मविश्वास आणि मनाची उभारीही लुळी पडू लागली. ज्ञानाने माणसाचे विचार समृद्ध होतात; पण तो आत्मनिर्भर होतोच असं नाही. या ज्ञानसंपन्नतेने त्याचा आत्मविश्वास प्रबल होतोच असं नाही.

विचाराच्या गर्तेत आणि नैराश्यात असेच एक-दोन दिवस गेले. एके दिवशी दुपारी डॉ. डॅनियल डिमेलो मला तपासण्यासाठी आले. जवळजवळ सहा महिन्यांनंतर. डॉक्टरांनी मला नेहमीसारखं तपासलं. त्यांच्याबरोबर एक असिस्टंट पॅथॉलॉजिस्टही आलेला होता. त्याने माझं रक्त तपासण्यासाठी काढून घेतलं. हे सर्व झाल्यावर डॉक्टर बोलू लागले.

''काय सर, औषधं वेळेवर घेता ना. मी मागे तुम्हाला बी.पी.ची औषधं दिली होती.''

''डॉक्टरसाहेब, तुम्ही जेवढ्या गोळ्या दिल्या तेवढ्याच घेतल्या; पण नंतर काही घेतल्या नाहीत,'' मी.

''नो, नो. रोज सकाळी एक गोळी घ्यायलाच पाहिजे होती. संपल्यावरदेखील. म्हणून तर आता तुमचे बी.पी. वाढलेले आहे. काहीही करून त्या गोळ्या मागवून घ्या आणि रोज घेत जा. बाकी उद्या पॅथॉलॉजी रिपोर्ट येईल, तो पाहून मी त्यावर लगेच औषधं लिहून देईन. हा माणूस उद्या परत येईल.''

''ठीक आहे,'' मी.

''बरं, निघू सर'' म्हणून डॉ. डिमेलो निघालेच. ते थांबतील, काही बोलतील; चर्चा करतील असं मला वाटलं होतं. माझ्याबद्दल, डॉ. डिमेलो व फादर जोसेफ पीटर यांना प्रेमच होते. ते माझी अगत्यपूर्वक काळजी घेत असत. आज डॉक्टर फार

वेळ थांबलेच नाहीत. त्यांच्या चेहऱ्यावर काळजीही स्पष्ट दिसत होती.

आश्चर्य म्हणजे दुसऱ्या दिवशी पुन्हा त्या पॅथॉलॉजिस्टबरोबर डॉ.डिमेलोही आले. काळजीच्या सुरातच मला म्हणाले,

''सर, खूप टेन्समध्ये असता का? आपली शुगर खूपच वाढलेली आहे. मी स्वतः त्यासाठी आलो. मी आता लगेच एक इंजेक्शन देतो. ठीक होईल. काही गोळ्याही रोज घेण्यासाठी लिहून देतो. पंधरा दिवसांनंतर पुन्हा शुगर तपासून घेऊ. आता इथून पुढे गोड अजिबात खायचं नाही. मीठही बंद. शरीराविषयी असं बेफिकीर होऊन चालत नाही, सर. तुमचे अध्यात्म आणि मनावरच्या ताब्याचे प्रयोग काही दिवस थांबवा.''

''अहो डॉक्टरसाहेब, तुम्ही समजता तसले कुठलेही प्रयोग मी करत नाही. इव्हन सध्या प्राणायामदेखील करत नाही. सगळंच विस्कटून गेलं आहे हो.''

'विस्कटून' या शब्दामुळे डॉक्टरसाहेब चमकले. त्यांना काहीतरी वेगळं कारण असल्याचा संशय आला. ते मला स्पष्ट विचारू लागले,

''सर, तुमच्या मनात काहीतरी घालमेल चालू आहे. मला स्पष्ट कळू द्या. खूप विचार करता आहात असं दिसतं. झोप कशी आहे?''

मी डॉक्टरांना आश्रमाच्या अवस्थेची ओझरती कल्पना दिली. सांगण्यासारखं खूप होतं; पण ते कसं सांगून मोकळं व्हायचं? डॉक्टरांना माझ्या मनःस्थितीची कल्पना आली. ते मला सांगू लागले.

''सर, आता विचार थांबवा. आवतीभोवती घडामोडी होतच राहणार. खरंतर आम्ही तुम्हाला काय उपदेश देणार? पण तुम्ही खूपच सेन्सेटिव्ह झाला आहात असं वाटतं. हे कसं काय? असं मनाला लावून घेणं आणि सतत निराशेत वावरणं ठीक नाही. अखेर हे डिप्रेशनवर जाईल. सायको ट्रीटमेंटची वेळ आणू नका.''

''डॉक्टरसाहेब, तसं होईल नव्हे, तसं झालंच आहे. मी खूप तणावात आहे. माझ्या अपयशाचं शल्य मला सतत काळजात सलत आहे. मनाला खूप लागलं आहे. आपल्याला न झेपणारं, न पेलणारं काम मी घेऊन बसलो आणि माझीच फसगत झाली. माझा पराभव मला सारखा बोचतोय आत कुठे तरी. अहो डॉक्टरसाहेब, महाभारतात युधिष्ठिर द्युतात तरी पराभूत झाला होता. तो धर्मराज असूनही कपट नीतीनं त्याला पराभूत केलं. मी तर द्यूत न खेळता पराभूत झालेला धर्म आहे. असाही एक 'पराभूत धर्म' होणं, हे खूप जिव्हारी लागलं हो!''

माझी असंबद्ध बडबड चालू आहे असं डॉक्टरांना वाटलं असावं. ते मला समजावू लागले. पाठीवर थोपटू लागले; पण त्यांना मी बोलावं असंही वाटू लागलं होतं. ते मलाच उलट म्हणाले,

''सर बोला, बोला. सांगा मला तुमची व्यथा. बोलून मन हलकं करा. It is necessary, go on, go on.''

कुणीतरी आस्थेने ऐकतंय याचं मला खरंच समाधान वाटू लागलं. मी थोडं ग्लासातलं पाणी प्यालो आणि पुन्हा बोलू लागलो,

''डॉक्टरसाहेब, मी स्वतःला कधीही आचार्य, संन्यासी म्हणवून घेत नव्हतो; पण माझ्या आश्रमाची, माझ्या स्वप्नांची ही जी दारुण अवस्था झाली आहे, ती मला बघवत नाही. मी तसा कोणी स्वतःला संशोधक समजत नाही. माणसाच्या दुःखाचे मूळ शोधणारा मी कोणी बुद्ध, भदन्त नाही. शरीराच्या वेदनेवर विजय मिळविणारा मी 'जितेंद्रिय' नाही. मी स्वतःला सर्वसामान्य समजतो; पण मनात काही स्वप्नं उमलली होती. काही तर्कशुद्ध विचारसरणीचं स्फुरण अंतःकरणात उगम पावलं होतं. त्या दृष्टीने मी नव्या क्षितिजाच्या दिशेने पावलंही टाकली होती; पण नियतीने माझे पायच छाटले. कुठल्या भयानक वादळात सापडलो आणि भरकटत गेलो कळलं नाही. गेले सहा महिने मी झुरतो आहे स्वतः पराभूतासारखा. फिरतो आहे आपल्याच या उद्ध्वस्त धर्मशाळेभोवती आवर्तासारखा. धर्माचा अंतर्भेद घ्यायचा होता मला. एक धर्मवेध घेण्यासाठी हा अट्टाहास होता माझा. भ्रमण होतं, या कल्याण आश्रमाच्या माध्यमातून ब्रह्म-विश्वाचं तसंच सर्वधर्मसमभावाचं मौलिक धन आपल्या व्याख्यानाद्वारे, जिवंत रसरशीत शब्दांत गुंफून लोकांपुढे मांडावं म्हणून तळमळत होतो. धडपडत होतो; पण शब्द अखेर निर्गंध फुलोराच झाले. लोकांनी शब्दांनाच अव्हेरले. प्रथा, परंपरा, रूढी, भक्ती, श्रद्धा, कर्मकांडप्राबल्य यांच्या अभेद्य भिंतीवर अखेर माझे शब्द...''

डॉक्टर डिमेलो चुळबुळू लागले. बहुधा त्यांना कंटाळा आला असावा. लक्षात आलं. माझं असलं व्याख्यान ऐकण्यात त्यांना काहीच रस नव्हता. माझ्या बोलण्याकडे त्यांनी दुर्लक्ष केलं आणि नारोबा अण्णांना खुणावून बाहेर नेलं. ते त्यांना काहीतरी सांगत होते. माझा निरोप न घेता डॉक्टरसाहेब निघूनही गेले.

जणू मी या निर्जन जंगलात एकटाच ओरडून सांगतो आहे, 'कुणीतरी ऐका, कुणीतरी ऐका' पण जंगल निर्जनच ते, कोण ऐकणार?

त्या दिवशी डॉक्टर डिमेलो न बोलता तसेच निघून गेले याचं मला वाईट वाटलं. आता मला कुठल्याच औषधात रस उरला नाही. सीताराम सकाळी एक गोळी द्यायचा. ती तो घेऊन आला, बरोबर पाण्याचा ग्लास होता. मी लहान मुलासारखी, ती गोळी फेकून दिली. पाणीही नाकारले. नारोबा अण्णाही लगबगीने उठले; मला समजावू लागले. मी हट्टच धरला. दिवसभर उपाशीच राहिलो. केवळ अबोल होतो. रात्र झाली. तरी, चक्क उघडे डोळे ठेवून त्या वरच्या झरोक्यातील पारव्याकडे एकटक बघत पडलो, रात्रभर. विचारमग्न!

दिवसांमागून दिवस सरत होते. माझं एकटेपण वाढतच होतं. सीताराम बाहेर ओट्यावर बसून राही. मी तासन्तास छताकडे बघत पडून राहत असे किंवा व्हीलचेअरवर बसून खिडकीतून समोरचं बुजलेलं तळं पाहत राही. कधीकधी भाषण देतो आहे असं बडबडत राही. सीतारामाला बोलावून गळ्याला हात लावून बघायला सांगत असे. 'अरे, मला ताप आला आहे का रे? बघ' म्हणे. तो हात लावून सांगे, 'नाही गुरुजी, अंग तर थंडगार हाय, काय बी ताप न्हाय.' पण मला उगाच सणसणून ताप भरल्यासारखं वाटे. अचानक डोकं भणभणू लागे. कुठल्या तरी विचारचक्रात मन भरकटत राही.

एकलकोंडेपणामुळे मनात निराशा मुरत गेली. सगळं उदासउदास वाटत गेलं. मनाचं दौर्बल्य बळावतच गेलं.

हे सगळं कळत होतं. जीवन नश्वर आहे. क्षणभंगुर आहे. बुद्धांनी जगावर विजय मिळवला, मार्ग सांगितला. कित्येक संतांनी मायारूपी संसाराची कसलीच अभिलाषा बाळगली नाही. भक्तीत, श्रद्धेत, चित्तशुद्धीत, आत्मसाक्षात्कारात ते पावन झाले. आपणही या मार्गाचेच पांथस्थ होतो. आपणच अर्ध्यावर का लटकलो? शब्दांच्या पलीकडला प्रांत श्रद्धेचा, भक्तीचा असतो हे आपल्याला चांगले परिचित होते. हेच तर आपणही सांगत होतो. आपलेच शब्द का थिटे पडले? कोरडं कर्मप्राबल्य आंधळेपणाने मानू नका, अर्थहीन काही करू नका, समजून उमजून करा, वागा, डोळस राहा. हेच तर आपण सांगत होतो. मग आपलं चुकलं कुठं?

मणक्याची जीवघेणी वेदना मी प्रत्यक्ष भोगली. काळीज हळुवार चिरावे तशा त्या वेदना भयंकर होत्या. त्या सहनही करत गेलो. हे भोग मी भोगलेच की. अजूनही त्याचे परिणाम सोसतो आहे. या वेदना, भयानक पीडा 'मिथ्या' आहेत असं मी कसं मानू आणि सांगू? या दुःखापासून आपण अलिप्त कसे राहू शकतो? मणक्यातल्या माझ्या पेशीन्पेशी तीव्र ठणकत होत्या, तो ठणका सूर्यप्रकाशाइतकाच सत्य होता ना? तो मिथ्या कसा? हे वेदनेने ग्रासलेले शरीर मी खोटे कसे मानू? नाही, मला हे मिथ्या म्हणवत नाही. अजूनही हे गूढ नीट उकललेलं नाही. शरीर हे वस्त्र आहे. आत्मा वस्त्रासारखं सहज शरीर बदलतो, हे इतकं मी सोपं कसं समजू?

मी सारखा विचार करतो आहे. सुटका होत नाही. पळून जाणं मला मान्य नाही. संभ्रमाचं धुकं सर्वत्र पसरलं आहे. मेंदूत, मनात, आश्रमात सर्वत्र धुकंच धुकं व्यापलं आहे. पुन्हा एक नैराश्याची प्रचंड लाट माझ्या अंगावर येऊन आदळली. विचार, विचार, विचार, डोक्यात विचारांचं नुसतं काहूर माजलं आहे. मेंदू कवटीतून फुटून बाहेर थैमान घालेल असं वाटू लागलं आहे. दिवसेंदिवस पुनःपुन्हा माझं नैराश्य वाढू

लागलं. माझं संपूर्ण मन, मी जो कोणी आहे ते माझं अस्तित्वरूप त्या भयाण नैराश्यमय अंधकाराने काबीज केलं आहे. मला भ्रम होऊ लागलेत. मी अनेकदा ब्रह्माशी बडबडत असे. सीताराम मला त्या समाधीतून हलवून जागा करे, 'अहो गुरुजी, असं काय बडबडता काहीबाही. तुमच्या समोर कुणीच नाही हो. अशी भाषणं कुणाला देता? कुणीच ऐकायला न्हायी.' हे असं वारंवार घडू लागलं. आता नारोबा अण्णा तर माझ्या निवासातच मुक्काम करून राहू लागले. श्रीपती माळी मात्र रोज सकाळी नित्यनेमाने, पलीकडच्या मंदिरातील प्रसादाच्या रूपाने टाकलेल्या उष्ट्या पत्रावळी गोळा करत असे. अखेर मेहेर कल्याण आश्रम हा जणू एक कचरा कोंडाळंच झाला.

मेहेरभाभींच्या पुतळ्यासमोरील अग्नी मात्र श्रीपती माळी अजूनही धगधगता आणि प्रज्वलित ठेवतो आहे. त्यात खंड पडत नाही. सभागृहातले दीपगृहही तसेच अखंड तेवत आहे. या दीपगृहातला दीप त्यानं कधीही विझू दिलेला नाही. वटवाघळांच्या गर्दीतही, तो तेवतोच आहे.

दीप अजूनही तेवतोच आहे...

सूर्य मावळला. हळूहळू अंधार दाटू लागला. पौर्णिमा असावी. चंद्रही लगेच क्षितिजावर येण्याची घाई करू लागला. आता इतक्यातच चंद्राचा लख्ख उजेड पडेल. समोर पाहतो तो, श्रीप्रियदर्शन उभे. त्यांना पाहून मला आश्चर्यच वाटले. मी म्हणालो,

"दर्शन तुम्ही?"

"होय गुरुवर्य, गेले काही दिवस मी खूप बेचैन आहे. आपण मला धर्मज्ञान दिले. मला जणू आपण घडवलेच. आज मी जो धर्मप्रतिष्ठित होऊ शकलो, तो केवळ आपल्यामुळेच. माझ्या लक्षात आलं, आपण आपलाच धर्म केवळ संकुचितपणे कवटाळून राहणे योग्य नाही. सर्वधर्माची तत्त्वे सकल मानवाच्या कल्याणाचीच आहेत. प्रत्येकाला आपला धर्म प्रिय आहेच... असतोच."

"अहो, प्रियदर्शन हे काय माझ्यासमोर नवं भाषण मांडलं आहे. तुम्हाला नेमकं काय म्हणायचं आहे."

"गुरुवर्य, मला बोलू द्या. माझ्याकडून काही अवज्ञा झाली असेल, तर मला क्षमा करा. आपल्या मेहेर आश्रम ट्रस्टबद्दल जी धर्मादाय आयुक्तांची नोटिस पाठविली गेली, त्या लोकांनी माझी दिशाभूल केली. वास्तविक पाहता आपल्या ट्रस्टमध्ये काहीही गैर नाही; त्यामुळे मी संबंधित अर्जदारांना अर्ज मागे घ्यायला सांगितलं आहे आणि तो अर्जही मागे घेतला आहे. आपण जे मार्गदर्शन कराल, त्याप्रमाणे मिळून सर्वधर्माविषयीची व लोककल्याणाची मिळून कामे करू, असं मला माझं मन अलीकडे सांगू लागलं आहे. तेव्हा गुरुवर्य, आपण निराश न होता

व माझ्याविषयीचा मनातला गैरसमज दूर करून मला पुन्हा आपण पूर्वीचा तुमचा श्रीप्रियदर्शन समजून जवळ करावे, ही विनंती करण्यासाठी मी आलो आहे.''

मला याचे समाधानच वाटले. पौर्णिमेचा चंद्र पूर्णपणे आकाशात उजळला होता. सर्वत्र लख्ख उजेड पसरला होता. रात्रीचंही आकाश निवळलं होतं.